குழந்தைகளின் ரட்சகன்

குழந்தைகளின் ரட்சகன்

ஜெ.டி. சாலின்ஜர்

தமிழில்: சித்தார்த்தன் சுந்தரம்

எதிர்
வெளியீடு

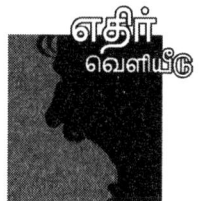

குழந்தைகளின் ரட்சகன்
ஜெ.டி. சாலின்ஜர்
தமிழில்: சித்தார்த்தன் சுந்தரம்

முதல் பதிப்பு: டிசம்பர் 2014
எதிர்வெளியீடு, 96, நியூ ஸ்கீம் ரோடு, பொள்ளாச்சி - 642002.
தொலைபேசி: 04259   226012, 98650 05084.
வடிவமைப்பு: ரவிந்திரன்

விலை: ₹ 275

The Catcher in the Rye
Author: Salingar. J.D.
Translated by Siddharthan Sundaram

Copy Right: Ethir Veliyedu.
First Edition: December 2014
Published by Ethir Veliyedu, 96, New Scheme Road. Pollachi - 2.
Phone: 04259 - 226012, 98650 05084.
Email: ethirveliyedu@gmail.com
www.ethirveliyedu.in
Layout: Ravindran

Price: ₹ 275

All rights reserved. No part of this book may be reprinted or reproduced or utilised in any form or by any electronic, mechanical or other means, now known or hereafter invented, including photocoping and recording, or in any information storage or retrieval system, without permission in writing from the Publisher.

ஜெரோம் டேவிட் சாலின்ஜர்

1919 ஆம் ஆண்டு ஜனவரி 1 அன்று நியூயார்க்கில் சோல் சாலின்ஜர் (Sol Salinger), மிரியம் தம்பதிக்கு இரண்டாவது குழந்தையாகப் பிறந்த ஜெரோம் டேவிட் சாலின்ஜர் (ஜெ.டி. சாலின்ஜர்) இருபதாம் நூற்றாண்டின் அமெரிக்க எழுத்தாளர்களில் பிரபலமாகவும், செல்வாக்கு படைத்தவராகவும் திகழ்ந்தார். 'The Catcher in the Rye' அவருடைய 'மைல் கல்' நாவலாகும். இரண்டாம் உலகப்போருக்குப் பின் அமெரிக்க இலக்கியத்தை அது ஒரு புதிய பாதைக்கு இட்டுச் சென்றது என்றால் மிகையில்லை. இவருடைய பெரும்பாலான சிறுகதைகள் 'The New Yorker' பத்திரிகையில் வெளிவந்தன. ஃபிலிப் ரோத், ஜான் உப்டைக், ஹரால்ட் ப்ராட்கி ஆகியோரின் ஆரம்ப கால இலக்கிய வாழ்க்கைக்கு இவருடைய கதைகள் உத்வேகமளிப்பதாக இருந்தன.

கொலம்பியா பல்கலைக்கழகத்தில் இவர் பேராசிரியர் விட் பர்னட்டை சந்தித்த அந்தத் தருணம் இவருடைய வாழ்க்கையையே மாற்றியமைப்பதாக அமைந்தது. பர்னட் சிறந்த ஆசிரியர் மட்டுமல்லாமல் 'ஸ்டோரி' என்கிற இதழின் ஆசிரியராகவும் இருந்தார். சாலின்ஜரிடம் கதை எழுதும் திறமை இருக்கிறது என்பதைத் தெரிந்து கொண்ட அவர், தொடர்ந்து கதைகள் எழுதுமாறு சாலின்ஜரை

ஊக்கிவித்தார். அது 'ஸ்டோரி' இதழில் மட்டுமல்லாமல் பிரபல பத்திரிகைகளான 'கோலியர்ஸ்', 'சாட்டர்டே ஈவினிங் போஸ்ட்' ஆகியவற்றிலும் வெளிவர ஆரம்பித்தது.

'Pearl Harbour' தாக்குதலைத் தொடர்ந்து 1942—44 ஆண்டுகளில் இவர் ராணுவத்தில் பணிபுரிந்தார். இந்த காலகட்டத்தில் இவர் தொடர்ந்து எழுதி வந்தார். புதிய நாவலுக்கான அத்தியாயங்களை ஒருங்கிணைத்தார். அந்த நாவலின் முக்கிய கதாபாத்திரம் 'சுத்தமாக திருப்தியடையாத' இளைஞன் ஹோல்டன் கால்ஃபீல்ட். ('The Catcher in the Rye'யின் முக்கிய கதாபாத்திரம்)

பிரான்சில் தனது 'குறுகியகால' ராணுவப் பணியை முடித்துவிட்டு 1946 ஆம் ஆண்டு நியூயார்க் திரும்பியவுடன் தனது எழுத்தாளர் வாழ்க்கையை மீண்டும் தொடங்கினார். 1951 ஆம் ஆண்டு 'The Catcher in the Rye' வெளியிடப்பட்டது.

1955 ஆம் ஆண்டு Claire Douglasஐ திருமணம் செய்து கொண்டார். இந்தத் திருமணத்தின் மூலம் இவர்களுக்கு இரண்டு குழந்தைகள் பிறந்தன. 1972 ஆம் ஆண்டு தனது 53 ஆம் வயதில் 18 வயது பெண்ணான Joyce Maynard - டன் உறவு வைத்துக் கொண்டார். அது ஒன்பது மாதங்கள் மட்டுமே தொடர்ந்தது. மூன்று முறை திருமணம் செய்து கொண்ட இவருடைய தனிப்பட்ட வாழ்க்கை பிரச்சனைக்குரியதாகவும், வழக்குகள் நிறைந்ததாகவும் இருந்தது.

உலகளவில் 65 மில்லியன் பிரதிகளுக்கும் மேல் விற்றிருக்கும் இந்தப் புத்தகம் இலக்கியப் பாடத்திட்டத்தில் ஒரு ஒருங்கிணைந்த பகுதியாகும். இந்தப் புத்தகம் குறித்த நேர்மறை விமர்சனங்கள் அதிகம் இருந்தாலும் கடுமையான விமர்சனங்களையும் எதிர் கொள்ள நேரிட்டது.

'தி பீட்ல்ஸ் (The Beatls)' என்கிற இசைக்குழுவை ஆரம்பித்தவர்களில் ஒருவரான ஜான் லெனான் (John Lennon)—ஐ 1980 ஆம் ஆண்டு சுட்டுக் கொன்ற மார்க் டேவிட் சாப்மேனை கைது செய்யும் போது அவனிடம் இந்தப் புத்தகம் இருந்ததாகவும், அவன் ஏன் லெனானை சுட்டான் என்பதற்கானக் காரணம் அந்தப் புத்தகத்தில் இருக்கக்கூடும் எனவும் கருதப்பட்டது. அந்த அளவிற்கு இந்தப் புத்தகம் அனைவரையும் ஆட்கொண்டது.

இந்தப் புத்தகம் வெளியாகி இரண்டாண்டுகளுக்குப் பிறகு சாலின்ஜர் நியூஹாம்ஷயரில் உள்ள தனது 90 ஏக்கர் பண்ணை வீட்டில் ஒதுங்கிய வாழ்க்கை வாழ ஆரம்பித்தார். இது கிட்டத்தட்ட 50 ஆண்டுகளுக்கு மேல் நீடித்தது. தி நியூயார்க்கரில் வெளியான 'Hapworth 16, 1924' என்கிற குறுநாவல் தான் இவருடைய கடைசி இலக்கியப் படைப்பாகும். 1980க்கு பின் இவர் பேட்டி எதுவும் கொடுக்கவில்லை. இவர் 2010 ஆண்டு ஜனவரி 27 ஆம் தேதி, தனது 91வது வயதில் நியூஹாம்ஷயரில் இயற்கையாக மரணமடைந்தார்.

இவர் எழுதி வெளியிடப்படாமல் பல படைப்புகள் இருப்பதாகச் செய்திகள் உண்டு. இவை 2015 ஆம் ஆண்டிலிருந்து 2020 ஆம் ஆண்டு வரை வெளியிடப்பட வேண்டும் என்று ஒரு கால அட்டவணையை சாலின்ஜர் விட்டுச் சென்றிருப்பதாக அவரது வாழ்க்கை வரலாற்றை எழுதிய டேவிட் ஷீல்ட்ஸூம், ஷேன் சாலெர்னோவும் உறுதிபடுத்தியிருக்கிறார்கள்.

Also by J D Salinger:

Raise High The Roof Beam,
Carpenters and Seymour - An Introduction

For Esme - With Love and Squalor

Franny and Zooey

Nine Stories

சித்தார்த்தன் சுந்தரம்

சித்தார்த்தன் சுந்தரம், மதுரையைச் சேர்ந்த இவர் மேலாண்மைத் துறையில் முதுகலை பட்டம் (எம் பி ஏ) பெற்றவர். பெங்களூரில் வசித்து வரும் இவர் தற்சமயம் தனியார் நிறுவனம் ஒன்றில் இயக்குநராக இருக்கிறார்.

இவர் மொழிபெயர்த்த பிறநூல்கள்:

1. டிப்பிங் பாயிண்ட் ("The Tipping Point")

2. ஜெயித்தவர்கள் சொல்லாத பாடம் ("Outliers")

3. இட்லி, ஆர்கிட், மன உறுதி ("Idly, Orchid, Willpower")

4. ஜென்னும் மோட்டார் சைக்கிள் பராமரிப்புக் கலையும் ("Zen and the Art of Motorcycle Maintenance")

5. பாடும் பறவையின் மௌனம். ("To kill a Mocking Bird")

6. சில்லறை வணிகம் சிறக்க 7 வழிகள் (Tilting the Scales: Success Secrets for Retailers)

பிரபல ஆங்கில மற்றும் தமிழ் பத்திரிக்கைகளில் ரீடெயில், மார்க்கெட் ரிசர்ச் பற்றி கட்டுரைகள் எழுதுவதுடன் புத்தக விமர்சனங்களும் செய்து வருகிறார்.

நாவல் பற்றி ஒரு சிறு குறிப்பு:

டிசம்பர் மாதம் கிறிஸ்துமஸ் சமயத்தில் மூன்று நாட்கள் தனக்கு ஏற்பட்ட அனுபவங்களை பதின்ம பருவத்தில் இருக்கும் ஹோல்டன் கால்ஃபீல்டு நேரடியாக சொல்வதாக இக்கதை அமைந்திருக்கிறது. பிரபலமான பென்சி பள்ளிக்கூடத்திலிருந்து அவன் வெளியேற்றப்படுகிறான்... அங்கு படிக்கும் மாணவர்களில் பெரும்பாலானோர் "பந்தா பேர்வழிகள்'' என்று நினைக்கும் ஹோல்டன் தனது தங்கை ஃபீபி கேட்கும் "நீ வளர்ந்து பெரிய வனாக ஆகும் போது என்னவாக வேண்டுமென்று நினைக்கிறாய்?" என்கிற கேள்விக்கு, "வெகுளித்தனமான குழந்தைகளை பதின்ம பருவத்தின் போலி வாழ்க்கை அண்டாதவாறு பாதுகாக்கும் ஒரு ரட்சகராக, மீட்பராக" ஆக விருப்பம் என்று சொன்னாலும் தனது எதிர்காலம் பற்றி குழம்பி நிற்கிறான்... அவன் மதிப்பும், மரியாதையும் வைத்திருக்கும் ஆசிரியர் ஆண்டோலி மூலம் அவனுக்கு ஒரு விசித்திரமான அனுபவம் ஏற்படுகிறது... அதனால் எங்கு போவதென்று தெரியாமல் இரவோடு இரவாக அவர் வீட்டை விட்டு வெளியேறுகிறான். அதன் பிறகு எங்கே செல்கிறான்... வேறு பள்ளிக்கூடத்தில் சேருகிறானா... என கதை ஆசிரியர் சாலின்ஜரின் பாணியில் விரிகிறது.

1951 ஆம் ஆண்டு வெளிவந்த கதை என்றாலும் இன்றைக்கும் பதின்ம பருவத்தில் இருப்பவர்கள் இந்நிகழ்வுகளை தங்களோடு சம்பந்தப்படுத்திப் பார்க்க முடியும். ஆசிரியர் ஜெ.டி. சாலின்ஜரின் இந்நாவல் பதின்ம பருவத்தில் இருப்பவர் களுக்கான ஒரு அலாரமணி என்றால் அது மிகையில்லை!

1

நீங்கள் உண்மையிலேயே அது பற்றிக் கேள்விப்பட வேண்டுமெனில், முதலாவதாக நான் எங்கே பிறந்தேன் என்பதை நீங்கள் தெரிந்து கொள்வதுடன் என்னுடைய மோசமான குழந்தைப் பருவத்தையும், நான் பிறப்பதற்கு முன்னால் எனது பெற்றோர்கள் எப்படிப்பட்ட செயல்களில் ஈடுபட்டிருந்தார்கள் என்பதையும் – இதெல்லாம் டேவிட் காப்பர்ஃபீல்ட் (David Copperfield) வகையிலான பைத்தியக்காரத்தனம் – தெரிந்து கொள்ள வேண்டும். நீங்கள் உண்மையைத் தெரிந்து கொள்ள வேண்டுமெனில் இதற்குள் எல்லாம் நான் நுழைய வேண்டுமென்று நினைக்கவில்லை. முதலாவதாக, இது எனக்கு சலிப்பை ஏற்படுத்தும். இரண்டாவதாக, எனது பெற்றோர் குறித்தத் தனிப்பட்ட விஷயம் எதைச் சொன்னாலும் அவர்கள் உடலுக்குள் பெரும் ரத்தக் கசிவு ஏற்பட்டுவிடும். இது குறித்த விஷயத்தில் அவர்கள் தொட்டச்சிணுங்கிகள், குறிப்பாக என்னுடைய அப்பா. அவர்கள் இனிமையானவர்கள்தான் – இதை நான் சொல்லத் தேவையில்லை – ஆனாலும் அவர்கள் தொட்டாச்சிணுங்கிகள். நான் உங்களிடம் என் வாழ்க்கை வரலாற்றையோ அல்லது அது போல ஏதாவது ஒன்றையோ சொல்லப் போவதில்லை. போன ஆண்டு கிறிஸ்துமஸ் சமயத்தில் மோசமான சூழ்நிலையில் ஏற்பட்ட அந்த பைத்தியக்காரத்தனமான விஷயத்தை எளிதாக்கிக் கொள்வதற்காக இங்கே வந்தேன். இப்போது அதைத்தான்

சொல்லவிருக்கிறேன். இது குறித்து நான் டி.பி. (D.B) யிடம் சொன்னேன், அவர் என் சகோதரர். ஹாலிவுட்டில் இருக்கிறார். அது இங்கிருந்து அதிக தூரத்தில் இல்லை. ஒவ்வொரு வார இறுதியிலும் என்னைப் பார்ப்பதற்காக அவர் இங்கு வருகிறார். நான் அடுத்த மாதம் வீட்டிற்குச் செல்லும் போது அவர் என்னைக் காரில் கூட்டிக் கொண்டு போகக்கூடும். இப்போதுதான் அவர் "ஜாகுவர்" வாங்கியிருக்கிறார். இந்த ஆங்கிலேயத் தயாரிப்பு மணிக்கு சராசரியாக 200 மைல் செல்லக்கூடியது. இதற்காக அவர் செலவிட்டது கிட்டத்தட்ட 4000 டாலர்கள். இப்பொழுது அவரிடம் அபரிமிதமான பணம் இருக்கிறது. ஆனால் அவர் அதை உபயோகிக்கமாட்டார். அவர் வீட்டிலிருக்கும் போது சாதரணமான எழுத்தாளராகத் தான் இருந்தார். அபாரமான சிறுகதைகள் அடங்கிய புத்தகமான "தி சீக்ரெட் கோல்ட்ஃபிஷ்" (The Secret Goldfish) அவர் எழுதியது தான். (இது அவரைப் பற்றி ஒருபோதும் கேள்விப்படாதவர்களுக்காக). இந்தப் புத்தகத்தில் மிகச் சிறந்த கதை "தி சீக்ரெட் கோல்ட்ஃபிஷ்" ஆகும். இதில் வரக்கூடிய சிறுவன் அவனுக்குக் கிடைத்த "பாக்கெட் மணி" மூலம் கோல்ட்ஃபிஷ் ஒன்றை வாங்கியதால் அதைப் பார்க்க யாரையும் அனுமதிப்பதில்லை. அது என்னை ஈர்த்தது. இப்பொழுது ஹாலிவுட்டில் டி.பி. "பணத்திற்கு சோரம் போகக்கூடியவனாக" ஆகிவிட்டான். ஒரு விஷயத்தை நான் வெறுக்கிறேன் என்றால் அது திரைப்படங்களைத்தான். அவை பற்றியக் குறிப்பைக் கூட என்னிடம் சொல்லாதீர்கள்.

நான் "பென்சி ப்ரெப் (Pency Prep)" பை விட்டு வந்த நாளிலிருந்து சொல்ல ஆரம்பிக்க வேண்டும். பென்சி ப்ரெப் என்கிற இந்தப் பள்ளிக்கூடம் பென்சில்வேன்யாவில் உள்ள ஏஜெர்ஸ்டவுனில் (Agerstown) உள்ளது. நீங்கள் இது பற்றி அநேகமாக கேள்விப் பட்டதுடன் இதன் விளம்பரங்களையும் பார்த்திருக்கக்கூடும். வசதியான வீட்டுப் பையன் குதிரை மேல் உட்கார்ந்து வேலியைத் தாண்டுவது போல இருக்கக்கூடிய படத்தை ஆயிரக்கணக்கான பத்திரிக்கைகளில் விளம்பரமாக கொடுத்திருப்பார்கள். பென்சியில் இருக்கிறவர்கள் எப்பொழுதுமே "போலோ (Polo)" தான் விளையாடுவார்கள் என்கிற தோற்றத்தைக் கொடுக்கக்கூடிய வகையில் இது அமைந்திருக்கும். நான் ஒரு போதும் குதிரையை அந்த இடத்திற்குப் பக்கத்தில் கூட பார்த்ததில்லை. குதிரையில்

உட்கார்ந்திருக்கும் பையனின் படத்திற்குக் கீழே: “1888லிருந்து நாங்கள் சிறுவர்களை அற்புதமாக, தெளிவாக சிந்திக்கும் இளைஞர்களாக உருவாக்கிக் கொண்டிருக்கிறோம்” என்று எழுதப்பட்டிருக்கும். இதெல்லாம் வீண் பிரச்சாரம். மற்ற பள்ளிக்கூடங்களை விட வித்தியாசமாக எதுவும் செய்து மாணவர்களை இங்கு உருவாக்குவது இல்லை. எனக்குத் தெரிந்து அற்புதமான, தெளிவான சிந்தனை கொண்ட யாரும் இருப்பதாகத் தெரியவில்லை. ஒரு வேளை இரண்டு பேர்கள் இருக்கலாம். அவர்களைத்தான் “பல” மாணவர்கள் என்று குறிப்பிட்டிருக்கக்கூடும். அநேகமாக அவர்கள் பென்சிக்கு வரும்போதே அந்த மாதிரி இருந்திருக்கக் கூடும்.

எப்படியோ, அந்த சனிக்கிழமை சாக்ஸன் ஹாலுடன் கால்பந்தாட்டப் போட்டி இருந்தது. பென்சி இருக்கக்கூடிய சுற்றுவட்டாரத்தில் சாக்ஸன் ஹாலுடனான போட்டி மிகவும் பெரியதாகக் கருதப்பட்டு வருகிறது. இது இந்த வருடத்தின் இறுதி விளையாட்டு. இதில் பென்சி வெற்றி பெறவில்லையெனில் தற்கொலை செய்து கொள்ள வேண்டியதுதான். அன்றைக்கு மதியம் மூன்று மணி போல நான் தாம்சென் ஹில்லில் புரட்சிப் போரில் பங்கெடுத்துக் கொண்ட பீரங்கிக்குப் பக்கத்தில் நின்று கொண்டிருந்தேன். அங்கிருந்து கால்பந்தாட்ட மைதானம் முழுவதையும் பார்க்க முடிந்தது. இரண்டு அணிகளும் ஒன்றுக்கொன்று முட்டி மோதிக் கொண்டதைப் பார்க்கக் கூடியதாக இருந்தது. பரபரப்பாக இருந்த “கிராண்ட் ஸ்டாண்ட்”டை பார்க்க முடியாவிட்டாலும் அவர்கள் பயங்கரமாக கத்துவதைக் கேட்க முடிந்தது. ஏனென்றால் என்னைத் தவிர பென்சியைச் சேர்ந்த எல்லோரும் அங்கே இருந்தார்கள். “சாக்ஸன் ஹால்” வருகை தந்திருக்கக்கூடிய குழு என்பதால் அதிகமானவர்களைக் கூட்டிக் கொண்டு வரவில்லை. இதனால் அவர்கள் தரப்பிலிருந்து சத்தம் அதிகமாக இல்லை.

கால்பந்தாட்டப் போட்டி நடக்கும் இடங்களில் ஒரு போதும் அதிகமான பெண்கள் இருக்க மாட்டார்கள். பெண்களைக் கூட்டிக் கொண்டுவர சீனியர்களுக்கு மட்டும் தான் அனுமதி அளிக்கப்பட்டிருந்தது. எப்படிப் பார்த்தாலும் இது ஒரு மோசமான பள்ளிக்கூடம். ஆனால் சில பெண்களாவது இருக்கக் கூடிய இடத்திலேயே நான் இருக்க விரும்புகிறேன். அவர்கள் வெறுமனே கையைச் சொறிந்து கொண்டிருந்தாலோ அல்லது மூக்கைச் சிந்திக் கொண்டிருந்தாலோ அல்லது

சிரித்துக் கொண்டிருந்தாலோ அல்லது வேறேதேனும் செய்து கொண்டிருந்தாலோக் கூட போதும். தலைமை ஆசிரியரின் மகள் செல்மா தர்மெர் (Selma Thurmer) அவ்வப்போது இந்த விளையாட்டின் பக்கம் தலை காட்டுவது உண்டு. ஆனால் உங்களை கிறுக்கனாகப் பின்னால் அலையவிடும் வகையைச் சேர்ந்தவள் இல்லை. இருந்தாலும் அவள் அழகான, இனிமையான பெண். நான் ஒரு முறை ஏஜெர்ஸ்டவுனிலிருந்து பஸ்ஸில் வரும் போது அவளுக்குப் பக்கத்தில் உட்கார்ந்து வந்தேன். அப்பொழுது நாங்கள் இருவரும் பேசிக் கொண்டு வந்தோம். எனக்கு அவளைப் பிடித்திருந்தது. அவளுக்கு பெரிய மூக்கு, விரல்களில் இருந்த நகங்களையெல்லாம் கடித்திருந்ததால் அவை சிவப்பாக இருந்தன. தனது மார்பு எடுப்பாகத் தெரிய வேண்டுமென்பதற்காக ஃபோம் வைத்திருந்தாள். ஆனால் அவளைப் பார்க்க பரிதாபமாக இருந்தது. அவள் தனது அப்பா இப்படிப்பட்டவர், அப்படிப்பட்டவர் என்று எதுவும் கூறாதது அவளிடம் எனக்குப் பிடித்திருந்தது. அநேகமாக அவளுக்கு தன்னுடைய அப்பா எந்த அளவிற்கு போலியானவர் எனத் தெரிந்திருக்கக்கூடும்.

நான் விளையாட்டுப் போட்டி நடக்கும் இடத்தில் இல்லாமல் இந்த தாம்சென் ஹில்லில் நின்று கொண்டிருக்கக் காரணம் சிறிது நேரத்திற்கு முன்புதான் நான் "வாள் சண்டை (ஃபென்சிங்)" குழுவுடன் நியூயார்க்கிலிருந்து திரும்பினேன். இந்த வாள் சண்டை குழுவிற்கு நான் தான் மானேஜர். ஆமாம், பெரிய பொறுப்பு இது! மெக்பர்னி பள்ளிக்கூடத்தில் நடந்த இந்த வாள் சண்டை போட்டிக்காக நாங்கள் அன்று காலையில் சென்றோம். ஆனால் அந்த போட்டி நடைபெறவில்லை. நான் எனது சாமான்கள் அனைத்தையும் "சப்வே"யிலேயே விட்டு விட்டு வந்து விட்டேன். அது எனது தவறு இல்லை. நாங்கள் எங்கே இறங்க வேண்டும் என்பதற்காக அவ்வப்பொழுது எழுந்து எழுந்து வரைபடத்தைப் பார்த்துக் கொண்டிருந்தேன். இரவு சாப்பாட்டு நேரத்தில் பென்சியை அடைவதற்குப் பதிலாக நாங்கள் இரண்டு முப்பது மணியளவில் தான் வந்து சேர்ந்தோம். ரயிலில் திரும்பி வரும் போது முழு அணியுமே என்னை புறக்கணித்தது. இதை நினைத்தால் வேடிக்கையாகத்தான் இருக்கிறது.

நான் விளையாட்டு நடக்கும் இடத்தில் இல்லாததற்கு இன்னொரு காரணம் என்னுடைய வரலாற்று ஆசிரியரான

மிஸ்டர் ஸ்பென்சரைப் பார்த்து குட்—பை சொல்லச் சென்றதும் ஆகும். அவருக்கு இன்ஃப்புளூயன்சா என்பதால் நான் அவரை கிறிஸ்துமஸ் விடுமுறை ஆரம்பிக்கும் வரை பார்க்க முடியாது. நான் ஊருக்குப் போவதற்கு முன் அவரை வந்து பார்க்குமாறு ஒரு குறிப்பு அனுப்பியிருந்தார். மீண்டும் நான் பென்சிக்குத் திரும்பி வரமாட்டேனென்று அவருக்குத் தெரியும்.

உங்களிடம் நான் இது பற்றி சொல்ல மறந்து விட்டேன். பென்சி பள்ளி நிர்வாகத்தினர் என்னைப் பள்ளியிலிருந்து வெளியேற்றி விட்டார்கள். கிறிஸ்துமஸ் விடுமுறைக்குப் பிறகு நான் மீண்டும் அங்கு வரக்கூடாது என்று சொல்லிவிட்டார்கள். காரணம் நான் நான்கு பாடங்களில் ஃபெயிலாகி விட்டேனாம். மீண்டும் அதற்கு விண்ணப்பிக்க வேண்டாம் என்றும் சொல்லிவிட்டார்கள். அவர்கள் என்னை விண்ணப்பிக்கச் சொல்லி டெர்மின் நடுவிலேருந்தே அடிக்கடி எச்சரிக்கை கொடுத்துக் கொண்டே இருந்தார்கள்– எனது பெற்றோர் தர்மெரைச் சந்திக்க வந்ததிலிருந்து ஆனால் நான் செய்யவில்லை. இதனால் என்னை வெளியேற்றி விட்டார்கள். பென்சியில் அடிக்கடி இந்த மாதிரி மாணவர்களை வெளியேற்றிக் கொண்டேயிருந்தார்கள். இந்தப் பள்ளிக்கூடம் கல்வியைப் பொருத்தளவில் நல்ல மதிப்பீட்டைப் பெற்றிருந்தது. அது உண்மைதான்.

இது டிசம்பர் மாதம் என்பதால் குளிராக இருந்தது. அதிலும் தாம்சென் ஹில்லில் குளிர் மிகவும் அதிகமாக இருந்தது. என்னிடம் ஜாக்கெட் தவிர கையுறையோ அல்லது வேறெதுவுமோ இல்லை. ஒரு வாரம் முன்பாக ஒட்டக முடியினால் ஆன கோட்டையும், கையுறையையும் யாரோ என் அறையிலிருந்து திருடி விட்டிருந்தார்கள். பென்சியில் இந்தமாதிரியான திருடர்கள் அதிகப் பேர் இருந்தனர். சிலர் மிகவும் வசதியான வீடுகளிலிருந்து இங்கு படிக்க வந்திருந்தாலும் அதிகமான திருடர்களும் இருந்தார்கள். பள்ளிக்கூடச் செலவு அதிகமிருக்கும் பள்ளிகளில் அதிகத் திருடர்கள் இருப்பார்கள் – நான் இதை வேடிக்கைக்காகச் சொல்லவில்லை. உண்மை அதுதான். எப்படியோ, நான் இந்த கிரேஸித்தனமாக இருக்கக்கூடிய பீரங்கிக்குப் பக்கத்தில் நின்று, பயங்கரமான குளிரில், இந்த விளையாட்டைப் பார்த்துக் கொண்டிருந்தாலும் அவ்வளவாக ஈடுபாடு இல்லை. ஒரு நல்ல பிரிவை (குட்—பை) உணரும்

முயற்சியில் தான் நான் இங்கேயே சுற்றிக் கொண்டிருக்கிறேன். நான் பள்ளிக்கூடங்களையும், இடங்களையும் பிரிந்து வருகிறேன் என்று தெரியாமலே வந்திருக்கிறேன். நான் அதை வெறுக்கிறேன். அது நல்ல பிரிவுபச்சாரமா அல்லது கெட்ட பிரிவுபச்சாரமா என்பதைப் பற்றி எனக்கு அக்கறையில்லை. ஆனால் ஒரு இடத்தை விட்டு வரும் போது அந்த இடத்தை விட்டு வருகிறேன் என்று நான் அறிந்து கொள்ள வேண்டும். அப்படி உங்களுக்குத் தெரியாவிட்டால் நீங்கள் இன்னும் மோசமாகக் கூட உணர்வீர்கள்.

நான் அதிர்ஷ்டக்காரன். திடீரென்று நான் ஏதோவொன்றை நினைக்க அது நான் சோதனையிலிருந்து வேகமாக விடுபடப் போகிறேன் என்பதை அறிந்து கொள்ள உதவியது. இந்த அக்டோபர் மாதவாக்கில் நானும், ராபர்ட் டிச்செனர் (Robert Tichener) மற்றும் பால் கேம்பெல் (Paul Campbell)லும் பள்ளிக் கட்டிடத்திற்கு முன்னால் கால்பந்து விளையாடிக் கொண்டிருந்தது இப்போது நினைவுக்கு வருகிறது. அவர்கள் இனிமையானவர்கள், குறிப்பாக டிச்செனர். இரவுச் சாப்பாடிற்கு கொஞ்சம் முன்னதாக, இருட்டிக் கொண்டு வந்தாலும் நாங்கள் பந்தை எறிந்து விளையாடிக் கொண்டிருந்தோம். நேரம் ஆக ஆக இருள் அதிகமாகிக் கொண்டே வந்தது, எங்களுக்கு பந்து எங்கிருக்கிறது என்பது சரியாகத் தெரியாவிட்டாலும் நாங்கள் செய்து கொண்டிருப்பதை நிறுத்த விரும்பவில்லை. இறுதியில் நிறுத்த வேண்டிய கட்டாயம் ஏற்பட்டது. உயிரியல் பாடம் கற்றுத் தரும் ஆசிரியர் மிஸ்டர் ஷாம்பெஸி (Zambesi) பள்ளிக் கட்டிடத்தில் இருந்த ஜன்னல் வழியாக எங்களைப் பார்த்து விடுதிக்குப் போகுமாறு சொன்னதுடன், இரவுச் சாப்பாட்டிற்கு தயாராகும்படியும் கூறினார். இந்த மாதிரியான விஷயங்களை நினைவு கூற வாய்ப்புக் கிடைத்தால், எனக்குத் தேவைப்படும் பொழுது நல்ல பிரிவுபச்சாரம் கிடைக்கும் – பெரும்பாலான சமயங்களில் எனக்குக் கிடைக்கும். இது நினைவுக்கு வந்தவுடன் நான் திரும்பி மலையின் இன்னொரு பகுதியிலிருக்கும் ஸ்பென்சரின் வீடு நோக்கி ஓட ஆரம்பித்தேன். அவர் பள்ளிக்கூட வளாகத்தில் வசித்து வரவில்லை. அவர் அந்தோணி வேய்ன் அவென்யூ (Anthony Wayne Avenue)வில் வசித்து வந்தார்.

நான் பிரதான கேட் வரை வேகமாக ஓடிச் சென்று சுவாசம் சகஜ நிலைக்கு வரும் வரை சில வினாடிகள்

காத்திருந்தேன். நான் அபாரத்திற்குப் புகைப் பிடிப்பவன் என்பதால் சகஜ நிலைக்கு வர நேரம் ஆனது. இது மட்டுமல்லாமல், நான் கடந்த வருடம் ஆறரை இஞ்ச் வளர்ந்திருந்தேன். எனக்கு எலும்புருக்கி நோய் இருக்கக்கூடும் என்பதற்காக மருத்துவ பரிசோதனை செய்து கொள்வதற்காக வெளியே வர வேண்டியிருந்தது. அப்படியிருந்தாலும் நான் நல்ல ஆரோக்கியத்துடன் தான் இருக்கிறேன்.

எப்படியோ, என் சுவாசநிலை வழக்கமான நிலைக்கு வந்த பின் நான் ரூட் 204 நோக்கி ஓடினேன். மிகவும் குளிராக இருந்தது. தடுக்கி விழத் தெரிந்தேன். நான் எதற்காக இப்படி ஓடுகிறேன் என்று கூட எனக்குத் தெரியவில்லை – ஏதோ அப்படி ஒரு உணர்வு என ஊகித்தேன். நான் சாலைக்கு மறு புறம் சென்றதும் என்னைக் காணாதது போல உணர்ந்தேன். அது ஒரு "கிரேஸி" மதியவேளையாக இருந்தது. பயங்கரமான குளிர். சூரியன் இன்னும் வெளியே தலை காட்டவில்லை, ஒவ்வொரு முறை சாலையைக் கடக்கும் போதும் காணாமல் போவது போன்று உணர முடிந்தது.

நான் ஸ்பென்சரின் வீட்டை அடைந்து அங்கிருந்த அழைப்பு மணியை அழுத்திய போது, ஏறக்குறைய உறைந்து போகக் கூடிய நிலையிலிருந்தேன். எனது காதுகள் வலித்தன, எனது விரல்களை அசைக்க மிகவும் சிரமமாக இருந்தது. "வாருங்கள், வாருங்கள், வந்து யாராவது கதவைத் திறங்கள்" என சத்தமாகச் சொல்ல எத்தனிக்கும் போது மிஸஸ் ஸ்பென்சரால் கதவுத் திறக்கப்பட்டது. அவர்கள் வேலைக்கென்று யாரையும் வைத்துக் கொள்ளவில்லை. எனவே அவர்கள் தான் எப்பொழுதும் கதவைத் திறப்பார்கள். அவர்களிடம் வசதியும் அவ்வளவாக இல்லை.

"ஹோல்டன் (Holden)"! என்றார் மிஸஸ் ஸ்பென்சர். "உன்னைப் பார்ப்பது எவ்வளவு மகிழ்ச்சியாக இருக்கிறது! உள்ளே வா! என்ன சாகிற அளவிற்கு உறைந்து போய் விட்டாயா?" அவருக்கு என்னைப் பார்த்ததில் அதிக மகிழ்ச்சி என்றும், என்னை அவருக்குப் பிடித்திருக்கிறது என்றும் நான் நினைத்துக் கொண்டேன்.

"நீங்கள் எப்படி இருக்கிறீர்கள், மிஸஸ் ஸ்பென்சர்?, மிஸ்டர் ஸ்பென்சர் எப்படியிருக்கிறார்?" என்று நான் அவரிடம் கேட்டேன்.

“நான் உன் கோட்டை கழற்றுகிறேன்” என்று கூறினார். அவருக்கு நான் மிஸ்டர் ஸ்பென்சர் எப்படியிருக்கிறார் என்று கேட்டது காதில் விழவில்லை என்று நினைக்கிறேன். போல் தெரிந்தது. அவருக்கு காது சரியாக கேட்காது.

அவர் என்னுடைய கோட்டை ஹாலில் உள்ள அலமாரியில் தொங்கவிட நான் கையால் தலைமுடியை கோதிவிட்டுக் கொண்டேன். நான் மிலிட்டெரி ஸ்டைலில் முடி வைத்திருந்ததால் சீப்பு வைத்துக் கொள்வதில்லை. “நீங்கள் எப்படியிருக்கிறீர்கள், மிஸஸ் ஸ்பென்சர்?” என்று திரும்பவும் அவருக்குக் கேட்க வேண்டுமென்பதற்காகக் கொஞ்சம் சத்தமாகக் கேட்டேன்.

“நான் நன்றாக இருக்கிறேன். ஹோல்டன்”. அவர் அலமாரிக் கதவை மூடினார். “நீ எப்படியிருக்கிறாய்?” என்று அவர் கேட்ட விதத்திலிருந்தே நான் வெளியேற்றப்பட்டதைப் பற்றி மிஸ்டர் ஸ்பென்சர் இவரிடம் கூறியிருப்பார் எனத் தெரிந்து கொண்டேன்.

“நன்றாக இருக்கிறேன்” என்றேன். “மிஸ்டர் ஸ்பென்சர் எப்படியிருக்கிறார்? அவருக்கு இன்ஃபுளூயன்ஸா சரியாகி விட்டதா?”

“சரியாகி விட்டது! ஹோல்டன். அவர் முற்றிலும் நன்றாக இருக்கிறார் – எனக்குத் தெரியவில்லை என்னவென்று... அவருடைய அறையிலிருப்பார். போய்ப் பார்.” என்றார்.

2

அவர்கள் இருவருக்கும் தனித்தனி அறைகள் இருந்தன. அவர்களுக்கு கிட்டத்தட்ட எழுபது வயது அல்லது அதற்கு அதிகமாகக் கூட இருக்கும். அவர்கள் வாழ்க்கையை அரை குறையாக அனுபவித்திருந்தாலும் கூட நன்கு அனுபவித்தவர்கள். இது அற்பமாகத் தெரிந்தாலும் நான் அந்த அர்த்தத்தில் சொல்லவில்லை. நான் மிஸ்டர் ஸ்பென்சர் பற்றி அதிகமாக நினைப்பதுண்டு, அவரைப் பற்றி அதிகமாக நினைக்கும் போது அவர் இன்னும் எதற்காக வாழ்கிறார் என நினைக்கத் தோன்றும். அவருக்கு கூன் விழுந்து விட்டது. வகுப்பில் அவர் கையிலிருந்து சாக்பீஸ் தவறி கீழே விழுந்து விட்டால் முதல் வரிசையில் உட்கார்ந்திருக்கும் மாணவன் ஒருவன் எழுந்து அதை எடுத்து அவர் கையில் கொடுக்க வேண்டும். என்னைப் பொருத்தவரை இது பரிதாபமான ஒன்று. நீங்கள் அவரைப் பற்றி அதிகமாக நினைக்காமல் ஓரளவுக்கு நினைத்தால் அவர் அவ்வளவு மோசமாக செயல்படவில்லை என்று நினைக்கத் தோன்றும். உதாரணமாக, ஒரு ஞாயிற்றுக்கிழமை நானும் எனது நண்பர்களும் ஹாட் சாக்லேட் சாப்பிடுவதற்காகச் சென்றபோது அவர் யெல்லோஸ்டோன் பார்க்கில் யாரோ ஒரு இந்தியனிடமிருந்து அவரும், மிஸஸ் ஸ்பென்சரும் வாங்கிய நவஜோ கம்பளத்தைக் காண்பித்தார். இதை வாங்கிய போது அவர் மிகவும் மகிழ்ச்சி அடைந்திருப்பார் என்று சொல்ல முடியும். நீங்கள் மிஸ்டர் ஸ்பென்சர் போல

வயதானவர் யாரை எடுத்துக் கொண்டாலும் அவர்கள் இந்தக் கம்பளத்தை வாங்கியதற்காக மகிழ்ச்சி அடைந்திருப்பார்கள்.

அவர் இருக்கும் அறையின் கதவு திறந்திருந்தாலும், பணிவாக இருக்கும் என்பதற்காக கதவைத் தட்டினேன். என்னால் அவர் எங்கு உட்கார்ந்திருக்கிறார் என்று பார்க்க முடிந்தது. அவர் தோலினால் செய்யப்பட்ட, நான் இப்போது சொன்ன கம்பளத்தினால் சுற்றப்பட்டிருந்த பெரிய நாற்காலியில் உட்கார்ந்திருந்தார். நான் கதவைத் தட்டிய போது என்னைப் பார்த்து, "யாரது?" என்று கத்தினார். "கால்ஃபீல்ட் (Caulfield)? உள்ளே வா" என்றார். வகுப்பிற்கு வெளியே அவர் எப்பொழுதும் சத்தமாகத்தான் பேசுவார். சில வேளைகளில் அது எரிச்சலை உண்டு பண்ணும்.

நான் உள்ளே சென்றதும், அவரைத் தொந்தரவு செய்வதற்காக வருத்தம் தெரிவித்தேன். அவர் "அட்லாண்டிக் மன்த்லி (Atlantic Monthly)" படித்துக் கொண்டிருந்தார். அறை முழுவதும் மருந்தும், மாத்திரையுமாக இருந்தன. எங்கும் ஒரே "விக்ஸ்" மணம். அந்த சூழ்நிலை மிகவும் சோர்வூட்டுவதாக இருந்தது. எனக்கும், நோயாளிகளுக்கும் வெகுதூரம். இதை விட என்னை அதிகமாக சோர்வூட்டியது என்னவெனில் ஸ்பென்சர் அணிந்திருந்த பழைய "பாத்ரோப் (குளியலுக்கு முன்பும், பின்பும் அணியப்படும் தொள தொளவென்ற ஆடை). அது அவர் பிறக்கும் போது வாங்கியது போல இருந்தது. அந்த அளவிற்கு அரதப் பழசு. நான் வயதானவர்களை இந்த உடையில் பார்க்க விரும்புவதில்லை. வயதானவர்களுடைய மார்புகளும், பீச் மற்றும் பல இடங்களில் பார்க்கும் முடிகளற்ற வெள்ளை நிறத்திலான அவர்களின் கால்களும் இந்த ரகத்தில் அடக்கம். "ஹலோ, ஸார்! எனக்கு நீங்கள் எழுதிய சிறு குறிப்புக் கிடைத்தது. அதற்கு நன்றி! நீங்கள் அதெல்லாம் செய்திருக்க வேண்டாம். இங்கிருந்து போவதற்கு முன்பு நான் எப்படியும் உங்களை வந்து பார்த்து, குட்—பை சொல்லிவிட்டுத்தான் போயிருப்பேன்", என்றேன்.

"படுக்கையை காண்பித்து, உட்கார்!" என்றார்.

நான் அதில் உட்கார்ந்தேன். "உங்களுக்கு இன்ஃப்ளூயன்சா இப்பொழுது எப்படியிருக்கிறது?" என்று கேட்டேன்.

"சரியாகவில்லையென்றால் இந்நேரம் நான் டாக்டரிடம் அனுப்பி வைக்கப்பட்டிருப்பேன்'', என்றார். அவர்

பைத்தியக்காரர் போல தனக்குள்ளே கெக்கலித்துக் கொண்டார். அதற்குப் பிறகு அவர் தனது பழைய நிலைக்குத் திரும்பி "நீ ஏன் இன்றைக்கு விளையாடப் போகவில்லை? இன்றைக்கு முக்கியமான விளையாட்டு என்றல்லவா நான் நினைத்துக் கொண்டேன்" என்றார்.

"ஆமாம். முக்கியமான விளையாட்டு தான். நான் ஃபென்சிங் குழுவுடன் இப்பொழுதுதான் நியூயார்க்கிலிருந்து திரும்பினேன்" என்றேன். அவருடைய படுக்கை பாறை மாதிரி இருந்தது.

அவர் மிகவும் சீரியஸாகி, "நீ எங்களை விட்டு விட்டுப் போகப் போகிறாய்?" அப்படித்தானே, என்றார்.

"ஆமாம் ஸார், அப்படித்தான் நானும் ஊகிக்கிறேன்"

அவர் வழக்கம் போல தலையசைத்தார். உங்களுடைய வாழ்க்கையில் மிஸ்டர் ஸ்பென்சர் போல தலையசைத்து யாரையும் நீங்கள் பார்த்திருக்க மாட்டீர்கள். அவர் அதிகமாக சிந்திப்பதினால் அதிகமாக தலையாட்டுகிறாரா அல்லது குழப்பத்தினால் தலையாட்டுகிறாரா என்று உங்களுக்கு ஒருபோதும் தெரியாது.

"டாக்டர் தெர்மர் உன்னிடம் என்ன சொன்னார்? நீ அவருடன் ஏதோ பேசியதாக நான் கேள்விப்பட்டேன்.

"ஆமாம், நான் அவரிடம் பேசினேன். அநேகமாக அவருடைய அலுவலகத்தில் இரண்டு மணி நேரமாவது இருந்திருப்பேன் என்று நினைக்கிறேன்".

"அவர் உன்னிடம் என்ன சொன்னார்?"

"வாழ்க்கை என்பது விளையாட்டு போல. விதிகளின் படி விளையாட வேண்டும் என்று கூறினார். அவர் மிகவும் நன்றாகத்தான் பேசினார். அவர் தாம், தூம் என்று குதிக்கவில்லை. அவர் வாழ்க்கை என்பது விளையாட்டு போன்றது என்பது பற்றித்தான் பேசினார்".

"வாழ்க்கை விளையாட்டுதான். விதிகளின் படி விளையாட வேண்டும்"

"ஆமாம், ஸார். அப்படித்தான் என்று எனக்குத் தெரியும்.

எனக்குத் தெரியும்"

ஆமாம் ஏதோ விளையாட்டு. எந்தப் பகுதி நன்றாக ஆடுகிறதோ அந்தப் பக்கம் இருந்தால் நல்லது என்று நான் ஒத்துக் கொள்கிறேன். ஆனால் அதற்கு எதிர்ப்பக்கம் இருந்தால் அது என்ன விளையாட்டு..? ஒன்றுமில்லை. விளையாட்டு இல்லை. "டாக்டர் தெர்மர் இது பற்றி உன் பெற்றோருக்குத் தெரிவித்துவிட்டாரா?"

"திங்கட்கிழமை அவர்களுக்கு எழுதப் போவதாகக் கூறினார்."

"நீ அவர்களுக்குத் தகவல் தெரியப்படுத்திவிட்டாயா?" என்றார்

"இல்லை, ஸார். நான் இன்னும் அவர்களுக்குத் தகவல் தெரிவிக்கவில்லை. ஏனென்றால் நான் வீட்டிற்கு புதன் கிழமை செல்லும் போது அவர்களைப் பார்ப்பேன்." என்றேன்

"இந்தச் செய்தியை அவர்கள் எப்படி எடுத்துக் கொள்வார்கள் என்று நீ நினைக்கிறாய்?"

"இது குறித்து அவர்கள் கண்டிப்பாக எரிச்சல் அடைவார்கள். இது எனக்கு நான்காவது பள்ளிக்கூடம்" என்று சொல்லிவிட்டு எனது தலையை வேகமாக ஆட்டினேன். இதற்குப் பாதிக் காரணம் என்னுடைய மோசமான சொல் வளமும் (Vocabulary), மீதி பாதி சில சமயங்களில் நான் எனது வயதுக்கு ஏற்றாற் போல நடந்து கொள்ளாமல் சிறுவன் போல நடந்து கொள்வதும் ஆகும். எனக்கு அப்பொழுது 16 வயது, இப்பொழுது 17. ஆனால் நான் சில சமயங்களில் 13 வயது பையன் போல நடந்து கொள்வேன். எனது உருவத்திற்கு — ஆறடி இரண்டரை அங்குல உயரம், அங்கங்கே வெள்ளை முடி — இது முற்றிலும் முரணான விஷயம். எனது தலையின் ஒரு பகுதியில் — வலது பகுதி — பெரும்பாலும் வெள்ளை முடிதான். இது நான் குழந்தையாக இருக்கும் போதிலிருந்தே இருக்கிறது. இருந்தாலும் சில சமயங்களில் நான் பனிரெண்டு வயது சிறுவன் போல நடந்து கொள்வேன். எல்லோரும் இது பற்றி சொன்னார்கள், குறிப்பாக என்னுடைய அப்பா. இது முற்றிலும் உண்மை இல்லை என்றாலும் பாதி உண்மை. ஆனால் எல்லாமே உண்மை என்று மக்கள் நம்பக்கூடும். அது பற்றி எனக்குக் கவலையில்லை. சில சமயம் அவர்கள்

என்னை வயதுக்கேற்ற மாதிரி நடந்து கொள்ளும்படி கூறுவார்கள். சில வேளைகளில் நான் என் வயதுக்கும் அதிகமான வயதுள்ளவன் போல நடந்து கொள்வேன். ஆனால் அதை யாரும் கவனத்தில் கொள்ள மாட்டார்கள்.

மிஸ்டர் ஸ்பென்சர் மீண்டும் தலையை அசைக்க ஆரம்பித்ததுடன் தனது மூக்கிற்குள் விரலைக் கொண்டு குடைந்து கொண்டிருந்தார். அவர் ஏதோ மூக்கைப் பிடித்து இழுப்பது போல செய்தாலும் உண்மையிலேயே தனது கட்டை விரலை மூக்கிற்குள் வைத்திருந்தார். நான் மட்டும் அந்த அறையில் இருந்ததால் இதை சரியென்று அவர் நினைத்திருக்கக்கூடும். எனக்கு இதைப் பற்றி எந்தக் கவலையும் இல்லை. ஆனால் அதைப் பார்ப்பதற்கு வெறுப்பாக இருந்தது.

அதற்குப் பிறகு அவர், "சில வாரங்களுக்கு முன்பு டாக்டர் தெர்மருடன் உன் பெற்றோர்கள் உரையாடிக் கொண்டிருந்த போது அவர்களைச் சந்திக்கும் வாய்ப்பு எனக்குக் கிடைத்தது. அவர்கள் உண்மையிலேயே கம்பீரமான மனிதர்கள்" என்றார்.

"ஆமாம். அவர்கள் மிகவும் இனிமையானவர்கள்" என்று நான் கூறினேன்.

கம்பீரம். இந்தச் சொல்லை நான் வெறுத்தேன். இது ஒரு போலியான சொல். இந்தச் சொல்லைக் கேட்கும் போதெல்லாம் வாந்தி எடுக்க வேண்டும் போல் இருக்கும்.

மிஸ்டர் ஸ்பென்சர் என்னிடம் ஏதோ மிகவும் நல்லது சொல்ல நினைக்கிறார் என்பது போல தோன்றிற்று. நாற்காலியில் நன்றாக உட்கார்ந்திருந்த அவர் சிறிது நகர்ந்தார். அது ஒரு பொய்யான எச்சரிக்கை போல தோன்றியது. அவர் தன் மடியில் இருந்த "அட்லாண்டிக் மன்த்லி" பத்திரிக்கையை படுக்கையில் உட்கார்ந்திருந்த எனக்குப் பக்கத்தில் தூக்கி எறிய முயற்சி செய்தார். ஆனால் தவற விட்டு விட்டார். அவர் உட்கார்ந்திருந்த இடத்திலிருந்து இரண்டு இஞ்ச் தொலைவில்தான் இருந்தது. ஆனாலும் தவற விட்டு விட்டார். நான் எழுந்து, கீழே விழுந்து கிடந்த அந்தப் பத்திரிகையை எடுத்து படுக்கையில் வைத்தேன். எனக்கு திடீரென்று அந்த அறையை விட்டு வெளியே போக வேண்டும் போல தோன்றியது. ஒரு பயங்கரமான "விரிவுரை" அவரிடமிருந்து வரப் போகிறது என்று என்னால் உணர முடிந்தது. விரிவுரையைக் கேட்பதில் எனக்கு ஆட்சேபணையில்லை.

ஆனால் விக்ஸ் மணம் நிறைந்த அறையில், "பாத்ரோப்" மற்றும் "பைஜாமா" அணிந்த மிஸ்டர் ஸ்பென்சரைப் பார்த்துக் கொண்டிருப்பதுதான் எனக்குப் பிடிக்கவில்லை. அதுதான் உண்மை.

ஆரம்பமாகிவிட்டது. மிஸ்டர் ஸ்பென்சர் என்னிடம், "என்ன விஷயம்?" என்று மிகவும் கடுமையாகக் கேட்டார். "இந்த "டெர்ம்"மில் உனக்கு எத்தனை பாடங்கள்?"

"ஐந்து, ஸார்"

"ஐந்து, எத்தனை பாடங்களில் நீ ஃபெயிலாகி இருக்கிறாய்?"

"நான்கு". நான் உட்கார்ந்திருந்த இடத்திலிருந்து சிறிது நகர்ந்து கொண்டேன். இது மாதிரி முரடான படுக்கையில் நான் இது வரை உட்கார்ந்தது இல்லை. "நான் ஆங்கிலப் பாடத்தில் பாஸ் செய்து விட்டேன். ஏனென்றால் அந்தப் பாடங்களை நான் ஏற்கனவே வூட்டன் ஸ்கூலில் (Whooton School) படித்திருந்தேன். எனவே ஆங்கிலப் பாடத்தைப் பொருத்தளவில் நான் கட்டுரை எழுதிப்பார்த்தது தவிர வேறெதுவும் செய்யவில்லை" என்று கூறினேன்.

அவர் நான் சொன்னதை கேட்கக்கூட இல்லை. நாம் ஏதாவது சொல்லும் போது அவர் மிகவும் அரிதாகத்தான் அதைக் கேட்பார்.

"நான் உன்னை வரலாறு பாடத்தில் ஃபெயிலாக்கினேன். ஏனென்றால், உனக்கு அந்தப் பாடத்தில் எதுவுமே தெரியவில்லை"

"எனக்குத் தெரியும் ஸார். எனக்குத் தெரியும். உங்களால் உதவியிருக்க முடியாது"

"சுத்தமாக ஒன்றும் தெரியவில்லை" என்று அவர் மீண்டும் கூறினார். இது என்னை "கிரேஸி" ஆக்கியது. முதல் தடவை சொன்னதை நாம் ஒத்துக் கொண்ட பிறகு அதையே இரண்டாவது முறை சொன்னால் எரிச்சல் தான் வரும். அவர் மூன்று முறை சொன்னார். "சுத்தமாகத் தெரியவில்லை. நீ இந்த டெர்மில் ஒரு முறையாவது புத்தகத்தைத் திறந்தாயா என்பது எனக்கு சந்தேகமாக இருக்கிறது. நீ திறந்தாயா? உண்மையைச் சொல்" என்றார்.

"நான் இரண்டு முறை மேலோட்டமாகப் படித்தேன்" என்றேன். நான் அவரது உணர்வுகளைப் புண்படுத்த விரும்பவில்லை. அவர் வரலாறு பாடத்தைப் பொருத்தவரை பைத்தியம் பிடித்தவர் போல இருந்தார்.

"நீ மேலோட்டமாகப் படித்தாய், ம்ம்ம்?" என்று நக்கலாகக் கூறினார். "உன்னுடைய தேர்வுத்தாள் அதோ அந்த பெட்டியின் மேல் உள்ள கட்டில் உள்ளது. தயவு செய்து எடுத்துக் கொண்டு வா" என்றார்.

இது மிகவும் மோசமான தந்திரம். ஆனாலும் நான் போய் அதை எடுத்துக் கொண்டு வந்தேன் — என்னிடம் அது தவிர எந்த மாற்று யோசனையும் இல்லை. மீண்டும் நான் அந்த "சிமெண்ட்" படுக்கையில் உட்கார்ந்தேன். நான் இவருக்கு குட்—பை சொல்ல ஏன் வந்தேன் என்று என்னையே நொந்து கொண்டதை நீங்கள் கற்பனை பண்ணிக் கூட பார்க்க முடியாது.

அவர் சாணத்தைக் கையாளுவது போல தேர்வுத்தாள்களைக் கையாண்டார். "எகிப்தியர்கள் பற்றி நாம் நவம்பர் 4 ஆம் தேதி முதல் டிசம்பர் 2 ஆம் தேதி வரை படித்தோம். நீ அது குறித்து எழுத தெரிவு செய்திருந்தாய். நீ அது பற்றி ஏதாவது சொல்ல வேண்டுமென்று நினைக்கிறாயா?" என்றார்.

"இல்லை, ஸார். அதிகமாக ஒன்றுமில்லை" என்றேன் நான்.

ஆனாலும் கூட அவர் படிக்க ஆரம்பித்தார். ஆசிரியர் ஏதாவது ஒன்றை செய்ய நினைத்தால் அதை நம்மால் தடுத்து நிறுத்த முடியாது.

எகிப்தியர்கள் காக்கேசியன் இனங்களில் ஒரு வகை. அவர்கள் ஆப்பிரிக்காவின் வடக்குப் பகுதியில் வசித்து வந்தார்கள். ஆப்பிரிக்கா பூமியின் கிழக்குக் கோளத்திலிருக்கும் மிகப் பெரிய கண்டம் என்பது நம் எல்லோருக்கும் தெரியும்.

நான் அங்கே உட்கார்ந்து இந்த வீணான விஷயத்தைக் கேட்க வேண்டியிருந்தது. இது கண்டிப்பாக மோசமான ஒரு தந்திரம் ஆகும்.

இன்றைக்கு பல்வேறு காரணங்களுக்காக எகிப்தியர்கள் மீது நாம் சுவாரசியம் காண்பிக்கிறோம். எகிப்தியர் இறந்த உடல்களை பல நூற்றாண்டுகள் கெடமால் பாதுகாக்க என்ன

பொருட்களை உபயோகித்தார்கள் என்பதை நவீன விஞ்ஞானம் அறிந்து கொள்ள விரும்புகிறது. இந்த சுவாரசியமான புதிர் இருபதாம் நூற்றாண்டின் விஞ்ஞானத்திற்கு இன்னும் ஒரு சவாலாகவே இருந்து வருகிறது.

அவர் படிப்பதை நிறுத்திவிட்டு எனது விடைத்தாளை கீழே வைத்தார். நான் அவரை வெறுக்க ஆரம்பித்தேன். "நீ கட்டுரை என்று அழைக்கக்கூடியது இந்த இடத்துடன் நிற்கிறது" என்று நக்கலாகக் கூறினார். வயதானவர் இந்த அளவிற்கு நக்கல் பண்ணுவார் என்று நீங்கள் நினைத்திருக்க மாட்டீர்கள். "இருப்பினும், நீ எனக்கு ஒரு சின்ன குறிப்பை இந்தப் பக்கத்தில் அடிப் பகுதியில் எழுதியிருக்கிறாய்" என்றார்.

"எனக்குத் தெரியும்" என்று படு வேகமாகச் சொன்னேன். இல்லையென்றால் அவர் இதையும் சத்தமாகப் படிக்க ஆரம்பித்து விடுவார். ஆனால் அவரை நிறுத்த முடியவில்லை. அவர் ஒரு பட்டாசு போல செயல்பட்டார்.

அன்புள்ள மிஸ்டர் ஸ்பென்சர், (அவர் சத்தமாகப் படித்தார்).

எகிப்தியர்கள் பற்றி எனக்கு இவ்வளவுதான் தெரியும். உங்கள் விரிவுரைகள் சுவாரசியமாக இருந்தாலும் எகிப்தியர்கள் மீது எனக்கு அவ்வளவாக சுவாரசியம் இல்லை. நீங்கள் என்னை ஃபெயில் ஆக்கினாலும் பரவாயில்லை. ஏனெனில் ஆங்கிலப் பாடம் தவிர்த்து அனைத்துப் பாடங்களிலும் ஃபெயில்தான் ஆவேன்.

மரியாதையுடன் உங்கள், ஹோல்டன் கால்ஃபீல்ட்.

அவர் விடைத்தாளை கீழே வைத்துவிட்டு என்னை பிங்—பாங் விளையாட்டில் தோற்கடித்து விட்டது போல பார்த்தார். எனது விடைத்தாளை இவ்வளவு சத்தமாக படித்ததற்கு நான் அவரை ஒருபோதும் மன்னிக்கக் கூடாது என்று நினைத்துக் கொண்டேன். இதையே அவர் எழுதியிருந்தால் நான் கண்டிப்பாக அவருக்கு சத்தமாகப் படித்துக் காண்பித்திருக்க மாட்டேன். அவர் என்னை ஃபெயிலாக்குவதற்காக வருத்தப்படக் கூடாது என்கிற காரணத்திற்காகத்தான் நான் அந்தக் குறிப்பையே எழுதினேன்.

“நான் உன்னை ஃபெயில் ஆக்கியதற்காக என்னை நீ குற்றம் சொல்வாயா?” என்று கேட்டார்

“கண்டிப்பாக இல்லை, ஸார்” என்று கூறினேன்.

அவர் எனது விடைத்தாளைப் படித்து முடித்த பிறகு படுக்கையில் தூக்கியெறிய முயற்சித்தார். வழக்கம் போல தவறிவிட்டது. நான் எழுந்து, அதை எடுத்து “அட்லாண்டிக் மன்த்லி” மேல் வைத்தேன். ஒவ்வொரு இரண்டு நிமிடத்திற்கும் இந்த வேலையைச் செய்வது எனக்கு சலிப்பைத் தந்தது.

“என்னுடைய இடத்தில் நீ இருந்திருந்தால் என்ன செய்திருப்பாய்?'' என்று கேட்டுவிட்டு “உண்மையைச் சொல்ல வேண்டும்” என்று கூறினார்.

என்னை ஃபெயிலாக்கியதற்காக அவர் மிகவும் மோசமாக நினைக்கிறார் என்பது தெரியவந்தது. நான் சிறிது நேர அமைதிக்குப் பின், “உங்கள் இடத்தில் நான் இருந்திருந்தாலும் இதையே தான் செய்திருப்பேன் என்று சொல்லிவிட்டு, பெரும்பாலானவர்கள் ஆசிரியராக இருப்பது எவ்வளவு கடினமான ஒன்று தெரிந்து பாராட்டமாட்டார்கள்” என்று சொல்லி வைத்தேன்.

நான் அவரிடம் பேசியபோது வேடிக்கையான வேறொன்றை நினைத்துக் கொண்டிருந்தேன். நான் நியூயார்க்கில் வசிக்கிறேன், அங்கு சென்ட்ரல் பார்க் சவுத்தில் உள்ள சென்ட்ரல் பார்க்கின் கடற்கரைக் காயலை (lagoon) நினைத்துக் கொண்டேன். நான் வீட்டிற்குச் சென்றடையும் முன் அது உறைந்து விடுமேயானால் அதில் உள்ள வாத்துக்கள் எல்லாம் எங்கே சென்றிருக்கும் என ஆச்சரியப்பட்டேன். யாராவது ட்ரக்கில் வந்து அனைத்து வாத்துக்களையும் எடுத்துக் கொண்டு போய் ஏதேனும் மிருகக் காட்சி சாலையில் விட்டிருப்பார்களோ அல்லது அவை தன்னாலேயே பறந்து வேறெங்காவது போயிருக்குமோ என்று நினைத்து ஆச்சரியப்பட்டேன்.

இருந்தாலும் கூட நான் அதிர்ஷ்டக்காரன் தான். காரணம், கிழவரான ஸ்பென்சரிடம் பேசிக் கொண்டே, வாத்துக்களையும் என்னால் நினைக்க முடிந்ததே. இது வேடிக்கைதான். ஆசிரியரிடம் பேசிக் கொண்டிருக்கும் போது நீங்கள் அதிகம் யோசிக்க வேண்டியதில்லை. அவருடன் பேசிக் கொண்டிருக்கும் போது திடீரென்று இடைமறித்தார்.

அவர் எப்பொழுதும் இப்படித்தான்.

"இதைப் பற்றியெல்லாம் நீ என்ன நினைக்கிறாய்? நான் இதை அறிந்து கொள்வதில் ஆர்வமாக இருக்கிறேன். மிகவும் ஆர்வமாக இருக்கிறேன்" என்றார்.

"அதாவது பென்சியில் ஃபெயிலாகி வெளியே செல்வது பற்றியா?" என்று நான் கேட்டேன். அவர் தனது நெஞ்சுப் பகுதியை மறைத்துக் கொள்ள வேண்டும் என விரும்பினேன். அதுவொன்றும் மிகவும் அழகான பகுதியாகக் காட்சியளிக்கவில்லை.

"நான் சொல்வதைத் தப்பாக எடுத்துக் கொள்ளவில்லையென்றால், நீ வூட்டன் ஸ்கூல் மற்றும் எல்க்டன் ஹில்ஸ் (Elkton Hills) ஸிலும் சிரமப்பட்டிருப்பாய் என்றே நினைக்கிறேன்" என்று நக்கலாக மட்டும் சொல்லாமல் கேவலமாகவும் சொன்னார்.

"எனக்கு எல்க்டன் ஹில்ஸ் அவ்வளவு சிரமமாகப் படவில்லை. நான் ஃபெயிலானதால் அங்கிருந்து வெளியே வரவில்லை. எனக்குப் பிடிக்கவில்லை என்பதனால் நான் அதை விட்டு வந்து விட்டேன்" என்று கூறினேன்.

"ஏன் என்று நான் கேட்கலாமா?"

"ஏன்? ஓ, அது ஒரு நீண்ட கதை, ஸார். அதாவது மிகவும் சிக்கலானது." நான் அவரிடம் அனைத்தையும் சொல்ல வேண்டுமென்று நினைக்கவில்லை. அவராலும் எல்லாவற்றையும் புரிந்து கொள்ளவும் முடியாது. இது அவருக்கு சம்பந்தப்பட்டதும் இல்லை. நான் எல்க்டன் ஹில்ஸை விட்டு வெளியேறுவதற்கான மிகப் பெரிய காரணம் என்னைச் சுற்றி இருந்தவர்கள் எல்லாம் போலியானவர்கள். இதுதான் முக்கியக் காரணம். எந்தப்பக்கம் திரும்பினாலும் அவர்கள் தான். உதாரணமாக, எல்க்டன் ஹில்ஸ்ஸின் தலைமை ஆசிரியர் மிஸ்டர் ஹாஸ் (Mr. Hass). இவரைப் போன்ற ஒரு பாஸ்டர்டை (bast…d)ஐ நான் என் வாழ்க்கையில் இதுவரைப் பார்த்ததில்லை. தெர்மரை விட பத்து மடங்கு மோசமானவர். ஞாயிற்றுக் கிழமைகளில் அவர் பள்ளிக்கு வந்திருக்கும் பெற்றோர்களிடம் எல்லாம் சென்று கைகுலுக்கிக் கொண்டிருப்பார். அவர் பார்ப்பதற்கு இனிமையானவர்தான். மாணவர்களின் பெற்றோர்கள் பார்ப்பதற்கு கொஞ்சம்

வித்தியாசமாக இருந்தால் அவ்வளவுதான். எனது அறை நண்பனின் பெற்றோர்களிடம் அவர் நடந்து கொண்ட விதத்தை நீங்கள் பார்த்திருக்க வேண்டும். அதாவது, ஒரு மாணவனின் அம்மா மிகவும் குண்டாகவோ அல்லது ஒவ்வாத தோற்றம் கொண்டிருந்தாலோ அல்லது அப்பா பரந்த தோள்பட்டை கொண்ட சூட் அணிந்து கறுப்பு, வெள்ளை ஷூ அணிந்திருந்தாலோ ஹாஸ் அவர்களுடன் கை குலுக்கி, போலியாக ஒரு புன்முறுவல் செய்துவிட்டு இன்னொரு பெற்றோர்களிடம் சென்று அரை மணி நேரம் வரை பேசிக் கொண்டிருப்பார். எனக்கு இது பிடிக்கவில்லை. இது என்னை "கிரேஸி" ஆக்கியதுடன், மிகவும் தாழ்வு நிலைக்கு என்னைக் கொண்டு சென்றது. இதனால் நான் எல்க்டன் ஹில்ஸை வெறுத்தேன்.

வயதான ஸ்பென்சர் என்னை வேறென்னெவோ கேட்டார். ஆனால் நான் ஹாஸைப் பற்றி நினைத்துக் கொண்டிருந்ததால் இவர் சொன்னது எனக்குக் கேட்கவில்லை. எனவே, "என்ன ஸார்?" என்று கேட்டேன்.

"உனக்கு பென்சியை விட்டுப் போவதில் குறிப்பாக ஏதேனும் தடுமாற்றம் உள்ளதா?" என்று கேட்டார்.

"ஓ... இருக்கிறது. கண்டிப்பாக... ஆனால் அதிகமாக இல்லை. இதுவரையில் இல்லை. என்னை அது இன்னும் பாதிக்கவில்லை என்றே நினைக்கிறேன். எந்தவொரு விஷயமும் என்னைப் பாதிக்க நேரம் ஆகும். இப்பொழுது எனது சிந்தனையெல்லாம் புதன்கிழமை வீட்டிற்குப் போவது பற்றிதான். நான் ஒரு கயவன்"

"உன் எதிர்காலம் பற்றி உனக்கு முற்றிலும் அக்கறை இல்லை என்பதை உணர்கிறாயா?"

"ஓ.. எனது எதிர்காலம் பற்றி எனக்கு கொஞ்சம் அக்கறை இருக்கிறது. கண்டிப்பாக. இதைப் பற்றி நான் ஒரு நிமிடம் நினைத்துப் பார்த்தேன். ஆனால் அப்படியொன்றும் அதிகமாக இல்லை என்பது என் ஊகமாக இருந்தது. அதிகமாக இல்லை. இது என் ஊகம்"

"நீ அக்கறைப்பட வேண்டும்... மிகவும் தாமதம் ஆவதற்கு முன்பாக நீ இது பற்றி அக்கறைப்பட வேண்டும்" என்று அவர் கூறினார்.

அவர் இப்படி சொல்வதை கேட்க நான் விரும்பவில்லை. அது என்னை செத்துப் போனவன் போல ஆக்கியது. இது மிகவும் தாழ்வாக நினைக்க வைக்கிறது. "நான் அக்கறைப்படுவேன் என்று நினைக்கிறேன்" என்று கூறினேன்.

"நான் சொல்வதில் உள்ள அர்த்தம் உன் தலையில் பதிய வேண்டும். நான் உனக்கு உதவி செய்ய முயற்சிக்கிறேன். என்னால் முடிந்தால்".

உண்மையிலேயே முயற்சிக்கிறார் என்பது அவரைப் பார்க்கும் போது தெரிந்து கொள்ள முடிந்தது. ஆனால் நாங்கள் இருவரும் எதிரெதிர் முனையில் இருக்கிறோம். "எனக்குத் தெரியும், ஸார்", மிகவும் நன்றி. நான் பொய் சொல்லவில்லை. நான் அதைப் பாராட்டினேன். உண்மையிலேயே ஸார்". நான் படுக்கையில் இருந்து எழுந்தேன். என்னால் இன்னும் பத்து நிமிஷம் அதில் உட்கார்ந்திருக்க முடியாது. "விஷயம் என்னவென்றால், காரியங்கள் நடக்கிறபடி நடக்கட்டும். என்னுடைய சில சாமான்கள் ஜிம்மில் இருக்கிறது அதை என்னோடு ஊருக்கு எடுத்துச் செல்லவேண்டும்." என்றேன். அவர் என்னைப் பார்த்து மீண்டும் தலையாட்டினார். அவருடைய பார்வையில் ஒரு தீவிரம் தெரிந்தது. திடீரென்று எனக்கு அவர் மேல் ஒரு பரிதாப உணர்ச்சி ஏற்பட்டது. நாங்கள் இருவரும் எதிரெதிர் முனையில் இருக்கிறோம். அவர் எதையாவது படுக்கையின் மேல் தூக்கி எறிவார் அது தவறி கீழே விழும், அவருடைய நெஞ்சு தெரியக்கூடிய பாத்ரோப், எங்கும் பரவியிருக்கும் விக்ஸ் மணம். இந்த சூழ்நிலையில் என்னால் அங்கு மேலும் சிறிது நேரம் இருக்க முடியாது என்பதை உணர்ந்தேன். "இங்கே பாருங்கள் ஸார், என்னைப் பற்றி நீங்கள் கவலைப்பட வேண்டாம். உண்மையிலேயேதான் சொல்கிறேன். எல்லாம் சரியாகிவிடும். நான் இந்தக் கட்டத்தைக் கடக்கவேண்டும். ஒவ்வொருவரும் வெவ்வேறு கட்டங்களைக் கடக்கவேண்டியிருக்கிறது. இல்லையா?"

"எனக்குத் தெரியாது. எனக்குத் தெரியாது"

இந்த மாதிரி யாராவது பதில் சொன்னால் அதை நான் வெறுக்கிறேன். "உண்மையிலேயே சொல்கிறேன் ஸார், தயவு செய்து என்னைப் பற்றி நீங்கள் கவலைப்படாதீர்கள்" என்று கூறிவிட்டு அவர் தோளில் எனது கையை வைத்தேன். "சரியா?" என்றேன்.

"நீ போவதற்கு முன்னால் ஒரு கப் ஹாட் சாக்கலெட் குடித்துவிட்டுப் போகலாம் தானே?" — மிஸஸ் ஸ்பென்சர்.....

"நானும் விரும்புகிறேன்... ஆனால், நான் அவசரமாக ஜிம்முக்குப் போக வேண்டும். நன்றி. மிகவும் நன்றி, ஸார்."

அதற்குப் பிறகு நாங்கள் இருவரும் கை குலுக்கிக் கொண்டோம். இவையெல்லாம் வீண். இது என்னை சோகத்துக்குள்ளாக்கியது.

"நான் உங்களுக்குக் கடிதம் எழுதுகிறேன், ஸார். உங்கள் உடம்பைப் பார்த்துக் கொள்ளுங்கள்" என்றேன்.

"குட்—பை"

நான் அந்த அறையின் கதவை அடைத்த பின் வரவேற்பறையை நோக்கி வந்து கொண்டிருக்கும்போது அவர் என்னைப் பார்த்து ஏதோ கத்துவது போல இருந்தது. ஆனால் எனக்கு அவர் சொன்னது தெளிவாகக் காதில் விழவில்லை. அவர் "குட் லக்" என்று சொல்லியிருப்பார் என நான் உறுதியாக நினைத்தேன். அப்படியிருக்கக்கூடாது. நான் யாருக்கும் "குட் லக்"கைக் கத்தி சொல்ல மாட்டேன். அதை நினைத்துப் பார்த்தால் பயங்கரமாக இருக்கும்.

3

உங்கள் வாழ்க்கையில் நீங்கள் பார்த்ததிலேயே பயங்கரமான "பொய்யன்'' நானாகத்தான் இருப்பேன். இது மிகவும் மோசமானது ஆகும். நான் ஏதாவது பத்திரிக்கை வாங்கக் கடைக்குப் போய்க் கொண்டிருக்கும் போது வழியில், என்னிடம் எங்கே போகிறாய் என்று கேட்டால் நான் "ஒபேரா''வுக்குப் போய்க் கொண்டிருக் கிறேன் என்று சொல்வேன். இது பயங்கரம் தானே. எனவே ஸ்பென்சரிடம் நான் எனது சாமான்களை எடுக்க ஜிம்முக்குப் போகிறேன் என்று சொன்னது ஒரு பொய். நான் எனது சாமான்கள் எதையும் ஜிம்மில் விட்டு வைத்திருக்கவில்லை.

நான் பென்சியில் இருக்கும் போது ஓசன்பர்கர் மெமோரியல் விங் (Ossenburger Memorial Wing)கில் இருந்த புதிய விடுதியில் (dorm) தங்கியிருந்தேன். அது ஜூனியர் மற்றும் சீனியர்களுக்கானது. நான் ஜூனியர். எனது அறை நண்பன் சீனியர். இந்த குறிப்பிட்ட பகுதிக்கு பென்சியின் முன்னாள் மாணவரான ஓசன்பர்கரின் பெயர் வைக்கப்பட்டிருந்தது. இவர் பென்சியை விட்டுச் சென்றதும் இறந்தவர்களுக்கு இறுதிச் சடங்கு செய்வதற்கென்று அமைக்கப்படும் பார்லர்களை நாடு முழுவதும் ஆரம்பித்து அபாரமாகச் சம்பாதித்தார். ஐந்து டாலர்கள் கொடுத்தால் இறந்தவரை இவர்கள் தகனம் செய்துவிடுவார்கள். நீங்கள் வயதான ஓசன்பர்கரைப் பார்க்கலாம். அவர் அநேகமாக

இறந்தவர்களை ஒரு சாக்கில் வைத்து, ஆற்றில் தள்ளிவிட்டு விடுவார். எது எப்படியோ, அவர் பென்சிக்கு அதிக நன்கொடை கொடுத்ததால் அவருடைய பெயரை இந்த புதிய விடுதிக்கு வைத்தனர். முதல் கால்பந்தாட்டப் போட்டியின் போது அவர் தனது மிகப் பெரிய கடிலாக் காரில் வந்தார். நாங்கள் எல்லாம் எழுந்து நின்று அவருக்கு மரியாதை செய்தோம். அதற்கு அடுத்த நாள் சர்ச்சில் அவர் பேசினார். அந்தப் பேச்சு முடிய சுமாராக "பத்து மணி" நேரம் ஆயிற்று. அவர் தான் எவ்வளவு சாதாரணமானவன் என்பதைக் காண்பித்துக் கொள்ள தனது பேச்சை சுமாராக 50 ஜோக்குகள் சொல்லி ஆரம்பித்தார். ரொம்பவும் தேவைதான்!. எந்தவொரு நேரத்திலும் தான் வெட்கப்பட்டதில்லை என்று கூறிய அவர் நாம் எங்கிருந்தாலும் எப்பொழுதும் பிரார்த்தனை செய்ய வேண்டும் என்று கூறினார். நாம் இயேசு கிறிஸ்துவை தோழனாக நினைக்க வேண்டுமென்று கூறினார். அவர் எப்பொழுதும், கார் ஓட்டிக் கொண்டிருக்கும் போது கூட, இயேசு கிறிஸ்துவிடம் பேசுவதாகச் சொன்னார். இது எரிச்சலடையச் செய்தது. அவர் ஒரு போலியான பாஸ்டார்ட். காரில் முதல் கியரில் போகும் ஒருவன் இயேசு கிறிஸ்துவிடம் இன்னும் பலத்தைக் கொடு என்பது போல இருந்தது. அவர் உரையாற்றும் போது நடுவில் பேசிய சில பகுதிகள் மட்டும் நன்றாக இருந்தது அவர் பேச்சு. அவர் வசதியான குடும்பத்தைச் சேர்ந்தவர் என்றும், மிகப் பெரிய புள்ளி என்றும் தெரிந்தது. அவர் பேசிக் கொண்டிருக்கும் போது எனக்கு முன்னால் உள்ள வரிசையில் உட்கார்ந்திருந்த எட்கர் மார்சலா (Edgar Marsalla) "குசு" விட்டான். அதுவும் சர்ச்சில் எல்லோர் முன்னிலையிலும், மிகவும் மோசம். யாரும் வாய்விட்டு சத்தமாக சிரிக்கவில்லை. ஓசன்பர்கர் அந்த சத்தத்தைக் கேட்டதாகத் தெரியவில்லை. மேடையில் அவருக்குப் பக்கத்தில் உட்கார்ந்திருந்த தலைமையாசிரியர் தெர்மர் கேட்டிருக்கக்கூடும் என உங்களால் சொல்ல முடியும். ஆனால் அவர் அந்த நேரத்தில் எதுவும் சொல்லவில்லை. மறுநாள் இரவு கல்விப்புலத்தில் உள்ள ஹாலில் கட்டாயப் படிப்புக்குச் சென்ற போது அவர் எங்களிடம் உரையாற்றினார். அப்பொழுது அவர், நேற்று சர்ச்சில் ஒரு மாணவன் தொந்தரவு செய்தான் என்றும் அது பென்சிக்கு ஏற்ற பண்பாடு இல்லை என்றும் கூறினார். அவர் பேசிக் கொண்டிருக்கையில் மார்சலாவை இன்னொரு முறை அப்படி செய்ய வைப்பதற்காக அவனைத் தேடிக்கொண்டிருந்தோம்,

ஆனால் அவன் சரியான மூடில் இல்லை. எப்படியோ, பென்சியில் நான் இங்குதான், ஓசன்பர்கர் மெமோரியல் விங் எனும் புதிய விடுதியில், தங்கியிருந்தேன்.

ஸ்பென்சரை பார்த்துவிட்டு எனது அறைக்குத் திரும்புவது நன்றாக இருந்தது. அனைவரும் விளையாட்டைப் பார்க்கச் சென்று விட்டார்கள். மாறுதலாக, அறை சற்று வெப்பமாக இருந்தது. நான் எனது கோட், சட்டை, டை எல்லாவற்றையும் கழற்றினேன். காலையில் நியூயார்க்கில் வாங்கிய தொப்பியை அணிந்து கொண்டேன். நீண்ட முன்பாகத்தைக் கொண்ட வேட்டைக்காரர்கள் அணியும் தொப்பி, சிவப்புக் கலரினால் ஆனது. நான் நியூயார்க் சப்வேயில் இறங்கியதும் அங்கிருந்த விளையாட்டுப் பொருட்கள் விற்கும் கடையில் இதைப் பார்த்தவுடன் வாங்கிவிட்டேன். இதன் விலை ஒரு டாலர்தான். தொப்பியின் முன் பகுதி பின்னால் இருக்குமாறு அணிந்து கொண்டேன். இது வித்தியாசமாக இருந்தாலும் அப்படியிருப்பதைத் தான் நான் விரும்பினேன். அதற்குப் பிறகு புத்தகம் ஒன்றை எடுத்து படிப்பதற்காக நாற்காலியில் உட்கார்ந்தேன். ஒவ்வொரு அறையிலும் இரண்டு நாற்காலிகள் இருக்கும். அது போல எங்கள் அறையிலும் இருந்தது. எனக்கு ஒன்று, என் அறை நண்பனான வார்ட் ஸ்ட்ரேட்லெருக்கு (Ward Stradlater) மற்றொன்று. நாற்காலியில் கை வைக்கும் பகுதி மிகவும் மோசமாக இருந்தது. நாற்காலி நல்ல வசதியாக இருந்தாலும் எல்லோரும் அதன் கைப்பகுதியில் உட்காருவதுதான் இந்த மோசமான நிலைக்குக் காரணமாக இருந்தது.

நான் படித்துக் கொண்டிருக்கும் புத்தகம் நூலகத்திலிருந்து தவறுதலாக எடுக்கப்பட்டது. அவர்களால் தவறுதலாகக் கொடுக்கப்பட்ட புத்தகத்தை நான் அறைக்கு வந்த பிறகு தான் பார்த்தேன். அந்தப் புத்தகம் ஐசக் டைனசென் (Isak Dinesen) எழுதிய “அவுட் ஆஃப் ஆஃப்ரிக்கா (Out of Africa)”. இந்தப் புத்தகம் மோசமாக இருக்கும் என்று நினைத்தேன். ஆனால், அப்படியில்லை. இது மிகவும் நல்ல புத்தகம். நான் அவ்வளவாகப் படித்தவன் இல்லை ஆனால் நிறைய படிப்பேன். என்னுடைய விருப்பத்திற்குரிய கதாசிரியர் டி.பி. அதற்கடுத்து ரிங் லார்ட்நெட் (Ring Lardnet). நான் பென்சிக்கு போவதற்கு முன்பாக எனது சகோதரர் எனது பிறந்த நாளுக்கு ரிங் லார்ட்நெட்டின் புத்தகம் ஒன்றை பரிசளித்தார். அதில் வேடிக்கையான, கிரேஸித் தனமான

பல நாடகங்களுடன் ஒரு கதையும் இருந்தது. அந்தக் கதை ஒரு ட்ராஃபிக் போலீஸ் பற்றியது. அவர் வேகமாக கார் ஓட்டக்கூடிய பெண்ணின் மீது காதல் கொள்கிறார். ஆனால் அவர் ஏற்கனவே திருமணம் ஆனவர் என்பதால் இந்தப் பெண்ணை திருமணம் செய்து கொள்ள முடியவில்லை. அந்தப் பெண் வேகாமாகக் காரை ஓட்டும் போது அடிபட்டு இறந்து விடுகிறாள். இந்தக் கதை என்னை ஈர்த்தது. இந்தப் புத்தகத்தில் அங்கங்கே குறிப்பிடப்பட்டிருந்த வேடிக்கையான விஷயங்கள் எனக்குப் பிடித்திருந்தது. "தி ரிடர்ன் ஆஃப் தி நேட்டிவ் (The return of the native)'' போன்ற கிளாசிக் புத்தகங்களை நான் அதிகமாகப் படித்தேன். அதே போல போர் வரலாறு சம்பந்தப்பட்ட புத்தகங்கள், மர்ம நாவல்கள் ஆனால் அவையெல்லாம் என்னை ஆட்கொள்வதில்லை. "நாம் புத்தகம் படித்து முடித்தவுடன், எழுதிய ஆசிரியரை நமது நண்பனாக நினைத்து எப்பொழுது வேண்டுமானாலும் தொலைபேசியில் அழைத்து பேசும் படியான உணர்வை ஏற்படுத்தக்கூடியப் புத்தகங்களைத் தான் ஆட்கொண்டவை என சொல்வேன்". ஆனால் இது அதிகமாக நடப்பதில்லை. ஐசக் டைனசென் அப்படிப்பட்டவர். ரிங் லார்ட்நெட்டும் அதே போல தான். ஆனால் அவர் இறந்து விட்டதாக டி.பி. சொன்னார். "ஆஃப் ஹியூமன் பாண்டேஜ் (Of Human Bondage)'' எழுதிய சாமர்செட் மாம் (Somerset Maugham) கூட இந்த வகையைச் சேர்ந்தவர். கடந்த கோடை காலத்தில் இந்தப் புத்தகத்தைப் படித்தேன். இது மிகவும் நல்ல புத்தகம். ஆனால் நான் அவரைக் கூப்பிட்டுப் பேச விரும்பவில்லை. ஏனென்று எனக்குத் தெரியவில்லை. இந்த மாதிரியான ஒருவரை அழைத்துப் பேச வேண்டுமென்று எனக்குத் தோன்றவில்லை. இவருக்குப் பதிலாக தாமஸ் ஹார்டியை (Thomas Hardy) அழைத்துப் பேசலாம். எஸ்டாசியா வே (Eustacia Vye)யையும் எனக்குப் பிடிக்கும்.

எப்படியோ, நான் தொப்பியை அணிந்து கொண்டு "அவுட் ஆஃப் ஆஃப்ரிக்கா'' புத்தகத்தைப் படிக்க ஆரம்பித்தேன். ஏற்கனவே படித்ததுதான். ஆனால், அதில் சில பகுதிகளை மீண்டும் படிக்க விரும்பினேன். நான் மூன்று பக்கங்கள் தான் படித்திருப்பேன், அப்பொழுது யாரோ உள்ளே வருவது போன்ற சப்தம் கேட்டது. வருவது யாரென்று பார்க்காமலேயே கூட அது யாரென்று என்னால் சொல்ல முடியும். அது ராபர்ட் அக்லே (Robert Ackley)யாகத்தான் இருக்கும். என்னுடைய

அறைக்கு அடுத்த அறை இவனுடையது. நாங்கள் இருந்த கட்டிடத்தின் இந்தப் பகுதியில் இரண்டு அறைகளுக்கு இடையே ஒரு பாத்ரூம் இருந்தது. ஒரு நாளைக்கு 85 தடவையாவது இவன் என் அறைப் பக்கம் வருவான். இந்த விடுதியைப் பொருத்தளவில் விளையாட்டைப் பார்க்கப் போகாதவர்களில் என்னைத் தவிர்த்து அநேகமாக இவனும் ஒருவனாக இருக்கக்கூடும். இவன் மிகவும் அரிதாகத்தான் எங்கேயாவது போவான். இவன் ஒரு அசாதாரணமானவன். இவன் எனக்கு சீனியர். பென்சியில் நான்கு வருடங்களாக இருக்கிறான். இவனை எல்லோரும் “அக்லே” என்றுதான் கூப்பிடுவார்கள். இவனுடைய அறை நண்பன், ஹெர்ப் கேல் (Herb Gale) கூட இவனை “பாப்” என்றோ அல்லது “அக்” என்றோ கூப்பிட்டது இல்லை. இவனுக்குத் திருமணம் ஆனால் கூட இவனுடைய மனைவி இவனை அக்லே என்று தான் கூப்பிடுவாள். நல்ல உயரமும், உருண்டையான தோள்பட்டையைக் கொண்டவர்களில் – 6 அடி 4 இன்ச்– இவனும் ஒருவன். இவனுடைய பற்கள் மோசமானதாக இருந்தன. இவன் என் அறைக்குப் பக்கத்து அறைக்கு வந்ததிலிருந்து இவன் பிரஷ் செய்து ஒரு முறை கூட நான் பார்த்தது இல்லை. வாய் முழுவதும் உருளைக் கிழங்கும், பட்டாணியும் சாப்பிடும் இவனை சாப்பாட்டு ஹாலில் பார்த்தால் சகித்துக் கொள்ள முடியாத அளவிற்கு மோசமாக இருக்கும். இது தவிர அவனது முகத்தில் நிறைய பருக்கள் வேறு இருந்தன. மற்றவர்களைப் போல நெற்றியிலோ அல்லது மோவாய்கட்டையிலோ இல்லாமல் முகம் முழுவதும் இருந்தது. அவனுடைய “பெர்சனாலிட்டி”யும் மோசமானதாக இருந்தது. உண்மையைச் சொல்லப் போனால் எனக்கு அவன் மேல் ஒன்றும் “கிரேஸி” கிடையாது.

எனது நாற்காலிக்குப் பின்னால், சுவரில் பதிக்கப்பட்ட அலமாரியின் அருகில் நின்று கொண்டு ஸ்ட்ராட்லேட்டர் (Stradlater) இருக்கிறானா என்று சுற்றிலும் ஒரு பார்வை பார்த்தான். இவனுக்கு ஸ்ட்ராட்லேட்டரிடம் உள்ள தைரியம் பிடிக்காது. எனவே அவன் இருக்கும் போது இவன் எனது அறைப் பக்கம் ஒருபோதும் வந்தது கிடையாது. தைரியமாக இருக்கும் எல்லோரையும் இவன் வெறுத்தான்.

அவன் நின்றிருந்த இடத்திலிருந்து எனது அறைக்குள் வந்து “ஹாய்” என்றான். அவன் மிகவும் சலிப்பாக அல்லது சோர்வாக இருக்கிற மனநிலையில் இதைச் சொல்வது

போல இருந்தது. அவன் அறைக்குள் வருவது குறித்து நீங்கள் யோசிப்பதற்கு முன்பே, அவன் தவறுதலாக அறைக்குள் வந்துவிட்டான் என நீங்கள் நினைக்க வேண்டும் என்பதை விரும்பக்கூடியவன்.

நான் புத்தகத்திலிருந்து கண்ணை எடுக்காமல் "ஹாய்" என்றேன். அக்லே போன்றவர்களிடம், நீங்கள் புத்தகத்திலிருந்து உங்கள் கவனத்தை அவன் பக்கம் திருப்பினால் அவ்வளவுதான்.

அவன் அறையைச் சுற்றி மிகவும் மெதுவாக நடக்க ஆரம்பித் தான். அப்படி நடக்கும் போது வழக்கமாக செய்வது போல மேசையில் இருக்கும் நமது பொருட்களை அவன் எடுத்துப் பார்ப்பது உண்டு. ஒருவரது தனிப்பட்ட பொருட்களை எடுத்துப் பார்ப்பது என்பது அவன் வழக்கமாக செய்யும் ஒரு காரியம் ஆகும். சில நேரங்களில் உங்களை எரிச்சலடைய செய்துவிடுவான். "ஃபென்சிங்" எப்படியிருந்தது? என்று கேட்டான். நான் படிப்பதை நிறுத்த வேண்டும் என்பது அவன் விருப்பமாக இருந்திருக்க வேண்டும். அவனுக்கு ஃபென்சிங்கைப் பற்றி கொஞ்சங்கூட அக்கறையில்லை. "நாம் ஜெயித்து விட் டோமோ, இல்லையா?" என்று கேட்டான்.

"யாரும் ஜெயிக்கவில்லை" என்று அவனைப் பார்க்காமலே சொன்னேன்.

"என்ன?" என்றான். இவன் நீங்கள் எது சொன்னாலும் உங்களை இரண்டு முறை சொல்ல வைப்பவன்.

"யாரும் ஜெயிக்கவில்லை," என்றேன் நான். அவன் எனது சிறிய அலமாரியில் என்ன பண்ணிக் கொண்டிருக்கிறான் என்பதை லேசாகப் பார்த்தேன். நான் நியூயார்க்கில் இருக்கும் போது சாலி ஹேஸ் (Sally Hayes) என்கிற பெண்ணுடன் சுற்றிக் கொண்டிருந்தேன். அந்தப் பெண்ணின் புகைப்படத்தை இவன் பார்த்துக் கொண்டிருந்தான். எனக்கு இந்தப் படம் கிடைத்ததிலிருந்து அவன் இந்தப் படத்தை குறைந்தபட்சம் 5000 முறையாவது பார்த்திருப்பான். அதைப் பார்த்துவிட்டு எப்பொழுதும் தவறான இடத்தில் வைப்பான். அவன் இதை வேண்டுமென்றே செய்கிறான் என்று உங்களால் சொல்ல முடியும்.

"யாரும் ஜெயிக்கவில்லையா." என்ற அவன் "அது எப்படி?" என்று கேட்டான்.

"நான் எல்லாவற்றையும் சப்வேயிலேயே விட்டுவிட்டு வந்து விட்டேன்" என்று அவனை இன்னும் பார்க்காமலேயே கூறினேன்.

"சப்வேயிலா, ஓ கடவுளே! அப்படியென்றால் நீ தொலைத்து விட்டாயா?"

"நாங்கள் தவறான சப்வேயில் இருந்தோம். சுவற்றில் இருந்த வரைபடத்தைப் பார்ப்பதற்காக நான் அடிக்கடி எழுந்து போக வேண்டியிருந்தது" என்றேன்.

அவன் என்னருகில் இருந்த லைட்டுக்குப் பக்கத்தில் வந்து நின்று கொண்டான். "ஹாய், நீ வந்ததிலிருந்து நான் ஒரே வாக்கியத்தை இருபது தடவை படித்து விட்டேன்" என்றேன்.

அக்லே தவிர வேறு யாராக இருந்தாலும் நான் சொல்லியதைப் புரிந்து கொண்டிருந்திருப்பார்கள். ஆனால் இவன் புரிந்து கொள்ளவில்லை. "அதற்காக உன்னை பணம் கட்ட சொல்வார்கள் என்று நினைக்கிறேன்..?" என்றான்.

"எனக்குத் தெரியாது. எனக்கு அதைப் பற்றிக் கவலையில்லை. சின்னப் பையா அக்லே, கொஞ்சம் கீழே உட்கார்ந்தால் என்ன? நீ எனக்கு வரக்கூடிய லைட்டை மறைத்துக் கொண்டிருக்கிறாய்." யாரும் அவனை "சின்னப் பையா அக்லே" என்று கூப்பிட்டால் அது அவனுக்குப் பிடிக்காது. நான் குழந்தை மாதிரி இருக்கிறேன் என்று அவன் எப்பொழுதும் என்னைப் பார்த்துச் சொல்வான். ஏனென்றால் அவனுக்கு வயது 18, எனக்கு வயது 16. இதனால் நான் அவனை "சின்னப் பையா அக்லே" என்று கூப்பிட்டால் அது அவனைப் பைத்தியக்காரனாக்கி விடும்.

அவன் இன்னும் அங்கேயே நின்று கொண்டிருந்தான். நீங்கள் சொன்னால் கூட லைட் இருக்கும் இடத்திலிருந்து விலக மாட்டான். அப்படிப்பட்ட ஒரு ரகத்தைச் சேர்ந்தவன். இறுதியாக அவன் அங்கிருந்து விலகினான். ஆனால் அது நான் அவனிடம் சொல்லி நீண்ட நேரத்திற்குப் பிறகு நடந்தது. "என்ன இழவை நீ படித்துக் கொண்டிருக்கிறாய்?" என்று கேட்டான்.

"மிகவும் நல்ல புத்தகம்".

"அவன் என் கையிலிருந்த புத்தகத்தின் பெயரைப்

பார்ப்பதற் காக அதைத் திருப்பினான். எது நன்றாக இருக்கிறது?" என்று கேட்டான்.

"நான் படித்துக் கொண்டிருக்கக்கூடிய வாக்கியம் அற்புதமாக இருக்கிறது" என்றேன். நான் "மூடில்" இருந்தால் இந்த நக்கல் எல்லாம் வரும். அவனுக்கு அது எதுவும் புரியவில்லை. அவன் திரும்பவும் அறையைச் சுற்றி வந்தான், என்னுடைய பொருட்களையெல்லாம் எடுத்தான், அதன் பின் ஸ்ட்ராட் லேட்டர் பொருட்களையும் எடுத்தான். இறுதியாக, நான் என் புத்தகத்தைக் கீழே தரையில் வைத்தேன். அக்லே போன்ற ஒருவன் அருகில் இருக்கும் போது நீங்கள் எதுவும் படிக்க முடியாது.

நான் நாற்காலியை லேசாக தள்ளினேன், அக்லே அவன் அறையிலிருப்பது போல இருக்க ஆயத்தமானான். நியூயார்க் பயணத்திலிருந்து வந்ததினால் சோர்வாக இருந்தது. கொட்டாவி விட்டேன். அதற்குப் பிறகு கொஞ்சம் இங்கும் அங்கும் சுற்றினேன். எனக்கு சலிப்பு ஏற்படும் போது இப்படி செய்வதுண்டு. நான் அணிந்திருந்த வேட்டைக்கார தொப்பியை முன்னால் இழுத்து கண்களுக்கு மேலாக வைத்துக் கொண்டேன். இதனால் என்னால் எதையும் பார்க்க முடியவில்லை. "எனக்குக் கண் தெரியாமல் ஆகப் போகிறதோ" என்று நினைத்தேன்.. "அன்புள்ள அம்மாவே, இங்குள்ள அனைத்தும் இருட்டாகத் தெரிகிறது" என்று நான் கரகரப்பானக் குரலில் சொல்லிக் கொண்டேன்.

"நீ ஒரு கிறுக்கன். நான் கடவுள் மேல் ஆணையாகச் சொல்கிறேன்," என்றான் அக்லே.

"அன்புள்ள அம்மாவே உனது கையைக் கொடு, ஏன் உன் கையை எனக்குத் தரமாட்டேன் என்கிறாய்?"

"ஓ கடவுளே, நீ எப்பொழுதுதான் வளரப் போகிறாய்?"

நான் கண் தெரியாதவர்கள் தடவுவது போல எனக்கு முன்னால் கையை வைத்துத் துளாவிக் கொண்டிருந்தேன். ஆனால் எழுந்திருக்கவில்லை. நான் தொடர்ந்து "அன்புள்ள அம்மாவே, ஏன் உன் கையை தரமாட்டேன் என்கிறாய்?" என்று சொல்லிக் கொண்டேயிருந்தேன். இது அக்லேயை வெறுப்படையச் செய்யும் என நினைத்தேன். அவனுக்கு அடுத்தவர்களைக் கஷ்டப்படுத்திப் பார்ப்பது மிகவும்

பிடித்தமான ஒன்று. நானும் அவனோடு இருக்கும் போது சில சமயங்களில் இந்த மாதிரிதான். இறுதியாக நான் விலகிக் கொண்டேன். எனது தொப்பியை முன் போலவே போட்டுக் கொண்டு கொஞ்சம் "ரிலாக்ஸ்ட்" ஆக இருக்க ஆரம்பித்தேன்.

"இது யாருடையது?'' அக்லே கேட்டான். அவன் எனது அறை நண்பன் முழங்காலுக்கு ஆதரவு கொடுக்க உபயோகிக்கும் பொருளை என்னிடம் காண்பித்தான். இவன் எல்லாவற்றையும் எடுக்கக்கூடியவன். அவன் உங்கள் உள்ளாடை ஸ்டாரப்பைக் கூட எடுக்கக்கூடியவன். நான் அது ஸ்ட்ராட்லேட்டருடையது என்று சொன்னேன். உடனே அதை அவன் ஸ்ட்ராட்லேட்டருடைய படுக்கையில் எறிந்தான். அவன் அதை ஸ்ட்ராட்லேட்டரின் அலமாரியிலிருந்து எடுத்து அவனுடைய படுக்கையில் தூக்கியெறிந்தான்.

அவன் திரும்பி வந்து ஸ்ட்ராட்லேட்டர் நாற்காலியின் கைப் பகுதியில் உட்கார்ந்தான். அவன் ஒரு போதும் நாற்காலியில் உட்காருவது இல்லை. எப்பொழுதும் கைப்பகுதியில்தான் உட் காருவது வழக்கம். "இந்த பாழாப்போன தொப்பியை நீ எங்கே வாங்கினாய்?" என்று கேட்டான்.

"நியூயார்க்கில்"

"எவ்வளவு?"

"ஒரு டாலர்"

"உன்னை நன்றாக கொள்ளையடித்து விட்டார்கள், என்று சொல்லிக் கொண்டே தீக்குச்சி கொண்டு தனது நகங்களை சுத்தம் செய்ய ஆரம்பித்தான். எப்பொழுதும் அவன் இதைச் செய்வதுண்டு. ஒரு புறம் பார்த்தால் மிகவும் வேடிக்கையாக இருந்தது. அவனுடைய பற்களோ பார்ப்பதற்கு அழுக்கடைந்து இருக்கிறது, அவனுடைய காதில் சொல்ல முடியாத அளவிற்கு அழுக்கு. ஆனால் நகவிரல்களை மட்டும் சுத்தம் செய்து கொண்டே இருந்தான். இது அவனை மிகவும் சுத்தமானவன் எனக் காட்டிக் கொள்ள உதவும் என அவன் நினைத்திருக்கக்கூடும் என்பது என் ஊகம். நகங்களைச் சுத்தப்படுத்திக் கொண்டே அவன் மீண்டும் என் தொப்பியைப் பார்த்தான். "எங்கள் ஊர் பக்கம் மான் வேட்டைக்குச் செல்லும் போது இந்த மாதிரியான தொப்பியை அணிந்து கொள்வோம். ஓ கடவுளே, இது மான்

வேட்டை தொப்பி" என்று கூறினான்.

நான் அதை எடுத்துப் பார்த்தேன். குறி பார்ப்பது போல ஒரு கண்ணை மூடிக் கொண்டேன். "இது மக்களை சுடக்கூடிய தொப்பி. நான் இதைப் போட்டுக் கொண்டு மக்களை சுடுவேன்" என்று கூறினேன்.

"நீ இங்கேயிருந்து வெளியேற்றப்பட்டு விட்டது உனது வீட்டில் உள்ளவர்களுக்குத் தெரியுமா?" என்று கேட்டான்.

"தெரியாது"

"இந்தப் பாழாப் போன ஸ்ட்ராட்லேட்டர் எங்கே போனான்?"

"கீழே விளையாடப் போயிருப்பான். தோழியுடன் போயிருக்கக் கூடும்" என்று சொல்லிவிட்டு கொட்டாவி விட்டேன். கொட்டாவி வந்து கொண்டே இருந்தது. இந்த அறை மிகவும் சூடாக இருந்தது. அதுவே ஒருவனை தூக்கக் கலக்கம் உள்ளவனாக ஆக்கிவிடும். பென்சியில் செத்துப் போகக்கூடிய அளவிற்கு உறைந்து போவீர்கள் அல்லது அதிக சூட்டினாலேயே இறந்து விடுவீர்கள்.

"ஸ்ட்ராட்லேட்டர், தி கிரேட்! — ஹாய், உன்னுடைய கத்திரிக்கோலை ஒரு வினாடி கொடு. தருவியா, நீ தயாராக வைத்திருப்பியே" என்றான் அக்லே.

"இல்லை. நான் பேக் செய்து விட்டேன் என்றேன். அது பாத்ரூமிற்கு மேலே இருக்கிறது."

"ஒரு வினாடி எடுத்துக் கொடேன், தருவியா? இந்த நகவிரலை வெட்ட வேண்டும்" என்று அக்லே சொன்னான்.

நீங்கள் பேக் செய்து மேலே வைத்துவிட்டாலும், வைக்காவிட்டாலும் அவனுக்கு அதைப் பற்றிக் கவலையில்லை. இருந்தாலும் அவனுக்காக நான் எடுத்துக் கொடுத்தேன். அப்படி எடுத்துக் கொடுக்கும் போது நான் செத்துப் போயிருந்தாலும் போயிருப்பேன். நான் அலமாரிக் கதவை திறந்த தருணத்தில் ஸ்ட்ராட்லேட்டரின் டென்னிஸ் ராக்கெட் என் தலையில் விழுந்து "நங்" கென்று சத்தம் கேட்டது. இதனால் என் தலை வலிக்க ஆரம்பித்தது. நான் எனது சூட்கேஸை எடுத்து அவனுக்காக கத்திரிக்கோல் எடுக்கும்

வரை அதைப் பார்த்துத் தொடர்ந்து சிரித்துக் கொண்டே இருந்தான். ஒருவனுக்கு கல்லோ அல்லது வேறெதுவுமோ தலையில் விழுந்திருக்கிறது ஆனால் இவனுக்கு யாரோ "கிச்கிச்சு" மூட்டியது போல சிரித்துக் கொண்டிருந்தான். "உனக்கு நகைச்சுவை உணர்வு நன்றாக இருக்கிறது, அக்லே பையா" என்றேன் நான். "உனக்குத் தெரியுமா?" நான் அவனிடம் கத்திரிக்கோலைக் கொடுத்தேன். என்னுடைய நாற்காலில் நான் மீண்டும் உட்கார்ந்தேன். அவன் கொம்பு போல நீண்டு வளர்ந்திருந்த தனது நகத்தை வெட்ட ஆரம்பித்தான். "இங்கே இருக்கிற மேஜை அல்லது வேறு எதையாவது பயன்படுத்திக் கொண்டால் என்ன?" என்று சொன்னேன். "இன்றிரவு இங்கு வெறுங்காலுடன் நடக்கும் போது நீ வெட்டிப் போட்ட நகத்தின் மேல் நடக்க எனக்கு விருப்பமில்லை" என்றேன். ஆனால் அவன் தரையிலேயேதான் நகத்தை வெட்டிப் போட்டுக் கொண்டிருந்தான். என்னவொரு மோசமான பழக்கம்.

"ஸ்ட்ராட்லேட்டரின் தோழி யார்?" என்று கேட்டான். அவனைப் பிடிக்கவில்லையென்றாலும் யாருடன் அவன் "டேட்டிங்" போகிறான் என்பதைப் பின்பற்றிக் கொண்டிருந்தான்.

"எனக்குத் தெரியாது. ஏன்?"

"காரணம் எதுவுமில்லை. ஆனால் அந்த "சன் ஆஃப் எ பிட்ச்" சை என்னால் சகித்துக் கொள்ள முடியாது."

"ஆனால் அவன் உன் மேல் "கிரேஸி" ஆக இருக்கிறான். உன்னைப் பற்றிச் சொல்லும் போது நீ ஒரு இளவரசன் மாதிரி என்று அவன் சொன்னான்" என்று கூறினேன். சும்மா வெட்டித் தனமாக ஏதாவது பேசிக் கொண்டிருக்கும் போது இளவரசன் என்கிற சொல்லை நான் அதிகமாக உபயோகிப்பேன். இது என்னை சலிப்படையாமலிருக்கச் செய்யும்.

"அவனிடம் எப்பவும் கொஞ்சம் அகந்தை இருக்கத்தான் செய்கிறது" என்றான் அக்லே. "அவன் புத்திசாலி என்று கொஞ்சங்கூட என்னால் நினைக்க முடியவில்லை. ஆனால் அவன் புத்திசாலி என்று நினைத்துக் கொண்டிருக்கிறான். அவன் நினைக்கிறான் அவன் தான் பெரிய..."

"அக்லே! ஓ கடவுளே. நீ உன் நகத்தைக் கொஞ்சம் மேஜை மேல் வெட்டிப் போடுகிறாயா? நான் இதுவரை உன்னை ஐம்பது முறையாவது கேட்டிருப்பேன்" என்றேன் நான்.

ஒரு மாறுதலுக்காக அவன் மேஜையின் மேல் நகத்தைப் போட ஆரம்பித்தான். அவனைப் பார்த்துக் கத்தினால்தான் நாம் சொல்வதை அவன் கேட்பான்.

நான் அவனை சிறிது நேரம் கவனித்துக் கொண்டிருந்தேன். அதற்குப் பிறகு, "ஸ்ட்ராட்லேட்டர் ஒரு முறை நீ பல் தேய்ப்பது பற்றி சொன்னதால் தான் நீ அவனைப் பற்றி இப்படியெல்லாம் பேசுகிறாய். அவன் சரியாகத்தான் சொன்னான், உன்னை அவமரியாதை செய்ய வேண்டுமென்பதற்காக இதைச் சொல்லவில்லை. நீ அவ்வப் போது பல் தேய்த்தால் பார்ப்பதற்கு நன்றாக இருக்கும், நீயும் நன்றாக இருப்பது போல உணர்வாய் என்பதற்காகத்தான் அவன் அப்படிச் சொன்னான்."

"நான் நன்றாகத்தான் பல் தேய்க்கிறேன். இதைப் பற்றியெல்லாம் சொல்ல வேண்டாம்".

"இல்லை, நீ செய்வதில்லை. நான் உன்னைப் பார்த்திருக்கிறேன். நீ பல் தேய்ப்பதில்லை" என்றேன் நான். நான் ஒன்றும் மோசமாக சொல்லவில்லை இருந்தாலும் அவனை நினைக்கப் பரிதாபமாக இருந்தது. ஒருவரைப் பார்த்து "நீ பல் தேய்ப்பதில்லை" என்று சொல்வது அவ்வளவு நன்றாக இல்லை. "ஸ்ட்ராட்லேட்டர் சரிதான். அவன் மோசமானவன் இல்லை. உனக்கு அவனைப் பற்றித் தெரியாது. அதுதான் உன்னுடைய பிரச்சனை" என்றேன்.

"அவன் சன் ஆஃப் எ பிட்ச் என்று இன்னும் சொல்வேன். அதுவும் அகந்தை பிடித்தவன்."

"அவன் அகந்தை பிடித்தவனாக இருக்கலாம். ஆனால் சில விஷயங்களைப் பொருத்தளவில் மிகவும் தாராளமானவன்" என்றேன் நான். "இங்கே பார், உதாரணமாக, ஸ்ட்ராட்லேட்டர் டை அல்லது வேறெதாவது அணிந்திருக்கிறான் என வைத்துக் கொள்வோம். அவன் என்ன செய்வான் தெரியுமா? அநேகமாக அதை எடுத்து உனக்குக் கொடுத்து விடுவான். அவன் உண்மையிலேயே இப்படி செய்யக்கூடியவன். அல்லது – அவன் என்ன செய்வான் தெரியுமா? அவன்

உன்னுடைய படுக்கையிலோ அல்லது வேறெதிலேயோ வைத்து விடுவான். கண்டிப்பாக அவன் உனக்கு டையைத் தருவான். பெரும்பாலனவர்கள் அநேகமாக...”

“ஓ... அவனிடமிருக்கும் பணம் என்னிடம் இருந்தால் நானும் அந்த மாதிரி செய்வேன்” என்றான் அக்லே.

இல்லை, நீ செய்ய மாட்டாய்” என்று தலையை ஆட்டினேன். “நீ செய்ய மாட்டாய், அக்லே பையா. அவனிடம் இருக்கும் பணம் உன்னிடம் இருந்தால், நீ ஒரு பெரிய...”

“அக்லே பையா என்று கூப்பிடுவதை நீ நிறுத்து. உன் அப்பா வயசு எனக்கு.” என்றான்

“இல்லை. நீ அந்த மாதிரி இல்லை”. அவன் சில சமயம் இந்த மாதிரி கோபப்படுவதுண்டு. வாய்ப்பு கிடைக்கும் போதெல்லாம் அவனுக்கு வயது 18, எனக்கு வயது 16 என்பதை சொல்லத் தவற மாட்டான். “முதலாவதாக, உன்னை என் குடும்பத்திற்குள்ளேயே அனுமதிக்க மாட்டேன்” என்றேன்.

திடீரென்று கதவு திறந்தது, ஸ்ட்ராட்லேட்டர் உள்ளே அவசரமாக நுழைந்தான். அவனுக்கு எப்போதுமே அவசரம், எல்லாமே தலை போகிற காரியம் தான். அவன் என்னருகில் வந்து செல்லமாக ஆனால் பலமாக இரண்டு கன்னங்களிலும் தட்டினான் – சில சமயங்களில் இது வெறுப்பை உண்டாக்கும். “இங்கே கவனி, நீ இன்றிரவு பிரத்யேகமாக எங்கேயாவது போகிறாயா?” என்று கேட்டான்.

“எனக்குத் தெரியவில்லை. போனாலும் போவேன். வெளியே என்ன – பனி பொழிகிறதா?” அவன் கோட் பூராவும் பனித் துளிகளாக இருந்தன.

“ஆமாம். கவனி. நீ எங்கேயும் வெளியே போகவில்லையென்றால் உன்னுடைய கோட்டை எனக்குத் தருகிறாயா?” என்று கேட்டான்.

“யார் விளையாட்டில் வெற்றி பெற்றது?” என்று நான் கேட்டேன்.

“பாதி தான் முடிந்திருக்கிறது. நாங்கள் வெளியே போகிறோம். நான் ஜோக்கடிக்கவில்லை. நீ இரவு வெளியே போகிறாயா, இல்லையா? என்னுடைய கோட்டில் ஏதோ

சிந்தி விட்டது" என்றான் ஸ்ட்ராட்லேட்டர்.

"இல்லை. நீ உன் தோள் பட்டையில் போட்டு இழுப்பதற்கு நான் எனது கோட்டை தரமாட்டேன்" என்றேன். நாங்கள் இருவரும் ஏறக்குறைய ஒரே உயரம் தான். ஆனால் எடையில் அவன் என்னைப் போல இரண்டு மடங்கு. அவனுடைய தோள் பட்டை நன்றாக பரந்து, விரிந்து இருந்தது.

"நான் ஒன்றும் இழுத்தெல்லாம் போட மாட்டேன்." அவன் அலமாரியை நோக்கி வேகமாகச் சென்றான். "நீ எப்படியிருக்கிறாய், அக்லே பையா?" என்று அவனிடம் கேட்டான். ஸ்ட்ராட்லேட்டர் மிகவும் தோழமையுடன் பழகக் கூடியவன். ஆனாலும் போலித்தனமான ஒரு தோழமை. ஆனால் அக்லேயை எப்பொழுது பார்த்தாலும் ஒரு ஹலோவாவது சொல்லி விடுவான்.

அக்லேக்கு அவன் "எப்படியிருக்கிறாய், பையா?" என்று கேட்டது பிடிக்கவில்லை. எனவே அவன் பதில் எதுவும் அளிக்க வில்லை. ஆனால் அவனுக்கு முன் உறுமுவதற்கு தைரியமில்லை. அதன் பின் அவன் என்னிடம், "நான் பிறகு வருகிறேன், அப்புறம் பார்க்கலாம்" என்று கூறி சென்றுவிட்டான்.

"ஓ.கே." என்றேன் நான். அவன் தன்னுடைய அறைக்குத் திரும்பிப் போவதால் உங்கள் இதயம் ஒன்றும் வருத்தப்படப் போவதில்லை.

ஸ்ட்ராட்லேட்டர் தனது கோட், டை எல்லாவற்றையும் கழற்றினான். "நான் வேகமாக ஷேவ் செய்து கொள்ளலாம் என்று எண்ணுகிறேன்" என்றான் அவன். அவனுடைய தாடி மிகவும் கடினமாக இருந்தது. இது உண்மை.

"உன் தோழி எங்கே?" நான் அவனிடம் கேட்டேன்.

"அவள் அந்த அனெக்ஸ்ஸில் காத்திருக்கிறாள்." அவன் டாய்லெட் கிட் மற்றும் டவலுடன் அறையை விட்டு வெளியே சென்றான். சட்டை எதுவும் போட்டிருக்கவில்லை. அவன் எப் பொழுதும் வெற்று மார்புடன் தான் உலா வருவான். ஏனென்றால் அவனுடைய உடம்பு பார்ப்பதற்கு நன்றாக இருக்கிறது என்று அவன் நினைத்துக் கொண்டான். நன்றாகத் தான் இருந்தது. இதை நான் ஒத்துக் கொண்டுதான் ஆக வேண்டும்.

4

எனக்கும் வேறு வேலை எதுவும் இல்லை. எனவே நானும் குளியலறை வரை சென்றேன். அவன் சவரம் பண்ணிக் கொண்டிருந்தான். நாங்கள் மட்டும் தான் பாத்ரூமில் நின்று கொண்டிருந்தோம். மற்ற அனைவரும் கீழே விளையாட்டில் மும்முரமாக இருந்தார்கள். சூடாக இருப்பது போல உணர்ந்தேன். அங்கே 10 வாஷ் பேஷின்கள் இருந்தன. அனைத்தும் சுவருக்கு எதிராக இருந்தன. ஸ்ட்ராட்லேட்டர் நடுவில் இருந்த ஒன்றுக்கு முன்னால் நின்று கொண்டிருந்தான். நான் அவனுக்குப் பக்கத்தில் இருந்த ஒன்றில் உட்கார்ந்து குளிர்ந்த தண்ணீர் வரக்கூடிய குழாயை திறந்து மூடும் வேலையை செய்து கொண்டிருந்தேன் — இந்த மாதிரியான ஒரு பழக்கம் என்னிடம் இருந்தது. ஸ்ட்ராட்லேட்டர் சவரம் செய்து கொண்டே "ஸாங் ஆஃப் இண்டியா" பாடலைப் பாடிக் கொண்டிருந்தான். அவன் விசிலில் இந்தப் பாடலை வாசிக்கும் போது நடைமுறையில் அந்த ட்யூனில் இருக்கவே இருக்காது. நீங்கள் நன்றாக விசில் அடிக்கக்கூடியவராக இருந்தாலும் விசில் மூலம் பாட்டிசைக்க கடினமாக உள்ள பாடல்களைத் தான் — "சாங் ஆஃப் இண்டியா", "ஸ்லாட்டர் ஒன் டென்த் அவென்யூ" போன்றவை — அவன் எப்பொழுதும் தேர்ந்தெடுப்பான். இதனால் பாடல்களைக் குழப்பி விடுவான்.

பழக்கவழக்கங்களைப் பொருத்தமட்டில் அக்லே அவ்வளவு

சுத்தமானவன் இல்லை என்று நான் முன்பு சொல்லியது நினைவிருக்கிறதா? அதே போல தான் ஸ்ட்ராட்லேட்டரும். ஆனால் இது வேறு மாதிரியானது. அதாவது வெளியே பார்ப்பதற்குத் தெரியாது. உதாரணமாக, அவன் சவரம் பண்ணும் போது உபயோகப்படுத்திய சவரக்கத்தியை நீங்கள் பார்த்திருக்க வேண்டும். அது பூராவும் நுரையும், முடியும் பார்க்கவே சகிக்காது. அவன் ஒரு போதும் அதை சுத்தம் செய்தது கிடையாது. ஆனால் பார்ப்பதற்கு மிகவும் சுத்தமாக இருப்பான். ஆனால் அதற்கான பின்னணி கொஞ்சம் கூட சுத்தம் இல்லாதது. அவன் அவனுக்குத்தானே விரும்புவதால் பார்ப்பதற்கு நன்றாக இருக்க வேண்டும் என்று விரும்பினான். இந்த மேற்கு பக்க அண்டத்திலேயே தான் தான் அழகானவன் என்கிற நினைப்பு அவனிடம் எப்பொழுதும் உண்டு. அவன் பார்ப்பதற்கு நன்றாகத் தான் இருப்பான் — அதை நான் ஒத்துக் கொண்டுதான் ஆக வேண்டும். பள்ளிக்கூடத்தின் வருடாந்திர புத்தகத்தில் இவன் படத்தைப் பார்க்கும் பெற்றோர்கள் கண்டிப்பாக, "இவன் யார்?" என்று கேட்பார்கள். அந்த அளவிற்கு அதில் அழகாகக் காட்சியளிப்பான். ஆக, வருடாந்திர புத்தகத்தைப் பொருத்தவரை இவன் அழகாக இருந்தாலும் எனக்குத் தெரிந்து பென்சியில் இவனை விட அழகானவர்கள் அதிகப் பேர் இருக்கத்தான் செய்தார்கள். ஆனால் அவர்கள் புத்தகத்தில் உள்ள படங்களில் அவ்வளவு அழகாகத் தெரியமாட்டார்கள். அதில் அவர்களுக்குப் பெரிய மூக்கு இருப்பது போலவும், காதுகள் வெளியே நீட்டிக் கொண்டிருப்பது போலவும் இருக்கும். இந்த மாதிரியான அனுபவம் எனக்கு அடிக்கடி ஏற்பட்டிருக்கிறது.

எங்கே ஸ்ட்ராட்லேட்டர் நின்று சவரம் செய்து கொண்டிருந் தானோ அவனுக்குப் பக்கத்திலிருந்த வாஷ் பேசினின் மேல் நான் உட்கார்ந்திருந்தேன். தண்ணீர் குழாயை திறந்தும் மூடியும் ஏதோ பண்ணிக் கொண்டிருந்தேன். எனது வேட்டைக்காரத் தொப்பி என்னிடம் தான் இருந்தது. என்னவோ அது எனக்குப் பிடித்திருந்தது.

"ஹாய், எனக்காக ஒரு வேலை செய்வாயா?" என்று ஸ்ட்ராட் லேட்டர் கேட்டான்.

"என்ன?" என்று சுரத்தையற்று அவனிடம் கேட்டேன். எப்பொழுதும் எனக்கு ஒரு வேலை செய்வாயா என்று அவன் கேட்பதுண்டு. அழகாக இருப்பவன் அல்லது பெரும்

புள்ளியாக இருப்பவன் என நீங்கள் யாரை எடுத்துக் கொண்டாலும் அவர்கள் எனக்கு ஒரு வேலை செய்வாயா? என்று கேட்பதுண்டு. ஏனென்றால் அவர்களைப் பற்றி அவர்களே கிரேஸி என்று நினைத்துக் கொள்வதுடன், நீங்கள் அவர்கள் மேல் கிரேஸியாக இருக்கிறீர்கள் என நினைத்துக் கொள்வதும் தான் காரணம். இது தவிர நீங்களும் அவர்கள் எது கேட்டாலும் உதவி செய்வதற்குக் காத்துக் கொண்டிருக்கிறீர்கள். ஒரு வழியில் பார்த்தால் இது வேடிக்கையாக இருக்கிறது.

“நீ இன்றைக்கு இரவு வெளியே போகிறாயா?” என்று கேட்டான்.

“நான் போனாலும் போவேன், போகாமலும் இருப்பேன். எனக்குத் தெரியாது. ஏன்?” என்று கேட்டேன்.

“திங்கட்கிழமைக்குள் நான் வரலாற்றில் நூறு பக்கங்கள் படிக்க வேண்டும். எனக்காக ஆங்கிலக் கட்டுரை எழுதித் தருகிறாயா?” என்று அவன் கேட்டான். “நான் திங்கட்கிழமைக்குள் இதைச் செய்யவில்லையென்றால், அவ்வளவுதான்” என்றான்.

இது உண்மையிலேயே மிகவும் முரண்பாடாக இருந்தது.

“நான் இந்த இடத்தை விட்டே போகப் போகிறேன் ஆனால் நீ என்னைக் கட்டுரை எழுதித் தருமாறு கேட்கிறாய்” என்றேன் நான்.

“ஆமாம், எனக்குத் தெரியும். ஆனால் நான் இதை முடிக்க வில்லையென்றால் அவ்வளவுதான். நான் ஒரு இக்கட்டான நிலையில் இருக்கிறேன். நண்பனுக்கு இது கூட செய்யக்கூடாதா?” என்று கேட்டான்.

நான் உடனே பதிலளிக்கவில்லை. ஸ்ட்ராட்லேட்டர் போன்ற பாஸ்டார்ட்களுக்கு எதுவும் சொல்லாமல் சஸ்பென்சில் வைத்திருப்பது நல்லது.

“எதைப் பற்றி?” நான் கேட்டேன்.

“எதுவென்றாலும் பரவாயில்லை. ஆனால் கட்டுரை வடிவில் இருக்க வேண்டும். அறை அல்லது வீடு அல்லது நீ தங்கியிருந்த இடம் அல்லது உனக்குத் தெரிந்த வேறு ஏதாவது.

ஆனால் எதுவாக இருந்தாலும் விளக்கமான முறையில் இருக்க வேண்டும்." அவன் இதைச் சொல்லிக் கொண்டே ஒரு பெரிய கொட்டாவி விட்டான். உட்காரும் இடத்தில் வலி இருந்தால் எப்படியிருக்குமோ அப்படியொரு வலியை இது எனக்கு தந்து கொண்டிருக்கிறது. யாராவது ஒருவர் உதவி செய்யும்படி கேட்கையில் கொட்டாவி விடுவதும் இது போன்றதுதான். "நீ ஆங்கிலத்தில் பெரும் புள்ளி என்று ஹெர்ட்ஸெல் (Hertzell) நினைக்கிறான். நீதான் என் அறை நண்பன் என்று அவனுக்குத் தெரியும். சரியான இடத்தில் காற்புள்ளி இருக்க வேண்டும் என்பதில் எல்லாம் அதிக அக்கறை கொள்ள வேண்டாம்" என்றான்.

இது எனக்கு உண்மையிலேயே மிகப் பெரிய வேதனையாக இருந்தது. அதாவது கட்டுரை நன்கு எழுதக்கூடிய ஒருவனிடம் காற்புள்ளி பற்றிக் கூறினால் எப்படியிருக்கும். ஸ்ட்ராட்லேட்டர் எப்பொழுதும் இப்படித்தான். காற்புள்ளிகளை தேவையான இடத்தில் போடத் தெரியாத ஒரே காரணத்தினால் தான் அவன் கட்டுரை எழுவது இல்லை என்று நீங்கள் நினைக்க வேண்டுமென்பது தான் இதன் நோக்கம். அந்த வகையில் இவனும் ஓரளவிற்கு அக்லே போல தான். ஒரு முறை கூடைப் பந்தாட்ட போட்டியின் போது நான் அக்லே பக்கத்தில் உட்கார்ந்திருந்தேன். அந்தக் கூடைப் பந்தாட்டக் குழுவில் ஹவ்வீ கோயல் (Howie Coyle) விளையாடினான். அவ்வளவாக ஒன்றும் சிறப்பாக விளையாடக்கூடியவன் இல்லை. ஆனால் அக்லே, ஆரம்பத்திலிருந்து அந்த ஆட்டம் முடியும் வரை, ஹவ்வீ கூடைப்பந்தாட்டம் விளையாடுவதற்கென்றே பிறந்தவன் போல அவனைப் பற்றியே பேசிக் கொண்டிருந்தான். நான் அதை முற்றிலும் வெறுத்தேன்.

எனக்கு வாஷ் பேஷின் மேல் உட்கார்ந்து கொண்டே இருந்தது சலித்து விட்டதால் நான் "டேப்—டான்ஸ்" ஆட ஆரம்பித்தேன். எனக்கு நானே வேடிக்கைக்காட்டிக் கொண்டேன். எனக்கு "டேப்—டான்ஸ்" ஸோ அல்லது வேறெதுவும் டான்ஸோ தெரியாது. ஆனால் பாத்ரூம் தரை நல்ல கல்லினால் ஆனது. அது "டேப்—டான்ஸி"ங்குக்கு மிகவும் ஏற்றது ஆகும். சினிமாவில் பார்த்த ஒருவனைப் பின்பற்றி நானும் அதுபோல் செய்து கொண்டிருந்தேன். அது ஏதோ ஒரு இசை பற்றிய படத்தில் இடம் பெற்றிருந்தது. எனக்கு சினிமா என்றாலே விஷம். ஆனால் அவற்றில் இடம் பெறுவதை பின்பற்றிப் பண்ணப் பிடிக்கும். ஸ்ட்ராட்லேட்டர் சவரம்

செய்து கொண்டே என்னை கண்ணாடி மூலம் பார்த்துக் கொண்டிருந்தான். எனக்குத் தேவை பார்வையாளர்கள், அவ்வளவுதான். நான் ஒரு "விளம்பர"ப் பேர்வழி! நான் "கவர்னரின் மகன்", என்று சொல்லிக் கொண்டேன். எங்கும் டேப் — டான்ஸ் வியாபித்திருந்தது. "அவர் என்னை டேப் — டான்ஸர் ஆக வேண்டாமென்று கூறியதுடன் நான் ஆக்ஸ்ஃபோர்டுக்கு போக வேண்டும் என விரும்பினார். ஆனால் டேப்—டான்ஸ் ஆட வேண்டுமென்று என் ரத்தத்தில் இருக்கிறது" என்றவுடன் அதைக் கேட்டு ஸ்ட்ராட்லேட்டர் சிரித்து விட்டான். அவனிடமும் நகைச்சுவை உணர்வு இல்லாமலில்லை. ஜிக்ஃபெல்டு ஃபோலிஸின் முதல் நாள் இரவு காட்சி. எனக்கு மூச்சு திணறியது. காற்று எதுவும் வரவில்லை. "முக்கியமான பாத்திரமேற்று நடித்தவர் நடிக்க முடியாது. அந்த பாஸ்டார்டு குடித்திருக்கிறான். ஆகையால் அந்த இடத்திற்கு இவர்கள் யாரைத் தெரிவு செய்வார்கள்? நான் தான் அவன் — "கவர்னரின் மகன்"!

"நீ எங்கே இந்தத் தொப்பியை வாங்கினாய்?" என்று ஸ்ட்ராட் லேட்டர் கேட்டான். இந்த விசாரிப்பு எனது "வேட்டைக்காரன்" தொப்பி பற்றியது. இதற்கு முன் அவன் இதைப் பார்த்தது இல்லை.

எனக்கு இளைப்பெடுத்ததால் வெறுமனே சுற்றிக் கொண்டிருப் பதை விட்டு விட்டு அமைதியானேன். நான் எனது தொப்பியை எடுத்து அதை தொண்ணூறாவது முறையாகப் பார்த்துக் கொண் டேன். "இன்றைக்குக் காலையில் நியூயார்க்கில் ஒரு டாலருக்கு வாங்கினேன். உனக்குப் பிடித்திருக்கிறதா?"

ஸ்ட்ராட்லேட்டர் தலையாட்டினான். "மிகவும் கூர்மையாக இருக்கிறது" என்றான். அவன் இப்போது என்னை வெறுமனே புகழ்ந்து கொண்டிருக்கிறான். ஏனென்றால் சிறிது நேரத்திற்கு முன்னால் அவன், "நீ எனக்குக் கட்டுரை எழுதித் தரப் போகிறாய் தானே? நான் அதை அறிந்து கொள்ள வேண்டும்" என்றான்.

"எனக்கு நேரம் கிடைத்தால் நான் எழுதித் தருகிறேன். நேரம் கிடைக்கவில்லையென்றால், எழுதித் தர முடியாது" என்றேன். நான் மீண்டும் அவனுக்குப் பக்கத்தில் இருந்த வாஷ் பேஷினில் உட்கார்ந்து கொண்டேன். "உன் தோழி

யார்? ஃபிட்ஸ்ஜெரால்டா (Fitzgerald)?" என்று கேட்டேன்.

"ஐயோ, கிடையாது. அந்த "பன்னி" யோடு என் நட்பு முடிந்து விட்டது என்று உன்னிடம் சொல்லியிருக்கிறேன்."

"அப்படியா? அப்படியென்றால் அவளோடு நான் நட்பு வைத்துக் கொள்கிறேன். விளையாட்டுக்காகச் சொல்லவில்லை. அவள் என்னை மாதிரியானவள்" என்றேன்.

"வைத்துக் கொள்... உன்னோடு ஒப்பிடும் போது அவள் உன்னை விட வயதில் மூத்தவள்" என்றான்.

எந்தக் காரணமும் இல்லாமல் திடீரென்று எனக்கு மீண்டும் ஆட வேண்டுமென்று தோன்றிற்று — வாஷ் பேஷினில் இருந்து குதித்து ஸ்ட்ராட்லேட்டரின் அருகில் சென்று அவனுடைய கழுத்தை குத்துச் சண்டை வீரர்கள் பிடிப்பது போல பிடித்துக் கொண்டேன். சிறுத்தை பிடிப்பது போல அவனைப் பிடித்துக் கொண்டேன்.

"கடவுளே!, என்னை விட்டு விடு" என்று ஸ்ட்ராட்லேட்டர் கூறினான். அவன் வெறுமனே சுற்றித் திரிவதையும், பிதற்றி நேரத்தைக் கழிப்பதையும் விரும்பவில்லை. அவன் இன்னும் சவரம் செய்து கொண்டிருந்தான். "நான் என் தலையை வெட்டிக் கொள்ள வேண்டுமென்று நீ நினைக்கிறாயா?" என்றான்.

இருந்தாலும் நான் விடவில்லை. அவன் கழுத்தைப் பிடித் திருந்த குத்துச் சண்டைப் பிடியை (நெல்சன் பிடி) நான் விட வில்லை. "முடிந்தால் எனது பிடியிலிருந்து உன்னை விடுவித்துக் கொள்" என்றேன்.

"ஓ..கடவுளே" அவன் ரேஷரை கீழே வைத்துவிட்டு திடீரென்று தனது கைகளைக் குலுக்கி எனது பிடியிலிருந்து விடுவித்துக் கொள்ள முயன்றான். அவன் மிகவும் பலசாலியாக இருந்தான். நான் மிகவும் பலவீனமானவன். "இனிமேல் இந்த பைத்தியக்காரத் தனத்தை விடு" என்றவன் மீண்டும் ஷேவ் செய்ய ஆரம்பித்தான். தான் பார்ப்பதற்கு அழகாக இருக்க வேண்டும் என்பதற்காக இந்த பழைய ரேஷரை வைத்து எப்பொழுதும் இரண்டு முறை ஷேவ் செய்து கொள்வான்.

"ஃபிட்ஸ்ஜெரால்ட் இல்லையென்றால் உன்னுடைய தோழி யார்? என்று அவனிடம் கேட்டேன். நான் மீண்டும் அவனுக்கு

ஜெ.டி. சாலின்ஜர் | 53

அருகில் இருந்த வாஷ் பேஷின் மீது உட்கார்ந்தேன். "அந்த ஃபிலிஸ் ஸ்மித் (Phyllis Smith) ஆ?"

"இல்லை. அவளாகத்தான் இருந்திருக்க வேண்டும். ஆனால் திட்டமெல்லாம் உருச் சிதைந்த மாதிரி ஆகிவிட்டது. பட் தாவ் (Bud Thaw)வுடன் உள்ள ஒரு பெண்ணின் அறைத் தோழி தான் எனது இப்போதைய தோழி......ஹாய், அவள் உன்னைத் தெரியுமென்று சொன்னாள், நான் இதை உன்னிடம் சொல்ல மறந்துவிட்டேன்".

"யாரது..?" என்று நான் கேட்டேன்

"என் தோழி"

"அப்படியா? அவளுடைய பெயர் என்ன?" நான் இதற்கான பதிலைக் கேட்க மிகவும் சுவராசியமாக இருந்தேன்.

"ஊம், ஜேன் காலகர் (Jane Gallagher)" என்று நினைக்கிறேன்.

அவன் இதை சொன்ன போது நான் ஏறக்குறைய "செத்தவன்" மாதிரி ஆகிவிட்டேன்.

ஜேன் காலகர், என்று அவன் சொன்னவுடன் வாஷ் பேஷினில் உட்கார்ந்திருந்த நான் எழுந்து விட்டேன். "நீ சொன்னது சரிதான். எனக்கு அவளைத் தெரியும். சொல்லப் போனால் இந்த கோடை காலத்திற்கு முந்தின கோடை காலத்தில் நான் இருந்த இடத்திற்கு அடுத்த வீட்டில் தான் அவள் வசித்து வந்தாள். அவள் மிகப் பெரிய டோபர்மேன் வைத்திருப்பாள். அதனால் தான் நான் அவளைச் சந்திக்கும்படி ஆயிற்று. அவளுடைய நாய் எப்பொழுதும் வெளியே வந்து கொண்டே இருந்தது".

"நீ சொல்வது சரிதான் ஹோல்டன்" என்றான் ஸ்ட்ராட்லேட்டர். "ஆமாம் அது அங்கேதான் நின்று கொண்டிருக்கும்?"

"ஹாய், எனக்கு மிகவும் உற்சாகமாக இருக்கிறது. உண்மை யிலேயே அப்படித்தான் இருந்தது"

"அவள் எங்கே?" என்று கேட்டேன். "நான் அவளைப் பார்த்து ஒரு ஹலோ சொல்ல வேண்டும். அவள் எங்கேயிருக்கிறாள்? அனெக்ஸ்ஸிலா?"

"ஆமாம்"

"அவள் என்னை எப்படிக் குறிப்பிட்டாள்? இப்பொழுது அவள் B.M (Bryn Mawr)க்கு போய்விட்டாளா? அவள் அங்கே போனாலும் போவேன் என்று கூறினாள். அவள் ஷிப்லே (Shipley) க்குச் சென்றிருப்பாள் என்று நினைத்தேன். அவள் என்னை எப்படிக் குறிப்பிட்டாள்?" நான் உண்மையிலேயே மிகவும் உற்சாகம் அடைந்திருந்தேன்.

"கடவுளே, அது எனக்குத் தெரியாது. நீ எனது துண்டின் மேல் உட்கார்ந்திருக்கிறாய். கொஞ்சம் எழுந்திருக்கிறாயா? என்றான் ஸ்ட்ராட்லேட்டர். நான் அவனுடைய துண்டின் மேல் உட்கார்ந்திருந்தது அப்பொழுதுதான் நினைவுக்கு வந்தது.

"ஜேன் காலகர்.. நான் எனக்குள்ளாகவே சொல்லிக் கொண்டேன். அவன் அவளைப் பற்றி என்னிடம் சொன்னதிலிருந்து என்னால் அதிலிருந்து மீள முடியவில்லை. "ஜீஸஸ்"!

அவன் தனது தலை முடிக்கு "விட்டாலிஸ் (Vitalis)" தடவிக் கொண்டான்.

"அவள் ஒரு பாலே டான்சர். தினமும் இரண்டு மணி நேரம் பயிற்சி செய்வாள். காலநிலை எப்படியிருந்தாலும் அது பற்றி கவலைப்படுபவள் இல்லை. அவள் தனது கால்கள் மிகவும் குண்டாகி விடுமோ என மிகவும் கவலைப்பட்டாள். நான் அவளுடன் எப்பொழுதும் விளையாடுவதுண்டு."

"நீ அவளுடன் எப்பொழுதும் என்ன விளையாடுவாய்?"

"செக்கர்ஸ் (Checkers)"

"செக்கர்ஸ், ஓ... கடவுளே!"

"ஆமாம். அவள் தனது ராஜாக்களை எந்தப் பக்கமும் அசைக்க மாட்டாள். அவளுக்கு ராஜா கிடைத்தாலும் அவள் அதை நகர்த்த மாட்டாள். அவள் அதை அப்படியே கடைசி வரிசையில் வைத்திருப்பாள். அதற்குப் பிறகு அவள் அதை உபயோகிக்கவே மாட்டாள். அவர்கள் எந்த இடத்தில் இருக்கிறார்களோ அதை அவள் விரும்பியதால் அவர்களை அப்படியே கடைசி வரிசையில் வைத்திருப்பாள்."

ஸ்ட்ராட்லேட்டர் எதுவும் சொல்லவில்லை. இந்த மாதிரியான விஷயங்கள் பெரும்பாலானவர்களுக்கு சுவாரசியமாக இருப்பது இல்லை.

"நாங்கள் இருந்த அதே க்ளப்பில் தான் அவளுடைய அம்மாவும் உறுப்பினராக இருந்தார். நான் கொஞ்சம் பணம் சம்பாதிப்பதற்காக "கேடி"யாக (கோல்ஃப் விளையாடக்கூடிய ஒருவரின் சாமானைத் தூக்கிக் கொண்டு அவருடனே செல்பவர்) அவ்வப்போது வேலை செய்வதுண்டு. அவளுடைய அம்மாவுக்கு "கேடி"யாக நான் இரண்டு முறை இருந்திருக்கிறேன். அவர்கள் ஒன்பது ஹோல் உள்ள கோல்ஃப் கோர்ஸில் 170 கஜங்கள் தூரம் வரை அடித்தார்கள்."

ஸ்ட்ராட்லேட்டர் அவ்வளவாக கவனிக்கவில்லை. அவன் தனது "கிருதா"வை சீவி சரி செய்து கொண்டிருந்தான்.

"கீழே போய் அவளுக்கு ஒரு ஹலோவாவது சொல்லவேண்டும்" என்றேன் நான்.

"ஏன் நீ செய்யக்கூடாது?"

"இன்னும் ஒரு சில நிமிடங்களில்"

அவன் தனது தலை முடியை மீண்டும் வகுப்பெடுத்து சீவ ஆரம்பித்தான். அவனுக்கு சீவி முடிக்கக் கிட்டத்தட்ட ஒரு மணி நேரம் ஆனது.

"அவளுடைய அம்மாவும், அப்பாவும் விவாகரத்து செய்து கொண்டார்கள். அம்மா மீண்டும் யாரோ ஒரு குடிகாரரைத் திருமணம் செய்து கொண்டார்" என்றேன். "அவர் மிகவும் ஒல்லியானவர், கால்களில் எல்லாம் முடியிருக்கும். எனக்கு அவரை நினைவிருக்கிறது. எப்பொழுதும் "ஷார்ட்ஸ்" தான் அணிந்திருப்பார். அவர் ஒரு நாடக ஆசிரியரோ இல்லை வேறெதுவுமோ என்று ஜேன் சொன்னாள். ஆனால் நான் அவரைப் பார்க்கும் போதெல்லாம் குடித்துக் கொண்டு ரேடியோவில் ஏதாவது ஒரு நிகழ்ச்சியைக் கேட்டுக் கொண்டிருப்பார். ஜேன் இருக்கும் போது கூட வீட்டைச் சுற்றி நிர்வாணமாக ஓடிக் கொண்டிருப்பார்".

"அப்படியா?" என்றான் ஸ்ட்ராட்லேட்டர். இது அவனை சுவாரசப்படுத்தியது. ஜேன் இருக்கும் போதே அந்தக் குடிகாரர் வீட்டிற்குள்ளேயே நிர்வாணமாக ஓடுவார் என்று தெரிந்து

கொண்டதும் அவன் உற்சாகமானன். ஸ்ட்ராட்லேட்டரும் ஒரு "செக்ஸி பாஸ்டர்ட்"!

""அவளுடையக் குழந்தைப் பருவம் மிகவும் மோசமானதாக இருந்தது. நான் வேடிக்கைக்காக இதைச் சொல்லவில்லை".

அது அவனை அவ்வளவு சுவாரசியப்பட வைக்கவில்லை. அவன் "செக்ஸ்" சம்பந்தப்பட்ட விஷயங்களில் மட்டும் சுவாரசியம் காட்டினான்.

"ஜேன் காலகர்" கடவுளே!. என்னுடைய மனதிலிருந்து அவளை அகற்ற முடியவில்லை. உண்மையிலேயே என்னால் முடியவில்லை. கீழே போய் குறைந்தபட்சம் அவளுக்கு ஹலோவாவது சொல்ல வேண்டும்.

நான் ஜன்னல் வழியே பார்த்தேன். ஆனால் அதன் வழியாகப் பார்க்க முடியவில்லை. குளியலறையில் சுடு தண்ணீரின் நீராவி ஜன்னல்களில் எல்லாம் பட்டிருந்ததால் சரியாகப் பார்க்க முடியவில்லை. "எனக்கு மூடும் இல்லை" என்று சொல்லிக் கொண்டேன். ஒரு இரண்டுங்கெட்டான் நிலை. இதற்கெல்லாம் ஒரு மூடு வேண்டும். "நான் அவள் ஷிப்லே சென்றிருப்பாள் என்று நினைத்தேன். அப்படி என்னால் சத்யபிரமாணம் கூட செய்திருக்க முடியும்". நான் அந்த பாத்ரூமிலேயே சிறிது நேரம் சுற்றிக் கொண்டிருந்தேன். வேறெந்த வேலையும் எனக்கு இல்லை. "அவள் விளையாட்டைப் பார்த்து மகிழ்ச்சியடைந்தாளா?" என்று நான் கேட்டேன்.

"ஆமாம். அப்படித்தான் நான் ஊகிக்கிறேன். எனக்குத் தெரியாது."

"நாங்கள் எப்பொழுதும் செக்கர்ஸ் விளையாடுவோம் என்று அவள் ஏதாவது கூறினாளா?"

"கடவுளருளில் எனக்கு எதுவும் தெரியாது. நான் அவளை வெறுமனே சந்தித்தேன் அவ்வளவுதான்" என்றான் ஸ்ட்ராட்லேட்டர். அவன் ஒரு வழியாக தனது அழகான "கூந்தலை" சீவி முடித்தான். அவன் குளிப்பது சம்பந்தப்பட்ட அனைத்து பொருட்களையும் தள்ளி வைத்தான்.

"நான் அவளைக் கேட்டதாகச் சொல், சொல்வாயா?"

“சரி” என்றான் ஸ்ட்ராட்லேட்டர். ஆனால் அவன் சொல்ல மாட்டான் என்று எனக்குத் தெரியும். ஸ்ட்ராட்லேட்டர் போன்றவர்கள் நீங்கள் சொல்லுமாறு சொல்லிய தகவல்களை யாரிடமும் ஒருபோதும் சொல்லமாட்டார்கள்.

அவன் மீண்டும் தனது அறைக்குச் சென்றான், ஆனால் நான் பாத்ரூமிலேயே ஜேனை நினைத்துக் கொண்டு சிறிது நேரம் இருந்தேன். அதற்குப் பிறகு நானும் என் அறைக்குச் சென்றேன்.

நான் அறைக்குள் நுழைந்த போது ஸ்ட்ராட்லேட்டர் கண்ணாடிக்கு முன்னால் நின்று கொண்டு டை அணிந்து கொண்டிருந்தான். தனது வாழ்க்கையின் பாதி நேரத்தை அவன் கண்ணாடிக்கு முன்னாலேயே செலவழித்திருப்பான். நான் எனது நாற்காலியில் உட்கார்ந்து அவனையே சிறிது நேரம் பார்த்துக் கொண்டிருந்தேன்.

“ஹாய், இங்கிருந்து நான் வெளியேற்றப்பட்டு விட்டேன் என்பதை அவளிடம் சொல்லாதே, சொல்வாயா?” என்று கேட்டேன்.

“சரி”

ஸ்ட்ராட்லேட்டரிடம் உள்ள ஒரு நல்ல பழக்கம் இது. அக்லேயிடம் சொல்வது போல் ஒவ்வொரு சின்ன விஷயத்தையும் இவனிடம் சொல்ல வேண்டுமென்கிற அவசியமில்லை. இவன் மற்றவர்கள் சம்பந்தப்பட்ட விஷயங்களில் அவ்வளவாக சுவாரசியம் காட்டாததுதான் இதற்குக் காரணம். இந்த விஷயத்தில்தான் இவன் அக்லேயிடம் வேறுபடுகிறான். அக்லே எல்லாவற்றிலும் மூக்கை நுழைக்கும் பாஸ்டர்ட்.

இவன் எனது ஜாக்கெட்டை அணிந்து கொண்டான்.

“கடவுளே, தயவு செய்து இதை இன்னும் அதிகமாக இழுக்காதே” என்றேன். நான் இரண்டு தடவைதான் இந்த ஜாக்கெட்டை அணிந்திருக்கிறேன்.

“நான் இழுக்க மாட்டேன். எனது சிகரெட்டுகள் எங்கே?”

“மேஜை மேல் இருக்கிறது” அவன் எங்கு, எந்தப் பொருளை வைக்கிறான் என்று தெரியாது. “உன் மஃப்ள”ருக்குக் கீழே

இருக்கிறது. அவன் அதை தனது கோட் பாக்கெட்டுக்குள் — அதாவது எனது கோட் பாக்கெட்டுக்குள் — வைத்துக் கொண்டான்.

திடீரென்று ஒரு மாற்றத்திற்காக எனது வேட்டைக்காரத் தொப்பியை ஒரு சுற்று சுற்றி முன்னோக்கி இழுத்து விட்டுக் கொண்டேன். ஏதோ திடீரென்று ஒரு தளர்ச்சி ஏற்பட்டது. நான் பதட்டப்படக்கூடியவன். "நீ உன் தோழியுடன் எங்கே போகிறாய்?" என்று கேட்டேன்.

"எனக்குத் தெரியாது. நேரம் இருந்தது என்றால் நியூயார்க் செல்வோம். அவள் ஒன்பதரை மணிக்குதான் விடுதியை விட்டு வருவதாகச் சொல்லியிருக்கிறாள்" என்றான்.

அவன் சொன்ன விதம் எனக்குப் பிடிக்கவில்லை. அதனால் நான், "அவளுக்கு நீ ஒரு ஹேண்ட்ஸம், சார்மிங் பாஸ்டார்ட் என்று தெரிந்திருக்காது. அப்படித் தெரிந்திருந்தால் காலை ஒன்பதரை மணிக்கே வருவதாகச் சொல்லியிருப்பாள்" என்றேன்.

"சரிதான்" என்றான் ஸ்ட்ராட்லேட்டர். அவ்வளவு சீக்கிரமாக இவனிடம் சிடுசிடுப்பை உண்டாக்க முடியாது. இவன் கொஞ்சம் அகந்தை உள்ளவன். "எனக்கான கட்டுரையை எழுதி வை" என்று சொல்லிக் கொண்டே கோட்டைப் போட்டுக் கொண்டு வெளியே செல்வதற்குத் தயாராக இருந்தான். "அதிகமாக முயற்சியெதுவும் தேவையில்லை. கூடியமட்டும் விரிவாக இருக்கட்டும். சரியா?" என்றான்.

எனக்கு அதற்குப் பதில் சொல்ல வேண்டும் என்கிற உணர்வு ஏற்படாததால் நான் பதில் எதுவும் சொல்லவில்லை. நான் அவனிடம், "அவள் இன்னும் அரசர்களை கடைசி வரிசையில் தான் வைத்திருக்கிறாளா?" என்று கேட்குமாறு கூறினேன்.

"சரி" என்றான் ஸ்ட்ராட்லேட்டர். ஆனால் அவன் கேட்க மாட்டானென்று எனக்குத் தெரியும். "இதை எளிதாக எடுத்துக் கொள்" என்று சொல்லிக் கொண்டே அறையை விட்டு வெளியே சென்றான்.

அவன் சென்ற பிறகு அரை மணி நேரம் அங்கேயே உட்கார்ந்திருந்தேன். அதாவது எந்த வேலையும் செய்யாமல்

நாற்காலியில் வெறுமனே உட்கார்ந்திருந்தேன். நான் ஜேனைப் பற்றியும், ஸ்ட்ராட்லேட்டருடன் அவள் "டேட்டிங்" செல்வதையும் நினைத்துக் கொண்டேன். இது என்னை படபடப்புக்குள்ளாக்கி ஏறக்குறைய ஒரு பைத்தியக்கார நிலைமைக்குக் கொண்டு சென்றது. நான் ஸ்ட்ராட்லேட்டர் ஒரு "செக்ஸி பாஸ்டார்ட்" என்று ஏற்கனவே உங்களிடம் சொல்லியிருக்கிறேன்.

திடீரென்று அக்லே மறுபடியும் வழக்கம் போல ஷவர் திரைச்சீலை வழியாக நுழைந்தான். எனது முட்டாள்த் தனமான வாழ்க்கையில் முதல் முறையாக அவனுடைய வருகை எனக்கு மகிழ்ச்சியளித்தது. நான் சற்று நேரத்திற்கு முன்பு நினைத்துக் கொண்டிருந்த அனைத்து விஷயங்களையும் இவனுடைய வருகை மறக்கடித்தது.

அவன் இரவு சாப்பாட்டு நேரம் வரை இங்கேயே இருந்தான். பென்சியில் தைரியம் அதிகமுள்ளவர்களை தான் வெறுப்பது பற்றிக் கூறினான். பேசிக் கொண்டிருக்கும் போதே தனது முகவாய்க்கட்டையில் உள்ள பருவை பிதுக்கி விட்டுக் கொண்டி ருந்தான். அவன் தனது கைக்குட்டையைக் கூட இதற்குப் பயன் படுத்தவில்லை. இந்த பாஸ்டார்டிடம் கைக்குட்டை இருக்கும் என்பதை நினைத்துக் கூட பார்க்க முடியாது. இவன் ஒரு முறை கூட அதை உபயோகித்து நான் பார்த்ததில்லை.

5

பென்சியில் சனிக்கிழமைகளில் இரவுச் சாப்பாடு எப்பொழுதும் ஒரே மாதிரியாகத் தான் இருக்கும். அன்றைக்கு அவர்கள் அசைவ உணவு கொடுப்பதினால் ஏதோ பெரிதாக பரிமாறுவதாக நினைத்துக் கொண்டார்கள். பெரும்பாலான மாணவர்களின் பெற்றோர்கள் அவர்களைப் பார்ப்பதற்கு ஞாயிற்றுக் கிழமை பென்சிக்கு வருவது வழக்கம். அப்படி வரும் போது அவர்கள் தங்களது அன்பான குழந்தைகளிடம் "நேற்றிரவு என்ன சாப்பாடு" என்று கேட்க அதற்கு அவர்களுக்கு அசைவ உணவு என பதில் சொல்லக்கூடும் என்பதை தெர்மர் அநேகமாகக் கண்டுபிடித்திருக்க வேண்டும். இது எவ்வளவு பெரிய ஏமாற்று வேலை. நீங்கள் அந்த உணவைப் பார்க்க வேண்டும். சரியாக நறுக்கக்கூட முடியாமல் கடினமாக இருக்கும். அந்த இரவன்று மிகவும் பெரிய கட்டியாக இருக்கக்கூடிய உருளைக் கிழங்குகள் உங்களுக்குக் கிடைக்கும். அதற்குப் பிறகு "டெஸர்ட்டாக" "ப்ரௌன் பெட்டி" தருவார்கள். இதை விபரம் தெரியாத மாணவர்களும் (ஆரம்பப் பள்ளியைச் சேர்ந்தவர்கள்), அக்லே போன்றவர்களும் சாப்பிடுவார்களே தவிர வேறு யாரும் சாப்பிடுவதில்லை.

நாங்கள் சாப்பாட்டு ஹாலை விட்டு வெளியே வந்த போது நல்ல ஒரு உணர்வு ஏற்பட்டது. தரையிலிருந்து மூன்று இஞ்ச் அளவிற்கு இருந்த பனி வழிந்து கொண்டிருந்தது.

பார்ப்பதற்கே நரக வேதனையாக இருந்தது. நாங்கள் எல்லோரும் பனிக்கட்டியை தூக்கியெறிந்து விளையாடிக் கொண்டிருந்தோம். இது குழந்தைத்தனமாக இருந்தாலும் எல்லோருக்கும் மகிழ்ச்சியாக இருந்தது.

எனக்குத் தோழி யாரும் இல்லாததால் நானும் எனது நண்பன் மால் பிராசர்டும் (Mal Brossard) குத்துச்சண்டை குழுவில் உள்ளவன் ஏஜர்ஸ்டவுனுக்கு பஸ்ஸில் சென்று ஹாம்பர்க்கர் சாப்பிட்டுவிட்டு, மோசமான படம் ஒன்றைப் பார்த்துவிட்டு வரலாமென்று நினைத்தோம். இரவு முழுவதும் வெறுமனே உட்கார்ந்து கொண்டிருப்பதில் பயனெதுவுமில்லை என்று எண்ணினோம். அக்லே என்னுடன் வருவதில் மால்லுக்கு எதுவும் ஆட்சேபணை இருக்கிறதா என்று கேட்டேன். நான் கேட்டதற்குக் காரணம், அக்லே சனிக்கிழமை இரவுகளில் அவன் அறையில் உட்கார்ந்து கொண்டு பருக்களை பிதுக்கி விட்டுக் கொண்டிருப்பது தவிர்த்து வேறெதுவும் செய்வதில்லை என்பதால் தான். மால் தனக்கு ஆட்சேபணை இல்லையென்று கூறினாலும் அந்த யோசனையில் அவனுக்கு அவ்வளவாக இஷ்டமில்லை. அவனுக்கு அக்லேயே அவ்வளவாகப் பிடிக்காது. எது எப்படியோ, நாங்கள் இரண்டு பேரும் எங்களைத் தயார் செய்து கொள்வதற்காக அவரவர் அறைக்குச் சென்றோம். நான் டிரெஸ் போட்டுக் கொண்டே அக்லே எங்களுடன் படத்திற்கு வருகிறானா என்று சத்தம் போட்டுக் கேட்டேன். அவனுக்கு நான் கத்தியது ஷவரின் திரைச்சீலை ஊடாகக் கேட்டிருந்தாலும் அவன் உடனே பதில் அளிக்கவில்லை. அவன் உடனே எதற்கும் பதிலளிக்க மாட்டான். அவனுடைய குணம் அப்படி. கடைசியாக அவன் அந்தத் திரைச்சீலைகளை விலக்கிக் கொண்டு வந்து உன்னைத் தவிர வேறு யாரெல்லாம் படத்துக்குப் போகிறீர்கள் என்று கேட்டான். எப்பொழுதும் இவன் இப்படித்தான். உடைந்த கப்பலில் இருந்து இவனை மீட்டு போட்டில் போடும் போது கூட அந்த போட்டை ஓட்டி வருவது யார் எனக் கேட்கக் கூடியவன். நான் அவனிடம் என்னோடு மால் பிராசர்டும் வருவதாகக் கூறினேன். அவன், "அந்த பாஸ்டர்ட்டா... நல்லது. ஒரு வினாடி காத்திரு" என்றான். ஏதோ அவன் எனக்கு பெரிய உதவி பண்ணுவது போல.

அவனுக்கு ரெடியாக "ஐந்து மணி" நேரம் ஆனது. அவன் கிளம்பிக் கொண்டிருக்கும் போது நான் எனது ஜன்னல் பக்கமாகச் சென்று அதைத் திறந்து வெளியே கிடந்த

பனிக்கட்டியை வெறும் கையால் எடுத்துக் கொண்டேன். அந்த பனி கையில் பிடிப்பதற்கு நன்றாக இருந்தது. நான் அதை எதன் மேலும் தூக்கியெறியவில்லை. ஆனால் தூக்கியெறிய ஆரம்பித்தேன். அந்த சாலையில் நேர் எதிரே நிறுத்தப்பட்டிருந்த காரின் மேல் எறியலாம் என்று நினைத்தேன். ஆனால் என் மனதை மாற்றிக் கொண்டேன். காரணம், அந்தக் கார் பார்ப்பதற்கு அழகாக, வெள்ளை வெளேர் என்று இருந்தது. இறுதியாக நான் அதை அதன் மேல் தூக்கியெறியாமல் தெருக்களில் தண்ணீரைத் துப்புரவாக்கப் பயன்படுத்தப்படும் குழாயின் மேல் எறிந்தேன். ஆனால் அதுவும் பார்ப்பதற்கு நன்றாகவும், வெள்ளையாகவும் இருந்தது. அதற்குப் பிறகு நான் எதன் மேலும் எறியவில்லை. ஜன்னலை மூடிவிட்டு கையிலிருந்த பனிக்கட்டியுடன் அறைக்குள் சுற்றினேன். சிறிது நேரத்திற்குப் பிறகு நான், அக்லே, பிராசர்டு மூவரும் பேருந்தில் ஏறிய பின்னும் அந்தப் பனிக்கட்டி என் கையில் இருந்தது. பஸ் ஓட்டுநர் கதவைத் திறந்து அதை வெளியே எறியுமாறு என்னிடம் கூறினார். நான் இதை யார் மேலும் எறிய மாட்டேன் என்று அவரிடம் கூறுகையில் அவர் அதை நம்பவில்லை. மக்கள் ஒருபோதும் நம்மை நம்ப மாட்டார்கள்.

மற்றவர்களைப் போலவே பிராசர்டு, அக்லே இருவரும் படம் பார்த்தனர். நாங்கள் இரண்டு ஹாம்பர்க்கர்கள் சாப்பிட்ட பிறகு சிறிது நேரம் “பின் – பால்” விளையாடி விட்டு மீண்டும் பென்சிக்கு பேருந்தில் வந்து சேர்ந்தோம். நான் படம் பார்க்கவில்லை என்பது பற்றி கவலைப்படவில்லை. இது காரி க்ராண்ட் (Gary Grant) நடித்த அபத்தமான ஒரு நகைச்சுவைப் படம். இதற்கு முன்னாலும் பிராசர்டு, அக்லேயுடன் படத்திற்குச் சென்றிருக்கிறேன். வேடிக்கையாக இல்லாவிட்டாலும் அவர்கள் சிரிப்பார்கள். அவர்களுக்குப் பக்கத்தில் உட்கார்ந்து படம் பார்க்கும்போது நான் அவ்வளவாக ரசிப்பதில்லை.

நாங்கள் விடுதிக்குத் திரும்பும் போது மணி 8.45. பிராசர்டு ஒரு விளையாட்டுப் பைத்தியம். தன்னுடன் விளையாடுவதற்காக ஆள் தேடிக் கொண்டிருந்தான். அக்லே “ஒரு மாறுதலுக்காக” என் அறையில் தஞ்சம் புகுந்தான். ஸ்ட்ராட்லேட்டருடைய நாற்காலியின் “கை”ப் பகுதியில் உட்காருவதற்குப் பதிலாக அவன் எனது படுக்கையில் இருந்த தலையணையில் தனது முகத்தைப் பதித்துப் படுத்திருந்தான். அந்த நிலையிலேயே என்னோடு பேசிக் கொண்டு பருக்களைப் பிதுக்கிக்

கொண்டிருந்தான். நான் ஆயிரம் முறை ஜாடை மாடையாகக் குறிப்பிட்டாலும் அவனைப் போக வைக்க முடியவில்லை. அவன் தொடர்ந்து அவனுக்கும் ஏதோ ஒரு பெண்ணுக்கும் இருந்த உறவு பற்றியும், சென்ற கோடை காலத்தின் போது பாலியல் உறவு கொள்ள இருந்தது பற்றியும் விடாமல் பேசிக் கொண்டேயிருந்தான். இது பற்றி அவன் இதற்கு முன்னால் என்னிடம் நூறு முறையாவது கூறியிருப்பான். ஒவ்வொரு முறை சொல்லும் போதும் இது வித்தியாசமாக இருக்கும். ஒரு முறை அவனுடைய உறவினரின் இடமாக இருக்கும், மறு நிமிடம் பலகையினால் ஆன நடந்து செல்லும் பாதைக்குக் கீழ் இருக்கும். எல்லாம் சுத்த அபத்தம். அவன் இன்னும் "கன்னி" கழியாமல்தான் இருக்கிறான். அவனைப் பார்த்தால் யாருக்காவது இந்த மாதிரியான உணர்வு ஏற்படுமா என்பது சந்தேகம்தான். எப்படியோ, கடைசியாக அவனிடம் நான் ஸ்ட்ராட்லேட்டருக்காகக் கட்டுரை எழுத அதிகக் கவனம் செலுத்த வேண்டியிருப்பதால் அவனை அங்கிருந்து போகச் சொன்னேன். ஒருவழியாக அவனும் வழக்கம் போல சிறிது நேரத்திற்குப் பிறகே அந்த இடத்தை விட்டு வெளியே சென்றான். அவன் அங்கிருந்து சென்றபின் நான் பைஜாமா, பேத்ரோப் மற்றும் வேட்டைக்காரத் தொப்பியை அணிந்து கொண்டு கட்டுரை எழுத ஆரம்பித்தேன்.

ஸ்ட்ராட்லேட்டர் என்னிடம் விவரித்தபடி ஒரு அறையையோ அல்லது வீட்டையோ என்னால் நினைத்துப் பார்க்க முடியவில்லை. அறைகளையோ, வீடுகளையோ விவரிப்பதில் நான் பாண்டித்தியம் பெற்றவன் இல்லை. ஆகையால் நான் என்ன செய்தேன் என்றால், என்னுடைய சகோதரன் ஆலி (Allie) யினுடைய பேஸ்பால் கையுறையைப் பற்றி எழுதினேன். இது மிகவும் விளக்கமாக எழுதக்கூடியப் பொருளாகும். என்னுடைய சகோதரன் ஆலியிடம் இடது கை பழக்கமுள்ள ஃபீல்டருக்கான கையுறை இருந்தது. அவன் இடது கை பழக்கம் உள்ளவன். இது பற்றி விவரிக்க வேண்டியது என்னவெனில், கையுறையில் இருந்த விரல்களின் பகுதிகளிலெல்லாம் பச்சை மையில் கவிதைகள் எழுதப்பட்டிருந்தன. அவன் களத்தில் இருக்கும் போது, ஆனால் யாரும் பேட் செய்யாதிருக்கும் போது படிப்பதற்காக அவன் தன்னுடைய கையுறையில் இதை எழுதியிருந்தான். இப்பொழுது அவன் உயிரோடு இல்லை. நாங்கள் மேயினில் (Maine) இருக்கும் போது அவனுக்கு லூக்கேமியா வந்து 1946

ஆம் ஆண்டு ஜூலை 18ஆம் தேதி இறந்துவிட்டான். அவன் இருந்திருந்தால் நீங்கள் அவனை விரும்புவீர்கள். என்னை விட அவன் இரண்டு வயது இளையவனாக இருந்தாலும், என்னை விட ஐம்பது மடங்கு புத்திசாலியானவன். மிகவும் பயங்கரமான புத்திசாலி. ஆலி போன்ற ஒரு மாணவன் எங்கள் வகுப்பறையில் இருப்பது எங்களுக்கு மகிழ்ச்சியாக இருக்கிறது என்று அவனைப் பற்றி அவனுடைய ஆசிரியர்கள் என் அம்மாவிற்கு எழுதும் கடிதத்தில் குறிப்பிடுவார்கள். இதை அவர்கள் "சும்மா" பேச்சுக்குச் சொல்லவில்லை. எங்கள் குடும்பத்தில் அவன் மிகவும் புத்திசாலி என்பது மட்டுமல்லாமல் பல வழிகளிலும் இனிமையானவன். அவன் யாருடனும் கோபமாக நடந்து கொண்டதில்லை. சிவப்பு நிற முடி கொண்டவர்கள் எளிதாகக் கோபப்படுவார்கள் என சொல்வதுண்டு ஆனால் ஆலிக்கு சிவப்பு நிற முடியிருந்தும் அவன் அப்படி நடந்து கொண்டதில்லை. அவனுக்கு எந்த மாதிரியான சிவப்பு முடி இருந்தது என்று நான் சொல்கிறேன். எனக்குப் பத்து வயதாக இருக்கும் போதே நான் கோல்ஃப் விளையாட ஆரம்பித்துவிட்டேன். எனது பனிரெண்டாவது வயதில் ஒரு கோடைக்காலத்தில் நான் அவ்வப்போது கோல்ஃப் விளையாடிக் கொண்டிருந்தேன். அப்படி ஒரு நாள், நான் விளையாடிக் கொண்டிருக்கும் போது திடீரென்று திரும்பிப் பார்த்தால் என் தம்பி இருப்பான் என்று எனக்குள் ஒரு "பட்சி" சொல்லியது. அதன்படியே நான் திரும்பிப் பார்த்தேன். அவன் வேலிக்கு வெளியில் தனது பைக்கில் உட்கார்ந்திருந்தான். கோல்ஃப் மைதானத்தைச் சுற்றி இந்த வேலி வேயப்பட்டிருந்தது. – எனக்குப் பின்னால் 450 அடி தூரத்தில் அவன் உட்கார்ந்து நான் விளையாடுவதைப் பார்த்துக் கொண்டிருந்தான். இவ்வளவு தூரத்தில் அவன் இருப்பது தெரியுமளவிற்கு அவனது சிவப்பு நிற முடி இருந்தது. கடவுளே, அவன் மிகவும் இனிமையானவன். சாப்பாட்டு மேசையின் முன் உட்கார்ந்திருக்கும் போது எதையோ நினைத்து நாற்காலியிலிருந்து விழக்கூடிய அளவிற்குச் சிரித்தான். அப்பொழுது எனக்கு பதிமூன்று வயது. கேரேஜில் உள்ள எல்லா ஜன்னல்களையும் நான் உடைத்திருந்ததால் என்னை மன உளவியல் முறையில் பரிசோதித்துப் பார்க்க நினைத்திருந்தனர். இதற்கு அவர்களை குற்றம் சொல்ல முடியாது. உண்மையிலேயே அவர்களை எதுவும் சொல்ல முடியாது. அவன் இறந்த நாளன்று நான் கேரேஜில் படுத்திருந்தேன். என்ன நினைத்தேனோ தெரியவில்லை

திடீரென்று எனது முஷ்டியால் ஜன்னல்களையெல்லாம் உடைத்தேன். அப்பொழுது அங்கிருந்த "ஸ்டேஷன் வேகனி"ன் ஜன்னல்களையும் உடைக்க நினைத்தேன். ஆனால் அந்த நேரத்தில் எனது கை மிகவும் பாதிப்புக்கு உள்ளாகியிருந்ததால் என்னால் எதுவும் செய்ய முடியவில்லை. நான் செய்தது மிகவும் முட்டாள்த்தனமானது. ஆனால் ஏன் அப்படி செய்தேன் என்று தெரியவில்லை. உங்களுக்கு ஆலியைப் பற்றித் தெரியாது. இன்னும் என் கையில் எப்போதாவது வலி எடுக்கும். மழை பெய்யும் நேரத்தில் எனது கையை இறுக்கமாக மூட முடியாது. நான் அறுவை சிகிச்சை நிபுணராகவோ அல்லது வயலினிஸ்ட்டாகவோ அல்லது வேறு எதுவுமாகவோ ஆகப் போவதில்லை என்பதால் மற்ற நேரங்களில் நான் அது பற்றிக் கவலைப்படுவதில்லை.

எப்படியோ, இதுதான் ஸ்ட்ராட்லேட்டருக்காக நான் எழுதியக் கட்டுரை. ஆலியினுடைய பேஸ்பால் கையுறை. அது எப்படியோ எனது சூட்கேஸில் என்னிடத்தில் இருக்கும்படி ஆயிற்று. ஆகையால் அதை வெளியே எடுத்து அதில் உள்ள கவிதைகளை பிரதியெடுத்துக் கொண்டேன். நான் செய்ய வேண்டியதெல்லாம் அதிலிருந்து ஆலியினுடைய பெயரை அழிக்க வேண்டியதுதான். இதனால் யாருக்கும் அது என்னுடைய சகோதரனுடையது என்று தெரியவராது. இதைச் செய்வதில் எனக்கு அவ்வளவாக விருப்பமில்லை ஆனால் என்னால் வேறு எதையும் நினைத்துப் பார்க்க முடியவில்லை. ஆனால் இது பற்றி எழுவது எனக்குப் பிடித்திருந்தது. ஸ்ட்ராட்லேட்டரின் மோசமான டைப்ரைட்டரில் டைப் அடித்து முடிக்க கிட்டத்தட்ட ஒரு மணி நேரம் ஆயிற்று. பழைய டைப்ரைட்டர் என்பதால் அடிக்கடி சிக்கிக் கொண்டது.

நான் இதை முடிக்கும் போது மணி பத்து முப்பது இருக்கும் என நினைக்கிறேன். எனக்கு அவ்வளவாக களைப்புத் தெரியாததால் ஜன்னலுக்கு வெளியே பார்த்துக் கொண்டிருந்தேன். பனிப் பொழிவு இருப்பதாகத் தெரியவில்லை ஆனால் அவ்வப் பொழுது எங்கிருந்தோ கார்கள் ஸ்டார்ட் ஆக முடியாமல் திணறக்கூடிய சத்தம் கேட்டுக் கொண்டிருந்தது. நீங்களும் கூட அக்லேயினுடைய குறட்டை விடும் சப்தத்தைக் கேட்க முடியும். ஷவர் திரைச்சீலைகளுக்கு ஊடாகவும் கூட இதை நீங்கள் கேட்க முடியும். அவனுக்கு "சைனஸ்" பிரச்சனை இருந்ததால் அவன்

தூங்கும்போது அதிக வெப்பமான காற்றை உள்ளிழுக்க முடியாது. அவனுக்கு சைனஸ் பிரச்சனை, பருக்கள், மோசமான பற்கள், அருவருக்கத்தக்க நாற்றம், 'ஒழுங்கற்ற நகங்கள் என எல்லாம் இருந்தன. இந்தத் கோமாளித்தனமான பையனை'' நினைத்து நாம் சிறிது வருத்தப்படத்தான் வேண்டும்.

6

சில விஷயங்களை நினைவில் வைத்துக் கொள்வது மிகவும் கடினம். ஜேனுடன் வெளியே போய்விட்டு ஸ்ட்ராட்லேட்டர் எப்பொழுது திரும்பி வந்தான் என்பதை இப்பொழுது நினைத்துக் கொண்டிருந்தேன். வராந்தாவில் அவன் திரும்பி வரும் போது ஏற்பட்ட காலடிச் சத்தம் கேட்ட போது நான் என்ன செய்து கொண்டிருந்தேன். அநேகமாக ஜன்னலுக்கு வெளியே பார்த்துக் கொண்டிருந்திருப்பேன். ஆனால் சத்தியமாக எனக்கு நினைவில் இல்லை. இது குறித்து எனக்கு மிகவும் கவலையாக இருந்தது. நான் எதையாவது நினைத்து கவலைப் பட ஆரம்பித்தால் என்னால் வெட்டித்தனமாக இருக்க முடியாது. நான் எதைப் பற்றியாவது கவலைப்பட்டால் பாத்ரூமுக்குக் கூட செல்ல மாட்டேன். அந்த அளவிற்குக் கவலைப்படுவேன். எந்த இடையூறையும் விரும்ப மாட்டேன். உங்களுக்கு ஸ்ட்ராட்லேட்டர் பற்றித் தெரிந்திருந்தால் நீங்களும் கவலைப்பட்டிருப்பீர்கள். இரண்டு முறை அவனை முன்னிட்டு எனக்கு இந்த மாதிரி ஏற்பட்டிருக்கிறது. நான் என்ன பேசுகிறேன் என்று எனக்கு நன்றாகவேத் தெரியும். அவன் மனசாட்சியற்றவன்.

வராந்தா தரையின் மேல் லினோலிய ஷீட் போடப்பட்டிருந்ததால் யாராவது நடந்து வரும் காலடிச் சத்தத்தை அறைக்குள் இருந் தாலும் கேட்க முடிந்தது. அவன் உள்ளே வரும் போது நான் எங்கே உட்கார்ந்து கொண்டிருந்தேன்—

ஜன்னலருகில் அல்லது என் நாற்காலியில் அல்லது அவனுடைய நாற்காலியில் — என்பது கூட என் நினைவில் இல்லை. இது சத்தியம்.

அவன் உள்ளே வந்தவுடன் வேதனையுடன் வெளியே எவ்வளவு குளிராக இருக்கிறது என்று சொல்ல ஆரம்பித்தான். அதன் பின், "எங்கே போய்த் தொலைந்தார்கள் எல்லோரும்? ஏன் இந்த இடம் ஒரு பிணவறை போல இருக்கிறது?" என்று கேட்டான். நான் அதற்குப் பதில் சொல்ல விருப்பப்படவில்லை. சனிக்கிழமை இரவு வார இறுதிக்காக மாணவர்கள் அவரவர் வீட்டிற்குச் சென்றிருப்பார்கள் அல்லது தூங்கச் சென்றிருப்பார்கள் என்று கூடவா இந்த முட்டாள் உணரவில்லை. நான் இதைப் பற்றி அவனிடம் சொல்லப் போவதில்லை. அவன் உடைகளைக் களைய ஆரம்பித்தான். அவன் ஜேனைப் பற்றி ஒரு வார்த்தை கூட பேசவில்லை. நானும் பேசவில்லை. நான் அவனை கவனித்துக் கொண்டிருந்தேன். என்னுடைய ஜாக்கெட்டை போட்டுக் கொண்டு போகச் சொன்னதற்காக நன்றி கூறினான். அவன் அதை ஹாங்கரில் தொங்கவிட்டு, அலமாரிக்குள் வைத்தான்.

அவன் கட்டியிருந்த டையை கழட்டிக் கொண்டே அவன் சொன்னபடி நான் கட்டுரை எழுதிவிட்டேனா என்று கேட்டான். அதற்கு நான், எழுதி முடித்துவிட்டதையும் அது அவனது படுக்கை மேல் இருக்கிறது என்பதையும் கூறினேன். படுக்கையை நோக்கிச் சென்ற அவன் சட்டையைக் கழற்றிக் கொண்டே அதை ஒரு பார்வை பார்த்துவிட்டு, சட்டை எதுவும் போடாத திறந்து கிடந்த நெஞ்சு மற்றும் வயிற்றைத் தடவிக் கொண்டே அதைப் படிக்கும் போது முகத்தில் ஒருவிதமான வெளிப்பாடு தெரிந்தது. அவன் எப்பொழுதும் தனது வயிறு அல்லது நெஞ்சைத் தடவிக் கொண்டேயிருப்பான். அவனுக்கு அவன் மேலேயே கோபம் வந்தது.

திடீரென்று அவன், "கடவுளே!, ஹோல்டன் இதில் பேஸ்பால் விளையாட்டின் கையுறை பற்றி எழுதப்பட்டு இருக்கிறது" என்றான்.

"அதனால் என்ன?" என்றேன் நான்.

"அதனால் என்னவா? நான் உன்னிடம் ஏதாவது ஒரு அறை அல்லது வீடு பற்றியல்லவா எழுதச் சொல்லியிருந்தேன்"

என்றான் அவன்.

"நீ அது விளக்கமாக இருக்க வேண்டும் என்று சொல்லியிருந்தாய். கட்டுரை பேஸ்பால் கையுறை பற்றியதாக இருப்பதால் என்ன வித்தியாசம்?" என்றேன் நான்.

"கடவுளே''. அவன் நரகத்தில் இருப்பவன் போன்ற வேதனையில் இருந்தான். அவன் உண்மையிலேயே பயங்கர கோபத்தில் இருந்தான். "நீ எப்பொழுதுமே எல்லாவற்றையும் இப்படித்தான் செய்வாய்'' என்று என்னைப் பார்த்துக் கூறினான். "நீ பெயிலானதில் ஆச்சரியம் ஒன்றுமில்லை'' என்றான். "ஒரு காரியத்தை எப்படி செய்ய வேண்டுமோ அதை ஒழுங்காகச் செய்வதில்லை. நான் இந்த விஷயத்தை அர்த்தத்தோடுதான் சொல்கிறேன்" என்றான்.

"சரி, அப்படியென்றால் அதைத் திருப்பிக் கொடுத்துவிடு" என்று அர்த்தத்தோடுதான் நானும் சொன்னேன். நான் அவனை நோக்கிச் சென்று அவன் கையிலிருந்த கட்டுரையைப் பிடுங்கி அதைக் கிழித்துப் போட்டேன்".

"இதை ஏன் நீ செய்தாய்?" என்று கேட்டான்.

அதற்கு நான் பதில் சொல்லவில்லை. நான் கிழித்த காகிதங்களை குப்பைக்கூடையில் போட்டேன். அதற்குப் பிறகு படுக்கைக்குச் சென்று படுத்து விட்டேன். நாங்கள் இருவரும் நீண்ட நேரமாகப் பேசிக் கொள்ளவில்லை. அவன் உடைகளையெல்லாம் களைந்துவிட்டு ஷார்ட்ஸுக்கு மாறினான். எனது படுக்கையில் படுத்துக் கொண்டே சிகரெட் பிடிக்க ஆரம்பித்தேன். வழக்கமாக விடுதியில் சிகரெட் பிடிக்கக்கூடாது. ஆனால் அனைவரும் தூங்கிய பிறகு அல்லது யாரும் இல்லாத சமயத்தில் புகைபிடிக்கலாம். ஸ்ட்ராட்லேட்டருக்கு வெறுப்பேத்த வேண்டுமென்று தான் இதைச் செய்தேன். விதிகளை நாம் மீறும் போது அவனை அது பைத்தியமாக்கிவிடும். அவன் ஒரு போதும் விடுதியில் புகை பிடித்தது இல்லை. நான் மட்டுந்தான் புகைப் பிடித்திருக்கிறேன்.

அவன் இது வரைக்கும் ஜேன் பற்றி ஒரு வார்த்தை கூட பேசவில்லை. ஆகையால் நான், "அவள் ஒன்பது முப்பது மணிக்கு வெளியே செல்கிறேன் என்று சொல்லியிருக்கிறாள். நீ மிகவும் தாமதமாக வந்திருக்கிறாய். அதற்கேற்ற மாதிரி

"சைன்" ஏதாவது செய்தாயா?" என்று கேட்டேன்.

நான் அவனிடம் சொன்ன போது அவன் தன்னுடையப் படுக்கையின் விளிம்பில் உட்கார்ந்து கால் நகங்களை வெட்டிக் கொண்டிருந்தான். "இரண்டு நிமிடங்கள்" என்றான் அவன்.

"நீ நியூயார்க்கிற்குப் போனாயா?" என்றேன்.

"உனக்கு ஏதாவது இருக்கா, அவள் ஒன்பதரை மணிக்கு "சைன் — அவுட்" போட்டு வெளியே வரும் போது எப்படி நியூயார்க்கிற்குப் போகமுடியும்?"

"அது கஷ்டம்தான்"

அவன் என்னைப் பார்த்து, "கேட்டுக் கொள், நீ இங்கேயே புகைப்பிடிப்பதாக இருந்தால் ஏன் பாத்ரூம் வரை சென்று அந்த வேலையைச் செய்யக்கூடாது? நான் இங்கு கிராஜுவேட் படித்து முடிக்கும் வரை சுற்றிக் கொண்டிருக்க வேண்டும். நீயோ போய்விடுவாய்" என்றான்.

நான் அவனைக் கண்டு கொள்ளவில்லை. நான் ஒரு பைத்தியக்காரனைப் போல புகைபிடிக்க ஆரம்பித்தேன். நான் ஒரு புறமாக திரும்பி அவன் கால் நகம் வெட்டுவதைக் கவனித்துக் கொண்டிருந்தேன். என்ன ஒரு பள்ளிக்கூடம் இது. நீங்கள் எப்போதும் ஒருவன் நகம் வெட்டுவதையோ அல்லது பருக்களை பிதுக்கி விட்டுக் கொண்டிருப்பதையோ பார்த்துக் கொண்டிருக்க வேண்டும்.

"நான் கேட்டதாக அவளிடம் கூறினாயா?" என்று கேட்டேன்.

"ஆமாம்"

அவன் கேட்டிருக்கிறான், பாஸ்டார்ட்.

"அவள் என்ன சொன்னாள்? இன்னும் அவள் ராஜாக்களை கடைசி வரிசையில்தான் வைத்திருக்கிறாளா என்று கேட்டாயா?"

"நான் கேட்கவில்லை. நாங்கள் ராத்திரி பூராவும் என்ன "செக்கரா" விளையாடிக் கொண்டிருந்தோம்?"

நான் பதில் எதுவும் சொல்லவில்லை. கடவுளே, நான்

அவனை வெறுக்கிறேன்.

"நீங்கள் நியூயார்க்கிற்குப் போகவில்லையென்றால், அவளுடன் வேறு எங்கு சென்றாய்?" என்று நான் அவனிடம் சிறிது நேரம் கழித்துக் கேட்டேன். எனது குரலில் ஏற்பட்ட நடுக்கத்தைக் கட்டுப்படுத்த முடியவில்லை. எனக்கு படபடவென்று வந்தது. வேடிக்கையாக ஏதோ நடக்கிறது என்கிற உணர்வு எனக்கு ஏற்பட்டது.

ஒரு வழியாக அவனுடைய நகம் வெட்டும் படலம் முடிந்து படுக்கையிலிருந்து எழுந்தான். ஷார்ட்ஸில் மிகவும் விளையாட்டுத் தனமாக இருந்தான். அவன் என்னுடைய படுக்கைக்கு வந்து என் தோள்பட்டையில் லேசாக ஒரு குத்து குத்திவிட்டு என் மேல் சாய்ந்தான். "இதை நிறுத்திக் கொள்'' என்று நான் சொன்னேன். "நீ நியூயார்க்கிற்கு போகவில்லையென்றால் அவளுடன் எங்கே சென்றாய்?'' என்று கேட்டேன்.

"எங்கும் போகவில்லை. காரில் வெறுமனே உட்கார்ந்திருந்தோம்'' என்று சொல்லிக் கொண்டே விளையாட்டாக மீண்டும் இன் னொரு குத்துக் குத்தினான்.

"ஏய், நிறுத்து, யாருடைய காரில்?'' என்று கேட்டேன்.

"எட் பாங்கி" (Ed Banky)யினுடைய கார் என்றான்.

எட் பாங்கி பென்சியில் கூடைப்பந்தாட்டப் பயிற்சியாளராக இருக்கிறார். ஸ்ட்ராட்லேட்டர் அவருக்குப் பிரியமானவர்களில் ஒருவன். ஏனென்றால் கூடைப்பந்தாட்ட அணியில் இவன் மத்தியில் நின்று விளையாடக்கூடியவன். அதனால் எப்பொழுதெல்லாம் இவனுக்குக் கார் வேண்டுமோ அப்பொழுதெல்லாம் எட் பாங்கி அவனுக்குக் கொடுப்பார். வழக்கமாக ஆசிரியர்களின் கார்களை மாணவர்கள் கடன் வாங்கக் கூடாது. ஆனால் அனைத்து விளையாட்டு வீரர்களும் ஒன்றாக சேர்ந்து கொள்வார்கள். இது எல்லாப் பள்ளிக்கூடங்களிலும் பார்க்கக்கூடிய ஒன்று.

ஸ்ட்ராட்லேட்டர் தொடர்ந்து எனது தோள்ப்பட்டையில் விளையாட்டாகக் குத்திக் கொண்டிருந்தான். அவன் கையில் வைத்திருந்த பல் தேய்க்கும் பிரஷ்ஷை எடுத்து வாயில் வைத்துக் கொண்டான். "நீ என்ன செய்கிறாய்?'' — இது

நான். "எட் பாங்கியின் காரில் அவளுடன் பாலியல் உறவு கொண்டாயா?" எனது குரலில் தடுமாற்றம் தொனித்தது.

"சொல்ல என்ன இருக்கிறது. உன்னுடைய வாயை சோப் வைத்து என்னைக் கழுவி விடச் சொல்கிறாயா?"

"நீ செய்திருக்கிறாயா?"

"அது தொழில் ரகசியம், நண்பனே."

இதற்கு அடுத்து நடந்தது பற்றி எனக்குத் தெளிவாக நினைவில்லை. எனக்குத் தெரிந்ததெல்லாம், நான் பாத்ரூமுக்கு போகும் போது எவ்வளவு வேகமாகப் போவேனோ அது போல படுக்கையிலிருந்து வேகமாக எழுந்து என்னால் முடிந்த மட்டும் அவனுடைய பிரஷ்ஷுடன் சேர்த்துக் குத்துவிட முயற்சித்தேன். இதனால் அவன் தொண்டையில் பிளவு ஏற்படும்தானே. ஆனால் எப்படியோ அது அவனுடைய தலையின் ஒரு பகுதியில் பட்டது. இதனால் நான் நினைத்தமாதிரி அதிகமாக வலிக்காமல் அவனுக்கு லேசாக வலித்திருக்கக்கூடும். அவனுக்கு நான் எனது வலதுகை முஷ்டியைக் கொண்டு குத்தியிருந்தால் பலத்த அடிபட்டிருக்கும். ஆனால் எனக்கு அந்தக் கையில் அடிபட்டிருந்ததால் பலம் கொண்ட முஷ்டியாக மாற்றிக் குத்த முடியவில்லை.

நான் தரை மேல் கிடந்தேன். அவன் எனது நெஞ்சின் மேல் உட்கார்ந்திருந்தான். அவனுடைய முகம் முழுவதும் சிவப்பாக இருந்தது. அவனுடைய முழங்கால் என் நெஞ்சின் மேல் இருந்தது. அவன் கிட்டத்தட்ட ஒரு "டன்" எடை இருப்பான் போலிருந்தது. அவன் என்னுடைய மணிக்கட்டையும் இறுக்கமாகப் பிடித்துக் கொண்டதால் என்னால் அவனை மீண்டும் ஒரு முறை குத்த முடியவில்லை. அப்படி முடிந்திருந்தால் அவனைக் கொன்றிருப்பேன்.

உனக்கு என்ன ஆயிற்று? என்று அவன் கேட்டுக் கொண்டே இருந்தான். அவனுடைய முகம் மேலும், மேலும் சிவப்பாகிக் கொண்டிருந்தது.

"உன்னுடைய முழங்காலை என்னுடைய நெஞ்சிலிருந்து எடு" என்று கத்தினேன். "என்னை விடுடா, பாஸ்டர்ட்" என்றேன்.

ஆனால் அவன் எனது மணிகட்டுகளை இன்னும் பிடித்துக் கொண்டிருந்தான். தொடர்ந்து என்னை 'பாஸ்டர்ட்' என்று திட்டிக் கொண்டே இருந்தான். நான் அவனை என்ன வெல்லாம் சொன்னேன் என்று எனக்கு நினைவில்லை. அவன் யாருடன் எல்லாம் நேரம் செலவழிக்க வேண்டும் என்று உணர்கி றானோ அவர்களுடனெல்லாம் செலவழிக்க முடியும் என்று நினைக்கிறான். அனைத்து ராஜாக்களையும் கடைசி வரிசையில் வைத்திருக்கிறாளா இல்லையா என்பது பற்றி கூட அவனுக்கு அக்கறை இல்லை. இவன் இது பற்றியெல்லாம் அக்கறை படாததற்குக் காரணம் இவன் ஒரு கயவன். கயவன் என்று அவனைக் குறிப்பிட்டதற்காக வெறுப்படைந்தான். எல்லாக் கயவர்களும் அவர்களைக் கயவர்கள் என்று கூப்பிட்டால் வெறுப்படையத்தான் செய்வார்கள்.

"இப்பொழுது வாயை மூடு, ஹோல்டன்" என்று கூறினான். அவனுடைய முகம் அதிகமாக சிவந்திருந்தது. மீண்டும், "இப்பொழுது வாயை மூடு" என்றான்.

"உனக்கு அவளுடைய முதல் பெயர் ஜேனா அல்லது ஜீனா என்று கூட தெரியது. நீ ஒரு கயவன்!"

"இப்பொழுது வாயை மூடு, ஹோல்டன். நான் உன்னை எச்சரிக்கிறேன்" என்றான் அவன். "நீ வாயை மூடவில்லை யென்றால் உனக்கு நன்றாக ஒன்று கொடுத்தால் தான் சரி வரும்" என்றான்.

"உன்னுடைய நாற்றமெடுத்த முழங்கால்களை என் நெஞ் சிலிருந்து எடுடா" என்றேன்.

"நான் எழுந்திருத்தால் நீ உன் வாயை மூடுவாயா?" என்று கேட்டான்.

நான் பதில் எதுவும் அளிக்கவில்லை.

அவன் மீண்டும் என்னிடம், "நான் எழுந்திருத்தால் நீ உன் வாயை மூடுவாயா?" என்று கேட்டான்.

"சரி" என்றேன்

அவன் எழுந்து கொண்டான். நானும் கூட எழுந்தேன். அவன் முழங்காலை வைத்து அழுத்தியிருந்ததால் என் நெஞ்சு

பயங்கரமாக வலித்தது. "நீ ஒரு பாஸ்டார்ட், கயவன்" என்று அவனைப் பார்த்துக் கத்தினேன்.

இது அவனை உண்மையிலேயே பைத்தியமாக்கியது. அவன் தனது பெரிய விரலை எடுத்து என் முகத்திற்கு முன்னால் ஆட்டினான். "ஹோல்டன், கடைசி முறையாக நான் உன்னை எச்சரிக்கிறேன். நீ உன் பிதற்றலை நிறுத்தவில்லையென்றால் நான் உன்னை"

"ஏன் நான்?" என்று நானும் கத்தினேன். "இது தான் எல்லா கயவர்களிடமும் உள்ள பிரச்சனை. எதைப் பற்றியும் அவர்கள் ஒருபோதும் பேசுவதில்லை."

மீண்டும் அவன் என்னை அடிக்க, நான் தரையில் விழுந்து கிடந்தேன். அவன் என்னை அடித்து வீழ்த்தினானா என்று தெரியாது, எனக்கு அப்படித் தெரியவில்லை. திரைப்படத்தில் வேண்டுமானால் ஒருவனை அடித்து வீழ்த்துவது என்பது எளிதாக இருக்கும். ஆனால் என் மூக்கிலிருந்து ரத்தம் வடிந்து கொண்டிருந்தது. நான் மேலே பார்க்கும் போது அவன் என் மேல் நின்றிருப்பது போல இருந்தது. அவனுடைய கைகளுக்குக் கீழ் டாய்லெட் கிட் வைத்திருந்தான். "நான் உன்னை வாயை மூடச் சொல்லியும் ஏன் மூடாமல் இன்னும் பேசிக் கொண்டிருக்கிறாய்?" என்று கூறிய அவன் குரலில் படபடப்புத் தெரிந்தது. நான் கீழே விழுந்த போது எனது தலை உடைந்து விட்டிருக்குமோ என்கிற கவலை அவனிடத்தில் தெரிந்தது. நல்ல வேளையாக எதுவும் நடக்கவில்லை. "எல்லாம் உன்னால் தான்" என்றான் அவன். அவன் மிகவும் கவலைப்பட்டவனாகக் காணப்பட்டான்.

நான் எழுந்திருக்க வேண்டுமே என்பது பற்றி கூட கவலைப் படவில்லை. தரையில் படுத்திருந்தபடியே அவனை கயவன், பாஸ்டார்ட் என்று திட்டிக் கொண்டிருந்தேன். எனக்கு பைத்தியமே பிடித்துவிட்டது. நான் அவனைப் பார்த்துக் கத்திக் கொண்டிருந்தேன்.

"போ, போய் உன் முகத்தைக் கழுவு" என்றான் ஸ்ட்ராட் லேட்டர். "என்ன சொல்வது கேட்கிறதா?" என்றான்.

நீ உன் கயமைத்தனமான முகத்தைப் போய் முதலில் கழுவு என்று நான் அவனிடம் சொன்னேன். இது குழந்தைத் தனமாக இருந்தாலும் எனக்கு அவன் மேல் அவ்வளவு

கோபம் இருந்தது. நான் அவனிடம் பாத்ரூம் போகும் வழியில் கட்டிடக் காப்பாளரின் மனைவியான மிஸஸ் ஸ்மிட்டை (Mrs Schmidt) பார்த்துவிட்டுப் போகும் படி கூறினேன். அவருக்கு கிட்டத்தட்ட 65 வயது இருக்கும்.

ஸ்ட்ராட்லேட்டர் கதவை மூடிவிட்டு பாத்ரூமை நோக்கி வராந்தாவில் நடந்து செல்வதைக் கேட்டுக் கொண்டே தரையில் உட்கார்ந்திருந்த நான் அதற்குப் பிறகு எழுந்து நின்றேன். என்னுடைய வேட்டைக்காரத் தொப்பியை எங்கு தேடியும் காணவில்லை. கடைசியாக அதை எனது படுக்கைக்குக் கீழே கண்டுபிடித்தேன். அது எனது படுக்கைக்குக் கீழே கிடந்தது. நான் அதை அணிந்து கொண்டு எனது முகத்தைப் பார்ப்பதற்காக கண்ணாடிக்கு முன் போய் நின்றேன். அந்த மாதிரியான ஒரு காட்சியை ஒரு போதும் பார்த்திருக்கமாட்டீர்கள். என் முகத்தில் மட்டுமில்லாமல், வாய், தாடை, பைஜாமா, பேத்ரோப் என அனைத்திலும் ரத்தமாக இருந்தது. இதைப் பார்த்த எனக்கு ஒரு புறம் பயமாக இருந்தாலும், இன்னொரு பக்கம் சுவாரசியமாக இருந்தது. இந்த ரத்தமெல்லாம் சேர்ந்து என்னை ஒரு வலிமையானவன் என நினைக்க வைத்தது. என் வாழ்க்கையில் இது வரை இரண்டு முறை தான் மோதியிருப்பேன். இரண்டிலும் நான் தோற்றுப் போனேன். நான் மிகவும் முரடன் இல்லை. நான் ஒரு அமைதிப் புறா.

இது நடந்த சத்தத்தில் அக்லே முழித்திருக்கக்கூடும் என எனக்குள் ஒரு உணர்வு ஏற்பட்டது. அவன் என்னதான் செய்து கொண்டிருக்கிறான் பார்ப்போமே என அவனது அறைக்குச் சென்றேன். மிகவும் அரிதாகத்தான் அவன் அறைக்கு நான் சென்றிருக்கிறேன். அவன் அறையில் ஒரு வினோதமான வாசம் எப்பொழுதும் வந்து கொண்டிருக்கும். காரணம் அவனது தனிப்பட்ட பழக்கவழக்கங்கள் அப்படிப் பட்டது.

7

திரைச் சீலை வழியாக மெல்லிய வெளிச்சம் அறையிலிருந்து வந்து கொண்டிருந்தது. அவன் படுக்கையில் படுத்திருப்பதை என்னால் பார்க்க முடிந்தது. அவன் விழித்துக் கொண்டுதான் இருப்பான் என்று எனக்கு நன்றாகத் தெரியும். "அக்லே? முழிச்சிருக்கியா?" என்று கேட்டேன்.

"ஆமாம்" என்றான்.

அந்த இடத்தில் வெளிச்சம் இல்லாமல் இருட்டாக இருந்த தால் தரையில் கிடந்த ஷூவில் தடுக்கி கீழே விழப் பார்த்தேன். அக்லே படுக்கையிலிருந்து எழுந்து கையை ஊன்றிக் கொண்டு உட்கார்ந்திருந்தான். பருக்கள் இருக்கும் அவன் முகத்தில் பல இடங்களில் வெள்ளை நிறத்தில் ஏதோ தடவியிருந்தான். இதனால், இருட்டில் பயமுறுத்துபவன் போல காட்சியளித்தான். "நீ என்ன செய்து கொண்டிருக்கிறாய்?" என்று கேட்டேன்.

"நான் என்ன செய்து கொண்டிருக்கிறேன் என்றா கேட்கிறாய்? உங்களின் சத்தம் கேட்பதற்கு முன்னால் நான் தூங்க முயற்சித் தேன். அப்படி என்னதான் சண்டை உங்களுக்குள்?"

"ஸ்விட்ச் எங்கே இருக்கிறது? என்னால் கண்டுபிடிக்க முடியவில்லை. நான் என் கையைக் கொண்டு சுவற்றில் எல்லா இடங்களிலும் தடவினேன்.

"எதற்காக உனக்கு லைட் வேண்டும்?...... உன் கைக்குப் பக்கத்தில் ஸ்விட்ச் இருக்கும் பார்" என்றான்.

ஒருவழியாக ஸ்விட்சைக் கண்டுபிடித்து லைட் போட்டேன். வெளிச்சம் கண்ணில் படாமல் இருப்பதற்காக அக்லே தனது கைகளைக் கண்ணிற்கு மேலாக வைத்துக் கொண்டான்.

"கடவுளே! என்ற அவன், எனது உடம்பில் இருந்த ரத்தத்தைப் பார்த்து, உனக்கு என்ன நடந்தது?" என்று கேட்டான். ஸ்ட்ராட்லேட்டருடன் ஒரு சின்ன சண்டை என்று சொல்லிக் கொண்டே தரையில் உட்கார்ந்தேன். அவர்களுடைய அறையில் ஒரு போதும் நாற்காலிகள் இருந்ததில்லை. நாற்காலிகளை அவர்கள் என்ன செய்தார்களென்று தெரியவில்லை. "இங்கே பார், கொஞ்ச நேரம் என்னுடன் சீட்டு விளையாட வருகிறாயா?" என்று நான் கேட்டேன். இவன் "கனெஸ்டா (ரம்மி போன்ற ஒரு விளையாட்டு)" விளையாட்டில் தேர்ந்தவன்.

"கடவுளே, உனக்கு இன்னும் ரத்தம் வந்து கொண்டிருக்கிறது. அதை நிறுத்துவதற்கு ஏதாவது செய்" என்றான்.

"அது நின்று விடும். நீ கனெஸ்டா விளையாட வருகிறாயா, இல்லையா?"

"கடவுளே, கனெஸ்டாவா? இப்பொழுது மணி என்னவென்று தெரியுமா?"

"இது ஒன்னும் லேட் இல்லை. மணி என்ன 11 அல்லது 11.30 இருக்கலாம்".

11 தானா, அக்லே சொன்னான். "நான் சீக்கிரம் தூங்கினால் தான் காலையில் எழுந்து வழிபாட்டுக்கு (Mass) செல்ல முடியும். நீங்கள் தான் இடையில் சண்டை போட்டுக் கொண்டிருக்கிறீர்கள். அப்படி என்னதான் உங்களுக்குள் சண்டை?"

"அது ஒரு நீண்ட கதை. அதைச் சொல்லி உனக்கு சலிப்பு ஏற்படுத்த விரும்பவில்லை, அக்லே. உன் நலனைப் பற்றித் தான் நான் நினைத்துக் கொண்டிருக்கிறேன். எனது தனிப்பட்ட வாழ்க்கைப் பற்றி அவனிடம் ஒருபோதும் நான் பேசியதில்லை. இவன் ஸ்ட்ராட்லேட்டரைக் காட்டிலும் முட்டாள். அக்லேயுடன் ஒப்பிடும் போது ஸ்ட்ராட்லேட்டர்

ஒரு "ஜீனியஸ்". "ஹாய், நான் இன்றிரவு ஈலே (Ely)யினுடைய படுக்கையில் படுத்துக் கொள்ளவா? அவன் வார இறுதி என்பதற்காக வீட்டிற்குச் சென்றிருக்கிறான். இன்றிரவு வரமாட்டான், இல்லையா?" என்று அவனிடம் கூறினேன்.

"அவன் எப்பொழுது திரும்பி வருவான் என்று எனக்குத் தெரியாது" என்று அக்லே கூறினான்.

இந்த பதில் எனக்கு கோபமூட்டியது. "அவன் எப்பொழுது வருகிறான் என்பது உனக்கு எப்படித் தெரியாமல் இருக்கும்? அவன் ஞாயிற்றுக் கிழமை ராத்திரிக்கு முன் ஒரு போதும் வந்ததில்லை, அப்படி எப்போதாவது வந்திருக்கிறானா?"

"இல்லை தான். ஆனால் அதற்காக நான் அவனுடைய படுக்கையில் அடுத்தவர்கள் படுக்கலாம் என்று எப்படி சொல்ல முடியும்".

இது என்னை இன்னும் கோபமூட்டியது. நான் உட்கார்ந்திருந்த இடத்திலிருந்து அவனை நோக்கிச் சென்று தோள்பட்டையில் ஒரு தட்டு தட்டினேன். "நீ பெரிய இளவரசன், அக்லே பையா" என்றேன் நான். "உனக்கு தெரியும் தானே?"

"இல்லை – யார் வேண்டுமானாலும் இன்னொருவர் படுக்கையில் படுக்கலாம் என்று என்னால் சொல்ல முடியாது"

"நீ உண்மையிலேயே இளவரசன் தான். நீ ஒரு ஜென்டில்மேன், புத்திசாலி, பையா," என்று நான் சொன்னேன். "உன்னிடம் சிகரெட் எதாவது இருக்கிறதா? — "இல்லை" யென்று சொல் அல்லது "என்னை தொந்தரவு பண்ணாமல் போய்விடு"

"உண்மையிலேயே என்னிடத்தில் இல்லை. உங்களுக்குள் சண்டை எதற்காக வந்தது?"

அவன் கேட்ட கேள்விக்கு நான் பதில் சொல்லாமால் அங்கிருந்து எழுந்து சென்று ஜன்னலுக்கு வெளியே பார்த்தேன். திடீரென்று நான் தனிமையில் இருப்பது போல உணர்ந்தேன். எனக்குள் நான் இறந்து போய்விட்டது போன்ற உணர்வு ஏற்பட்டது.

"நீங்கள் எதற்காக சண்டை போட்டுக் கொண்டீர்கள்?" என்று அக்லே ஐம்பதாவது முறையாகக் கேட்டான். இதைக்

கேட்டுக் கேட்டு அவனுக்கு சலித்துப் போயிருக்கும்.

"உன்னைப் பற்றித்தான்" என்றேன் நான்.

"என்னைப் பற்றியா, அடக் கடவுளே?"

"உனக்குள்ள மதிப்பை நான் காப்பாற்ற வேண்டியிருந்தது. உன்னுடைய "பெர்சனாலிட்டி" மிகவும் மோசமாக இருக்கிறது என்று ஸ்ட்ராட்லேட்டர் கூறினான். அந்த மாதிரிக் கூறிய அவனை என்னால் அப்படியே விட்டுவிட முடியவில்லை."

அவன் இது கேட்டு பரவசமானான். "அவன் அப்படியா சொன்னான்? விளையாட்டில்லையே? அவன் அப்படியா சொன்னான்?"

நான் விளையாட்டுக்காகச் சொல்கிறேன் என்று இவனிடம் கூறிவிட்டு நேராக ஈலேயின் படுக்கைக்குச் சென்று அதில் படுத்துக் கொண்டேன். வெறுப்பான வாழ்க்கை வாழ்வது போலவும் மிகவும் தனிமையில் இருப்பது போலவும் உணர்ந்தேன்.

"இந்த அறை நாற்றமடிக்கிறது," என்றேன். "உனது சாக்ஸிலிருந்து வரும் நாற்றத்தை என்னால் இங்கிருந்து உணர முடிகிறது. அதை துவைப்பதற்குக் கொடுக்கமாட்டாயா?"

"உனக்குப் பிடிக்கவில்லையென்றால், என்ன செய்ய முடியு மென்று உனக்குத் தெரியும்," என்றான் அக்லே. இவன் என்ன ஒரு தாமாஷானவன். "பாழாப் போகிற இந்த லைட்டை அணைத்தால் என்ன?"

நான் உடனே லைட்டை அணைக்கவில்லை. நான் ஈலேயின் படுக்கையில் படுத்துக் கொண்டு ஜேனையும் மற்றவர்களையும் பற்றி நினைத்துக் கொண்டிருந்தேன். எட் பாங்கியின் காரை எங்கேயோ "பார்க்" செய்துவிட்டு அதிலிருந்த ஜேனையும், ஸ்ட்ராட்லேட்டரையும் நினைத்து ஒரு பைத்தியக்காரன் போல ஆகியிருந்தேன். இதைப் பற்றி ஒவ்வொரு முறை நினைக்கும் போதும் ஜன்னல் வழியாகக் குதித்து விடலாம் என்று தோன்றும். இதில் ஒரு விஷயம் என்னவென்றால், உங்களுக்கு ஸ்ட்ராட்லேட்டர் பற்றி தெரியாது. ஆனால் எனக்கு அவனைப் பற்றித் தெரியும். பென்சியில் இருக்கும் பெரும்பாலானவர்கள் எப்போது பார்த்தாலும் பெண்களுடன் பாலியல் உறவு கொண்டதாகப்

பேசுவார்கள் – உதாரணத்திற்கு, அக்லே போன்றவர்கள் – ஆனால் ஸ்ட்ராட்லேட்டர் உண்மையிலேயே பாலியல் உறவு செய்தவன். அவன் உறவு கொண்டது இரண்டு பெண்களுடைய அறிமுகத்தின் போது எனக்குத் தெரியவந்தது. இதுதான் உண்மை.

"சுவராசியமான உனது வாழ்க்கை பற்றி சொல்லேன் அக்லே பையா," என்றேன்.

"பாழாய் போன லைட்டை அணைத்தால் என்ன? நான் நாளைக் காலை வழிபாட்டுக்கு (Mass) எழுந்திருக்க வேண்டும்."

அவனுக்கு அது மகிழ்ச்சி அளிக்கும் என்பதால் நான் எழுந்து லைட்டை அணைத்து விட்டு மீண்டும் ஈலேயின் படுக்கையில் படுத்தேன்.

"ஈலேயின் படுக்கையில் படுத்துக் கொண்டு நீ என்ன செய்யப்போகிறாய்?" என்றான் அக்லே. இப்படித்தான் இருக்க வேண்டும் "பூரணமான" விருந்தோம்பி!

"நான் படுப்பேன் அல்லது படுக்காமல் இருப்பேன், நீ அதைப் பற்றிக் கவலைப்பட வேண்டாம்."

"நான் அதைப் பற்றிக் கவலைப்படவில்லை. திடீரென்று ஈலே உள்ளே வரும் போது அவனுடைய படுக்கையில் வேறு யாரோ ஒருவன் படுத்திருப்பதைப் பார்த்தால்"

"அமைதியாக இரு. நான் இங்கே படுக்கப் போவதில்லை. உனது விருந்தோம்பலை நான் துஷ்பிரயோகம் செய்யப் போவதில்லை"

இரண்டு நிமிடங்களுக்குப் பிறகு அவன் குறட்டை விட ஆரம்பித்தான். நான் அந்த இருட்டில் வெறுமனே படுத்துக் கொண்டிருந்தேன். எட் பாங்கி காரில் ஜேனும், ஸ்ட்ராட்லேட்டரும் இருந்தது குறித்து நினைக்கக்கூடாது என்று முயற்சி செய்து கொண்டிருந்தேன். ஆனால் என்னால் அது முடியவில்லை. எனக்கு ஸ்ட்ராட்லேட்டரின் வழிமுறைகள் தெரியும். அதுதான் என்னைத் தொந்தரவு செய்தது. எட் பாங்கியின் காரில் நாங்கள் இருவரும் ஒரு முறை எங்கள் தோழிகளுடன் "டேட்டிங்" சென்றோம். ஸ்ட்ராட்லேட்டர் அவனுடைய தோழியுடன் பின்னால்

உட்கார்ந்திருந்தான், நானும் எனது தோழியும் முன் சீட்டில் உட்கார்ந்திருந்தோம். என்ன மாதிரியான ஒரு வழிமுறைகள் அவன் வைத்திருக்கிறான். அவன் என்ன செய்தான் என்றால், மிகவும் இனிமையான குரலில், உண்மையானவன் போல தனது தோழியிடம் பேசினான் – தான் ஒரு அழகான பையன் மட்டுமல்லாமல், இனிமையானவன், உண்மையானவன் என்றும் சொல்லிக் கொண்டிருந்தான். அவன் பேசுவதைக் கேட்க கேட்க எனக்கு வாந்திதான் வந்தது. அவனுடைய தோழி அவனிடம் தொடர்ந்து — “தயவு செய்து வேண்டாம், தயவு செய்து வேண்டாம், தயவு செய்து…” என்று சொல்லிக் கொண்டே இருந்தாள். ஆனால் ஸ்ட்ராட்லேட்டர் பாசாங்கற்ற, நேர்மையான குரலில் அவளைக் குளிப்பாட்டிக் கொண்டிருந்தான். கடைசியாக, பின் சீட்டில் பயங்கரமான அமைதி நிலவ ஆரம்பித்தது. இது மிகவும் தர்மசங்கடமாக இருந்தது. அன்றிரவு அவன் தோழியுடன் பாலியல் உறவு கொண்டதாகத் தெரியவில்லை – ஆனால், மிகவும் கச்சிதம்.

நான் இதை நினைத்துப் பார்க்கக்கூடாது என்று இங்கே படுத்திருக்கும் போது, ஸ்ட்ராட்லேட்டர் பாத்ரூம் பகுதியிலிருந்து எங்கள் அறையை நோக்கிச் செல்லும் சத்தம் கேட்டது. அவன் குளியல் சம்பந்தப்பட்டப் பொருட்களை வைக்கும் சத்தமும், காற்றுக்காக ஜன்னலைத் திறக்கும் சத்தமும் கேட்டது. அதன் பின் அவன் லைட்டை அணைத்துவிட்டான். நான் எங்கிருக்கிறேன் என்று சுற்றிவரக்கூட அவன் பார்க்கவில்லை.

தெருவே ஓய்ந்து விட்டது போல தெரிந்தது. கார் சத்தம் எதுவும் கேட்கவில்லை. வெறுப்பான வாழ்க்கை வாழ்வது போல வும், தனிமையிலிருப்பது போலவும் உணர்ந்தேன். அக்லேயை எழுப்பி விடலாமா என்று கூட நினைத்தேன்.

“ஹாய், அக்லே!’’ என்று முணுமுணுத்தேன். இதை ஸ்ட்ராட் லேட்டரினால் பாத்ரூம் திரைச்சீலை மூலம் கேட்க முடியாது.

அக்லேக்கு நான் கூப்பிட்டது கேட்கவில்லை

“ஹாய் அக்லே!”

அவனுக்கு இன்னும் கேட்கவில்லை. அவன் ஒரு பாறை போல தூங்கிக் கொண்டிருந்தான்.

"ஹாய் அக்லே!"

அப்பாடா, அவனுக்குக் கேட்டு விட்டது.

"கடவுளே, நான் தூங்கிக் கொண்டிருக்கிறேன். உனக்கு என்னாச்சு?" என்று கேட்டான்.

"துறவிகளின் மடத்தில் சேர்வதற்கு வழக்கமாக என்ன செய்ய வேண்டும்?" என்று அவனிடம் கேட்டேன். அந்த மாதிரி ஒரு அமைப்பில் சேர்ந்து விடலாம் என்று எனக்கொரு யோசனை இருந்தது. "அதற்கு ஒருவர் கத்தோலிக்கராக இருக்க வேண்டுமா?"

"கண்டிப்பாக கத்தோலிக்கராக இருக்க வேண்டும்." "பாஸ்டர்ட், இந்த முட்டாள்த்தனமான கேள்வியைக் கேட்பதற்குத்தான் என்னை எழுப்பினாயா..."

"சரி, தூங்கப் போ. நான் எதிலும் சேரப் போவதில்லை. எனக்கு இருக்கும் "அதிர்ஷ்டத்தில்" நான் அநேகமாக மோசமான துறவிகள் இருக்கும் மடாலயத்தில் சேர்ந்தாலும் சேர்ந்து விடுவேன். எல்லோரும் முட்டாள் பாஸ்டர்டுகள்!

நான் இதைச் சொன்ன போது அக்லே தனது படுக்கையில் எழுந்து உட்கார்ந்தான். இங்கே பார், என்றவன், "நீ என்னைப் பற்றி அல்லது வேறு எதையாவது பற்றி பேசினால் நான் கவலைப்பட மாட்டேன் ஆனால் கடவுளின் பொருட்டு மதத்தைப் பற்றி மட்டும் பேசதே" என்றான்.

"அமைதியாக இரு," என்ற நான், "யாரும் உனது மதத்தைப் பற்றி பேசவில்லை". "நான் ஈலேயின் படுக்கையிலிருந்து எழுந்து கதவை நோக்கி நடந்தேன். இந்த மாதிரியான மடத்தனமான சூழ்நிலையில் நான் சுற்றித் திரிய விரும்பவில்லை. நான் போகிறவழியில் கொஞ்சம் நேரம் நின்று அக்லேயின் கையைப் பிடித்து "போலித்தனமாக"க் குலுக்கிவிட்டுச் சென்றேன். அவன் என் பிடியிலிருந்து அவனுடைய கையை இழுத்துக் கொண்டான். "என்ன யோசனை?" என்று கேட்டான்.

"யோசனை ஒன்றும் இல்லை. இளவரசனான உனக்கு நன்றி சொல்ல வேண்டும் போல இருந்தது அவ்வளவுதான். நான் இதை மிகவும் உணர்ந்து உண்மையுடன் தான் கூறினேன். நீங்கள் எல்லாம் திறமை உள்ளவர்கள், அக்லே பையா. உனக்குத் தெரியுமா?" என்று கேட்டேன்.

"புத்திசாலி பையன். ஒருநாள் யாராவது உன்னை கடுமையாக அடிக்கப் போகிறார்கள்"

எனக்கு அவன் சொல்வதைக் கேட்பதில் கூட விருப்பமில்லை. நான் அந்த அறைக் கதவை மூடிவிட்டு வராந்தாவிற்கு வந்தேன்.

எல்லோரும் தூங்கிக் கொண்டிருந்தார்கள் அல்லது வெளியே சென்றிருந்தார்கள் அல்லது வார இறுதி விடுமுறைக்காக வீட்டிற்குச் சென்றிருந்தார்கள். வரந்தாவே அமைதியாக, வெறிச் சோடி இருந்தது. லெஹே (Lehay), ஹாஃப்மேன் (Hoffman) அறைக்கு முன்னால் காலிநோஸ் டூத்பேஸ்ட்டின் காலி டப்பா கிடந்தது. படிக்கட்டுகளை நோக்கி நடந்து கொண்டிருந்த நான் அதை எனது காலால் தள்ளி விட்டுக் கொண்டே நடந்தேன். கீழிறங்கிச் சென்று மால் ப்ராஸர்ட் என்ன செய்கிறான் என்று பார்க்கலாம் என நினைத்தேன். ஆனால் என்னுடைய அந்த முடிவைத் திடீரென்று மாற்றிக் கொண்டேன். திடீரென்று, நரகம் போல் இருக்கும் இந்த பென்சியை விட்டு இன்றிரவே வெளியேறி விடலாம் என்று முடிவெடுத்தேன். அதாவது புதன் கிழமை வரை காத்திருக்க வேண்டாமென்று நினைத்தேன். இங்கேயே சுற்றிக் கொண்டிருக்க எனக்கு விருப்பமில்லை. அது என்னை சோகத்திலும், தனிமையிலும் ஆழ்த்தி விட்டது. நியூயார்க்கில் உள்ள அதிக செலவில்லாத ஹோட்டல் ஒன்றில் அறையெடுத்து புதன்கிழமை வரை தங்கிக் கொள்ளலாம் என்று நினைத்தேன். அதற்குப் பிறகு, புதன் கிழமையன்று அங்கிருந்து வீட்டிற்குச் சென்று களைப்பாறிக் கொள்ளலாம். நான் வெளியேற்றப்பட்டது குறித்து தெர்மர் என் பெற்றோர்களுக்கு அனுப்பிய கடிதம் செவ்வாய் அல்லது புதன்கிழமை வரை போய்ச் சேராது என்பதைத் தெரிந்து கொண்டேன். அவர்களுக்கு அந்தக் கடிதம் கிடைத்து முழுவதும் ஜீரணமாகும் வரை வீட்டிற்கு போக வேண்டாம் என்று நினைத்தேன். அவர்கள் கைக்கு அந்தக் கடிதம் கிடைக்கும் போது நான் அவர்களைச் சுற்றி இருக்க விரும்பவில்லை. அம்மாவிற்கு வெறியே பிடித்துவிடும். ஆனால் ஒரு விஷயத்தை உள்வாங்கி ஜீரணம் செய்துவிட்டால் பிரச்சனை எதுவும் இருக்காது. எனக்கு ஒரு சிறிய விடுமுறை தேவையாயிருந்தது. மன அழுத்தத்தில் கத்த வேண்டும் போல் இருந்தது.

இப்படிச் செய்யலாம் என்றுதான் முடிவெடுத்திருந்தேன். எனவே நான் அறைக்குச் சென்று லைட்டை போட்டு, எல்லா பொருட்களையும் பெட்டியில் அடுக்க ஆரம்பித்தேன். ஏற்கனவே சில பொருட்கள் எடுத்து வைக்கப்பட்டிருந்தன. ஸ்ட்ராட்லேட்டர் எழுந்திருக்கக்கூட இல்லை. நான் சிகரெட் ஒன்றை பற்ற வைத்துக் கொண்டு எனது "க்ளாட்ஸ்டோான்" பெட்டிகளில் பொருட்களை எடுத்து வைக்க ஆரம்பித்தேன். நான் மிகவும் வேகமாக இதை செய்யக் கூடியவன்.

பொருட்களை எடுத்து பெட்டியில் வைக்கும்போது ஒரு விஷயம் என்னைக் கொஞ்சம் வருத்தத்தில் ஆழ்த்தியது. இரண்டு நாட்களுக்கு முன்னால் அம்மா எனக்கென்று அனுப்பிய பனிச்சறுக்கு ஸ்கேட்டுகளையும் பெட்டியினுள் வைக்க வேண்டி யிருந்ததுதான் என்னை வருத்தத்திற் குள்ளாக்கியது. அம்மா ஸ்பால்டிங்கிற்குச் சென்று அங்கிருந்த விற்பனையாளரிடம் இது குறித்து அவர் மயங்கி விழும் அளவிற்கு "லட்சக்கணக்கான" கேள்விகளைக் கேட்டிருப்பார். ஆனால் நான் இங்கேயிருந்தும் வெளியேற்றப்பட்டு விட்டேன். எனக்கு இது வருத்தமாக இருந்தது. அவர் எனக்குத் தவறான ஸ்கேட்டுகளை வாங்கியிருந்தார் – நான் ரேஸிங் ஸ்கேட் வேண்டுமென்று கேட்டதற்கு அவர் ஹாக்கி ஸ்கேட்டை வாங்கியிருந்தார் – எப்படியிருந்தாலும் எனக்கு இது வருத்தமாக இருந்தது. ஒவ்வொரு முறையும் யாரா வது எனக்குப் பரிசு கொடுத்தால் அது சோகத்திலேயே தான் முடிவதாக இருந்தது.

நான் எனது எல்லா பொருட்களையும் பெட்டியில் அடுக்கி முடித்தவுடன் என்னிடமிருந்த பணத்தை எண்ணிப் பார்க்க ஆரம்பித்தேன். என்னிடம் எவ்வளவு இருக்கிறது என்று சரியாகத் தெரியாவிட்டாலும் என்னிடம் அதிகப் பணம் இருந்தது. ஒரு வாரத்திற்கு முன்பு என்னுடைய பாட்டி எனக்குப் பணம் அனுப்பியிருந்தார். எனது பாட்டி எனக்குப் பணம் கொடுப்பதில் கொஞ்சம் தாராளமானவர். அவருக்கு நல்ல வயதாகி விட்டிருந்தது. எனது பிறந்த நாளுக்கென்று வருடத்திற்கு நான்கு முறை அவர் பணம் அனுப்புவார். என்னிடம் எவ்வளவு இருந்தாலும் அதைவிட அதிகமாகவே நான் செலவு செய்வேன். சில சமயம் இது நமக்குத் தெரியாது. நான் என்ன செய்தேன் என்றால், ஹாலுக்குச் சென்று ஃப்ரெட்ரிக் உட்ரஃப்ஃபை (Frederick Woodruff) எழுப்பினேன். அவனிடம் எனது டைப்ரைட்டரை

வாடகைக்குக் கொடுத்திருந்தேன். அதை அவன் விலைக்கு பெற்றுக்கொள்ள எவ்வளவு தருகிறான் என்று கேட்டேன். அவன் மிகவும் பணக்காரன். நான் கேட்டதற்கு, "எனக்குத் தெரியவில்லை" என்று சொன்னான். அவனிடம் அதிகப் பணமில்லையென்றும், வாங்குவதற்கு விருப்பமில்லையென்றும் கூறினான். ஆனால் கடைசியாக வாங்கிக் கொண்டான். அதன் விலை 90 டாலர்களாக இருந்தாலும் அவன் 20 டாலர்களுக்கு வாங்கிக் கொண்டான். நான் அவனைத் தூக்கத்திலிருந்து எழுப்பியதால் கோபம்.

நான் அங்கிருந்து செல்வதற்கு எனது பெட்டிகளுடன் தயாராக இருந்தேன். படிக்கட்டுகளுக்குப் பக்கத்தில் கொஞ்ச நேரம் நின்று அந்த வராந்தாவை கடைசியாக ஒரு முறைப் பார்த்தேன். எனக்கு அழுகையாக வந்தது. ஆனால் அது ஏனென்று தெரியவில்லை. நான் எனது வேட்டைக்காரத் தொப்பியை அணிந்து கொண்டு பலமாக "முட்டாள்களே, நன்றாக தூங்குங்கள்" என்று எனது உச்சஸ்தாய் குரலில் கத்தினேன். அந்தத் தளத்தில் இருந்த எல்லா பாஸ்டர்ட்களையும் நான் எழுப்பியிருப்பேன் என்று என்னால் உறுதியாகச் சொல்ல முடியும். அதற்குப் பிறகு நான் அங்கிருந்து வெளியேறினேன். எவனோ ஒரு முட்டாள், படிக்கட்டு முழுவதும் கடலைத் தோலைத் தூக்கியெறிந்தான் அது எனது கழுத்தைப் பதம் பார்த்தது.

8

நேரம் அதிகமாகி விட்டதால் டாக்ஸியைக் கூப்பிடாமல் ஸ்டேஷன் வரை நடந்து சென்றேன். தூரம் அதிகமில்லையென்றாலும் குளிர் நரக வேதனையளித்தது. பனியும் இருந்ததால் நடப்பதற்குச் சிரமமாக இருந்தது. நடந்து சென்று கொண்டிருக்கும் போது நான் எடுத்துச் செல்கிற க்ளாட்ஸ்டோன் பெட்டி கால்களில் இடித்துக் கொண்டே இருந்தது. இருந்தாலும் காற்றை அனுபவித்துக் கொண்டே நடந்தேன். இப்போது எனக்குப் பிரச்சனை என்னவென்றால், குளிர் அதிகம் இருந்ததால் மூக்கும், ஸ்ட்ராட்லேட்டர் அடித்ததினால் மேல் உதட்டின் கீழ் பாகமும் வலித்தன. அவன் அடித்ததில் பல் பட்டு உதட்டில் காயம் ஏற்பட்டுவிட்டது. எனது காதுகள் நன்றாகவும், வெது வெதுப்பாகவும் இருந்தன. நான் அணிந்திருந்த தொப்பியில் காதை மறைக்கக்கூடிய மடிப்பு இருந்ததால் அதை நான் போட்டுக் கொண்டேன். இதனால் நான் பார்ப்பதற்கு எப்படியிருப்பேன் என்பதைப் பற்றிக் கவலைப்படவில்லை. நான் நடந்து போய்க் கொண்டிருந்த வழியில் யாருமில்லை. எல்லோரும் படுக்கச் சென்றிருப்பார்கள்.

நான் அதிர்ஷ்டக்காரன் என்றுதான் சொல்ல வேண்டும். ஏனென்றால் நான் ஸ்டேஷனை அடைந்த 10 நிமிடங்களில் ரயில் வந்து விட்டது. நான் காத்திருந்த அந்த நேரத்தில் கையில் சிறிது பனியை எடுத்து என் முகத்தைக் கழுவிக்

கொண்டேன். இருந்தாலும் இன்னும் என் முகத்தில் ரத்தம் இருந்தது.

வழக்கமாக எனக்கு ரயில் பயணம் செய்வது மிகவும் பிடிக்கும், குறிப்பாக இரவு நேரங்களில். காஃபி, சாண்ட்விச், பத்திரிக்கைகளை விற்பவன் ஒருவன் ஜன்னலை நோக்கி வந்து கொண்டிருந்தான். நான் வழக்கமாக "ஹாம்" சாண்ட்விச்சும், சுமாராக நான்கு பத்திரிக்கைகளும் வாங்குவேன். இரவில் நான் ரயிலில் பயணம் செய்யும் போது பத்திரிக்கையில் எந்தவித சுவாரசியமும் இல்லாத ஒரு கதையை சங்கடம் எதுவுமின்றி படித்து முடித்து விடுவேன். இந்த மாதிரியான கதைகளில் நிறைந்திருக்கும். கயமைத்தனம், இந்தக் கதைகளில் நீண்ட தாடையைக் கொண்ட டேவிட் அவன் புகைபிடிக்கும் பைப்பைப் பற்றவைக்க லிண்டா அல்லது மார்சிய என பல பெண்கள் இருப்பார்கள். இந்த மாதிரியான மோசமான கதைகளைக் கூட நான் வழக்கமாக இரவு நேர ரயில் பயணத்தில் படிப்பேன். ஆனால் இந்த முறை முற்றிலும் வித்தியாசமானது. இந்த மாதிரியானக் கதையைப் படிக்க வேண்டும் என்கிற உணர்வு வரவில்லை. எதுவும் செய்யத் தோன்றாமல் வெறுமனே உட்கார்ந்திருந்தேன். எனது வேட்டைக்காரத் தொப்பியை எடுத்து பெட்டியில் வைத்ததுதான் நான் செய்த ஒரே வேலை.

திடீரென்று ட்ரெண்டன் நிலையத்தில் ஏறிய பெண்மணி எனக்குப் பக்கத்தில் வந்து உட்கார்ந்தார். நேரம் மிகவும் கழிந்து விட்டதால், நான் பயணித்துக் கொண்டிருந்த ரயில் பெட்டி காலியாக இருந்தது. பல சீட்டுகள் காலியாக இருந்தாலும் அவர் என் பக்கத்திலிருந்த சீட்டில் வந்தமர்ந்தார். ஏனென்றால் அவரிடம் ஒரு பெரிய பெட்டி இருந்தது, நான் முன்னால் இருந்த சீட்டில் உட்கார்ந்திருந்தேன். அவர் தனது பெட்டியை நடந்து செல்லும் வழியின் மத்தியில் வைத்தார். இதனால் அடிக்கடி நடந்து சென்று கொண்டிருக்கும் பயணச்சீட்டு பரிசோதகர் போன்றவர்கள் தடுக்கி விழக் கூடும். அவரிடம் பூங்கொத்துகள் இருந்தன. இதிலிருந்து அவர் ஏதாவது பார்ட்டியில் கலந்து கொண்டிருப்பார் என்று தோன்றியது. என் ஊகத்தின் படி அவருக்கு 40 அல்லது 45 வயதிருக்கும். ஆனால் பார்ப்பதற்கு அழகாக இருந்தார். பெண்கள் என்னை அசர வைத்துவிடுவார்கள். இதற்காக நான் அதிக கவர்ச்சியானவன் என்று அர்த்தமில்லை. இருந்தாலும் ஓரளவுக்கு கவர்ச்சியானவன். பெண்களை ஏதோ எனக்குப்

பிடிக்கும் அவ்வளவுதான். அவர்கள் எப்பொழுதும் தங்களது பெட்டிகளை நடை பாதையில் இந்த மாதிரி நடுவில்தான் வைப்பார்கள்.

நாங்கள் உட்கார்ந்திருந்தோம். திடீரென்று அவர் என்னிடம், "மன்னிக்கவும், இது பென்சி ப்ரெப் ஸ்டிக்கர்தானே?" என்று மேலேயிருந்த என் சூட்கேஸிலிருந்த ஸ்டிக்கரைப் பார்த்துக் கேட்டார்.

"ஆமாம், நீங்கள் சொல்வது சரிதான்" என்றேன். க்ளாட்ஸ் டோன் பெட்டிகள் ஒன்றில் பென்சி ப்ரெப் ஸ்டிக்கர் இருந்தது.

"ஓ, நீ பென்சிக்கா போகிறாய்?" என்று தனது இனிமையான குரலில் கேட்டார். அவர் குரல் இனிமையான தொலைபேசிக் குரல் போல இருந்தது. அவர் தன்னோடு தொலைபேசியையும் எடுத்து வந்திருக்கலாம்.

"ஆமாம், நான் போகிறேன்," என்றேன்.

"ஓ, என்ன அருமை! அநேகமாக உனக்கு எனது மகன் எர்னஸ்ட் மாரோ (Ernest Morrow)வைத் தெரிந்திருக்கும்? அவனும் பென்சிக்குத் தான் சென்று கொண்டிருக்கிறான்."

"ஆமாம், எனக்குத் தெரியும். அவன் என்னுடைய வகுப்புதான்."

பென்சிக்குப் போவோர்களிலேயே, ஏன் பென்சியின் வரலாற்றிலேயே, சந்தேகமில்லாமல் மிகப் பெரிய பாஸ்டர்ட் இவருடைய மகன் தான். குளித்து முடித்த பின்பு தினமும் தனது ஈரமான டவலை அடுத்தவர்களின் பின்பக்கத்தில் படும்படி சுற்றிக் கொண்டு வராந்தாவில் நடந்து போவான். அவன் குணமே அப்படித்தான்.

"ஓ, நல்லது! என்று அந்தப் பெண்மணி கூறினார். அவர் மிகவும் இனிமையானவராக இருந்தார். "நாம் இருவரும் சந்தித்துக் கொண்டதை எர்னஸ்டிடம் கண்டிப்பாக சொல்கிறேன், உன்னுடைய பெயர் என்ன?" என்று கேட்டார்.

"ருடால்ஃப் ஸ்கிமிட் (Rudolf Schmidt)" என்று அவரிடம் நான் சொன்னேன். என்னுடைய முழு வாழ்க்கை வரலாறையும் அவரிடம் சொல்ல வேண்டுமென்கிற எண்ணம் ஏற்படவில்லை. ருடால்ஃப் ஸ்கிமிட் நான் தங்கியிருந்த

விடுதியின் செக்யூரிட்டி.

"உனக்கு பென்சி பிடித்திருக்கிறதா?" என்று அவர் கேட்டார்

"பென்சி? அப்படியொன்றும் மோசமில்லை. அது சுவர்க்கமோ அல்லது அதுமாதிரியான வேறெதுவுமோ இல்லை. ஆனால் அதுவும் பெரும்பாலான மற்ற பள்ளிக்கூடங்கள் போல நல்ல பள்ளிக்கூடம் தான். சில ஆசிரியர்கள் மிகவும் நேர்மை யானவர்கள்."

"எர்னஸ்ட் பென்சியை ஆராதிப்பவன்"

"எனக்குத் தெரியும்" என்றேன் நான். அதற்குப் பிறகு சில உபயோகப்படாத விஷயங்கள் பற்றி பேசினோம். "அவன் சூழ்நிலைக்குப் ஏற்ப தன்னை மாற்றிக் கொள்பவன். உண்மை யிலேயே அவன் அப்படி செய்யக்கூடியவன் தான். அதாவது தன்னை எப்படி மாற்றிக் கொள்வது என்பது அவனுக்குத் தெரியும்."

"நீ அப்படி நினைக்கிறாயா? என்று அவர் கேட்டார். கேட்டவிதத்தைப் பார்க்கையில் அது பற்றி தெரிந்து கொள்வதில் சுவாரசியம் காண்பிக்கிறார் என்று தோன்றியது.

"எர்னஸ்ட்? உறுதியாக" என்றேன் நான். அதற்குப் பிறகு அவர் தன்னுடைய கையுறைகளைக் கழற்றினார். ஓ! எவ்வளவு நகைகள்.

"டாக்ஸியிலிருந்து இறங்கும் போது எனது நகம் உடைந்து விட்டது" என்றவர் என்னைப் பார்த்துச் சிரித்தார். சிரிப்பு கூட இனிமையாக இருந்தது. சிலர் சிரிக்கவே காசு கேட்பார்கள் அல்லது அசிங்கமாக சிரித்து வைப்பார்கள். ஆனால் இவர் அப்படியில்லை. "எர்னஸ்டின் அப்பாவும், நானும் சில சமயங் களில் அவனைப் பற்றி கவலைப்படுவோம்" என்றார். "அவன் அவ்வளவு எளிதாக எதிலும் கலந்து கொள்ளமாட்டான் என்று சில சமயங்களில் நாங்கள் உணர்வதுண்டு" என்றும் கூறினார்.

"என்ன அர்த்தத்தில் அப்படிச் சொல்கிறீர்கள்?"

"அவன் மிகவும் உணர்ச்சிவசப்படக் கூடியவன். மற்ற பையன்களுடன் அவ்வளவாக அவன் கலந்து பழகுவதில்லை.

அநேகமாக, அவன் வயதுக்கேற்ற மாதிரியாக விஷயங்களை எடுத்துக் கொள்ளாமல் சீரியஸாக எடுத்துக் கொள்கிறான் என நினைக்கத் தோன்றுகிறது".

உணர்ச்சி வசப்படக் கூடியவன். இது என்னை வதைத்தது. டாய்லெட் சீட் எந்தளவுக்கு உணர்ச்சிவசப்படக் கூடியதோ அந்த அளவிற்கு மாரோ உணர்ச்சி வசப்படக் கூடியவன்.

நான் அவரை நன்றாக ஒரு பார்வைப் பார்த்தேன். அவர் என்னிடம் பொய் சொல்வது போல தெரியவில்லை. இந்த பாஸ்டார்ட்டுக்கு அம்மாவான இவரைப் பார்க்கும் போது அவனைப் பற்றி அவர் உண்மையிலேயே அப்படித்தான் நினைக்கிறார் எனத் தோன்றியது. ஆனால் எல்லோருடைய அம்மாக்கள் பற்றியும் இப்படி சொல்ல முடியாது. அம்மாக்கள் சில நேரங்களில் பைத்தியம் போல நடந்து கொள்வார்கள். இருந்தாலும் எனக்கு மாரோவின் அம்மாவைப் பிடித்திருந்தது. அவர் சொல்வது சரியாக இருக்கலாம். "சிகரெட் பிடிக்கிறீர்களா?" என்று கேட்டேன்.

அவர் சுற்றிலும் பார்த்துவிட்டு, "இங்கு சிகரெட் பிடிக்கலாமா என்று தெரியவில்லை, ருடால்ஃப்," என்றார். அவர் ருடால்ஃப் என்று சொன்னது என்னை வதைத்தது.

"அதனால் பரவாயில்லை. அவர்கள் நம்மைப் பார்த்துவிட்டு கத்துவது வரை புகைப்பிடிப்போம்" என்றேன் நான். அவர் என்னிடமிருந்து சிகரெட்டை எடுத்துக் கொண்டார். நான் பற்ற வைத்தேன்.

அவர் புகைபிடிக்கும் போதும் நன்றாக இருந்தார். அவர் சிகரெட் புகையை இழுத்தாலும் உள்ளே விடவில்லை. அவருடைய வயதில் உள்ள பெண்மணிகள் செய்வது போலவே இவரும் செய்தார். உண்மையிலேயே நீங்கள் தெரிந்து கொள்ள வேண்டுமெனில் அவரிடம் ஒரு வசீகரம் இருந்ததுடன் கவர்ச்சி கரமான ஈடுபாடும் இருந்தது.

அவர் என்னை வேடிக்கையாகப் பார்த்துக் கொண்டிருந்தார். திடீரென்று அவர் "உன்னுடைய மூக்கிலிருந்து ரத்தம் வழிந்து கொண்டிருக்கிறது. நான் சொல்வது தவறாக இருக்கலாம்" என்று கூறினார்.

நான் தலையாட்டி விட்டு எனது கர்ச்சீப்பை வெளியே

எடுத்தேன். “அதிக ஐஸ் கட்டியாக இருந்த பனிப் பந்து பட்டு அடிபட்டு விட்டது” என்றேன். உண்மையிலேயே என்ன நடந்தது என்று அவரிடம் சொல்லியிருக்கலாம். ஆனால் அவ்வளவு நன்றாக இருந்திருக்காது. இருந்தாலும் எனக்கு இவரைப் பிடித்திருந்தது. எனது பெயர் ருடால்ஃப் ஸ்கிமிட் என்று அவரிடம் சொன்னதற்காக உள்ளுக்குள் வருந்தினேன். “பென்சியில் மிகவும் பிரபலமான மாணவர்கள் பலரில் அவனும் ஒருவன் என்று உங்களுக்குத் தெரியுமா?” என்று கேட்டேன்.

“இல்லை, எனக்குத் தெரியாது.”

நான் தலையாட்டினேன். “அவனைத் தெரிந்து கொள்வதற்கு ஒருவருக்கு அதிக நேரம் ஆகும். பல வழிகளில் அவன் வேடிக்கையானவன், வினோதமானவன் — எந்த அர்த்தத்தில் சொல்கிறேன் என்று உங்களுக்குத் தெரியும்? அவனை முதலில் சந்தித்த போது விரும்பினேன். நான் அவனை முதலில் சந்தித்த போது மிகவும் நாகரிகமானவன் என்று நினைத்தேன். ஆனால் அவன் அப்படியில்லை. அவன் மிகவும் சாதாரணமானவன். அவனைப் பற்றித் தெரிந்து கொள்ள சில நிமிடங்கள் போது மானது.

மிஸஸ் மாரோ எதுவும் சொல்லவில்லை. ஆனால் நீங்கள் அவரைப் பார்த்திருக்க வேண்டும். அவர் சீட்டோடு சீட்டாக ஒட்டிக் கொண்டார். யாருடைய அம்மாவாக இருந்தாலும் அவர்களுடைய மகன் எவ்வளவு முக்கியமானவன் என்பதைத் தெரிந்து கொள்ள விரும்புவார்கள்.

இதற்குப் பிறகு சில பழைய, உபயோகமற்ற விஷயங்களைப் பற்றிச் சொல்ல ஆரம்பித்தேன். “அவன் தேர்தல் பற்றி எதுவும் சொன்னானா?” என்று கேட்டேன்.

“வகுப்புத் தேர்தலா?”

அவர் தலையசைத்தார்.

“எங்களில் சிலர் அவன் வகுப்புத் தலைவனாகப் போட்டியின்றி தேர்ந்தெடுக்கப்பட வேண்டுமென்று நினைத்தோம். அதாவது அவனால் தான் இந்த வேலையை நன்கு செய்ய முடியும் என்பது எங்கள் எண்ணமாக இருந்தது.” நான் பிதற்றுகிறேனோ... “ஆனால் இன்னொரு பையன் —

ஹாரி ஃபென்சர் (Harry Fencer)" — தேர்ந்தெடுக்கப்பட்டான். அவன் தேர்ந்தெடுக்கப்பட்டதற்கானக் காரணம் எர்னி அவனை நாமினேட் செய்ய எங்களை அனுமதிக்கவில்லை. ஏனென்றால் அவன் கொஞ்சம் சங்கோஜமானவனாகவும், அடக்கமானவனாகவும் இருந்ததால் மறுத்து விட்டான்... உண்மையிலேயே அவன் சங்கோஜப்படக் கூடியவன் தான். அவனை அதிலிருந்து வெளியே கொண்டு வருவதற்கு நீங்கள் முயற்சிக்க வேண்டும்'' என்று சொல்லிவிட்டு அவரைப் பார்த்தேன். "அவன் இது பற்றியெல்லாம் உங்களிடம் சொல்லவில்லையா?"

"இல்லை. இதைப் பற்றியெல்லாம் சொல்லவில்லை"

நான் தலையாட்டினேன். "இது தான் எர்னி. அவன் எதுவும் சொல்ல மாட்டான். இதுதான் அவனிடம் உள்ள மிகப் பெரிய குறை — அவன் மிகவும் சங்கோஜமானவன், அடக்கமானவன். அவனை அவ்வப்போது ரிலாக்ஸ் ஆக இருக்க வைக்க முயற்சி செய்ய வேண்டும்".

சில நிமிடங்களுக்குப் பிறகு பரிசோதகர் வந்து மிஸஸ் மாரோவிடம் டிக்கெட் கேட்டார். இது நான் பிதற்றிக் கொண்டி ருப்பதை நிறுத்திக் கொள்ளக்கூடிய வாய்ப்பாக இருந்தது. இதை நிறுத்திக் கொண்டதில் எனக்கும் மகிழ்ச்சியாக இருந்தது. மாரோ போன்றவனை எடுத்துக் கொண்டால் அவன் டவலை சுற்றிக் கொண்டே செல்லும் போது யாருடைய பின்பகுதியையாவது காயப்படுத்தி விடுவான். நான் பிதற்றியதற்குப் பிறகு மிஸஸ் மாரோ சங்கோஜமான, அடக்கமான, தலைவர் பதவிக்கு நாமினேட் செய்ய வேண்டாமென்று சொன்ன ஒருவனாக எர்னியைப் பற்றி நினைக்க ஆரம்பிப்பார். நினைக்கக்கூடும். நம்மால் சொல்ல முடியாது. இது பற்றி தெரிந்து கொள்வதற்கு அம்மாமார்கள் எல்லாம் அப்படியொன்றும் கூர்மையானவர்கள் இல்லை.

"காக்டெயில் வேண்டுமா?'' என்று நான் அவரிடம் கேட்டேன். எனக்கு ஒரு "காக்டெயில்'' அருந்தினால் தேவலாம் போல இருந்தது. "நாம் "க்ளப்" இருக்கக்கூடிய பெட்டிக்குச் செல்லலாம், சரியா?" என்றேன்.

"ட்ரிங்ஸ் ஆர்டர் செய்ய உனக்கு அனுமதி உண்டா?" என்று கேட்டார். ஆனால் பணம் பற்றி கேட்கவில்லை. அவர் மிகவும் கவர்ச்சிகரமாக இருந்தார்.

"இல்லைதான்... ஆனால் என் உயரத்தைப் பயன்படுத்தி வாங்கிக் கொள்ள முடியும். அது தவிர எனக்கு இங்குமங்குமாக சில வெள்ளை முடிகள் வேறு இருப்பதால் பிரச்சனை இல்லை." நான் பக்கவாட்டில் திரும்பி என் தலையில் இருக்கும் நரைத்த முடிகளைக் காட்டினேன். அது அவரைப் பரவசப்படுத்தியிருக்கும். "வாருங்கள், என்னோடு சேர்ந்து கொள்ளுங்கள், ஏன் கூடாது?" என்றேன். அவர் இருப்பது எனக்கு மகிழ்ச்சியாக இருந்தது.

"இதை விட சிறப்பாக வேறு இருந்து விடமுடியாது என்று நான் நினைக்கிறேன். இதற்கு நன்றி!" என்றார். "மிகவும் நேரம் கடந்து விட்டதால் க்ளப் பெட்டியை மூடினாலும் மூடி விடுவார்கள். மிகவும் தாமதமாகிவிட்டது". அவர் சொன்னது சரிதான். எனக்கு இது பற்றியெல்லாம் நினைவில்லை.

அவர் என்னைப் பார்த்துக் கொண்டிருந்தார். இனி என்ன கேட்கப் போகிறாரோ என்று நினைத்துக் கொண்டிருந்தேன். "புதன்கிழமை கிறிஸ்துமஸ் விடுமுறை ஆரம்பிக்க இருப்பதாகவும், வீட்டிற்கு வருவதாகவும் எர்னஸ்ட் எங்களுக்கு எழுதியிருந்தான். குடும்பத்தில் யாருக்கும் உடம்பு சரியில்லையென்று நீ அழைக்கப்படவில்லை என்று நினைக்கிறேன்" என்று அவர் கூறும்போது முகத்தில் கவலை ரேகைப் படர்ந்திருந்தது. இதிலிருந்து அவர் பிறரைப் பற்றி அறிந்து கொள்வதில் மட்டும் ஆர்வம் கொண்டிருக்கவில்லை என்று தெரிய வந்தது.

"வீட்டில் எல்லோரும் நன்றாக இருக்கிறார்கள். "எனக்குத் தான் இதற்காக ஆபரேஷன் செய்ய வேண்டும்" என்று கூறினேன்.

"ஓ, என்னை மன்னித்துக் கொள்" என்று சொல்லி உண்மை யிலேயே வருத்தப்பட்டார்.

"இது மிகவும் சீரியஸானது இல்லை. எனது மூளையில் ஒரு சிறிய கட்டி இருக்கிறது. அவ்வளவுதான்" என்றேன்.

"ஓ... நோ... அவர் தனது கையை எடுத்து வாயில் வைத்துக் கொண்டார்.

"ஓ... எல்லாம் சரியாகிவிடும். இதோ இங்கே வெளியில் இருக்கிறது. மிகவும் சிறியதுதான். அவர்கள் இதை இரண்டு

நிமிடங்களில் எடுத்து விடுவார்கள்" என்றேன்.

அதற்குப் பிறகு எனது பாக்கெட்டில் இருந்த ரயில்வே கால அட்டவணையைப் படிக்க ஆரம்பித்தேன். இதனால் நான் பொய் சொல்லிக் கொண்டிருப்பதற்கு ஒரு முடிவு ஏற்பட்டது. நான் பேச ஆரம்பித்தேன் என்றால் மணிக்கணக்காக ஏதாவது பேசிக் கொண்டே இருப்பேன். விளையாட்டுக்குச் சொல்லவில்லை. உண்மையிலேயே மணிக்கணக்காக பேசுவேன்.

நாங்கள் அதற்குப் பிறகு அதிகமாகப் பேசிக் கொள்ள வில்லை. அவர் "வோக்" பத்திரிகையைப் படிக்க ஆரம்பித்தார். நான் ஜன்னல் வழியாக வெளியே சிறிது நேரம் பார்த்துக் கொண்டிருந்தேன். அவர் நியூவார்க் (Newark) க்கில் இறங்கும் போது எனது ஆபரேஷன் நல்லபடியாக நடப்பதற்கு வாழ்த்துக் கூறினார். அவர் என்னை ருடால்ஃப் என்றே கூப்பிட்டுக் கொண்டிருந்தார். கோடை காலத்தில் மசாஸுசெட்டில் உள்ள குளூக்கோசெஸ்டருக்கு எர்னியைப் பார்க்க வருமாறு அழைப்பு விடுத்தார். அவர்களுடைய வீடு பீச்சுக்கு அருகில் இருப்பதாகவும், வீட்டிலேயெ டென்னிஸ் கோர்ட் இருக்கிறதென்றும் கூறினார். ஆனால், நான் நன்றி மட்டும் சொல்லிவிட்டு எனது பாட்டி வீட்டிற்கு தென் அமெரிக்காவிற்குப் போகப் போவதாகக் கூறினேன். எனது பாட்டி எப்பொழுதாவது தான் வீட்டை விட்டு வெளியே போவார். ஆனால் எவ்வளவு பணம் கொடுத்தாலும், என்னதான் கட்டாயமாக இருந்தாலும் கூட இந்த தேவ்... யா பையன் மாரோவைப் பார்க்க நான் போகமாட்டேன்.

9

நான் பென் (Penn) நிலையத்தில் இறங்கியவுடன் முதல் வேலையாக அங்கிருந்த ஃபோன் பூத்துக்குச் சென்றேன். யாருடனாவது பேச வேண்டுமென்று தோன்றியது. அறைக்கு வெளியே எனது கண்ணில் படும்படியாக பெட்டிகளை வைத்துவிட்டு உள்ளே சென்ற எனக்கு யாருக்கு அழைப்பு விடுப்பது என்று நினைத்துப் பார்க்க முடியவில்லை. எனது சகோதரன் டி.பி ஹாலிவுட்டில் இருக்கிறான். எனது தங்கை ஃபீபி (Phoebe) ஒன்பது மணிக்கு படுக்கப் போயிருப்பாள். ஆகையால், அவளைக் கூப்பிட முடியாது. நான் அவளை எழுப்பினாலும் கவலைப் படமாட்டாள். ஆனால், பிரச்சனை என்னவெனில் எனது அழைப்புக்கு அவளுக்குப் பதிலாக எனது பெற்றோர்கள் தான் பதிலளிப்பார்கள். எனவே, அவளையும் தொலைபேசியில் அழைக்க முடியாது. அதற்குப் பிறகு ஜேன் கால்கெரின் அம்மாவை அழைத்து ஜேனுக்கு விடுமுறை ஆரம்பித்து விட்டதா எனக் கேட்கலாம் என்று நினைத்தாலும் அவரைக் கூப்பிட விரும்பவில்லை. அது தவிர, இப்பொழுது நேரம் அதிகமாகிவிட்டது. அதற்குப் பிறகு நான் சாலி ஹேஸூ (Sally Hayes)க்கு, அவளுடன் முன்பு அடிக்கடி சுற்றித்திரிந்து இருக்கிறேன், ஃபோன் செய்யலாம் என நினைத்தேன். ஏனென்றால், ஏற்கனவே அவளுக்கு கிறிஸ்துமஸ் விடுமுறை ஆரம்பித்து விட்டது என்று எனக்கு எழுதிய கடிதத்தில் குறிப்பிட்டு, கிறிஸ்துமஸூக்கு முன்பாக வந்து கிறிஸ்துமஸ் மரத்தை அழகுபடுத்துவதில்

அவளுக்கு உதவி செய்ய வேண்டுமென்று அழைப்பு விடுத்திருந்தாள் — ஆனால் என்னுடைய தொலைபேசி அழைப்புக்கு அவளுடைய அம்மா பதிலளிப்பாரோ என நினைத்தேன். அவளுடைய அம்மாவுக்கு என்னுடைய அம்மாவைத் தெரியும். அவர் உடனே என் அம்மாவை அழைத்து நான் நியூயார்க்கில் இருப்பதாகச் சொல்லிவிடுவார். அதுவுமல்லாமல், மிஸஸ் ஹேஸுடன் தொலைபேசியில் பேச எனக்குப் பிடிக்கவில்லை. அவர் ஒரு முறை சாலியிடம் நான் முரட்டுத்தனமாக இருக்கிறேன் என்று கூறியதோடு ”வாழ்க்கைக் குறித்து திசை தெரியாமல் இருக்கிறேன்” என்றும் சொல்லியிருக்கிறார். என்னோடு வூட்டன் ஸ்கூலில் (Whooton School) படித்த கார்ல் லீஸ் (Carl Luce)ஸை தொலைபேசியில் அழைக்கலாம் என்று நினைத்தேன். ஆனால் இதற்கு முன்பு அவனை அதிகத் தடவைகள் கூப்பிட்டது இல்லை. எனவே, யாருக்கும் பேச முடியாமல் போனது. இருபது நிமிடங்களுக்குப் பிறகு நான் ஃபோன் பூத்திலிருந்து வெளியே வந்து பெட்டிகளை எடுத்துக் கொண்டு டாக்ஸிகள் நிற்கும் இடம் நோக்கி நடந்து சென்றேன்.

நான் ஞாபக மறதி அதிகம் உள்ளவன். நான் டாக்ஸி டிரைவரிடம் எனது வழக்கமான முகவரியைச் சொன்னேன் — விடுமுறை ஆரம்பிக்கும் வரை நான் வீட்டிற்குப் போகமால் ஹோட்டலில் தங்கப் போவதை முழுவதுமாக மறந்து விட்டிருந்தேன். பார்க் வழியாக பாதி தூரம் செல்லும் வரை நான் இதைப் பற்றி நினைக்கவில்லை. அதற்குப் பிறகு, “ஹாய், நான் தவறுதலான முகவரியைச் சொல்லிவிட்டேன். நான் திரும்பிச் செல்ல வேண்டும். நீங்கள் அடுத்து வண்டியை எங்கு திருப்ப முடியுமோ அங்கு திருப்பிக் கொள்ளுங்கள்” என்றேன்.

டிரைவர் கொஞ்சம் புத்திசாலி போல, “என்னால் இங்கு திருப்பமுடியாது, மாக் (Mac). இது ஒருவழிப் பாதை. திருப்ப வேண்டுமென்றால் நான் நைண்டீயத் ரோடு வரை செல்ல வேண்டும்” என்றார்.

நான் இது குறித்து விவாதிக்க விரும்பாததால் “சரி”, என்றேன். திடீரென்று ஒன்று நினைவுக்கு வந்தது. “ஹாய், சென்ட்ரல் பார்க்கின் தெற்குப் பக்கத்தில் உள்ள காயலில் (lagoon) வாத்துக்கள் இருப்பது தெரியும்தானே? அந்த சிறிய ஏரி? அது முழுவதுமாக உறைந்துவிடும் போது அங்குள்ள வாத்துக்கள் எல்லாம் எங்கே போகுமென்று உங்களுக்குத்

தெரியுமா?" இது பற்றி கேட்க எனக்கு லட்சத்தில் ஒன்றாக கிடைத்த வாய்ப்பு இது.

அவர் திரும்பி என்னை ஒரு பைத்தியக்காரனைப் பார்ப்பது போல பார்த்துவிட்டு "நீ என்ன செய்ய முயற்சிக்கிறாய்? என்னோடு விளையாடுகிறாயா?" என்றார்.

"இல்லை... அதைத் தெரிந்து கொள்ள விருப்பம். அவ்வளவு தான்"

நைண்டீயத் தெருவிலிருந்த பார்க்கைத் தாண்டி வரும் வரை அவரும் நானும் எதுவும் பேசிக் கொள்ளவில்லை. அவர், "எங்கே போக வேண்டும்?" என்று கேட்டார்.

"நான் கிழக்குப் பகுதியில் உள்ள எந்த ஹோட்டல்களிலும் தங்க விரும்பவில்லை. காரணம் எனக்குப் பரிட்சயமானவர்கள் யாரையாவது அங்கு பார்க்க நேரிடலாம். இப்பொழுது நான் வேறொரு பெயருடன் பயணம் செய்து கொண்டிருக்கிறேன்." நான் வேறு பெயரில் பயணம் செய்து கொண்டிருக்கிறேன் என்று சொல்வதையெல்லாம் வெறுப்பவன். ஆனால் வேறு வழியில்லை. "டாஃப்ட் அல்லது நியூ யார்க்கரில் யாருடைய பேண்ட் (band) என்று உங்களுக்குத் தெரியுமா?"

"அது பற்றி எனக்கு எதுவும் தெரியாது, மாக்"

"சரி — அப்படியென்றால் எட்மாண்ட்டிற்குப் போங்கள்" என்றேன். "போகும் வழியில் ஒரு இடத்தில் காக்டெயிலுக்காக நிறுத்துங்கள். நீங்களும் என்னுடன் சேர்ந்து கொள்ளுங்கள். பணத்தை நான் கொடுத்துவிடுகிறேன்" என்றேன்.

"அப்படி செய்ய முடியாது, மாக், மன்னிக்கவும்" என்றான். ஆனால் இவரால் சிறந்த "கம்பெனி" கொடுக்க முடியும். அப்படியொரு ஆளாக அவர் இருந்தார்.

நாங்கள் எட்மாண்ட் ஹோட்டலை சென்றடைந்தோம். நான் ஒரு அறையை வாடகைக்கு எடுத்தேன். நான் டாக்ஸியில் வரும் போது அணிந்திருந்த எனது வேட்டைக்காரத் தொப்பியை ஹோட்டலில் நுழையும்போது கழட்டி விட்டேன். பார்ப்பதற்கு அபத்தமாக இருக்க வேண்டாமே என்று நினைத்து தொப்பி அணியவில்லை. ஆனால் என்ன ஒரு முரண்பாடு. அந்த ஹோட்டலில் தங்கியிருந்த அனைவரும் அபத்தமாகவே காட்சியளித்தனர்.

அவர்கள் ஒரு சிறிய அறையை எனக்குக் கொடுத்தனர். அந்த அறையின் ஜன்னல் வழியாக ஹோட்டலின் இன்னொரு பகுதியைப் பார்க்க முடியுமே தவிர வேறெதையும் பார்க்க முடியாது. நான் மிகவும் மனச் சோர்வுடன் இருந்ததால் நல்ல "வ்யூ" இருக்கிறதா, இல்லையா என்பது குறித்து அவ்வளவாக அக்கறை கொள்ளவில்லை. எனக்கு அறையைக் காட்டிய "பெல் பாய்"க்கு வயது சுமாராக 65 இருக்கும். அந்த அறையை விட அவர் மிகவும் சோர்ந்து போயிருந்தார். தலையில் இருக்கக் கூடிய கொஞ்ச முடியைக் கொண்டு தனது வழுக்கையை மறைக்க முயற்சி செய்யும் பல பேர்களில் இவரும் ஒருவர். என்னைப் பொருத்தவரை இதற்கு வழுக்கைத் தலையராகவே இருந்து விட்டுப் போகலாம். ஹோட்டலுக்கு வருபவர்களின் சூட்கேஸ்களைத் தூக்கிச் செல்வது அதன் பின் "டிப்ஸ்"ஸுக்காக காத்துக் கொண்டு நிற்பது, என்னவொரு அழகான வேலை இந்த 65 வயது மனிதருக்கு!. அவர் அதிக புத்திசாலியோ இல்லையோ ஆனால் இது ஒரு கொடுமையான வேலை.

அவர் என் அறையிலிருந்து சென்ற பிறகு ஜன்னல் வழியாக சிறிது நேரம் பார்த்துக் கொண்டிருந்தேன். செய்வதற்கு வேறெதுவும் இல்லை. ஹோட்டலின் இன்னொரு பக்கத்தில் என்ன நடந்து கொண்டிருக்கிறது என்று உங்களுக்குத் தெரிந்தால் நீங்கள் ஆச்சரியப்படுவீர்கள். அவர்கள் திரைச் சீலையை இழுத்துவிடுவது பற்றி அக்கறைப்பட்டதாகத் தெரியவில்லை. நரைத்த முடியும், பார்ப்பதற்கு வித்தியாசமாக இருந்த ஷார்ட்ஸ் அணிந்திருந்த ஒருவர் செய்து கொண்டிருந்ததைச் சொன்னால் நீங்கள் நம்ப மாட்டீர்கள். முதலில் அவர் சூட்கேஸை படுக்கையின் மேல் வைத்தார். பிறகு அதிலிருந்து பெண்கள் அணிந்து கொள்ளும் ஆடைகள் அனைத்தையும் எடுத்து தான் அணிந்து கொண்டார். உண்மையிலேயே பெண்கள் அணியக் கூடிய உடைகள் — சில்க் ஸ்டாக்கிங், உயரக் குதி உள்ள ஷூக்கள், மார்புக் கச்சை, அதற்குப் பிறகு இறுக்கமான மாலை வேளையில் அணியக்கூடிய ஆடை. இது கடவுளின் மேல் சத்தியம். எல்லாவற்றையும் அணிந்து கொண்ட அவர் அறையில் மேலும், கீழுமாக கொஞ்ச நேரம் நடந்தார். பெண்கள் நடப்பது போல சின்ன, சின்ன அடியெடுத்து வைத்து நடந்து கொண்டே சிகரெட் பற்றவைத்துக் கொண்டு கண்ணாடியைப் பார்த்தார். அவர் தனியாக இருந்தார். யாராவது பாத்ரூமில்

இருந்தால் உண்டு. ஆனால் என்னால் பார்க்க முடியவில்லை. அவருடைய அறைக்கு கொஞ்சம் தள்ளி இன்னொரு அறையில் ஒரு ஆணும், பெண்ணும் அவர்களுடைய வாயிலிருந்து தண்ணீரை ஒருவர் மேல் மற்றொருவர் பீய்ச்சிக் கொண்டிருந்தனர். அநேகமாக தண்ணீர் இல்லாமல், விஸ்கி, சோடா, ஐஸ் கலவையாகக் கூட இருக்கலாம். ஆனால் அவர்கள் கையில் உள்ள கிளாஸில் என்ன இருக்கிறது என்று இங்கிருந்து பார்க்க முடியவில்லை. முதலில் அவர் குடித்து பின் அவள் உடல் முழுவதும் பீய்ச்ச அதே போல அவள் அவர் மேல் செய்தாள் — இப்படி மாற்றி மாற்றி செய்து கொண்டிருந்தார்கள். நீங்கள் அவர்களைப் பார்த்திருக்க வேண்டும். அவர்கள் மிகவும் உணர்ச்சி வசப்பட்டவர்கள் போல நடந்து கொண்டனர். வேடிக்கையாக இருந்தது. நான் விளையாட்டுக்குச் சொல்லவில்லை. இந்த ஹோட்டலில் வக்கிரப் புத்தி கொண்டவர்களும், மோசமானவர்களும் தான் தங்கியிருந்தார்கள். இந்த இடத்தில் நான் ஒருவன் தான் மிகவும் இயல்பாக இருந்த பாஸ்டர்ட். ஸ்ட்ராட்லேட்டருக்கு மறுநாள் காலை உடனே புறப்பட்டு நியூயார்க்கிற்கு வருமாறு தந்தியடிக்கக்கூடிய அளவிற்குச் சென்றுவிட்டேன். இந்த ஹோட்டலின் ராஜா போல அவன் இருப்பான்.

நீங்கள் இந்தக் குப்பையைப் பார்க்க விருப்பமில்லை யென்றாலும் வேறு வழியில்லாமல் பார்க்க வேண்டியிருந்தது. அதுதான் பிரச்சனை. உதாரணமாக, தண்ணீர் பீய்ச்சப்படும் அந்த பெண் பார்ப்பதற்கு மிகவும் அழகாக இருந்தாள். அது தான் எனக்குண்டான சங்கடம். என் மனதைப் பொருத்தவரை, நீங்கள் பார்த்ததிலேயே அதிகமான செக்ஸ் வெறி பிடித்தவன் நானாகத்தான் இருப்பேன். சில வேளைகளில் நான் சின்ன சின்ன விஷயங்கள் குறித்து நினைப்பேன், அதற்கான வாய்ப்புகள் வந்தால் அதைச் செய்யவும் தயங்க மாட்டேன். இதில் எவ்வளவு வேடிக்கை இருக்கிறது என்பதை என்னால் பார்க்க முடிகிறது. நீங்கள் நன்கு குடிப்பவராக இருந்தால் ஒரு பெண்ணைக் கூட்டிக் கொண்டு வந்து ஒருவருக்கொருவர் முகமெங்கும் பீய்ச்சி அடித்து விளையாடலாம். ஆனால் எனக்கு இந்த யோசனை பிடிக்கவில்லை. நீங்கள் இதைக் கொஞ்சம் பகுப்பாய்வு செய்து பார்த்தால் நாற்றமெடுக்கும். உங்களுக்கு அந்தப் பெண்ணைப் பிடிக்கவில்லையென்றால் சும்மா சுத்திக் கொண்டிருப்பதில் அர்த்தமில்லை. உங்களுக்கு அவளைப் பிடித்திருக்கும்

பட்சத்தில் அவளுடைய முகமும் உங்களுக்குப் பிடித்திருக்க வேண்டும். உங்களுக்கு முகம் பிடித்திருந்தால் இந்த மாதிரியான மோசமான செயலை — அதாவது முகம் முழுவதும் தண்ணீர் பீய்ச்சுவது — செய்வதில் கவனமாக இருக்க வேண்டும். இந்த மாதிரியான மோசமான செயல்கள் சில சமயங்களில் மிகவும் வேடிக்கையாகவும் இருக்கிறது. நீங்கள் மோசமான செயலில் ஈடுபட வேண்டுமென்றாலும், வேண்டாம் என்று நினைத்தாலும் பெண்கள் உதவப் போவதில்லை. இரண்டு வருடங்களுக்கு முன்பு, எனக்கு ஒரு பெண்ணைத் தெரியும். அந்த சமயத்தில் இதை விட மோசமாக நடந்தது. ஆனால் எங்களுக்கு வேடிக்கையாக இருந்தது. செக்ஸ் பற்றி எனக்கு அவ்வளவாக புரிதல் இல்லை. நீங்கள் எங்கே இருக்கிறீர்கள் என்று உங்களுக்கே ஒரு போதும் தெரியாது. என் தேவைக்கான செக்ஸ் விதிகளை நானே உருவாக்கிக் கொள்வேன். அதன் பின் அதை உடைத்துவிடுவேன். போன வருடம் பெண்கள் பின் சுத்துவதை விட்டு விட வேண்டும் என்று ஒரு விதியை ஏற்படுத்திக் கொண்டேன். ஆனால் அதை உருவாக்கிய அதே வாரத்தில் அதை மீறவும் செய்தேன் — சொல்லப் போனால் அதே நாள் இரவில். அன்று இரவு முழுவதும் ஆன் லூயிஸ் ஷெர்மனை கழுத்திலும் அதற்கு மேலும் வருடிக் கொண்டே இருந்தேன். கடவுளின் மேல் சத்தியமாக செக்ஸை என்னால் புரிந்து கொள்ள முடியவில்லை.

ஜேனுடைய அம்மாவிற்கு போன் செய்து ஜேன் எப்பொழுது வீட்டிற்கு வருகிறாள் என்று கேட்பதற்குப் பதிலாக அவள் சென்றிருக்கக்கூடிய பிரைன் மாவ்ருக்கே (Bryn Mawr) போன் செய்யலாமா என்று அங்கு நின்று கொண்டே யோசனை செய்து கொண்டிருந்தேன். ஆனால் மாணவர்களை போனில் இரவில் கூப்பிடக்கூடாது. எனவே, கூப்பிடுவதற்கு வேறு வழி இருக்கிறதா என்பது பற்றி யோசிக்க வேண்டும். நான் போன் செய்யும் போது அதை எடுப்பவர்களிடம், நான் ஜேனின் மாமா கூப்பிடுவதாகவும், அவளுடைய அத்தை இப்பொழுதுதான் சாலை விபத்தில் இறந்து விட்டதாகவும் அது பற்றி அவளிடம் உடனடியாகப் பேச வேண்டும் என்றும் அவர்களிடம் சொல்ல வேண்டும் என நினைத்துக் கொண்டேன். அவளுடன் பேசுவதற்கு இது ஒரு வேளை உதவக்கூடும். ஆனால் எனக்கு “மூட்” இல்லை என்பதால் நான் ஃபோன் செய்யவில்லை. உங்களுக்கு “மூட்” இல்லையென்றால் ஒரு விஷயத்தைச் சரியாக செய்ய

முடியாது.

சிறிது நேரத்திற்குப் பிறகு நான் நாற்காலியில் உட்கார்ந்து இரண்டு சிகரெட்டுகள் பிடித்தேன். எனக்கு மரத்துப் போனது போன்ற உணர்வு ஏற்பட்டது. இதை நான் ஒத்துக் கொள்ளத்தான் வேண்டும். பிறகு, திடீரென்று எனக்கு ஒரு யோசனை தோன்றியது. சென்ற கோடை காலத்தில் பிரின்ஸ்டனுக்குப் போயிருந்த சமயத்தில், விருந்தில் சந்தித்த ஒருவன் என்னிடம் கொடுத்த அட்ரஸை பர்ஸில் தேடினேன். இறுதியில் ஒரு வழியாக அட்ரஸ் கிடைத்தது. அது பல வண்ணங்களைக் கொண்டிருந்தாலும் அதைத் தெளிவாகப் படிக்க முடிந்தது. அது ஒரு பெண்ணின் முகவரி. அவள் விலைமாது இல்லை. ஆனால் அவ்வப்போதுத் தொடர்பு வைத்துக் கொள்வதில் தவறில்லை என்று பிரின்ஸ்டனைச் சேர்ந்த அவன் கூறியிருந்தான். அவன் அவளை ஒரு முறை பிரின்ஸ்டனில் நடனமாடுவதற்காக அழைத்து வந்திருந்தான். ஆனால் அங்கிருந்தவர்கள் அவளை அழைத்து வந்ததற்காக அவனை அடித்துத் துரத்தாத குறைதான். அவள் ஆடைகளை அவிழ்த்து நடனமாடுபவள் என்று கூறினர். எது எப்படியோ நான் ஃபோனருகில் சென்று அவளை ஃபோனில் அழைத்தேன். அவளுடைய பெயர் ஃபெய்த் காவெண்டிஷ் (Faith Cavendish). அவள் ஸ்டான்ஃபோர்ட் ஆர்ம்ஸ் ஹோட்டல் ப்ராட்வேயில் வசித்து வந்தாள்.

அவள் வீட்டில் இருக்கிறாளா, இல்லையா என்று அந்த நேரத்தில் நான் நினைத்துப் பார்க்கவில்லை. யாரும் பதில் அளிக்கவில்லை. இறுதியாக, யாரோ ஃபோனை எடுத்தார்கள்.

"ஹலோ?" — நான். எனது குரலை மிகவும் ஆழத்திலிருந்து வருவது போல மாற்றிக் கொண்டேன். இதனால் அவளுக்கு எனது வயது குறித்து சந்தேகம் வராது. என்னுடைய குரல் வழக்கமாகவே ஆழத்திலிருந்து வருவது போலத்தான் இருக்கும்.

"ஹலோ," ஒரு பெண்ணின் குரல். அதில் ஒரு நட்பு தெரியவில்லை.

"யார், ஃபெய்த் காவெண்டிஷா?" என்று கேட்டேன்

"நீங்கள் யார்? இந்த நேரத்தில் என்னை அழைப்பது யார்?" என்று அவள் கேட்டாள்

இந்த பதில் லேசாக என்னைப் பயப்பட வைத்தது. "ஆமாம், நேரம் கடந்து விட்டது" என்று ஒரு முதிர்வான குரலில் கூறி னேன். "அதற்காக நீங்கள் என்னை மன்னிப்பீர்கள் என நம்புகிறேன், ஆனால் உங்களுடன் தொடர்பு கொள்ள நான் பேரார்வத்துடன் இருந்தேன்" என்றேன்.

"யார் இது?" என்று அவள் கேட்டாள்

"உங்களுக்கு என்னைத் தெரியாது ஆனால் நான் எடி பேர்ட்செல் (Eddie Birdsell)லின் நண்பன். நான் எப்பொழுதாவது இந்த நகரில் இருந்தால் காக்டெயிலுக்காகச் சந்திக்கலாம் என்று கூறினான்".

"யார்? நீங்கள் யாருடைய நண்பர்?" அவள் தொலைபேசியில் ஒரு புலியைப் போல உறுமினாள். அவள் என்னைப் பார்த்து ஏறக்குறையக் கத்துவது போல இருந்தது.

"எட்மண்ட் பேர்ட்செல், எடி பேர்ட்செல்" — இது நான். அவனுடைய பெயர் எட்மண்ட்டா அல்லது எட்வர்டா என்று சரியாக நினைவில்லை. நான் அவனை ஒரே ஒரு முறை அந்த விருந்தில்தான் சந்தித்திருக்கிறேன்.

"எனக்கு அந்தப் பெயரில் யாரையும் தெரியாது. இந்த நேரத்தில் என்னை எழுப்பியதால் நான் மகிழ்ச்சியாக இருக்கிறேன் என்று நீங்கள் நினைத்தால்".

"எடி பேர்ட்செல், பிரின்ஸ்டனைச் சேர்ந்தவன்?" — நான்

அவள் தனது மனதில் அந்தப் பெயரைச் சொல்லிப் பார்த்துக் கொள்கிறாள் என்று உங்களால் சொல்ல முடியும்.

"பேர்ட்செல், பேர்ட்செல்... பிரின்ஸ்டன்... பிரின்ஸ்டன் கல்லூரி?"

"ஆமாம் சரிதான், — இது நான்.

"நீங்களும் பிரின்ஸ்டன் கல்லூரியா?"

"ஏறக்குறைய அந்த மாதிரிதான்"

"ஓ... எடி எப்படியிருக்கிறான்? அவள் கேட்டாள். "கடவுளே, இருந்தாலும் ஒருவரை போனில் கூப்பிடுவதற்கான நேரம் இது இல்லை." என்றாள் அவள்.

“அவன் நன்றாக இருக்கிறான். அவன் உங்களைக் கேட்டதாகச் சொல்லச் சொன்னான்”

“நன்றி. நானும் அவனைக் கேட்டதாகக் கூறுங்கள். அவன் ஒரு பெரிய ஆள். இப்பொழுது என்ன செய்து கொண்டிருக்கிறான்?” என்று அவள் திடீரென்று மிகவும் நட்புடன் பேச ஆரம்பித்தாள்.

“ஓ.. உங்களுக்குத் தெரியுமா, அதே பழைய வேலைதான்” என்றேன் நான். அவன் என்ன செய்து கொண்டிருக்கிறான் என்று எனக்கு எப்படித் தெரியும்? அவனை எனக்கு மிகவும் அரிதாகவேத் தெரியும். அவன் இன்னும் பிரின்ஸ்டனில் இருக்கிறானா, இல்லையா என்று கூட எனக்குத் தெரியாது. “காக்டெயிலுக்காக என்னை எங்காவது சந்திக்க உங்களுக்கு விருப்பமா?” என்று நான் கேட்டேன்.

“இப்பொழுது மணி என்னவென்று உனக்குத் தெரியுமா? உன்னுடைய பெயர் என்னவென்று நான் தெரிந்து கொள்ள லாமா? அவள் திடீரென்று ஆங்கில உச்சரிப்பிற்குத் தாவினாள். “உன் குரலிலிருந்து பார்த்தால் நீ இளைஞன் என்று தோன்றுகிறது” என்றாள்.

நான் சிரித்துக் கொண்டேன். “உங்கள் புகழுரைக்கு நன்றி. எனது பெயர் ஹோல்டன் கால்ஃபீல்ட்”. நான் அவளிடம் போலியான ஒரு பெயரைச் சொல்லியிருக்க வேண்டும். ஆனால் அந்த நேரத்தில் என்னால் அது குறித்து சிந்திக்க முடியவில்லை.

“நல்லது. மிஸ்டர் காஃபில். இந்த மாதிரி நடுராத்திரியில் யாரையும் சந்திக்கும் பழக்கம் என்னிடம் இல்லை. நான் வேலைக்குப் போகிறவள்” என்றாள்.

“நாளைக்கு ஞாயிற்றுக் கிழமை” என்று அவளிடம் நான் கூறினேன்.

“சரி. நான் மீண்டும் தூங்கச் செல்ல வேண்டும். அது எப்படியிருக்குமென்று உனக்குத் தெரியும்.”

“நேரம் ஒன்றும் அதிகம் ஆகவில்லை. குறைந்தபட்சம் ஒரு காக்டெயிலாவது நாம் சேர்ந்து குடிக்கலாம்” என்றேன்.

“நல்லது. நீ மிகவும் இனிமையாக இருக்கிறாய்” என்றவள்,

"எங்கேயிருந்து போன் செய்கிறாய்?" என்று கேட்டாள்.

"நானா, நான் போன் பூத்திலிருந்து பண்ணுகிறேன்" என்றேன்.

"ஓ… என்று கூறியதற்குப் பிறகு ஒரு நீண்ட அமைதி. "நாம் எப்பொழுதாவது சந்திக்கலாம்" மிஸ்டர் காஃபில். உனது குரலில் ஒரு கவர்ச்சி இருக்கிறது. நீ மிகவும் கவரக்கூடியவனாக இருக்க வேண்டும். ஆனால் நேரம் அதிகம் ஆகிவிட்டது" என்றாள் அவள்.

"நான் வேண்டுமென்றால் நீ இருக்கும் இடத்திற்கு வருகிறேன்" என்றேன்.

"அது சரி. உன்னை காக்டெயிலுக்கு வரவேற்க ஆசைதான். ஆனால் எனது அறைத் தோழிக்கு உடல் நிலை சரியில்லை. இவ்வளவு நேரம் தூக்கம் வராமல் இருந்தவள் இப்பொழுதுதான் தூங்குகிறாள்." என்றாள்.

"ஓ… அப்படியா!"

"நீ எங்கே தங்கியிருக்கிறாய்? காக்டெயிலுக்கு அநேகமாக நாம் நாளை சந்திக்கலாம்".

"நாளைக்கு என்னால் முடியாது" என்றேன். "இன்றிரவு மட்டுந் தான் என்னால் முடியும்." எப்படியெல்லாம் கதை சொல்கிறேன். அந்த மாதிரி நான் சொல்லியிருக்கக்கூடாது.

"ஓ… அப்படியா. என்னை மன்னிக்கவும்".

"நான் உனக்காக எடியிடம் நாளைக்கு "ஹலோ" சொல்கிறேன்"

"அப்படிச் செய்வாயா? நியூயார்க்கில் தங்கியிருக்கும் நீ மகிழ்ச்சியாக இருப்பாய் என நம்புகிறேன். அது ஒரு அருமையான நகரம்" என்றாள்.

"எனக்குத் தெரியும். நன்றி. குட்நைட்." என்று சொல்லிவிட்டு ஃபோனை வைத்துவிட்டேன்.

நான் உண்மையிலேயே கெடுத்துக் கொண்டேன். நான் காக்டெயிலுக்காவது அல்லது வேறு எதற்காவது போயிருக்க வேண்டும்.

10

எனக்கு இப்பொழுது நேரம் என்னவென்று உறுதியாகத் தெரிய வில்லை. மிகவும் முன்கூட்டி போலத் தோன்றியது. இன்னும் நேரமாகவில்லை. நான் வெறுத்த ஒரு விஷயம் என்னவெனில் களைப்படையாமல் இருக்கும் போது தூங்கப் போவதுதான். ஆகையால் நான் எனது சூட்கேஸைத் திறந்து புதிய சட்டை ஒன்றை எடுத்துக் கொண்டு பாத்ரூமிற்குச் சென்றேன். அங்கு நான் போட்டிருந்த சட்டையை துவைத்து விட்டு புதிய சட்டையை அணிந்து கொண்டேன். நான் நினைத்தது என்னவென்றால், அப்படியே கீழிறங்கிப் போய் ஹோட்டலில் உள்ள லாவெண்டர் ரூமில் என்ன நடக்கிறதென்று பார்க்கலாமென்று நினைத்தேன். இதில் தான் ஹோட்டலின் "நைட் க்ளப்" இருந்தது.

நான் சட்டை போட்டுக் கொண்டிருக்கும் போது எனது தங்கை ஃபீபிக்கு போன் பண்ணக்கூடிய அளவிற்கு சென்று விட்டேன். அவளுடன் போனில் எப்படியாவது பேச வேண்டும் என்பதில் உறுதியாக இருந்தேன். விவேகம் உள்ள சிலரில் இவளும் ஒருத்தி. ஆனால் நான் போன் செய்யவில்லை. ஏனென்றால் அவள் சின்னப் பெண். இவ்வளவு நேரத்திற்கு முழித்துக் கொண்டு இருக்கமாட்டாள் இதில் போனிற்குப் பக்கத்தில் இருப்பாள் என்று எப்படி நினைக்க முடியும். பெற்றோர் எடுத்து பதிலளித்தால் போனை வைத்து விடலாம் என்று கூட நினைத்தேன். அப்படியிருந்தாலும் அவர்களுக்கு

அது நான் தான் என்று தெரியும். எனவே அதையும் நான் செய்யவில்லை. அது நானாகத்தான் இருப்பேனென்று அம்மாவுக்குத் தெரியும். அவர் மனித மனத்தை நன்கு அறிந்தவர். ஆனால் இந்த நேரத்தில் நான் ஃபீபியுடன் வெட்டிப்பேச்சு பேசுவதை ஒரு பொருட்டாக எடுத்துக் கொள்ளவில்லை.

நீங்கள் அவளைப் பார்க்க வேண்டும். இந்த மாதிரியான ஒரு அழகான, ஸ்மார்ட்டான பெண்ணை நீங்கள் உங்கள் வாழ்நாளிலேயே பார்க்க முடியாது. அவள் உண்மையிலேயே ஸ்மார்ட்டானவள். அவள் பள்ளி செல்ல ஆரம்பித்ததிலிருந்தே எல்லாவற்றிலும் “A” கிரேட் தான். உண்மையைச் சொல்லப் போனால் எங்கள் குடும்பத்தில் “முட்டாள்” நான் தான். என்னுடைய சகோதரன் டி.பி. ஒரு எழுத்தாளர், இறந்து போன ஆலி ஒரு மேதை. அவர்களில் நான் மட்டுந்தான் முட்டாள். நீங்கள் ஃபீபியைப் பார்க்க வேண்டும். அவளுடைய முடி இளஞ்சிவப்பு நிறத்தில் ஆலியினுடைய முடியை ஒத்திருந்தது. கோடைகாலத்தில் மிகவும் குட்டையாக இருக்கும். அப்போது அவள் முடியை காதுகளுக்குப் பின்னால் விட்டிருப்பாள். அவளுடைய காதுகள் அழகாகவும், நீளமாகவும் இருக்கும். சில நாட்கள் அவளுக்கு அம்மா சடை பின்னி விடுவார்கள். பார்ப்பதற்கு நன்றாக இருக்கும். அவளுக்கு 10 வயதுதான். என்னைப் போல மெலிந்த தேகம் கொண்டவள். அதாவது “ரோலர் – ஸ்கேட்” அளவிற்கு மெலிந்தும், சக்திமிக்கவளாகவும் இருந்தாள். ஒரு முறை அவள் ஐந்தாவது அவென்யூவிலிருந்து பார்க்கிற்கு போவதற்காக ரோட்டைக் கடக்கும் போது எனது ஜன்னல் வழியாக அவளைப் பார்த்தேன். அப்பொழுதுதான் இது புரிந்தது. அவளைப் பார்த்தால் உங்களுக்கு பிடித்துவிடும். நீங்கள் ஏதாவது ஒன்று பற்றி ஃபீபியிடம் சொன்னால் போதும். நீங்கள் எதுபற்றி பேசுகிறீர்கள் என்று துல்லியமாக தெரிந்து கொண்டுவிடுவாள். நீங்கள் அவளை உங்களுடன் எங்கு வேண்டுமானாலும் கூட்டிச் செல்லலாம். உதாரணமாக, அவளை ஒரு மோசமான திரைப்படத்திற்குக் கூட்டிச் சென்றால் அவளுக்கு அது மோசமான திரைப்படம் என்று தெரியும். அது போல ஒரு நல்ல திரைப்படத்திற்குக் கூட்டிச் சென்றால் அவளுக்கு அது நல்ல திரைப்படம் என்று தெரியும். டி.பி. யும் நானும் அவளை ராய்மு (Raimu) நடித்த ஃப்ரென்ச் திரைப்படமான “தி பேக்கர்ஸ் ஒயிஃப்” பார்க்க அழைத்துச் சென்றோம். ராபர்ட் டொனாட் (Robert Donat)

நடித்த "39 ஸ்டெப்ஸ்" (39 Steps) தான் அவளுக்கு பிடித்த படம் என்றாலும் இதுவும் பிடித்திருந்தது. அவளிடம் இந்தத் திரைப்படம் குறித்து என்ன கேட்டாலும் சொல்வாள். காரணம், நான் பத்து முறையாவது இந்தப் படத்தைப் பார்க்க அவளைக் கூட்டிப்போயிருப்பேன். உதாரணமாக டொனாட் போலீஸாரிடமிருந்து தப்பித்து ஓடும் போதும், அவருடைய ஸ்காட்ச் பண்ணை வீட்டுக்கு வரும் போதும் ஃபீபி அது பற்றி சத்தமாகப் பேசுவாள் – படத்தில் வரும் ஸ்காட்ச்காரன் பேசக்கூடிய "நீ கடல்மீனை சாப்பிடுவாயா?". இந்தப் படத்தில் வரும் அனைத்து வசனங்களும் அவளுக்கு அத்துப்படி. அது போல படத்தில் பேராசிரியர் போல வரும் ஜெர்மன் நாட்டு ஒற்றன் தனது சுட்டுவிரலை மத்தியில் இணைத்து ராபர்ட் டொனாட்டிடம் காட்டுவான். ஆனால் அதற்கு முன்பாகவே, ஃபீபி தனது சுட்டுவிரலை இருட்டில் எனது முகத்துக்கு முன்னால் காட்டுவாள். அது சரியாக இருக்கும். அவளை நீங்கள் விரும்புவீர்கள். ஒரேயொரு பிரச்சனை என்னவெனில் சில சமயங்களில் அவள் அளவுக்கு அதிகமாகப் பாசத்தைப் பொழிவதுதான். அவள் வயதிற்கு அவள் மிகவும் உணர்ச்சிவசப்படக் கூடியவள். அவள் எப்பொழுது பார்த்தாலும் புத்தகம் எழுதிக் கொண்டிருப்பாள். ஆனால் அதை முடித்ததில்லை. அவை எல்லாம் ஹாசல் வெதர்ஃபீல்ட் (Hazel Weatherfield) என்கிற சிறுமியைப் பற்றியது – ஃபீபி மட்டும் அதை "ஹாஸ்ல்" (Hazle) என்று உச்சரிப்பாள். ஹாசல் வெதர்ஃபீல்ட் ஒரு பெண் துப்பறிவாளர். அவள் ஒரு அனாதை, ஆனால் ஒரு மனிதர் அடிக்கடி வந்து போவார். இருபது வயது மதிக்கத் தக்கவராக இருந்த அவர் மிகவும் உயரமாக, கவர்ச்சிகரமாகவும் இருந்தார். கடவுள் மேல் சத்தியமாக அவளை உங்களுக்குப் பிடிக்குமென்று சொல்கிறேன். அவள் சிறுமியாக இருந்தாலும் கூட மிகவும் ஸ்மார்ட்டானவள். அவள் மிகவும் சிறியவளாக இருக்கும் போது ஆலியும் நானும் அவளைப் பூங்காவிற்கு அழைத்துச் செல்வது, குறிப்பாக ஞாயிற்றுக் கிழமைகளில், வழக்கம். ஆலியிடம் ஒரு படகு இருந்தது அதை வைத்துக் கொண்டு ஞாயிற்றுக் கிழமைகளில் ஃபீபியுடன் சேர்ந்து சுற்றுவோம். அவள் வெள்ளை நிற கையுறைகள் அணிந்து கொண்டு எங்களுக்கு நடுவில் ஒரு "சீமாட்டி" போல நடந்து வருவது வழக்கம். ஆலியும் நானும் பொதுவாக ஏதாவது பேசிக் கொண்டு வந்தால் அவள் உன்னிப்பாகக் கேட்டுக் கொண்டு வருவாள். அவள் மிகவும் சிறிய பெண்ணாக இருந்ததால்

சில சமயங்களில் அவள் இருப்பதை மறந்திருந்தாலும் அவள் உங்களை மறக்க விடமால் இருப்பதற்காக தொடர்ந்து ஏதாவது கேட்டுக் கொண்டேயிருப்பாள். அவ்வப்போது அவள் ஆலியையோ அல்லது என்னையோ லேசாக இடித்துக் கொண்டே, "யார்?" "யார் சொன்னது? பாபியா இல்லை அந்த சீமாட்டியா?" என்று கேட்க அதற்கு நாங்கள், அது யார் சொன்னது என்று சொல்ல அவள் பதிலுக்கு "ஓ" என்று கூறுவாள். இதிலிருந்து அவள் நாங்கள் பேசுவதைக் கவனித்துக் கொண்டிருக்கிறாள் என்று தெரியவந்தது. அவள் ஆலியையும் கவர்ந்தாள். அவனுக்கும் அவளைப் பிடித்திருந்தது. அவளுக்கு இப்பொழுது வயது 10, இன்னும் அவள் சிறு குழந்தையில்லை. ஆனால் அவள் எல்லோரையும்– புலனுணுர்வு உள்ள அனைவரையும் — கவர்ந்திழுத்தாள்.

இவளுடன் போனில் பேசவேண்டும் என்று நீங்கள் எப்போதும் உணர்வீர்கள். ஆனால் எனக்குப் பயமாக இருந்தது. எனது பெற்றோர் பதிலளித்தால் அவர்களுக்கு நான் நியூயார்க்கில் இருப்பதும், பென்சியிலிருந்து வெளியேற்றப்பட்டதும் தெரியவரும். நான் சட்டையைப் அணிந்து கொண்டு கீழே என்ன நடக்கிறது என்று பார்ப்பதற்காக சென்றேன்.

தோற்றத்திற்கு "பிம்ப் (Pimp)" மாதிரி இருந்த சிலரும், பார்ப்பதற்கு விலைமாதுகள் போன்ற சிலரையும் தவிர வராந்தாவில் யாரையும் காணவில்லை. ஆனால் லாவண்டர் அறையில் வாசிக்கும் "பேண்ட்" சத்தத்தைக் கேட்க முடிந்ததால் நான் உள்ளே சென்றேன். கூட்டம் அதிகமில்லையென்றாலும் பின்னால் இருக்கக்கூடிய ஒரு மோசமான டேபிளை எனக்கு ஒதுக்கினார்கள். நான் ஒரு டாலரை அந்த வெயிட்டருக்குக் கொடுத்திருக்க வேண்டும். நியூயார்க்கில் உண்மையிலேயே பணம் "பேசும்" – நான் இதை விளையாட்டாகச் சொல்லவில்லை.

அங்கு நிகழ்ச்சி வழங்கிக் கொண்டிருந்த பேண்ட் மிகவும் சாதரணமானது. வளர்ந்து வரும் பாடகர் போல தெரிந்தது. குரல் மிகவும் கடுமையாக இருந்தது. என் வயதை ஒத்த சிலரும் அங்கிருந்தார்கள். சொல்லப் போனால் என் வயதொத்தவர்கள் யாருமில்லை. பெரும்பாலும் என்னை விட வயதில் மூத்தவர்கள் தங்களது தோழிகளுடன் எனக்கு அடுத்த இருந்த டேபிளைத் தவிர, இருந்தனர்.

எனக்கு வலது பக்கதிலிருந்த டேபிளில் முப்பது வயது மதிக்கத்தக்க மூன்று பெண்கள் உட்கார்ந்திருந்தார்கள். அவர்கள் பார்ப்பதற்கு மிகவும் அசிங்கமாக இருந்தார்கள். அவர்களில் ஒருத்தியைத் தவிர மற்றவர்கள் நியூயார்க்கைச் சேர்ந்தவர்கள் இல்லையென்பது அவர்கள் வைத்திருந்த தொப்பியிலிருந்தே தெரிந்தது. அவர்களில் ஒருத்தி மிகுந்த அழகில்லையென்றாலும் பரவாயில்லை. நான் அவளைப் பார்த்துக் கொண்டிருக்கும்போது என்னிடம் ஆர்டர் எடுப்பதற்காக வெயிட்டர் வந்தார். நான் ஸ்காட்ச்சும், சோடாவும் ஆர்டர் செய்துவிட்டு, இரண்டையும் கலக்க வேண்டாம் என்று வேகமாகச் சொன்னேன். ம்ம்ம்...ஹா... என்று தயங்கித் தயங்கிச் சொன்னால் வயது 21க்குக் கீழ் தான் ஆகிறது என்று நினைத்துக் கொண்டு மதுபானம் எதுவும் எனக்குத் தரமாட்டார்கள். இருந்தாலும் அந்த வெயிட்டருடன் எனக்குப் பிரச்சனை இருந்தது. "மன்னித்துக் கொள்ளுங்கள், ஸார்" "உங்களுடைய வயது என்ன என்பதற்கான ஆதாரம் ஏதாவது இருக்கிறதா? அநேகமாக, உங்களுடைய டிரைவர் லைசன்ஸ்...?" என்றார் வெயிட்டர்.

நான் அவர் என்னை ஏதோ அதிகமாக "இன்சல்ட்" செய்து விட்டது போன்று அவரை ஒரு பார்வை பார்த்து, "என்னைப் பார்த்தால் 21 வயதுக்கு குறைவானவன் போலத் தோன்றுகிறதா?" என்று கேட்டேன்.

"என்னை மன்னித்துக் கொள்ளுங்கள், ஸார், ஆனால் நாங்கள்..."

"சரி, சரி..." என்ற நான் இதில் பிரச்சனை இருப்பதைத் தெரிந்து கொண்டு "ஒரு கோக் கொண்டு வாருங்கள்" என்றேன். அவர் போக எத்தனிக்கையில் நான் அவரைக் கூப்பிட்டு, "அதில் சிறிதளவு ரம் கலந்து தர முடியுமா?" என்று கேட்டேன். நான் மிகவும் பணிவுடன் தான் அவரிடம் கேட்டேன். "இந்த ஒவ்வத்தகாத இடத்தில், குளிரில் அமைதியாக என்னால் உட்கார்ந்திருக்க முடியாது. அதனால் ரம் அல்லது வேறு ஏதாவது கலந்து தரமுடியுமா?"

"என்னை மன்னித்துக் கொள்ளுங்கள், ஸார்..." என்றார். இதற்கு நான் அவரைக் குறை சொல்ல முடியாது. இவர்கள் 21 வயது ஆகாத "மைனர்" களுக்கு "சரக்கு" விற்றது தெரியவந்தால் வேலையே கூட போய்விடும். நான் ஒரு

மைனர்.

எனது கண்கள் பக்கத்து டேபிளில் இருந்த மூன்று பெண்களை நோக்கி மீண்டும் சென்றது. அதில் பொன்னிறக் கலரில் ஒருத்தி இருந்தாள். மீதி இரண்டு பேரைப் பார்த்தால் மிகவும் மோசமான தரம் கொண்டவர்களாக இருந்தார்கள். நான் அவர்கள் மூவரையுமே கனிவாக ஒரு நோட்டம் விட்டேன். அதைப் பார்த்த அந்த மூன்று பேரும் "முட்டாள்கள்" போல சிரித்தார்கள். நான் விட்ட "லுக்" கைப் பார்த்த அவர்கள் அந்த மாதிரி லுக் விடுவதற்கான வயது எனக்கில்லை என நினைத்திருக்கலாம். அது என்னை மிகவும் வருத்தப்பட வைத்தது – நான் அவர்களை திருமணம் செய்து கொள்ள இருப்பதாக நீங்கள் நினைத்திருக்கலாம். நான் அவர்களைப் பார்த்து எதுவும் பண்ணாமல் இருந்திருக்க முடியும். ஆனால் எனக்கு டான்ஸ் ஆட வேண்டும் போல இருந்தது. சில சமயங்களில் டான்ஸ் ஆடுவது என்றால் எனக்கு கொள்ளை ஆசை. திடீரென்று நான் அவர்கள் பக்கம் சாய்ந்து, "கேர்ள்ஸ், உங்களில் யாருக்காவது டான்ஸ் ஆட விருப்பமா?" என்று கேட்டேன். நான் அவர்களிடம் மிகவும் கொடூரமாகக் கேட்கவில்லை. மிகவும் நளினமாகத்தான் கேட்டேன். ஆனால் அவர்கள் எதிர்பார்க்கவில்லை. அவர்கள் நான் சொன்னதைக் கேட்டு மேலும் கெக்கலித்தார்கள். அவர்கள் உண்மையிலேயே முட்டாள்களாகத்தான் இருக்க வேண்டும், நான் வேடிக்கைக்காக இதைச் சொல்லவில்லை. "கமான், நான் ஒரு நேரத்தில் உங்களில் ஒருவருடன் டான்ஸ் ஆடுகிறேன், சரியா? வாருங்கள்!" என்றேன். உண்மையிலேயே எனக்கு டான்ஸ் ஆட வேண்டும் போல் இருந்தது.

இறுதியாக, அவர்களில் பொன்னிறத்தில் சுமாராக இருந்த ஒருத்தி எழுந்து வந்தாள். நான் அவளைப் பார்த்துக் கொண்டே பேசியது இதற்கு ஒரு காரணமாக இருக்கக்கூடும். நாங்கள் இருவரும் எழுந்து "டான்ஸ் ஃப்ளோருக்கு"ச் சென்றோம். நாங்கள் அப்படிச் செய்ததைப் பார்த்து மற்ற இரண்டு பேருக்கும் வலிப்பு வந்திருக்கும்.

"பொன்னிற மேனி"யாள் ஒரு நல்ல டான்ஸர்தான். என் கூட டான்ஸ் ஆடியவர்களில் சிறந்த ஒரு சிலரில் இவளும் ஒருத்தி. இதை நான் வேடிக்கைக்காகச் சொல்லவில்லை. சில பெண்கள் உங்களை டான்ஸ் தளத்திலேயே "நாக் அவுட்" செய்து விடுவார்கள். நீங்கள் ஸ்மார்ட்டான பெண்ணுடன்

ஜெ.டி. சாலின்ஜர் | 111

டான்ஸ் ஆட சென்றால், பாதி நேரம் அவளே முன்னின்று உங்களை டான்ஸ் தளம் முழுவதும் அழைத்துச் சென்று விடுவாள். அப்படியில்லமால் மோசமான டான்ஸராக இருந்தால் அவளுடன் உட்கார்ந்து வேண்டிய மட்டும் குடித்துக் கொண்டிருக்க வேண்டியதுதான்.

“நீ உண்மையிலேயே நன்றாக டான்ஸ் ஆடுகிறாய்'' என்று பொன்னிற மேனியாளிடம் கூறினேன். “நீ ஒரு ப்ரஃபொஷனலாகத் தான் இருக்க வேண்டும். நான் உண்மையிலேயே இதைச் சொல்கிறேன். நான் ஒரு முறை ப்ரஃபொஷனல் டான்ஸராக இருந்த பெண்ணுடன் ஆடினேன். ஆனால் நீ அவளை விட இரண்டு மடங்கு நன்றாக ஆடுகிறாய். மார்கோ அண்ட் மிராண்டா பற்றி கேள்விப்பட்டிருக்கிறாயா?”

“என்ன?” அவள் கேட்டாள். அவள் நான் சொல்வதைக் கூட கேட்காமல் சுற்றிலும் பார்த்துக் கொண்டிருந்தாள்.

“நீ மார்கோ அண்ட் மிராண்டா பற்றி கேள்விப்பட்டிருக்கிறாயா?” என்று கேட்டேன்.

“எனக்குத் தெரியாது. இல்லை. எனக்குத் தெரியாது”

“அவர்கள் டான்ஸர்கள். அவள் டான்ஸர். ஆனால் அவள் ஒன்றும் அவ்வளவு “கவர்ச்சியானவள்'' இல்லை. அவள் என்ன செய்யவேண்டுமோ அது எல்லாவற்றையும் செய்வாள். ஆனால் அவள் கவர்ச்சிகரமானவள் இல்லை. எப்பொழுது ஒரு பெண் உண்மையிலேயே பயங்கரமான டான்ஸ் ஆடுவாள் தெரியுமா?”

நான் சொன்னது எதையும் அவள் கேட்காததால், என்ன சொன்னாய்? என்று கேட்டாள். அவளுடைய மனம் எல்லா இடங்களிலும் அலை பாய்ந்து கொண்டிருந்தது.

“எப்பொழுது ஒரு பெண் பயங்கரமாக டான்ஸ் ஆடுவாள் தெரியுமா?” என்று நான் கேட்டதாக அவளிடம் மீண்டும் கூறினேன்.

“உஹ்ற...ஹ்ற...”

அவள் கேட்பது போல இல்லை. எனவே நான் அவளை கண்டு கொள்ளாதது போல சில நிமிடங்கள் இருந்தேன்.

நாங்கள் டான்ஸ் ஆடினோம். மோசமான பேண்ட்டைச் சேர்ந்தப் பாடகர் "ஜஸ்ட் ஒன் ஆஃப் தோஸ் திங்க்ஸ்" என்கிற பாடலைப் பாடிக் கொண்டிருந்தார். நான் டான்ஸ் ஆடும் போது எந்தவொரு தந்திரமான விஷயங்களையும் முயற்சித்துப் பார்க்கவில்லை – டான்ஸ் ஆடும் தளத்தில் அப்படி யாராவது பண்ணினால் அதை முற்றிலும் வெறுப்பவன் நான் – ஆனால் நானும் அவளும் அதிகமாக ஆடிக் கொண்டிருந்தோம். அவள் என்னுடன் தான் இருந்தாள். இதில் வேடிக்கையென்னவென்றால், டான்ஸ் ஆடுவதில் அவள் மகிழ்வுற்று இருக்கிறாள் என எண்ணிக் கொண்டிருந்தேன். ஆனால் அவள் திடீரென்று, "நானும் எனது தோழிகளும் நேற்றிரவு திரைப்பட நடிகர் பீட்டர் லோரே (Peter Lorre) நியூஸ்பேப்பர் வாங்கும் போது பார்த்தோம். அவர் பார்ப்பதற்கு நன்றாக இருந்தார்" என்றாள்.

"நீ அதிர்ஷ்டக்காரி, உண்மையிலேயே நீ அதிர்ஷ்டக்காரி. உனக்குத் தெரியுமா?" இவள் ஒரு முட்டாள். ஆனால் ஒரு நல்ல டான்ஸர். அவள் தலையில் வகிடு எடுத்த இடத்தில் முத்தம் கொடுக்காமல் என்னால் இருக்க முடியவில்லை. நான் கொடுத்துவிட்டேன். அவள் அவ்வளவாக அதை ரசிக்கவில்லை என்று தெரிந்தது.

"ஹாய், என்ன யோசனை?"

"ஒன்றுமில்லை. ஒரு யோசனையுமில்லை. நீ உண்மையிலேயே நன்றாக ஆட முடியும். எனக்கு சிறிய தங்கை ஒருத்தி இருக்கிறாள். அவள் இப்பொழுது நான்காம் கிரேடில் இருக்கிறாள். நீயும் ஏறக்குறைய அவள் மாதிரி ஆடுகிறாய். ஆனால் இப்பொழுது வாழ்ந்து கொண்டிருப்பவர்கள் அல்லது வாழ்ந்து முடித்தவர் களைக் காட்டிலும் நன்கு ஆடுவாள்" என்றேன்.

"உனக்கு ஆட்சேபணை இல்லையென்றால் கொஞ்சம் கவனமாக பேசு"

எப்படிப்பட்டவள் இவள், ஓ கடவுளே!

"நீங்கள் எல்லாம் எங்கேயிருந்து வந்திருக்கிறீர்கள்?" என்று கேட்டேன்.

"என்ன?" – இது அவள்

"நீங்கள் எல்லாம் எங்கிருந்து வந்தவர்கள் என்று கேட்டேன். உனக்குச் சொல்ல விருப்பமில்லையென்றால் சொல்ல வேண்டாம். உன்னைச் சிரமப்படுத்த நான் விரும்பவில்லை."

"சீயாட்டெல், வாஷிங்டன்" என்றாள். இதைச் சொல்வதன் மூலம் எனக்கு ஏதோவொரு பெரிய காரியம் செய்வது போல நினைத்துக் கொண்டாள்.

"உரையாடுவதில் நீ சிறந்தவள். இது உனக்குத் தெரியுமா?" என்று கேட்டேன்.

"என்ன?"

அவளுக்கு நான் சொன்னதைப் புரிந்து கொள்ளமுடியவில்லை என்று நினைத்து அதை அப்படியே விட்டு விட்டேன். "அவர்கள் வேகமாக, நல்ல ரைமிங்காக உள்ள பாடல் இசைத்தால் நீ "ஜிட்டர்பக்" ஆடுவாயா? குதிக்க வேண்டாம் – ஆனால் ரம்மியமாகவும், எளிமையாகவும் இருந்தால் போதும். வேகமான பாடல் இசைக்கும் போது வயதானவர்கள் மற்றும் குண்டாக இருப்பவர்கள் தவிர மற்ற அனைவரும் ஜிட்டர்பக்கிற்கு உட்கார்ந்து விடுவார்கள் எனவே நாம் ஆடுவதற்கு அதிக இடம் கிடைக்கும். சரியா?"

"எனக்கு அது ஒரு பொருட்டல்ல. ஹாய், உன்னுடைய வயது என்ன?" என்று கேட்டாள்.

ஏதோ ஒரு காரணத்திற்காக இது எனக்குள் ஒரு எரிச்சலை உண்டாக்கியது. "ஓ கடவுளே, இதைக் கெடுத்துவிடாதே, என்றேன். "எனக்கு வயது 12. ஆனால் வயதுக்கு மேற்பட்ட வளர்ச்சி".

"எனக்கு இந்த மாதிரி பேசுவதெல்லாம் பிடிக்காது. கவனத்தில் வைத்துக் கொள். இந்த மாதிரி பேசிக் கொண்டிருந்தால் நான் போய் எனது தோழிகளிடம் உட்கார்ந்து கொள்வேன்" என்றாள்.

நான் ஒரு பைத்தியக்காரன் போல இதற்கு மன்னிப்புக் கேட்டேன். ஏனென்றால் பேண்ட் அப்பொழுதுதான் ஒரு வேகமான பாடலை இசைக்க ஆரம்பித்திருந்தார்கள். அவள் என்னோடு மிகவும் எளிமையாக, இனிமையாக ஜட்டர்பக்கிங் ஆடினாள். உண்மையிலேயே நன்றாக ஆடினாள். நீங்கள் செய்ய வேண்டியதெல்லாம் அவளைத் தொடுவதுதான்.

அதற்குப் பிறகு அவள் வளைகையில் அவளது அழகான பின்புறம் நன்றாக சுழன்றாடியது. இது என்னை அசர வைத்தது. உண்மையைத்தான் நான் சொல்கிறேன். நாங்கள் உட்காரும் நேரம் வந்த போது அவள் மேல் ஏறக்குறைய பாதி காதல் வயப்பட்டு விட்டேன். இது தான் பெண்களிடம் உள்ள ஒரு விஷயம். ஒவ்வொரு முறையும் அவர்கள் ஏதாவது ஒரு காரியம் செய்தால், அது பார்ப்பதற்கு முட்டாள்த்தனமாக இருந்தாலும், நீங்கள் அவர்கள் மேல் பாதி காதல்வயப்பட்டு விடுவீர்கள். அதற்குப் பிறகு நீங்கள் எங்கே இருக்கிறீர்கள் என்பதே உங்களுக்குத் தெரியாது. உங்களை ஏறக்குறைய அவர்கள் பைத்தியமாக்கி விடுவார்கள். அவர்களால் உண்மையிலேயே அப்படிச் செய்ய முடியும்.

அவர்கள் அமர்ந்திருந்த டேபிளுக்கு என்னை அழைக்கவில்லை, அந்த அளவிற்கு எதையும் கண்டு கொள்ளாமல் அசட்டையாக இருந்தார்கள், இருந்தாலும் நான் போய் உட்கார்ந்தேன். நான் டான்ஸ் ஆடிய பொன்னிற மேனியாள் பெயர் "பெர்னைஸ் (Bernice)" – க்ராப்ஸ் (Crabs) அல்லது கெர்ப்ஸ் (Kerbs)". சுமாராக இருந்த மற்ற இரு பெண்களின் பெயர் மார்ட்டி (Marty), லாவெர்ண் (Laverne). எனது பெயரை ஜிம் ஸ்டீல் (Jim Steele) என்று அவர்களிடம் கூறினேன். அதற்குப் பிறகு அவர்களை அறிவுப்பூர்வமான உரையாடலுக்கு இழுக்கலாம் என முயற்சித்தேன். ஆனால் அது நடைமுறையில் சாத்தியப்படுவதாக இல்லை. அவர்களுக்கு நீங்கள் அழுத்தம் கொடுக்க வேண்டும். இந்த மூவரில் யார் பெரிய முட்டாள் என்று சொல்வது மிகவும் கடினமான விஷயம். இவர்கள் அனைவரும் கூட்டமாக திரைப்பட நடிகர்கள் அந்த அறைக்குள் வரப்போவது போல அந்த அறையையே சுற்றி சுற்றி பார்த்துக் கொண்டிருந்தனர். திரைப்பட நடிகர்கள் எப்பொழுது நியூயார்க்கிற்கு வந்தாலும் ஸ்டோர்க் க்ளப் அல்லது எல் மொராக்கோவில் இல்லாமல் லாவெண்டர் அறையில் தான் சுற்றிக் கொண்டிருப்பார்கள் என நினைத்திருக்கக்கூடும். அவர்கள் சீயாட்டெலில் எங்கு வேலை பார்க்கிறார்கள் என்பதைத் தெரிந்து கொள்வதற்கு எனக்கு அரை மணி நேரம் ஆயிற்று. அவர்கள் எல்லோரும் ஒரே இன்சூரன்ஸ் நிறுவனத்தில் தான் வேலை செய்து வந்தனர். அவர்கள் அந்த வேலையை விரும்புகிறார்களா? என்று கேட்டேன். அவர்களிடமிருந்து இதற்கு நீங்கள் புத்திசாலித்தனமான

பதிலை எதிர்பார்க்கமுடியும் என்று நினைக்கிறீர்களா? சுமாராக இருந்த மார்ட்டியும், லாவெர்னும் சகோதரிகள் என்று நினைத்து அவர்களிடம் அது பற்றி கேட்டேன். அதை அவர்கள் ஒரு அவமரியாதையாக எடுத்துக் கொண்டனர். அந்த இருவரில் யாரும் ஒருவரைப் போல மற்றவர் இருக்க விரும்பவில்லை. இதற்கு அவர்களைக் குற்றம் சொல்ல முடியாது. ஆனால் இது வேடிக்கையாக இருந்தது.

ஒரு சமயத்தில் நான் இந்த மூன்று பேரோடும் சேர்ந்து ஆடினேன். சுமாராக இருந்த இருவரில் லாவெர்ண் அப்படி யொன்றும் மோசமான டான்ஸர் இல்லை. ஆனால் மார்ட்டி படு மோசம், சுதந்திர தேவி சிலையை தரையில் இழுத்துக் கொண்டு சென்றால் எப்படியிருக்குமோ அப்படியிருந்தது. நானும் அவளை அப்படி இழுத்துக் கொண்டு சென்றது. ஆனால் அதில் இருந்த இருந்த வேடிக்கையை நினைத்து நான் பாதி மகிழ்ச்சியடைந்தேன். அவளிடம், கேரி ஹூப்பர் (Gary Cooper) என்கிற திரைப்பட நடிகரை நாங்கள் இருக்கும் ஃப்ளோருக்கு எதிர் ஃப்ளோரில் பார்த்ததாகச் சொன்னேன்.

"எங்கே?" என்று மிகவும் உற்சாகத்துடன் கேட்டாள்.

"நீ அவரைப் பார்க்கத் தவற விட்டு விட்டாய். அவர் இப்போதுதான் வெளியே சென்றார். நான் சொன்னவுடனேயே நீ ஏன் பார்க்கவில்லை?" என்றேன்.

அவள் நடனமாடுவதை நிறுத்திவிட்டு அந்த நடிகர் தெரிகிறாரா என்று எல்லோருடைய தலைக்கும் மேலே எட்டி எட்டிப் பார்த்துக் கொண்டிருந்தாள். "ஓ, ச்சே!" என்றாள். நான் உண்மையிலேயே அவளுடைய இதயத்தை நொறுக்கிவிட்டேன். நான் அவளிடம் வேடிக்கையாகச் சொல்லியதற்காக வருத்தப் பட்டேன். சிலரிடம் வேடிக்கையாக ஏதாவது சொல்லலாம் என்றாலும் கூட நாம் சொல்லக்கூடாது.

ஆனால் இதில் இன்னும் வேடிக்கை என்னவெனில், நாங்கள் எங்கள் டேபிளுக்குத் திரும்பிய பின் மார்ட்டி மற்ற இருவரிடமும் கேரி கூப்பர் இப்போதுதான் வெளியே சென்றார் என்று கூறினாள். லாவெர்னும், பெர்னைஸூம் இதைக் கேட்டவுடன் தற்கொலை செய்து கொள்ளும் அளவிற்குச் சென்றுவிட்டனர். அவர்கள் மிகவும் உற்சாகமாகி, மார்ட்டியிடம் அவள் அவரைப் பார்த்தாளா என்று கேட்டதற்கு மார்ட்டி, ஏதோ ஓரளவு பார்த்தேன் என்றாள்.

அதைக் கேட்டு நான் அசந்து போய்விட்டேன்.

நேரம் ஆகிவிட்டபடியால் பாரை மூடப் போவதாகச் சொன்னார்கள். ஆகையால் நான் அவர்கள் ஒவ்வொருவருக்கும் இரண்டு ட்ரிங்க்ஸூம் எனக்கு இரண்டு கோக்கும் ஆர்டர் செய்தேன். அந்த டேபிள் முழுக்க ஒரே க்ளாஸ் மயம், பார்ப்பதற்கே அசிங்கமாக இருந்தது. இருப்பதிலேயே சுமாராக இருந்த லாவெர்ண் நான் கோக் குடிப்பதால் என்னைக் கேலி செய்து கொண்டே இருந்தாள். அவளிடம் அபாரமான நகைச்சுவை உணர்வு இருந்தது. இந்த டிசம்பர் மாத மத்தியில் மார்ட்டி டாம் காலின்ஸ் (ஜின், லெமன், ஐஸ் கலவை) குடித்துக் கொண்டிருந்தாள். இதை விட அதிகமாக அவர்களுக்குத் தெரிந்திருக்கவில்லை. பொன்நிற மேனியாளான பெர்நைஸ் போர்பன்னும், தண்ணீரும் குடித்துக் கொண்டிருந்தாள். மூன்று பேரும் அங்கிருந்த நேரம் முழுமையும் திரைப்பட நடிகர்களையே எதிர்பார்த்துக் கொண்டிருந்தனர். அவர்கள் தங்களுக்குள் கூட அதிகமாகப் பேசிக் கொள்ளவில்லை. அவர்களில் கொஞ்சம் அதிகம் பேசியது மார்ட்டிதான். அவள் பாத்ரூமை "லிட்டில் கேர்ள்ஸ்" ரூம் என்றும், கிளாரினெட் வாசிப்பவரை பாடிக் கொண்டிருக்கும் பாடகர் நன்றாகப் பாடுவதாகவும் கூறிக் கொண்டிருந்தாள். அவள் க்ளாரினெட்டை "அதிமதுர செடியிலிருக்கும் குச்சி" போல இருப்பதாகக் கூறினாள். ஆனால் அது அதற்கு ஒவ்வாததாக இருந்தது. லாவெர்ண் தன்னிடம் அதிக நகைச்சுவை உணர்விருப்பதாக எண்ணிக் கொண்டாள். அவள் என்னிடம் எனது அப்பாவை போனில் கூப்பிட்டு அவர் இன்றிரவுக்கு என்ன செய்யப் போகிறார் என்று கேட்குமாறு கூறிக் கொண்டிருந்தாள். என்னுடைய அப்பா அவருடைய தோழிகளுடன் வெளியே சென்றாரா, இல்லையா என்று தொடர்ந்து கேட்டுக் கொண்டேயிருந்தாள். அவள் இதை என்னிடம் கிட்டதட்ட நான்கு முறை கேட்டுவிட்டாள் – உண்மையிலேயே அவள் நகைச்சுவை உணர்வு நிரம்பியவள் தான். பொன்னிற மேனியாளான பெர்நைஸ் எதுவும் பேசவில்லை. ஒவ்வொரு முறையும் நான் தான் அவளைக் கேட்க வேண்டும் அதற்கு அவள், "என்ன?" என்று கேட்பாள். சிறிது நேரத்திற்குப் பிறகு அது உங்களை ஆத்திரப்பட வைத்துவிடும்.

அவர்கள் மூவரும் குடித்து முடித்த பிறகு திடீரென்று எழுந்து தூங்கப் போகவேண்டும் என்று கூறினார்கள்.

அவர்கள் மிகவும் சீக்கிரமாக எழுந்து ரேடியோ சிட்டி மியூஸிக் ஹாலுக்குச் சென்று முதல் காட்சி பார்க்கப் போவதாகச் சொன்னார்கள். நான் அவர்களைக் கொஞ்ச நேரம் பிடித்து வைக்கலாம் என்று முயற்சித்தேன். ஆனால் முடியவில்லை. ஆகையால் நாங்கள் ஒருவருக்கொருவர் குட்—பை சொல்லிக் கொண்டோம். நான் சீயாட்டலுக்கு எப்போதாவது வந்தால் அவர்களைச் சந்திப்பதாகக் கூறினேன். ஆனால் நான் அங்கே போவேனா என்று எனக்கே சந்தேகமாக இருந்தது.

சிகரெட் எல்லாம் சேர்த்து பில் 13 டாலருக்கு வந்தது. நான் வருவதற்கு முன் அவர்கள் குடித்த ட்ரிங்ஸ்ஸிற்காவது அவர்கள் பணம் கொடுப்பார்கள் என்று நினைத்தேன். நான் அவர்களை கொடுக்க விட்டிருக்க மாட்டேன் என்றாலும் குறைந்தபட்சம் அவர்கள் கொடுப்பதாகச் சொல்லியிருக்கலாம். நான் அது பற்றி அதிகம் கவலைப்பட்டுக் கொள்ளவில்லை. அவர்கள் எதையும் சட்டை செய்வதில்லை. அவர்கள் ஃபேன்சியான ஆனால் சோகமே உருவான தொப்பிகளை அணிந்திருந்தனர். சீக்கிரம் சென்று ரேடியோ சிட்டி மியூஸிக் ஹாலில் அவர்கள் முதல் காட்சிப் பார்க்க இருப்பது என்னை மேலும் சோர்வடையச் செய்தது. யாரோ ஒரு பெண், மோசமாகக் காட்சியளிக்கும் தொப்பியை அணிந்து கொண்டு வாஷிங்டனில் உள்ள சீயாட்டலிலிருந்து நியூயார்க்குக்கு வந்து ரேடியோ சிட்டி மியூஸிக் ஹாலில் முதல் காட்சி பார்க்க இருப்பதை நினைக்கும் போது எனக்கு சோர்வுதான் ஏற்பட்டது. அவர்கள் இதைச் சொல்லாமலிருந்திருந்தால் அவர்கள் மூவருக்கும் சேர்த்து 100 ட்ரிங்க்ஸ் வாங்கிக் கொடுத்திருப்பேன்.

அவர்கள் சென்ற பிறகு நான் லாவெண்டர் ரூமை விட்டு வெளியே வந்தேன். அவர்கள் அதை மூடிக் கொண்டிருந்தார்கள். “பேண்ட்” அந்த இடத்தை விட்டுச் சென்று நீண்ட நேரமாகி விட்டது. நன்றாக நடனமாடுபவர்கள் யாராவது உங்களுடன் இருந்தால் நல்லது அல்லது வெயிட்டர் உங்களை ட்ரிங்ஸ் வாங்க அனுமதித்தால் உண்டு இல்லையென்றால் இது ஒரு மோசமான இடம். உலகத்தில் எந்தவொரு நைட் க்ளப்பிலும் ட்ரிங்க்ஸ் வாங்காமலோ அல்லது குடிக்காமலோ நீண்ட நேரம் உட்கார்ந்திருக்க முடியாது. அது போல சில பெண்கள் இல்லையென்றாலும் அது உங்களை சோர்வடையச் செய்துவிடும்.

11

லாபியை நோக்கி நான் சென்று கொண்டிருக்கும் போது திடீரென்று ஜேன் கால்கர் பற்றி நினைவு வந்தது. அவளைப் பற்றிய நினைவு வந்தபிறகு அவளை மறப்பது அவ்வளவு எளிதாக இல்லை. லாபியில் உள்ள நாற்காலியில் உட்கார்ந்து அவளும், ஸ்ட்ராட்லேட்டரும் எட் பாங்கியினுடைய காரில் உட்கார்ந்து கொண்டிருந்த காட்சியை நினைவுபடுத்திப் பார்த்தேன். அவன் அவளுக்கு நேரம் கொடுத்திருக்கமாட்டான் — ஜேனை ஒரு புத்தகம் போல எனக்கு நன்றாகத் தெரியும் — அவளை இன்னும் என் நினைவிலிருந்து அகற்ற முடியவில்லை. ஒரு புத்தகம் போல அவளை நான் அறிந்தவன். இது முற்றிலும் உண்மை. செக்கர் மட்டுமல்லாமல் அவளுக்கு அனைத்து தடகள விளையாட்டுக்களிலும் ஆர்வம் உண்டு. அவளை நன்கு தெரிந்து கொண்ட பிறகு ஒரு கோடை காலம் முழுவதும் காலையில் டென்னிஸூம், மதியம் கோல்ஃபும் விளையாடினோம். அந்த சமயங்களில் தான் அவளைப் பற்றி மிகவும் நெருக்கமாக அறிந்து கொண்டேன். இதற்கு அர்த்தம் உடல் ரீதியில் என்பது அல்ல. ஆனால் நாங்கள் இருவரும் ஒருவரையொருவர் எப்போதும் சந்தித்துக் கொண்டோம். ஒரு பெண்ணை நன்கு அறிந்து கொள்வதற்கு நீங்கள் பாலியலில் ஈடுபடவேண்டுமென்ற அவசியம் ஒருபோதும் இல்லை.

அவளை நான் சந்தித்த விதம் அலாதியானது. அவள் தனது டோபர்மேன் பின்சருடன் வெளியே வரும்

போது அது எங்கள் வீட்டு புல்வெளியில் தான் தன்னை "ஆசுவாச"ப்படுத்திக் கொள்ளும். இதைப் பார்த்த என் அம்மா கோபம் கொண்டார். அவர் ஜேனின் அம்மாவைக் கூப்பிட்டு வேண்டியமட்டும் திட்டினார். அதற்குப் பிறகு இரண்டு நாட்கள் கழித்து ஜேன் தனது வயிற்றை அழுத்திக் கொண்டு க்ளப்பில் உள்ள நீச்சல் குளத்திற்கு அருகில் படுத்திருந்தாள். நான் அவளைப் பார்த்து "ஹலோ" சொன்னேன். அவள் எங்கள் வீட்டிற்கு அடுத்த வீட்டில் தான் இருக்கிறாள் என்று தெரியும். ஆனால் நான் அவளிடம் அன்று வரை எதுவும் பேசியதில்லை. நான் "ஹலோ" சொன்னதற்கு அப்படி ஒரு பார்வை பார்த்தாள். நான் அவளிடம், அவளுடைய நாய் எங்கு ஆசுவாசப்படுத்திக் கொண்டாலும் கவலையில்லை என்று சொல்லி அவளை சமாதானப்படுத்துவதற்குப் போதும், போதுமென்றாகி விட்டது. அது வரவேற்பறையில் கூட தன்னை ஆசுவாசப்படுத்திக் கொள்ளட்டும் என்றேன். ஆனால் அதற்குப் பிறகு ஜேனும், நானும் சிறந்த நண்பர்கள் ஆனோம். அன்றைக்கு மதியமே நானும் அவளும் கோல்ஃப் விளையாடினோம். அவள் எட்டு பந்துகளில் தோற்றாள் என்பது நன்றாக நினைவிருக்கிறது. நான் அவள் நன்கு விளையாடுவதற்கு உதவினேன். நான் கோல்ஃப் நன்றாக விளையாடுவேன். நான் என்னவெல்லாம் செய்தேன் என்று சொன்னால் அநேகமாக நீங்கள் என்னை நம்பமாட்டீர்கள். நான் ஏறக்குறைய சினிமாவில் இருந்திருக்க வேண்டியவன், ஆனால் எனது முடிவைக் கடைசியில் மாற்றிக் கொண்டேன்.

ஜேன் ஒரு வேடிக்கையான பெண். அவளை நான் அழகானவள் என்று சொல்ல மாட்டேன். அவள் என்னை இதற்காக அடித்தாலும் சரி. அவள் அதிகம் பேசக்கூடியவள். அவள் பேசிக் கொண்டிருக்கும்போது உற்சாகமாகிவிட்டால் அவளுடைய வாயும், உதடும் ஐம்பது திசைகளுக்குப் போகும். அது என்னை அடித்துப் போட்டு விடுவது போல இருக்கும். ஆனால் அதற்கெல்லாம் வாயை மூடுபவள் இல்லை. அது எப்போதும் ஓரளவு திறந்தேதான் இருக்கும். கோல்ஃப் விளையாடும் போதும் சரி அல்லது புத்தகம் படிக்கும் போதும் சரி. அவள் எப்பொழுதும் படித்துக் கொண்டே இருப்பாள். அவள் படிப்பதெல்லாம் நல்ல புத்தகங்களாகவே இருக்கும். அவள் படிப்பதில் பெரும்பாலானவைக் கவிதைப் புத்தகங்கள். என்னுடைய குடும்பத்தைச் சேராத ஒருவரிடம் கவிதைகள் எழுதப்பட்டிருந்த ஆலியின் பேஸ்பால் கையுறையை காண்பித்திருப்பேன் என்றால் அது இவளிடம் தான்.

அவள் ஆலியைப் பார்த்தது கூட இல்லை. ஏனென்றால் மைனில் (Maine) அவளுடைய முதல் கோடைக்காலம் இதுதான். இதற்கு முன்னதாக அவள் கேப் காடி (Cap Cod) ற்குச் சென்றாள். ஆனால் அவனைப் பற்றி நான் இவளிடம் அதிகமாக சொல்லியிருந்தேன். அவளுக்கு இதெல்லாம் சுவராசியம் தரக் கூடிய விஷயங்கள்.

என்னுடைய அம்மாவுக்கு இவளை அவ்வளவாகப் பிடிக்காது. ஜேனும் அவளுடைய அம்மாவும் சேர்ந்து கொஞ்சம் அதிரடியாக நடந்து கொள்வதாக என் அம்மா கருதினார். என் அம்மா அவர்களை கிராமத்தில் அடிக்கடிப் பார்ப்பதுண்டு. ஜேன் அவளுடைய அம்மாவுடன் அவர்களது லாசாலில் (LaSalle) போவதுண்டு. ஜேன் அழகாக இருக்கிறாள் என்று நான் நினைத்தால் கூட என் அம்மா நினைப்பது இல்லை. அவள் எப்படி தோற்றமளித்தாளோ அது எனக்குப் பிடித்திருந்தது.

ஒரு மதிய வேளையில் நடந்தது நினைவிற்கு வருகிறது. அந்த ஒரு தடவைதான் ஜேனின் கழுத்துப் பகுதிக்கு நெருக்கமாக இருந்திருக்கிறேன். அது ஒரு ஞாயிற்றுக்கிழமை, வெளியே மழை சக்கைப் போடு போட்டுக் கொண்டிருந்தது. நான் அந்த நேரத்தில் அவளது வீட்டின் முன் வரந்தாவில் இருந்தேன். நாங்கள் செக்கர்ஸ் விளையாடிக் கொண்டிருந்தோம். அவள் தனது ராஜாக்களை பின்னால் உள்ள வரிசையிலிருந்து எடுக்காமல் வைத்திருப்பதற்காக நான் அவளை அவ்வப்போது கேலி செய்து கொண்டிருந்தேன். ஆனால் அதிகமாக கேலி செய்வது கிடையாது. அவளை அதிகமாக கேலி செய்ய நீங்கள் விரும்பமாட்டீர்கள். நான் அதிகமாக விரும்பும் பெண்களை கேலி செய்ய வேண்டுமென்று எப்போதும் நினைத்தது இல்லை. ஆனால் சில சமயங்களில் நீங்கள் அவர்களைக் கேலி செய்வதை விரும்புவீர்கள் என நான் நினைக்கிறேன் — உண்மையிலேயே அவர்கள் விரும்புவார்கள் — ஆனால் உங்களுக்கு அவர்களை அதிக நாட்கள் தெரிந்திருக்கும் பட்சத்தில், அதுவரை ஒருபோதும் கேலி செய்யாமல் இருந்திருந்தால் திடீரென்று கேலி செய்ய ஆரம்பிப்பது மிகவும் கஷ்டமான ஒன்று. நானும் ஜேனும் ஒரு மதிய வேளையில் நெருங்கி வந்தது பற்றி சொல்லிக் கொண்டிருந்தேன் இல்லையா? “சோ”வென்று மழை பெய்து கொண்டிருந்தது. நாங்கள் இருவரும் அவளுடைய வீட்டின் முன் வராந்தாவில் இருந்தோம். அப்போது திடீரென்று அவளுடைய அம்மா

திருமணம் செய்து கொண்டிருந்த குடிகாரக் கணவர் அங்கு வந்து சிகரெட் இருக்கிறதா என்று கேட்டார். எனக்கு அவரைப் பற்றி அவ்வளவாகத் தெரியாது. ஆனால் அவரைப் பார்த்தாலே அவர் தேவையில்லையெனில் யாருடனும் பேசமாட்டார் என்பது மட்டும் தெரிந்தது. பார்ப்பதற்கு மோசமாக இருந்தார். அவர் அங்கு சிகரெட்டுகள் இருக்கிறதா என்று கேட்டதற்கு அவள் பதிலேதும் சொல்லவில்லை. எனவே அவர் அவளை மீண்டும் கேட்டார். அதற்கும் அவள் பதில் எதுவும் சொல்லவில்லை. அவள் விளையாடிக் கொண்டிருந்ததிலிருந்து தனது தலையை உயர்த்திக் கூடப் பார்க்கவில்லை. இறுதியாக அவர் வீட்டிற்குள் சென்றுவிட்டார். அவர் உள்ளே சென்றவுடன், ஜேனிடம், என்னதான் நடக்கிறது இங்கே? என்று கேட்டேன். அதற்குக் கூட அவள் பதில் சொல்லவில்லை. விளையாட்டில் அடுத்த நகர்த்தலின் மேல் தனது முழு கவனத்தையும் செலுத்திக் கொண்டிருப்பது போல ஒரு தோற்றத்தை ஏற்படுத்தினாள். ஆனால் திடீரென்று கண்ணீர் துளி பொட்டென்று செக்கர் போர்டின் மேல் விழுந்தது. அது ஒரு சிவப்பு சதுரக் கட்டத்தில் விழுந்தது — என்னால் அதை நன்கு பார்க்க முடிந்தது. போர்டில் விழுந்திருந்த கண்ணீர்த்துளியை தனது விரலால் போர்டிலேயே துடைத்துவிட்டாள். ஏனென்று தெரியவில்லை, ஆனால் அது என்னை மிகவும் தொந்தரவு செய்தது. நான் என்ன செய்தேன் என்றால், நான் அவளிருந்த பக்கம் சென்று அவள் செய்ய வேண்டிய நகர்த்தலைச் செய்தேன். இதனால் அவள் பக்கத்தில் மிகவும் நெருக்கமாக உட்காரும்படி — சொல்லப்போனால், அவள் மடியிலேயே உட்கார்ந்த மாதிரிதான் — ஆயிற்று. அதற்குப் பிறகு அவள் உண்மையிலேயே அழ ஆரம்பித்தாள், நான் அவள் முகத்தின் எல்லா பாகங்களிலும் — கண்கள், மூக்கு, முன்நெற்றி, கண்ணிமைகள், காதுகள் — வாய் தவிர முத்தமிட்டேன். அவள் என்னை வாயில் முத்தமிட அனுமதிக்கவில்லை. இது தான் நான் அவளுடைய கழுத்துக்கு நெருக்கமாகச் சென்ற தருணம். சிறிது நேரத்திற்குப் பிறகு அங்கிருந்து எழுந்து உள்ளே சென்று அவளிடமிருந்த சிவப்பு, வெள்ளை ஸ்வெட்டரைப் போட்டுக் கொண்டுவந்தாள். அது என்ன சற்றே நிலைகுலைய வைத்தது. நாங்கள் இருவரும் படம் பார்க்கச் சென்றோம். போகும் வழியில் நான், மிஸ்டர் கடாஹே (Mr. Cudahy) — அந்த குடிகாரரின் பெயர் — உன்னிடம் எப்போதாவது தவறாக நடக்க முயற்சித்திருக்கிறாரா என்று கேட்டேன். அவள் மிகவும் சிறியவளாக இருந்தாலும் நல்ல உடலமைப்பைக்

கொண்டிருந்தாள். நான் கேட்ட கேள்விக்கு அவள் இல்லை என்று பதில் சொன்னாள். என்ன விஷயம் என்று ஒருபோதும் என்னால் கண்டுபிடிக்க முடியவில்லை. சில பெண்களிடமிருந்து என்ன விஷயம் என்று உங்களால் ஒரு போதும் கண்டுபிடிக்க முடியாது.

நாங்கள் கழுத்தில் முத்தம் கொடுத்துக் கொள்ளவில்லை என்பதனால் அவள் ஐஸ்கட்டி போன்று கூரானவள் என்று நீங்கள் எதுவும் நினைத்துக் கொள்ளவேண்டாம். அவள் அப்படிப்பட்டவள் இல்லை. அவளுடைய கையை நான் எந்நேரமும் பிடித்துக் கொண்டுதான் இருந்தேன். இது அவ்வளவு முக்கியமாகப்படவில்லையென்றாலும் அவளுடைய கைகளுடன் இணைத்திருப்பது "அற்புதமாக" இருந்தது. பெரும்பாலான பெண்களின் கைகளுடன் உங்கள் கைகள் இணைந்திருக்கும் போது அது ஏதோ உணர்ச்சியற்றது போல இருக்கும் அல்லது எந்த நேரமும் அவர்கள் கைகளை அசைத்துக் கொண்டே இருப்பார்கள். ஆனால் ஜேன் முற்றிலும் மாறானவள். நாங்கள் படம் பார்க்க நுழைந்ததிலிருந்து படம் முடியும் வரை இணைந்திருந்த கைகளை பிரிக்கவில்லை. ஏன், நாங்கள் எப்படி கைகளை இணைத்து வைத்திருந்தோமோ அந்த நிலையைக் கூட மாற்றவில்லை. ஜேனின் கைகளுடன் உங்கள் கைகள் இணைந்திருக்கும் போது கைகள் வியர்த்திருக்கிறதா, இல்லையா என்பது பற்றியெல்லாம் நீங்கள் ஒருபோதும் கவலைப்படத் தேவையில்லை. உங்களுக்குத் தெரிந்ததெல்லம் நீங்கள் சந்தோஷமாக இருக்கிறீர்கள் என்பதுதான்.

இன்னொரு விஷயத்தை இப்போதுதான் நினைக்க ஆரம்பித்தேன். படம் பார்த்துக் கொண்டிருக்கும் போது ஜேன் ஏதோ செய்தாள் அது என்னை நிலைகுலைய வைத்துவிட்டது. நியூஸ் ரீலோ அல்லது வேறெதுவோ ஓடிக் கொண்டிருந்தது. திடீரென்று கழுத்தின் பின்பக்கம் கையொன்று நகர்வது போன்ற உணர்வு ஏற்பட்டது, அந்தக் கை ஜேனுடையது. அப்படி செய்வது மிகவும் வேடிக்கையாக இருந்தது. ஏனென்றால், அவள் மிகவும் சிறியவள். யாராவது ஒருவர் இன்னொருவர் கழுத்துக்குப் பின்னால் தங்கள் கைகளைப் போட்டால் அவர்களுக்கு வயது 25லிருந்து 30க்குள் இருக்கும், வழக்கமாக அவர்கள் தங்கள் கணவரின் கழுத்து அல்லது குழந்தையின் கழுத்துக்குப் பின்னால் போடுவார்கள் — நான் அவ்வப்போது எனது குட்டித் தங்கையின் கழுத்துக்குப்

பின்னால் எனது கையைப் போடுவேன். ஆனால் ஜேனைப் போன்றவர்கள் இந்த மாதிரி செய்வது என்னை ஒரு அசத்து அசத்தியது.

இதைத்தான் நான் லாபியில் உள்ள நாற்காலியில் உட்கார்ந் திருக்கையில் நினைத்துப் பார்த்துக் கொண்டிருந்தேன். ஜேன் ஒவ்வொரு முறையும் அவள் ஸ்ட்ராட்லேட்டருடன் வெளியே சென்று எட் பாங்கியின் காரில் இருந்ததை நினைத்தால் பைத்தியமே பிடித்துவிடும் போலிருந்தது. அவள் அவனை அனுமதித்திருக்கமாட்டாள். இருந்தாலும் அதை நினைத்தால் எனக்குப் பைத்தியம் பிடித்துவிடுவது போல இருந்தது. உங்களுக்கு உண்மை தெரியவேண்டுமென்றால் கூட அதைப் பற்றி பேச எனக்குப் பிடிக்கவில்லை.

லாபியில் ஒரு சிலர் தான் இருந்தார்கள். விலைமாதுகள் போல பார்வை வீசிக் கொண்டிருந்த பொன்னிற மேனியாள்கள் யாரும் இப்பொழுது இல்லை. திடீரென்று அந்த இடம் எனக்கு நரகம் போல தோன்றி சலிப்பை ஏற்படுத்தியது. ஆனால் நான் சோர்வடையவில்லை. நான் மேலே என் அறைக்குச் சென்று எனது கோட்டைப் போட்டுக் கொண்டேன். அங்கிருந்து ஜன்னல் வழியே இன்னும் வக்கிர புத்தி கொண்ட யாரேனும் செயல்பாட்டில் இருக்கிறார்களா என்று பார்த்தேன். யாரையும் காணவில்லை. நான் லிஃப்ட்டில் கீழே சென்று டாக்ஸியில் ஏறி எர்னிக்குப் போகச் சொன்னேன். ஹாலிவுட்டில் விலை போவதற்கு முன்பு என் சகோதரன் டி.பி. கிரீன்விச் வில்லேஜில் இருக்கும் இந்த நைட் க்ளப்பிற்கு அடிக்கடி போவது வழக்கம். அவர் போகும் போது எப்போதாவது என்னையும் அழைத்துக் கொண்டு செல்வது வழக்கம். அங்கே பருத்த மனிதர் ஒருவர் பியானோ வாசிப்பவராக இருந்தார். நீங்கள் அந்தஸ்தில் பெரிய மனிதராகவோ அல்லது புகழ் பெற்றவராகவோ இல்லையென்றால் அவர் உங்களுடன் பேச மாட்டார். ஆனால் பியானோ அருமையாக வாசிப்பார். அவர் நல்லவர். ஆனால் ஒரு ஒவ்வாத தன்மை கொண்டவர். அவர் வாசிப்பதைக் கேட்க எனக்குப் பிடிக்கும். அவர் வாசிக்கும் போது சில சமயங்களில் அவர் யாருடனும் அதிகம் பேச மாட்டார், புகழ் பெற்றவர்கள் அல்லது சமூகத்தில் அந்தஸ்து உள்ளவர்களுடன் மட்டும்தான் பேசுவார் என்கிற நினைவு நமக்கு வரும்.

12

நான் பயணித்துக் கொண்டிருந்த டாக்ஸி பழைய மாடலாக இருந்தாலும் யாரோ அப்போதுதான் பிஸ்கெட்டுகளை கொட்டிவிட்டுச் சென்றது போல உள்ளே அருமையான நறுமணம் வீசியது. நான் எப்போது இரவில் சென்றாலும் எனக்கு வாந்தி வருகிற மாதிரியான நிலையில் உள்ள டாக்ஸிகள் தான் கிடைக்கும். சனிக்கிழமை இரவு நேரமாக இருந்தாலும் ஆளரவமின்றி அமைதியாக இருந்த சூழ்நிலை என்னவோ போல் இருந்தது. அவ்வப்போது ஆணும், பெண்ணும் ஒருவருடைய இடுப்பை இன்னொருவர் அணைத்துக் கொண்டு ரோட்டைக் கடந்து கொண்டிருந்தனர். முரடர்கள் போல இருந்தவர்கள் தங்கள் தோழிகளுடன் சிரித்துப் பேசிக் கொண்டு சென்று கொண்டிருந்தனர். நியூயார்க் நகரில் பின்னிரவு நேரங்களில் சாலைகளில் யாராவது சிரித்தால் அது பயங்கரமாக இருக்கும். நீங்கள் அந்த சிரிப்பொலியை பல மைல்களுக்கு அப்பாலும் கேட்க முடியும். இது நீங்கள் தனிமையிலிருப்பது போலவும், சோர்வடைந்திருப்பது போலவுமான ஒரு உணர்வை உண்டாக்கும். எனக்கு வீட்டிற்குச் சென்று ஃபீபியுடன் விளையாட வேண்டும் என்று ஆசையாக இருந்தது. சிறிது நேரம் ஆன பிறகு, டாக்ஸி டிரைவர் என்னோடு உரையாடலில் ஈடுபட ஆரம்பித்தார். அவருடைய பெயர் ஹார்விட்ஷ் (Horwitz). நான் இதற்கு முன் சந்தித்த டிரைவர்களை விட இவர் கொஞ்சம் பரவாயில்லை. ஒரு வேளை இவருக்கு அந்த வாத்துகள் பற்றி

தெரிந்திருக்கக்கூடும்.

"ஹாய், ஹார்விட்ஷ், சென்ட்ரல் பார்க்கில் உள்ள "லஹூனை" கடந்து சென்று விட்டீர்களா? சென்ட்ரல் பார்க்கில் சவுத்தைத் தாண்டி?" என்று நான் கேட்டேன்.

"என்ன?"

"லஹூன். சிறிய ஏரி. அங்கேயுள்ள வாத்துக்கள் எல்லாம் எங்கே என்று உங்களுக்குத் தெரியுமா?"

"ஆமாம். அதற்கென்ன இப்போது?"

"வசந்த காலத்தில் வாத்துக்கள் அதைச் சுற்றி நீந்திக் கொண்டிருக்கும் தானே? அவைகள் எல்லாம் குளிர் காலத்தில் எங்கே போகும் என்று உங்களுக்குத் தெரியுமா?"

"எங்கே, எது போகும்?"

"வாத்துக்கள். அது எங்கே போகும் என்று உங்களுக்குத் தெரியுமா?. அதாவது, யாராவது டிரக்கில் அல்லது வேறு எதிலாவது வந்து எல்லா வாத்துக்களையும் எடுத்துச் செல்வார்களா, அல்லது அவைகளாகவே தெற்கில் அல்லது வேறெந்தத் திசையிலாவது பறந்து சென்று விடுமா?" என்று கேட்டேன்.

ஹார்விட்ஷ் தன்னை முழுவதுமாகத் திருப்பி என்னைப் பார்த்தார். அவரைப் பார்த்தால் பொறுமையற்ற மனிதர் போலத் தெரிந்தது. இருந்தாலும் அவர் மோசமானவர் இல்லை. "எனக்கெப்படி அந்த இழவு பற்றியெல்லாம் தெரியும்?" "இந்த மாதிரி முட்டாள்த்தனமான விஷயங்கள் எல்லாம் எனக்கு எப்படித் தெரியும்?" என்று கேட்டார்.

"சரி, அது பற்றி நீங்கள் கவலைபட்டுக் கொள்ள வேண்டாம்" என்றேன்.

இந்த மாதிரி அவர் மிகவும் கோபம் கொண்டவராக இருக்கும் பட்சத்தில் நான் அவருடன் உரையாடுவதை நிறுத்திக் கொண்டேன். ஆனால் அவராகவே மீண்டும் பேச ஆரம்பித்தார். அவர் மீண்டும் என் பக்கம் திரும்பி, "மீன்கள் எங்கும் போவதில்லை. அவை எந்த இடத்தில் இருந்ததோ அந்த இடத்தில் தான் இருக்கும். அதாவது அந்த ஏரியில்"

என்றார்.

"மீன் – அது வேறு விஷயம். நான் வாத்துக்கள் பற்றிப் பேசிக் கொண்டிருக்கிறேன்" என்றேன்.

"இதில் என்ன வித்தியாசம் இருக்கிறது? வித்தியாசம் ஒன்றுமில்லை" என்று ஹார்விட்ஷ் கூறினார். அவர் பேசிய எல்லாவற்றிலும் ஏதாவது ஒன்று குறித்து எரிச்சலூட்டுவது போல பேசினார். "குளிர் எல்லாம் வாத்துக்களை விட மீனுக்குத்தான் சிரமமாக இருக்கும், கடவுளே... உன் மூளையைக் கொஞ்சம் உபயோகி, கடவுளே!" என்றார் அவர்.

இது குறித்து ஒரு நிமிடம் நான் எதுவும் பேசவில்லை. அதற்குப் பிறகு நான், "சரி. இந்த சிறிய ஏரி முழுவதும் குளிர் காலத்தில் ஐஸ் ஆகி உறைந்துவிட்டால் மீன்கள் என்னவாகும், மக்கள் அதன் மேல் ஸ்கேட்டிங் எல்லாம் விளையாடுவார்களே?" என்றேன்.

ஹார்விட்ஷ் மீண்டும் என்னைத் திரும்பிப் பார்த்தார். "அவை என்ன செய்யும் என்றால் என்ன அர்த்தம்?" என்று என்னைப் பார்த்துக் கத்தினார். "அவை அதே இடத்தில்தான் இருக்கும், கடவுளே..." என்றார் அவர்.

"அவை ஐஸை அப்படி அசட்டை செய்ய முடியாது."

"அதை யார் அசட்டை செய்கிறார்கள்? யாரும் அதை அசட்டை செய்யவில்லை!" என்றார் ஹார்விட்ஷ். அவர் மிகவும் உணர்ச்சிவசப்பட்டார், இதனால் டாக்ஸியை ஏதாவது விளக்குக் கம்பத்தில் அல்லது வேறு எதிலாவது மோதி விடுவாரோ என்கிற பயம் எனக்கு வந்தது. "அவை அந்த ஐஸில் தான் உயிர்வாழும், அது இயற்கையின் நியதி. குளிர்காலம் முழுவதும் அது ஒரே நிலையில் உறைந்து போய் இருக்கும்."

"அப்படியா? அப்படியென்றால் அவை என்ன சாப்பிடும்? அவையெல்லாம் உறைந்து விட்டால், சாப்பாட்டைத் தேடி அவைகளால் நீந்தமுடியாதே?"

"அவற்றின் உடம்பு, கடவுளே... – உன்னிடம் என்ன பிரச்சனை இப்போது? அவை உறைந்து போன தண்ணீரில் உள்ள செடி கொடிகள், மற்றும் பல தாவரங்களைச் சாப்பிட்டுக் கொள்ளும். அவைகளது தோலில் உள்ள மயிற்கால் துளைகள்

எப்பொழுதும் திறந்துதான் இருக்கும். அது அவற்றிற்கு இயற்கையாகவே அமைந்தது. நான் சொல்வது புரிகிறதா?" அவர் மீண்டும் திரும்பி என்னைப் பார்த்து இதைச் சொன்னார்.

"ஓ அப்படியா" என்று சொல்லிவிட்டு அதை அப்படியே விட்டு விட்டேன். நான் கேள்வி கேட்பதால் எங்காவது கொண்டுபோய் டாக்ஸியை இடித்து விடுவாரோ என்று பயமாக இருந்தது. அது தவிர இவர் கொஞ்சம் "தொட்டாச்சிணுங்கியா"கவும் இருந்தார். அதனால் அவருடன் எது குறித்தும் உரையாடுவதில் மகிழ்ச்சியில்லை. "வண்டியை எங்காவது நிறுத்தி விட்டு என்னுடன் ட்ரிங்ஸ் குடிக்க வருகிறீர்களா?" என்று கேட்டேன்.

அவர் என் கேள்விக்கு விடையளிக்கவில்லை. அவர் இன்னும் எதையோ நினைத்துக் கொண்டிருக்கிறார் என்பது என் ஊகம். இருந்தாலும் நான் அவரை மறுபடியும் கேட்டேன். அவர் நல்லவர்தான் இருந்தாலும் வேடிக்கையானவர்.

"எனக்கு ட்ரிங்ஸ் குடிக்கவெல்லாம் நேரமில்லை. உனக்கு என்ன வயசு? நீ ஏன் வீட்டிற்குப் போய் தூங்கக்கூடாது?" என்றார்.

"நான் இன்னும் சோர்வடையவில்லை"

நான் எர்னிக்கு முன்னால் இறங்கிக் கொண்டு டாக்ஸிக்கான தொகையைக் கொடுத்தேன். ஹார்விட்ஷ் மீண்டும் மீன் பற்றி பேச்செடுத்தார். அவர் மனதில் இந்த விஷயம் நன்றாகவே பதிவாகியிருக்கிறது. "கேள், நீ மீனாக இருந்தால் இயற்கை அன்னை உன்னைக் கவனித்துக் கொள்வாள், இல்லையா? குளிர்காலத்தில் மீன்கள் இறந்து விடும் என்று நினைக்காதே, சரியா?" என்றார்.

"இல்லை, ஆனால்...?"

"அவை அப்படியில்லையென்று நீ சொல்வது சரிதான்," என்று சொல்லிவிட்டு ஹார்விட்ஷ் வௌவாலைப் போல பறந்து போய்விட்டார். நான் இவரைப் போல ஒரு தொட்டச்சிணுங்கியை இதுவரை பார்த்தது இல்லை. எது சொன்னாலும் அதைத் தவறாகவே எடுத்துக் கொண்டார்.

மிகவும் நேரமாகியிருந்தாலும் எர்னி முழுக்கக் கூட்டமாக

இருந்தது. அவர்களில் பெரும்பாலானவர்கள் ப்ரெப் ஸ்கூல் அல்லது கல்லூரியைச் சேர்ந்தவர்கள். நான் போகிற ஸ்கூலைத் தவிர மற்ற எல்லா ஸ்கூல்களும் கிறிஸ்துமஸுக்கென்று முன்னாலேயே மூடிவிடுகிறார்கள். உங்கள் கோட்டில் என்ன இருக்கிறது என்று கூட பார்க்க முடியாது அந்த அளவிற்குக் கூட்டமாக இருந்தது. இருந்தாலும் மிகவும் அமைதியாக இருந்தது. ஏனென்றால் அங்கு பியானோதான் இசைக்கப்பட்டுக் கொண்டிருந்தது. பியோனோவிற்கு முன்னால் உட்காரும் போது அது புனிதமான ஒன்றாகக் கருதி உட்கார வேண்டும். யாரும் இதில் சிறந்தவர்கள் இல்லை. என்னைத் தவிர்த்து, மூன்று தம்பதியினர் வேறு டேபிளுக்காகக் காத்திருந்தனர். அவர்கள் ஒருவரையொருவர் தள்ளிக் கொண்டும், குதிகாலில் நின்று கொண்டும் எர்னி பியானோ வாசிப்பதைப் பார்த்தனர். அவருடைய பியானோவிற்கு முன்னால் ஒரு மிகப் பெரிய கண்ணாடி இருந்ததோடு அவரைப் பார்த்து ஒரு பெரிய ஸ்பாட்லைட் வைக்கப்பட்டிருந்தது. இதனால் அவர் பியானோ இசைக்கும் போது அவரை அனைவரும் பார்க்க முடிந்தது. பியானோ வாசிக்கும் விரல்களைப் பார்க்க முடியாவிட்டாலும், அவருடைய பெரிய முகத்தைப் பார்க்க முடிந்தது. நான் நுழையும் போது என்ன பாடல் இசைத்துக் கொண்டிருந்தாரென்று எனக்குத் தெரியவில்லை. அது என்னவாக இருந்தாலும் சகிக்கவில்லை. அவர் முடிக்கும் போது கூட்டத்தினரை நீங்கள் கவனித்திருக்க வேண்டும். நீங்கள் வாந்தி எடுத்திருப்பீர்கள். அவர்கள் பைத்தியக்காரர்கள் போல ஆகியிருந்தார்கள். சினிமாவில் வேடிக்கையாக காட்சிகள் வராத போதும் சிரிப்பவர்கள் போல இவர்களின் செய்கை இருந்தது. நான் பியானோ வாசிப்பவனாகவோ அல்லது நடிகனாகவோ அல்லது வேறு எதாவதாகவோ ஆகியிருந்தால் சிறப்பானவனாக இருந்திருப்பேன் என்கிற சிந்தனைகளையெல்லாம் வெறுக்கிறேன். அவர்கள் எனக்காக கைதட்டுவது கூட பிடிக்காது. மக்கள் அனைத்து தவறான விஷயங்களுக்கும் கைதட்டுவார்கள். நான் பியானோ வாசிப்பவனாக இருந்திருந்தால் தனியறையிலிருந்து வாசித்திருப்பேன். அவர் வாசித்து முடித்தவுடன் அனைவரும் கைதட்டினார்கள். எர்னி சுற்றிலும் இருந்த அனைவரையும் பார்த்து பணிவுடன் குனிந்து அந்த மரியாதையை ஏற்றுக் கொண்டார். இதிலிருந்து அவர் தன்னை பணிவானவராகவும், சிறந்த பியானோ இசைக் கலைஞராகவும் காண்பித்துக் கொண்டார். ஆனால்

எல்லாம் போலி. அவர் வாசித்து முடித்தவுடன் எனக்கு அவர் மேல் பட்சாதாபம் தான் ஏற்பட்டது. அவருக்கே அவர் வாசிப்பது சரியா அல்லது தவறா என்று தெரிந்திருக்காது. இது அவருடைய தப்பு இல்லை. இதற்கெல்லாம் பாதிக் காரணம், தலை தெறிக்க கைதட்டுகிறார்களே அந்த மக்களைத் தான் சொல்ல வேண்டும். இவர்களுக்கு வாய்ப்புக் கொடுத்தால் எல்லோருக்கும் இப்படித்தான் செய்வார்கள். இது என்னை மீண்டும் சோர்வுற்றவனாகவும், சலிப்புற்றவனாகவும் ஆக்கியது. நான் எனது கோட்டை எடுத்துக் கொண்டு ஹோட்டலுக்குச் சென்றேன். ஆனால் அது மிகவும் முன்கூட்டியே வந்த உணர்வைத் தந்தது. நான் தனியாக இருப்பது போல உணரவில்லை.

இறுதியாக எனக்கு சுவரைப் பார்த்த மாதிரி தூண் ஒன்றுக்குப் பின்னால் இருந்த ஒரு டேபிளைத் தந்தனர். அங்கிருந்து நீங்கள் எதையும் பார்க்க முடியாது. அது மிகவும் சிறியதாக வேறு இருந்தது. பக்கத்து டேபிளில் உள்ளவர்கள் எழுந்து வழிவிடாவிட்டால் – ஒரு போதும் தேவடியா பசங்க வழிவிடுவதில்லை – நீங்கள் சேர் மேல் ஏறித்தான் வெளியே வரவேண்டும். நான் எப்பொழுதும் எனக்குப் பிடித்த ஸ்காட்ச்சுக்கும், சோடாவுக்கும் ஆர்டர் செய்தேன். உங்களுக்கு ஆறு வயதாக இருந்தால் கூட எர்னியில் ட்ரிங்ஸ் கிடைக்கும். மிகவும் இருளடைந்த இடம் என்பது மட்டுமல்லாமல் யாரும் உங்களுக்கு என்ன வயது என்று கேட்பதில்லை. நீங்கள் போதைப் பொருள் உபயோகிப்பவராக இருந்தால் கூட யாரும் அக்கறை கொள்ள மாட்டார்கள்.

என்னைச் சுற்றிலும் முட்டாள்களின் உலகம் குழுமியிருந்தது. நான் இதை வேடிக்கைக்காகச் சொல்லவில்லை. எனது இடது பக்கத்தில் உள்ள சிறிய டேபிளில் வேடிக்கையாகத் தோற்றமளிக்கக்கூடிய வகையில் ஒரு ஆணும், பெண்ணும் உட்கார்ந்திருந்தனர். அவர்களுக்கு ஏறக்குறைய என்னுடைய வயது அல்லது என்னை விட கொஞ்சம் அதிகமாக இருக்கக்கூடும். அவர்கள் குறைந்த அளவு குடிப்பதைக் கூட, வேகமாகக் குடிக்காமல் கவனமாக இருப்பதைப் பார்க்கும் போது வேடிக்கையாக இருந்தது. எனக்கு வேறு வேலை எதுவும் இல்லாததால் அவர்களின் உரையாடலை கொஞ்ச நேரம் நான் கேட்டேன். தான் அன்று மதியம் பார்த்த ஒரு கால்பந்தாட்டப் போட்டி பற்றி அவளிடம் கூறிக் கொண்டிருந்தான். அந்த விளையாட்டின் ஒவ்வொரு

அசைவையும் அவன் அவளிடம் விவரித்துக் கொண்டிருந்தான் – நான் இதை வேடிக்கைக்காகச் சொல்லவில்லை. நான் இதுவரைக் கேட்டதிலேயே மிகவும் சலிப்பூட்டக் கூடிய மாதிரி பேசியவர்களில் இவன் ஒருவன். இந்த விளையாட்டில் அவனுடைய தோழிக்கு கொஞ்சம் கூட விருப்பம் இருப்பதாகத் தெரியவில்லை. ஆனால் அவளைப் பார்ப்பதற்கு அவனை விட வேடிக்கையாக இருந்தது. அவளுக்கு அவன் சொல்வதைக் கேட்பது தவிர வேறு வழியில்லை. பார்க்க சுமாராக இருக்கும் பெண்களின் நிலை மிகவும் கஷ்டம்தான். சில நேரங்களில் அவர்களை நினைத்து நான் வருத்தப்படுவது உண்டு. குறிப்பாக, இது போல் கால்பந்தாட்ட விளையாட்டு பற்றி விலாவாரியாக விவரித்துக் கொண்டிருக்கும் ஒருவனுடன் அவர்கள் இருக்கும் போது சில வேளைகளில் நான் அவர்களைப் பார்ப்பது கூட இல்லை. எனக்கு வலது பக்கத்தில் நடைபெற்றுக் கொண்டிருந்த உரையாடல் இதை விட மோசமானது. எனக்கு வலது பக்கத்தில் பார்ப்பதற்கு யேலைச் சேர்ந்தவன் போல தோற்றம் கொண்டவன் காலத்திற்கேற்ற பாணியில் உடை அணிந்திருந்தான். இந்த "ஐவி லீக்" கைச் சேர்ந்தவன்கள் எல்லாம் இந்தத் தோற்றத்துடன்தான் இருப்பார்கள். என்னுடைய அப்பா ஐவி லீக் கல்லூரிகளில் ஒன்றான யேல் அல்லது பிரின்ஸ்டனில் நான் படிக்க வேண்டும் என்று விரும்பினார். ஆனால் நான் செத்தாலும் சாவனே தவிர இந்த மாதிரி கல்லூரிக்கெல்லாம் போக மாட்டேன் என்று கூறிவிட்டேன். பார்ப்பதற்கு யேலைச் சேர்ந்தவன் போல் இருந்தவனுடன் மிகவும் அழகான பெண்ணும் உட்கார்ந்திருந்தாள். ஆனால் அவர்கள் என்ன பேசிக் கொண்டிருந்தார்கள் என்பதை நீங்கள் கேட்க வேண்டும். அவர்கள் இருவரும் லேசாக வளைந்தமாதிரி உட்கார்ந்திருந்தார்கள். அவன் தனது உணர்வுகளை அவளிடம் டேபிளுக்குக் கீழே காட்டிக் கொண்டிருந்த அதே வேளையில், அவனுடைய விடுதியில் இருந்த இன்னொருவன் பாட்டிலில் இருந்த ஆஸ்பிரின் முழுவதையும் சாப்பிட்டு தற்கொலை முயற்சியில் ஈடுபட்டதைப் பற்றிப் பேசிக் கொண்டிருந்தான். அவனுடைய தோழி அவனிடம் தொடர்ந்து, "எவ்வளவு கோரமானது... இல்லையா, டார்லிங். தயவு செய்து அது பற்றி இங்கே பேசாதே" என்றாள். ஒருவளிடம் தனது உணர்ச்சியை வெளிப்படுத்தும் அதே நேரத்தில் இன்னொருவனின் தற்கொலை முயற்சி பற்றி பேசினால் எப்படியிருக்கும்! அது என்னை என்னவோ செய்தது!

நான் மட்டும் அங்கே உட்கார்ந்து கொண்டிருப்பதை நினைத்ததால் என்னை நானே முட்டாள் மற்றும் எரிச்சலூட்டக் கூடியவன் என நினைத்துக் கொண்டேன். புகைபிடிப்பது, குடிப்பது தவிர வேறெதுவும் செய்வதற்கு இல்லை. இருந்தாலும் நான் வெய்ட்டரிடம் எர்னி என்னுடன் ட்ரிங் குடிக்க சேர்ந்து கொள்வரா? எனக் கேட்குமாறு கூறினேன். நான் டி.பி.யின் சகோதரன் என்று அவரிடம் சொன்னால் அவருக்குத் தெரியும் என்றும் அந்த வெயிட்டரிடம் கூறினேன். அவர் ஒன்றும் இந்தத் தகவலைச் சொல்லியிருக்க மாட்டார். இவர்கள் என்றைக்கும் உங்கள் தகவல்களை யாருக்கும் கொண்டு போய் சேர்க்கமாட்டார்கள்.

திடீரென்று ஒரு பெண் என்னருகில் வந்து "ஹோல்டன் கால்ஃபீல்ட், என்னுடைய பெயர் லில்லியன் சிம்மன்ஸ் (Lillian Simmons)" என்று அறிமுகப்படுத்திக் கொண்டாள், என்னுடைய சகோதரன் டி.பி. இவளுக்குப் பின்னால் சில நாட்கள் சுற்றிக் கொண்டிருந்தார். அவளுடைய மார்பகங்கள் நன்கு பெரிதாக இருந்தன.

"ஹாய்'' என்று சொல்லிக் கொண்டே அங்கிருந்து எழுந்திருக்க முயற்சித்தேன். அவளோடு யாரோ ஒரு நேவி ஆஃபிஸரும் இருந்தார்.

"உன்னை இங்கு பார்ப்பது மிகவும் அற்புதமாக இருக்கிறது! என்று லில்லியன் சிமென்ஸ் போலித்தனமாக சொன்னாள். "உன்னுடைய அண்ணன் எப்படியிருக்கிறார்?'' என்று கேட்டாள். அதைத்தான் அவள் தெரிந்து கொள்ள விரும்பினாள்.

"அவர் ஹாலிவுட்டில் நன்றாக இருக்கிறார்."

"ஹாலிவுட்டிலா! அற்புதம்! என்ன செய்து கொண்டிருக் கிறார்?"

"எனக்குத் தெரியாது. ஏதோ எழுதிக் கொண்டிருக்கிறார்." நான் இது பற்றிய கலந்துரையாடலில் ஈடுபட விரும்பவில்லை. ஹாலிவுட்டில் இருப்பதால் அவரைப் பற்றி இவள் பெரிய அளவில் நினைத்துக் கொண்டிருப்பாள். எல்லோரும் அப்படித்தான் நினைப்பார்கள். பெரும்பாலானவர்கள் அவருடைய கதையைப் படித்திருக்கமாட்டார்கள். அது என்னை பைத்தியக்காரன் போல ஆக்கிவிடும்.

"மெய்சிலிர்க்க வைக்கிறது" என்ற லில்லியன் அந்த நேவி நபரை அறிமுகப்படுத்தினாள். இவருடைய பெயர் கமாண்டர் ப்ளாப் (Blop) அல்லது வேறெதோ ஒன்று சொன்னார். கையைப் பிடித்துக் குலுக்கும் போது அடுத்தவரின் கையில் உள்ள விரல்கள் உடைய வில்லையென்றால் நன்றாக கை குலுக்கிக் கொள்ளவில்லை என நினைக்கும் "பார்ட்டி" இவர். நான் வெறுக்கக்கூடிய சிலவற்றில் இதுவும் ஒன்று. "நீ தனியாகவா இருக்கிறாய்?" என்று லில்லியன் கேட்டாள். அவள் அந்த இடத்தின் நடைபாதையில் நின்று கொண்டு ஆட்களின் நடமாட்டத்தைத் தடுத்துக் கொண்டிருந்தாள். அவளைப் பார்த்தால் அவள் அந்த மாதிரி ஒரு நிலையை விரும்புகிறாள் என்று சொல்லிவிட முடியும். அவள் அங்கிருந்து விலகிச் செல்வதற்காக வெயிட்டர் கூட "வெயிட்" பண்ணிக் கொண்டிருந்தார். ஆனால் அவர் நிற்பதைக் கூட இவள் "சட்டை" செய்ததாகத் தெரியவில்லை. இது வேடிக்கையாக இருந்தது. வெயிட்டருக்கும், அவளுடன் வந்திருக்கும் நேவி நபருக்கும் கூட இவளைப் பிடிக்கவில்லை என்று அவர்களைப் பார்த்தாலே சொல்லிவிட முடியும். எனக்கும் கூட அவளைப் பிடிக்கவில்லை. அவளுக்காக பச்சாதாபம் தான் படலாம். "உனக்குத் தோழி யாரும் இல்லையா?" என்று கேட்டாள். நான் இப்பொழுது நின்று கொண்டிருந்தேன். அவள் ஒரு பேச்சுக்கு உட்கார் என்று கூட சொல்லவில்லை. உங்களை பல மணிநேரம் கூட நிற்கவைத்துப் பேசிக் கொண்டிருக்கும் வகையைச் சேர்ந்தவர்களில் இவளும் ஒருத்தி. நேவி நபரைப் பார்த்து என்னிடம், "இவர் ஹாண்ட்ஸம்மாக இருக்கிறார் இல்லையா?" என்று கேட்டாள். "ஹோல்டன் நீயும் ஹாண்ட்ஸம் ஆகிக் கொண்டு வருகிறாய்". நேவி நபர் அவளை வரும்படிக் கூறினார். அவள் அவரிடம் அவர்கள் நடைபாதையை அடைத்துக் கொண்டிருப்பதாகக் கூறினார். "ஹோல்டன், உன்னுடைய ட்ரிங்கை எடுத்துக் கொண்டு வந்து எங்களுடன் சேர்ந்து கொள்" என்றாள் லில்லியன்.

"நான் ஒருவரை சந்திப்பதற்காக வெளியே செல்லக் கிளம்பிக் கொண்டிருக்கிறேன்" என்றேன். அவள் என்னிடம் இணக்கமாக இருக்க முயற்சிக்கிறாள் என்பதை இதிலிருந்து எப்படி தெரிந்து கொள்ள முடியும். இது பற்றி நான் டி.பி. யிடம் சொல்வேன் என நினைத்திருக்கக்கூடும்.

"நல்லது. உன் அண்ணனை நான் வெறுக்கிறேன் என்று நீ அவனைப் பார்க்கும் போது சொல்" என்றாள்.

அதற்குப் பிறகு அவள் சென்றுவிட்டாள். நேவி நபரும், நானும் ஒருவரையொருவர் சந்தித்துக் கொண்டதற்கு நன்றி தெரிவித்துக் கொண்டோம். நான் யாரிடமாவது, "உங்களை சந்தித்ததில் மிகவும் மகிழ்ச்சி" என்று கூறினாலும் எனக்கு அவரைச் சந்தித்ததில் உண்மையிலேயே மகிழ்ச்சி இருந்ததில்லை. ஆனால் உலகத்தில் வாழ வேண்டுமென்றால் இதையெல்லாம் சொல்லத்தான் வேண்டியிருக்கிறது.

நான் ஒருவரை சந்திக்க வேண்டியிருக்கிறது என்று அவளிடம் சொல்லிய பிறகு அங்கிருந்து வெளியேறுவது தவிர எனக்கு வேறு வழி தெரியவில்லை. எர்னியின் அரைகுறையான வாசிப்பை நான் கேட்கலாம் என்று நினைத்தாலும் முடியாது. ஆனால் கண்டிப்பாக நான் லில்லியன் சிம்மன்ஸ் டேபிளில் அவளோடு போய் உட்கார மாட்டேன் என்பதை மட்டும் உறுதி செய்து கொண்டேன். அந்த நேவி நபர் பேசிப் பேசி சலிப்பேற்றுவார் எனத் தெரிந்தது. நான் அந்த இடத்தை விட்டு வெளியேறினேன். அது என்னைக் கிறுக்கனாக்கியது. நான் எனது கோட்டை எடுத்துக் கொண்டேன். நம் சம்பந்தப்பட்ட விஷயங்கள் எப்பொழுதும் மக்களால் சீரழிக்கப்படுகின்றன.

13

அழகாக இருந்த 41 ப்ளாக்குகளைக் கடந்து நான் தங்கியிருந்த ஹோட்டலுக்கு நடந்து சென்றேன். இன்னொரு டாக்ஸி ஏறி, இறங்க வேண்டுமே என்று நினைத்துத்தான் நான் நடந்து வர ஆரம்பித்தேனே ஒழிய நடக்க வேண்டும் என்கிற உணர்வினால் அல்ல. சில வேளைகளில் லிஃப்ட்டில் ஏறி இறங்கிப் போவது எப்படி சோர்வை ஏற்படுத்துமோ அது போல டாக்ஸியில் ஏறி இறங்கி செல்வதும் சோர்வை ஏற்படுத்தும். திடீரென்று, நீங்கள் நடக்க வேண்டியிருக்கும் – அது எவ்வளவு தூரமாக அல்லது உயரமாக இருந்தாலும் சரி. நான் சிறுவனாக இருக்கும்போது வசித்து வந்த 12 மாடிகள் கொண்ட அபார்ட்மெண்ட்டில் அடிக்கடி ஏறியிருக்கிறேன்.

பனி பொழிந்திருக்கிறது என்பது கூட தெரியவில்லை. பாதையோரத்தில் பனி எதுவும் தென்படவில்லை. ஆனால் உறைந்து போக வைக்கக்கூடிய குளிரடித்தது. நான் எனது வேட்டைக்காரத் தொப்பியை பையிலிருந்து எடுத்துப் போட்டுக் கொண்டேன். அதைப் போட்டுக் கொண்ட பிறகு பார்ப்பதற்கு நான் எப்படி இருக்கிறேன் என்று கொஞ்சங்கூடக் கவலைப்படவில்லை. காதை மறைக்கக்கூடியதைக் கூட கீழே இருக்கட்டும் என விட்டு விட்டேன். பென்சியில் என்னுடைய கையுறையை யார் எடுத்துக் கொண்டார்கள் என்று தெரிந்திருந்தால் நன்றாக இருந்திருக்கும். ஏனென்றால் இப்போது குளிரில் எனது

கைகள் உறைந்து போய்க் கொண்டிருக்கின்றன. அப்படித் தெரிந்திருந்தாலும் நான் அதிகமாக எதுவும் செய்திருக்க மாட்டேன். சண்டைக்கெல்லாம் போகாத பலரில் நானும் ஒருவன். இதைக் காண்பித்துக் கொள்ள வேண்டாம் என்று முயற்சித்தாலும் முடிவதில்லை. உதாரணமாக, யார் எனது கையுறையை திருடிக் கொண்டார்கள் என்பதைக் கண்டுபிடித்திருந்தாலும், நான் அநேகமாக அந்த வஞ்சகனின் அறைக்குச் சென்று "எனது கையுறையைக் கொடுக்க வேண்டியதுதானே?" எனக் கேட்டிருப்பேன். அதற்கு அந்த வஞ்சகன் நல்லவன் போல மெல்லிய குரலில் "எந்தக் கையுறைகள்?" எனக் கேட்டிருப்பான். அதற்கு நான், அவனுடைய அலமாரியை நோக்கிச் சென்று அதில் என்னுடைய கையுறைகள் இருப்பதைக் கண்டுபிடித்து வெளியே எடுத்து அவனிடம், "இது உன்னுடைய கையுறைகளா?" என்றுக் கேட்டிருப்பேன். அதற்கு அந்த வஞ்சகனும் ஒரு போலியான, சாந்தமான பார்வையொன்றை வீசி, "நான் என் வாழ்க்கையில் ஒருபோதும் இந்தக் கையுறைகளைப் பார்த்தது இல்லை. இது உன்னுடையது என்றால் நீ எடுத்துக் கொண்டு போ. எனக்கு இது தேவையில்லை" என்று சொல்லியிருப்பான். அதற்குப் பிறகு நான் அங்கு ஐந்து நிமிடம் நின்று கொண்டு இருந்திருப்பேன். என்னுடைய கையில் அந்தக் கையுறைகள் இருந்திருக்கும், அவனுடைய தாடையில் ஓங்கி ஒரு குத்துவிடலாம் என நினைத்திருப்பேன். ஆனால் அதைச் செய்வதற்கான தைரியம் என்னிடம் இல்லை. அதற்குப் பதிலாக அங்கேயே கொஞ்ச நேரம் நின்றிருந்து அவனை ஒரு கடுமையான பார்வை பார்த்துவிட்டு, அவனுக்கு "உரைக்கிற" மாதிரி சில வார்த்தைகள் பேசிவிட்டு வந்திருப்பேன். நான் அப்படி கடுமையாக ஏதாவது பேசியிருப்பேனேயானால் அவன் அநேகமாக எழுந்து என்னருகில் வந்து, "கவனமாகக் கேள் கால்ஃபீல்ட், நீ என்னை வஞ்சகன் என்றா அழைக்கிறாய்?" "ஆமாம் அப்படித்தான் தேவ்...யா பையனே" என்று அவனைப் பார்த்துச் சொல்வதற்குப் பதில் நான், "எனக்குத் தெரிந்ததெல்லாம் என்னுடையக் கையுறைகள் உன்னுடைய அலமாரியில் இருந்திருக்கிறது, அவ்வளவுதான்" என்று கூறியிருப்பேன். நான் அடிக்கப் போவதில்லை என்று இதன் மூலம் தெரிந்து கொண்ட அவன், "அப்படியென்றால் என்னைத் திருடனென்று சொல்கிறாயா?" என்று நேரடியாகக் கேட்டிருக்கக்கூடும். அதற்கு நான், "யாரும் யாரையும் திருடன் என்று கூறவில்லை. ஆனால் என்னுடைய கையுறைகள்

உன்னுடைய அலமாரியில் இருந்திருக்கிறது" என்று சொல்ல இந்த விவாதம் மணிக்கணக்காகப் போய்க்கொண்டிருக்கும். இறுதியாக அவனை அடிக்காமல் நான் அவன் அறையை விட்டு வெளியே வந்திருப்பேன். அதன் பின் அநேகமாக பாத்ரூம் வரை சென்று அங்கு ஒரு சிகரெட்டைப் புகைத்துவிட்டு, மிகவும் கடுமையானவன் போல என்னை ஆக்கிக் கொண்டு அதைக் கண்ணாடியில் பார்த்திருப்பேன். இதைத்தான் நான் ஹோட்டலுக்குத் திரும்பும் வழியில் நினைத்துக் கொண்டே வந்தேன். சண்டைபோடாமல் இருப்பது (அல்லது கோழையாக) ஒன்றும் வேடிக்கையான விஷயமில்லை. ஆனால் நான் முழுவதும் அந்த மாதிரி இல்லை. எனக்கே என்னைப் பற்றித் தெரியவில்லை. நான் பாதி சண்டை போடாதவனாகவும் (அல்லது கோழையாகவும்), பாதி கையுறைகள் காணாமல் போனது பற்றி கவலைப் படாதவனாகவும் இருக்கக்கூடும். என்னுடைய சங்கடங்களில் ஒன்று என்னவென்றால், ஏதாவது தொலைந்து போனால் அதைப் பற்றித் துளியும் அக்கறை கொள்ள மாட்டேன் – நான் சிறுவனாக இருக்கும் போது இது என்னுடைய அம்மாவை பைத்தியக்கார நிலைமைக்குக் கொண்டு சென்றிருக்கும். சில பேர் தொலைந்து போனது குறித்து நாள் கணக்காகத் தேடிக் கொண்டிருப்பார்கள். ஆனால் என் விஷயம் அப்படிப்பட்டதல்ல. நான் பாதி "கோழையாக" இருக்க அது கூட காரணமாக இருக்கலாம். இருந்தாலும் இது ஒரு "எக்ஸ்யூஸ்" இல்லை. நீங்கள் ஒருவரை தாடையில் அடிக்க வேண்டுமென்று நினைத்தால் அடித்து விட வேண்டும். அப்படியிருந்தால் தான் நீங்கள் கோழை இல்லை என்று அர்த்தம். நான் அப்படிப்பட்டவன் இல்லை. அதற்குப் பதிலாக அவனை நான் ஜன்னல் வழியாக தள்ளிவிடவோ அல்லது கோடாலியை வைத்து அவனது தலையைத் துண்டிக்கவோ செய்வேனே ஒழிய அவன் தாடையில் குத்தமாட்டேன். எனக்கு இந்த மாதிரியான "முஷ்டி"ச் சண்டைகள் பிடிப்பதில்லை. எவ்வளவு அடி அடித்தாலும் பரவாயில்லை – எனக்கு அது பிடிப்பதில்லை – ஆனால் முஷ்டி சண்டையில் என்னைப் பயப்படவைப்பது அடிவாங்குபவனுடைய முகம் தான். அவன் முகத்தைப் பார்த்துக் கொண்டு என்னால் நிற்க முடியாது, அதுதான் என்னுடைய பிரச்சனை. இரண்டு பேரும் கண்ணைக் கட்டிக் கொண்டு சண்டை போட்டால் இந்த அளவிற்கு மோசமாக உணர்வதற்குத் தோன்றாது. இதை நினைக்கும் போது ஒரு வேடிக்கைத்தனமான கோழைத்தனம் என்று தோன்றும்.

ஆனால் இது கோழைத்தனம்தான். நான் வேடிக்கை பண்ணவில்லை.

என்னுடைய கையுறைகளையும், கோழைத்தனத்தையும் நினைத்தால் மிஞ்சுவது சலிப்புதான். இதிலிருந்து விடுபட வேண்டுமென்றால் எங்காவது ஒரு இடத்தில் “ட்ரிங்” குடிக்க வேண்டும் என்று நடந்து போய்க் கொண்டிருக்கும் போது நினைத்துக் கொண்டேன். நான் எர்னியில் 3 ட்ரிங்ஸ்தான் குடித்தேன். அதிலும் கடைசி ட்ரிங்கை முழுவதும் குடிக்காமல் பாதியிலேயே வெளியே வந்து விட்டேன். அதிகமாகக் குடிக்கக்கூடிய சக்தி என்னிடம் இருந்தது. எனக்கு “மூடு” இருந்தால் நான் ராத்திரி முழுவதும் குடித்துக் கொண்டே இருப்பேன். வூட்டன் ஸ்கூலில் “ஒரு பைண்ட் (Pint)” ஸ்காட்ச்சை ரேமண்ட் கோல்ட்ஃபிஷ்ஷும் நானும் சனிக்கிழமை இரவு யாருக்கும் தெரியாமல் ஒரு சிறு தேவாலயத்தில் உட்கார்ந்து குடித்தோம். அவனிடமிருந்து ஒரு மாதிரியான நாற்றம் வர ஆரம்பித்தது. ஆனால் நான் குடித்ததற்கான எந்த அடையாளமும் தெரியவில்லை. நான் ஆர்ப்பாட்டம் எதுவுமின்றி மிகவும் அமைதியாக இருந்தேன். நான் படுக்கப் போவதற்கு முன்பு வாந்தி எடுத்து விட்டுப் படுக்கச் சென்றேன். அதற்கான தேவை ஏற்படவில்லை. ஆனால் நான் வலுக்கட்டாயமாக அதைச் செய்தேன்.

நான் ஹோட்டலைச் சென்றடைவதற்கு முன், சோகமே உருவாக இருந்த ஒரு “பாரில்” நுழையும் போது அதிலிருந்து இரண்டு பேர் வெளியே வந்தார்கள். அபரிதமாக குடித்திருந்தார்கள். அவர்கள் சப்—வே எங்கிருக்கிறது என்பதை அறிந்து கொள்ள விரும்பினார்கள். அதில் ஒருவன் பார்ப்பதற்கு க்யூபன் போல இருந்தான், நான் அவர்களுக்கு வழி சொல்லிக் கொண்டிருக்கும் போது அவனுடைய நாற்றம் பிடித்த சுவாசம் என் முகத்தில் பட்டது. அதற்குப் பிறகு அந்த பாருக்கு செல்லக்கூட மனமில்லாமல் நேராக ஹோட்டலுக்குச் சென்றேன்.

லாபி முழுவதும் காலியாக இருந்தது. ஆனால் லட்சக் கணக்கான சிகரெட்டுகளின் நாற்றம் எங்கும் நிறைந்திருந்தது. இது உண்மை. எனக்கு தூக்கக் கலக்கமோ அல்லது வேறெதுவுமோ இல்லை. ஆனால் மிகவும் சோர்வாகவும், சலிப் புற்றும் இருப்பதை உணர்ந்தேன். ஏறக்குறைய செத்துவிட்டது போன்ற ஒரு நிலை.

அதற்குப் பிறகு நான் பெரிய குழப்பத்தில் மாட்டிக் கொண்டேன்.

நான் லிஃப்டுக்குள் நுழைந்தவுடன் அதை இயக்குபவன் என்னிடம், "சந்தோஷமாக நேரத்தை செலவிட விருப்பமா? அல்லது உனக்கு மிகவும் லேட்டாகி விட்டதா?" என்று கேட்டான்.

"என்ன சொல்கிறாய்? என்று கேட்டேன். அவன் என்ன சொல்ல முயற்சிக்கிறான் என்று எனக்குப் புரியவில்லை.

"பாலியலில் ஈடுபட விருப்பமா?" என்றான்

"நானா?" இது ஒரு முட்டாள்த்தனமான பதில், இருந்தாலும் திடீரென்று ஒருவர் உங்கள் முன்னால் வந்து நின்று கொண்டு இந்தக் கேள்வியைக் கேட்டால் சங்கடமாகத்தானே இருக்கும்.

"உங்களுக்கு வயது என்ன, சீஃப்?" என்று லிஃப்ட் ஆபரேட் செய்பவன் கேட்டான்.

"ஏன்? இருபத்திரெண்டு" என்று நான் கூறினேன்.

"ம்ம்ம்... இது எப்படியிருக்கிறது? உங்களுக்கு விருப்பமா? பாலியல் உறவுக்கு ஐந்து டாலர்கள்; இரவு முழுவதும் வேண்டு மென்றால் பதினைந்து டாலர்கள்" என்று சொல்லிவிட்டு அவன் தனது கைக் கடிகாரத்தைப் பார்த்துக் கொண்டே "உறவுக்கு ஐந்து டாலர்கள், நண்பகல் வரை பதினைந்து டாலர்கள்" என்றான்.

"சரி" என்றேன். இது எனது கொள்கைக்கு மாறானதாக இருந் தாலும், சோர்வுற்று இருந்த நிலையில் அவற்றைப் பற்றியெல்லாம் சிந்திக்க முடியவில்லை. பிரச்சனையே அதுதான். நீங்கள் சோர்வுற்று இருக்கும் போது உங்களால் சிந்தனை செய்யக்கூட முடியாது.

"சரி..? என்ன ஒரு ஷாட்டா இல்லை நண்பகல் வரையிலுமா? சொல்லுங்கள்."

"ஒரு ஷாட்"

"சரி, எந்த ரூம்?"

நான் வைத்திருந்த சாவியில் சிவப்பு நிறத்தில் இருந்த

எண்ணைப் பார்த்து 1222 என்று கூறினேன். நான் இதற்காக மிகவும் வருத்தப்பட்டேன் ஆனால் காரியங்கள் நடக்க ஆரம்பித்து விட்டன. இது பற்றி யோசிப்பதற்கு நேரம் இல்லை.

"சரி. நான் ஒரு பெண்ணை இன்னும் 15 நிமிடங்களில் மேலே அனுப்பி வைக்கிறேன்" என்று சொல்லிவிட்டு கதவைத் திறந்து வெளியே சென்று விட்டான்.

"ஹாய், அவள் பார்ப்பதற்கு நன்றாக இருப்பாளா?" என்று கேட்டுவிட்டு "எனக்கு வயதானவர்கள் யாரும் வேண்டாம்" என்றேன்.

"வயதானவர்கள் இல்லை. அதைப் பற்றிக் கவலைப்பட வேண்டாம்" என்றான் அவன்.

"யாரிடம் நான் பணம் கொடுக்க வேண்டும்?"

"அவளிடம்தான். நான் இப்போது போகிறேன் சீஃப்" என்று கதவை மூடிவிட்டுச் சென்றான். அது என் முகத்தில் அடித்துவிட்டுச் சென்றது போன்ற உணர்வை ஏற்படுத்தியது.

நான் என் அறைக்குச் சென்று என்னுடைய முடியில் சிறிது தண்ணீரைத் தெளித்துக் கொண்டேன். ஆனால் "போலீஸ் கட்" அடித்திருக்கும் முடியை நீங்கள் "வாரி" சீவ முடியாது. நான் எர்னீயில் பிடித்த சிகரெட், குடித்த ஸ்காட்ச், சோடாவின் வாசனை எல்லாம் நான் மூச்சு விடும் போது வெளிப்படுகிறதா என்பதை பரிசோதித்துப் பார்க்க நினைத்தேன். எனது கையை வாய்க்கு நேராக வைத்துக் கொண்டு அதில் படும்படி மேல் நோக்கி ஒரு ஊது ஊதினேன் அந்தக் காற்றில் வாசனை எதுவும் தெரியவில்லை. ஆனாலும் நான் பல் தேய்த்துக் கொண்டேன். அதற்குப் பிறகு வேறொரு சட்டை போட்டுக் கொண்டேன். ஒரு விலைமகளைச் சந்திப்பதற்கு இந்த "பில்டப்" பெல்லாம் தேவையில்லையென்று தெரிந்தாலும் ஏதாவது செய்து கொண்டிருக்க வேண்டுமென்று தோன்றியது. எனக்கு சற்று பதட்டமாக இருந்தது. நான் கொஞ்சம் செக்ஸியாக இருப்பது போல உணரத் தொடங்கினாலும், என்னவோ ஒரு பதட்டம் இருந்து கொண்டே இருந்தது. நான் இன்னும் "கன்னி" கழியாதாவன். இது உண்மை. என்னுடையக் கன்னித்தன்மையை இழப்பதற்கு பல வாய்ப்புகள் வந்த

போதும் நான் அதில் ஈடுபடவில்லை. இந்த மாதிரி ஏதாவது ஒன்று அவ்வப்போது நடந்து கொண்டுதான் இருக்கும். உதாரணமாக, நீங்கள் ஒரு பெண்ணின் வீட்டில் இருந்தால் அவளுடையப் பெற்றோர் தவறான நேரத்தில்தான் அங்கு வருவார்கள் அல்லது அவர்கள் வந்துவிடுவார்களோ என்கிற பயம் உங்களுக்குள் இருந்து கொண்டிருக்கும். அல்லது நீங்கள் வேறு யாராவது ஒருவருடைய காரின் பின் சீட்டில் உட்கார்ந்திருந்தால், யாரோ ஒருவருடைய தோழி முன் சீட்டில் உட்கார்ந்திருப்பாள் – அந்தக் காரில் என்னதான் நடக்கிறது என்பதை பார்க்கும் ஆர்வத்துடன். அதாவது முன்னால் உட்கார்ந்திருக்கும் அந்தப் பெண் பின்னால் என்ன நடக்கிறது என்பதைத் தெரிந்து கொள்வதற்காக திரும்பித்திரும்பி பார்த்துக் கொண்டிருப்பாள். எது எப்படியோ, ஏதாவது ஒன்று நடந்து கொண்டிருக்கும். இரண்டு முறை ஏதோ செய்வதற்காக நான் நெருக்கமாக வந்துவிட்டிருந்தேன். ஒரு முறை என்ன நடந்தது என்று நினைவிருக்கிறது. ஏதோ தப்பு நடந்தது, ஆனால் என்னவென்று நினைவில்லை. ஒரு பெண்ணை – விலைமாது இல்லை – நெருங்கி அவளிடம் ஏதாவது சில்மிஷம் செய்ய நினைக்கும் போது அவள் தொடர்ந்து அந்த மாதிரியெல்லாம் செய்ய வேண்டாம் என்று சொல்லிக் கொண்டிருக்க அதைக் கேட்டவுடன் நான் நிறுத்திவிடுவேன். அது தான் என்னிடம் உள்ள பிரச்சனை. ஆனால் பெரும்பாலான பையன்கள் நிறுத்துவதில்லை. அவர்கள் உண்மையிலேயே நிறுத்தச் சொல்கிறார்களா அல்லது அவர்கள் இதற்காகப் பயப்படுகிறார்களா அல்லது தடுக்கச் சொல்லியும் நிறுத்தாமல் இருந்தால் தவறு உங்கள் மேல் தான் என்று குற்றம் சாட்ட வசதியாக இருக்கும் என நினைக்கிறார்களா, இதில் எது உண்மையென்று தெரியவில்லை. ஆனால் நான் நிறுத்திக் கொண்டேன். அவர்களுக்காக என்னால் வருத்தப்படத்தான் முடிந்தது. பெரும்பாலான பெண்களுக்கு எதுவும் தெரிவதில்லை. நீங்கள் அவர்களின் கழுத்தை லேசாக வருடும் போது அவர்கள் தங்களின் புத்தியை இழப்பதைப் பார்க்கலாம். ஒரு பெண் உண்மையிலேயே உணர்ச்சிவசப்பட்டுவிட்டால் அவளுக்குப் புத்தி இருக்காது. ஏனென்று எனக்குத் தெரியவில்லை. அவர்கள் என்னை நிறுத்தச் சொல்வார்கள், நானும் நிறுத்தி விடுவேன். நான் நிறுத்தக்கூடாது என்று நினைப்பேன், ஆனால் முடிவதில்லை.

ஜெ.டி. சாலின்ஜர்

நான் புதிய சட்டையைப் போட்டுக் கொண்டேன். எனக்குக் கிடைத்த மிகப் பெரிய வாய்ப்பாக இதை நான் நினைத்துக் கொண்டேன். அவள் விலைமாதாக இருக்கும்பட்சத்தில் அவளிடத்தில் சிலவற்றை கற்றுக் கொள்ள முடியும் – எனக்கு எப்போதாவது திருமணமானால் உபயோகமாக இருக்கும். எனக்கு அந்த "ஒரு விஷயத்தை" நினைத்தால் கவலையாக இருந்தது. நான் வூட்டனில் இருக்கும் போது ஒரு புத்தகம் படித்தேன். அதில் மிகவும் நவீனமாக, செக்ஸியாகக் காட்சியளிக்கும் ஒருவனின் படம் கூட இருந்தது. அவனுடைய பெயர் மான்சிர். ப்ளான்சார்ட் (Monsieur Blanchard). எனக்கு இன்னும் நினைவில் இருக்கிறது. புத்தகம் பாடாவதியாக இருந்தாலும் அவன் பார்ப்பதற்கு நன்றாக இருந்தான். அவனுக்கென்று ஐரோப்பாவில் கடற்கரைப் பகுதியில் ஒரு பெரிய பண்ணை வீடும் இருக்கிறது. அவனுக்கு நேரம் கிடைக்கும் போது பெண்களுடன் செலவிடுவான். அவன் ஒழுக்கமற்றவனாக இருந்தாலும் பெண்களை சாய்ப்பதில் கில்லாடி. அவன், அந்த புத்தகத்தின் ஒரு பகுதியில், பெண்களின் உடம்பு ஒரு வயலின் மாதிரி என்றும் ஒரு சிறந்த இசைக் கலைஞன் தான் அதை சரியாக வாசிக்க முடியும் என்றும் குறிப்பிட்டிருந்தான். இது ஒரு மோசமான புத்தகம் – நான் அதை உணர்ந்திருந்தேன் – ஆனால் என்னால் இந்த வயலின் குறித்த விஷயம் மட்டும் என் மனதிலிருந்து அகலவில்லை. அதனால் தான் இவளிடம் இருந்து ஏதாவது கற்றுக் கொள்ள விருப்பம் – எனக்கு எப்போதாவது திருமணமானால் இது கை கொடுக்கும். கால்ஃபீல்டும் அவனுடைய மாஜிக் வயலினும், ஓ! இது கொஞ்சம் ஒவ்வாததாகத் தெரிகிறது என்பதை உணர்ந்தேன். நான் இதில் கொஞ்சம் தேர்ந்தவன் தான். நான் பெண்களுடன் சும்மா ஏதாவது பேசிக் கொண்டு இருக்கும் போது நான் என்ன தேடிக் கொண்டிருக்கிறேனோ அதைக் கண்டுபிடிப்பது மிகவும் சிரமமாக இருந்தது. நான் என்ன சொல்கிறேன் என்று உங்களுக்கும் புரியக்கூடும். நான் பாலியல் உறவு கொள்ளத் தவறிய அந்தப் பெண்ணை எடுத்துக் கொள்ளுங்கள். அவளுடைய ப்ராவைக் கழட்டுவதற்கே எனக்கு ஒரு மணி நேரம் ஆயிற்று. நான் அதை கழட்டி முடிக்கும் போது அவள் மரியாதை இல்லாமல் நடந்து கொள்ள ஆரம்பித்தாள்.

விலைமாதுவின் வருகையை எதிர்பார்த்து அறையில் சுற்றிச்சுற்றி வந்து கொண்டிருந்த நான் அவள் அழகாக

இருப்பாள் என்று நம்பிக் கொண்டிருந்தேன். இருந்தாலும் நான் இது குறித்து அதிகமாக அக்கறை கொள்வதில்லை. இதை சீக்கிரம் முடிக்க வேண்டுமென்று நினைத்தேன். இறுதியாக யாரோ கதவைத் தட்டும் சத்தம் கேட்டது, நான் கதவைத் திறக்கச் செல்லும் போது வழியில் வைத்திருந்த என்னுடைய சூட்கேஸ் தடுக்கி அதன் மேல் விழுந்தேன். ஏறக்குறைய முழங்கால் உடையும் நிலைக்கு வந்து விட்டது. சூட்கேஸ் அல்லது வேறு எதன் மேலாவது விழுவதற்கு நான் நேரத்தைத் தேர்ந்தெடுத்துக் கொள்வது போல இருந்தது இந்த நிகழ்வு.

நான் கதவைத் திறந்த போது அந்த விலைமாது நின்று கொண்டிருந்தாள். அவள் "போலோ" கோட் அணிந்திருந்தாள். தொப்பியில்லை. பொன்னிற மேனியாள். ஆனால் அவள் தனது முடிக்கு "டை" அடித்திருக்கிறாள் என்று உங்களால் சொல்லிவிட முடியும். அவள் வயதானவள் இல்லை. மிகவும் நளினமாக அவளிடம், "நீ எப்படியிருக்கிறாய்?" என்று கேட்டேன்.

மௌரீஸ் (Maurice) சொன்னது நீ தானா? என்று கேட்ட அவளது குரலிலிருந்து அவள் அவ்வளவு நட்புடன் இருப்பாள் என்று தோன்றவில்லை.

"அவர்தான் லிஃப்ட் ஆபரேட்டரா?".

"ஆமாம்" என்றாள்.

"ஆமாம், நான் தான். உள்ளே வா. வர மாட்டாயா?" என்றேன் நான். நேரம் ஆக ஆக நான் ரொம்பவும் அமைதியாகிக் கொண்டு வந்தேன். உண்மையும் அதுதான்.

அவள் உள்ளே வந்தவுடன் தனது கோட்டை கழற்றி படுக்கையில் தூக்கியெறிவது போல போட்டாள். அதற்குக் கீழ் பச்சை நிறத்தில் உடை அணிந்திருந்தாள். அந்த அறையில் டேபிளுடன் இருந்த நாற்காலியின் பக்கவாட்டில் உட்கார்ந்து கொண்டு கால்களை மேலும் கீழும் ஆட்டிக் கொண்டிருந்தாள். அவள் தனது கால்களை குறுக்காக வைத்துக் கொண்டு காலை ஆட்டிக் கொண்டிருந்தாள். விலைமாதுவிடம் இருக்காத பதட்டம் அவளிடம் இருந்தது. அவள் சிறியவளாக இருப்பதால் அப்படி இருக்கலாம் என நான் நினைத்துக் கொண்டேன். அவளுக்கு ஏறக்குறைய

ஜெ.டி. சாலின்ஜர் | 143

என் வயதுதான் இருக்கும். அவளுக்குப் பக்கத்தில் இருந்த பெரிய நாற்காலியில் நான் உட்கார்ந்தவுடன் அவளிடம் சிகரெட் ஒன்றைக் கொடுத்தேன். அதற்கு அவள், "நான் புகைபிடிப்பதில்லை" என்று கூறினாள். அவள் குரல் மிகவும் சன்னமாக இருந்ததால் அவள் பேசுவதைக் கஷ்டப்பட்டு கேட்கவேண்டியதாக இருந்தது. ஏதாவது அவளிடம் கொடுத்தால் அதற்கு நன்றி என்று கூட சொல்லவில்லை. அவளுக்கு எதுவும் நன்றாக தெரிந்திருக்கவில்லை.

"என்னை அறிமுகப்படுத்திக் கொள்ள அனுமதி கொடு. என் பெயர் ஜிம் ஸ்டீல் (Jim Steele)" என்றேன்.

"உன்னிடம் வாட்ச் இருக்கிறதா?" அவளுக்கு என் பெயர் மேலேல்லாம் அக்கறையில்லை. "ஹாய், உனக்கு என்ன வயது?" என்று கேட்டாள்.

"எனக்கா? இருபத்தி இரண்டு".

"வேடிக்கையானவர்".

இதைச் சொல்வதற்கே வேடிக்கையாக இருந்தது. குழந்தைத் தனமாக இருந்தது. விலைமாது போன்றவர்கள் இதற்குப் பதிலாக "நீ ஒரு நரகம் போன்றவன் அல்லது வெட்டித்தனம் பண்ணாதே" என்று சொல்வார்கள் என நீங்கள் நினைக்கக் கூடும்.

"உன் வயதென்ன?" – இது நான்.

"நன்றாகத் தெரிந்து கொள்ளுமளவிற்கான வயது" என்றாள் அவள். அவளிடம் நகைச்சுவை உணர்வு இருந்தது. "உன்னிடம் வாட்ச் இருக்கிறதா?" என்று மறுபடியும் கேட்டுக் கொண்டே தனது உடையை தலைக்கு மேலே இழுத்துக் கொண்டாள்.

அவள் அப்படி செய்தது எனக்கு வினோதமாக இருந்தது. அதாவது, அவள் திடீரென்று அந்த மாதிரி செய்தது. இந்த மாதிரி யாராவது திடீரென்று எழுந்து தலைக்கு மேலே தனது உடையை எடுத்துக் கொள்ளும் போது நீங்கள் செக்ஸியாக உணர்வீர்கள். ஆனால் எனக்கு ஒன்றும் தோன்றவில்லை. எனக்கு கவர்ச்சி என்கிற உணர்வு கடைசிதான். இப்போது எனக்கு கவர்ச்சியை விட சலிப்பும், சோர்வும் தான் அதிகமாக இருந்தது.

"உன்னிடம் வாட்ச் இருக்கிறதா?"

"இல்லை. என்னிடம் இல்லை" என்றேன். எனக்கு இது மிகவும் வினோதமாக இருந்தது. "உன்னுடைய பெயர் என்ன?" என்று அவளிடம் கேட்டேன். அவள் மேல் இருந்தது இளஞ் சிவப்பு நிறத்திலான உள்ளாடைதான். அது உண்மையிலேயே என்னிடத்தில் சங்கடத்தை உண்டு பண்ணியது.

"சன்னி" என்றாள் அவள். "நாம் ஆரம்பிக்கலாம்!"

"கொஞ்ச நேரம் பேசிக் கொண்டிருக்கலாம் என்று நீ உணர வில்லையா?" என்று அவளிடம் கேட்டேன். இப்படிக் கேட்பது மிகவும் குழந்தைத்தனமாக இருந்தது. ஆனால் எனக்குள் ஏதோ ஒரு வினோதமான உணர்வு ஏற்பட்டது. "உனக்கு அவசரமாக எங்கும் போக வேண்டுமா?" என்றேன்.

என்னை ஒரு பைத்தியக்காரனைப் பார்ப்பது போல அவள் பார்த்தாள். "எதைப் பற்றி பேசவேண்டுமென்று நீ நினைக்கிறாய்?" என்றாள் அவள்.

"எனக்குத் தெரியவில்லை. விசேஷமாக எதுவுமில்லை. நீ ஒருவேளை பேச வேண்டுமென்று நினைக்கிறாயோ என்று நினைத்துச் சொன்னேன்" என்றேன்.

அவள் மீண்டும் டேபிளுக்குப் பக்கத்தில் உள்ள நாற்காலியில் உட்கார்ந்தாள். அவளுக்கு அது பிடிக்கவில்லை என்பதை உங்களால் சொல்ல முடியும். அவள் கால்களை திரும்ப ஆட்ட ஆரம்பித்தாள் – அவள் மிகவும் பதட்டமாக இருப்பது போல தெரிந்தது.

"உனக்கு இப்போது சிகரெட் வேண்டுமா?" என்று கேட்டேன். அவள் புகைபிடிக்க மாட்டேன் என்று சொன்னது எனக்கு மறந்து விட்டது.

"நான் புகை பிடிக்க மாட்டேன். நீ பேசிக் கொண்டிருக்கப் போவதென்றால் பேச ஆரம்பிக்கலாம். நான் செய்ய வேண்டிய வேலைகள் இருக்கின்றன."

என்ன பேசுவதென்று என்னால் நினைத்துப் பார்க்க முடியவில்லை. அவள் எப்படி விலைமாது ஆனாள் எனக் கேட்கலாமா என்று நினைத்தேன். ஆனால் அவளிடம் அது பற்றி கேட்க பயமாக வேறு இருந்தது. நான் கேட்டாலும்

ஜெ.டி. சாலின்ஜர் | 145

அவள் சொல்லியிருக்க மாட்டாள்.

"நீ நியூயார்க்கிலிருந்து வந்தவளா, இல்லையா?" என்று கடைசியாக ஒரு வழியாகக் அவளிடம் கேட்டேன். இதை மட்டுந்தான் என்னால் நினைத்துப் பார்க்க முடிந்தது.

"ஹாலிவுட்" என்று அவள் சொன்னாள். அதற்குப் பிறகு அவள் தனது உடையைக் கழட்டிப் போட்டிருந்த படுக்கையை நோக்கிச் சென்றாள். "உன்னிடம் ஹேங்கர் இருக்கிறதா? என்னுடைய டிரெஸ் கசங்குவதை நான் விரும்பவில்லை. இது புத்தம் புதிய டிரெஸ்" என்று கூறினாள்.

"கண்டிப்பாக" என்று அவளிடம் கூறினேன். எனக்கும் எழுந்து ஏதாவது வேலை செய்ய வேண்டும் போல தோன்றியது. நான் அவளுடைய டிரெஸை அலமாரிக்கு எடுத்துக் கொண்டு போய் தொங்கவிட்டேன். இது வேடிக்கையாக இருந்தது. நான் அதைத் தொங்க விடும் போது ஏதோவொரு சோகம் என்னைத் தொற்றிக் கொண்டது. அவள் கடைக்குச் சென்று இந்த டிரெஸை வாங்கியது பற்றி நினைத்துக் கொண்டேன். கடையில் யாருக்கும் இவள் விலைமாது என்று தெரியாது. இந்த டிரெஸை அவள் வாங்கும் போது இவளும் மற்ற பெண்களைப் போல ஒரு சாதாரண பெண் என கடையிலிருந்த விற்பனையாளர் நினைத்திருக்கக்கூடும். இது என்னை சோகத்திற்குள்ளாக்கியது, ஆனால் ஏனென்று காரணம் தெரியவில்லை.

நான் வந்து திரும்பவும் உட்கார்ந்து, விட்ட இடத்திலிருந்து பேச்சைத் தொடர ஆரம்பித்தேன். உரையாடுவதில் மிகவும் மோசமானவளாக இருந்தாள். "உனக்கு தினசரி இரவில் வேலை இருக்குமா?" – இதைக் கேட்ட பிறகு, இந்தக் கேள்வி மிக மோசமானதாக எனக்குப் பட்டது

"ஆமாம்" என்று சொல்லிக் கொண்டே அறை நெடுக்க நடந்தாள். டேபிளிலிருந்த மெனு கார்டை எடுத்துப் படிக்க ஆரம்பித்தாள்.

"பகலில் நீ என்ன செய்வாய்?"

அவள் தனது தோள்களைக் குலுக்கிக் கொண்டாள். அவள் மிகவும் மெலிவாக இருந்தாள். "தூங்குவேன். படத்திற்குப் போவேன்". அவள் மெனுவை கீழே வைத்துவிட்டு என்னைப்

பார்த்தாள். "நாம் ஆரம்பிக்கலாம்…"

"இங்கே பார், இன்றிரவு எனக்கு சரியில்லை. இந்த இரவு மிகவும் மோசமான ஒன்று. கடவுள் மேல் சத்தியமாக நான் உனக்குக் கொடுக்க வேண்டிய பணத்தைக் கொடுத்து விடுகிறேன். ஆனால் நாம் "உறவு எதுவும் வைத்துக் கொள்ளவில்லையென்று" மனதில் எதுவும் நினைத்துக் கொள்வாயா?" எனக்கு உறவு கொள்ளப் பிடிக்கவில்லை. உண்மையிலேயே எனக்கு பாலியல் உணர்வுகளை விட சலிப்புதான் அதிகமாக இருக்கிறது. அவள் இதைக் கேட்டு சலிப்புற்றாள். அவளுடைய பச்சை உடை இன்னும் ஹாங்கரில் தொங்கிக் கொண்டிருந்தது.

அவள் என்னருகில் வேடிக்கையான பார்வை கொண்ட முகத்துடன் வந்து, "என்ன விஷயம்?" என்று கேட்டாள்.

"விஷயமொன்றுமில்லை" என்று நான் சொன்னாலும் உள்ளுக்குள் ஒரு பதட்டம் இருந்தது. "சமீபத்தில்தான் எனக்கு அறுவை சிகிச்சை ஒன்று நடந்தது".

"அப்படியா, எங்கே?"

"என்னுடைய க்ளாவிச்சார்ட் (Clavichord)—ல்" என்றேன்.

"அப்படியா, அது எங்கே இருக்கிறது?"

"எது க்ளாவிச்சார்ட்" "அது முதுகெலும்புக் குழாயில் உள்ளது. அதாவது முதுகெலும்புக் குழாயின் அடிப்பகுதியில்."

"அப்படியா? கஷ்டம் தான்" என்றாள். அப்படிச் சொல்லிக் கொண்டே வந்து எனது மடியில் உட்கார்ந்து கொண்டு "நீ மிகவும் க்யூட்டாக" இருக்கிறாய் என்றாள்.

இந்தச் செய்கையால் அவள் என்னை மேலும் பதட்ட மடைய வைத்தாள். "நான் அதிலிருந்து கொஞ்சம் கொஞ் சமாக குணமடைந்து கொண்டிருக்கிறேன்" என்று அவளிடம் கூறினேன்.

"நீ சினிமாவில் வருகிற பையன்கள் போல இருக்கிறாய். உனக்குத் தெரியுமா நான் யாரைச் சொல்கிறேனென்று… அவனுடைய பெயர் எனக்கு நினைவுக்கு வரமாட்டேன் என்கிறது"

"எனக்குத் தெரியாது." அவள் என் மடியை விட்டு எழுந்திருப் பதாகத் தெரியவில்லை.

"உனக்குக் கண்டிப்பாகத் தெரிந்திருக்கும். அவன் மெல்வின் டக்ளஸுடன் கூட இருந்தான்? அதாவது மெல்வின் டக்ளஸின் குட்டித் தம்பி? போட்டில் இருந்து கீழே விழுவானே? நான் யாரைக் குறிப்பிடுகிறேன் என்று உனக்குத் தெரியும்."

"இல்லை எனக்குத் தெரியாது. நான் அதிகமாகப் படம் பார்ப்பதில்லை" என்றேன்.

அதற்குப் பிறகு அவள் வேடிக்கையாக நடந்து கொள்ள ஆரம்பித்தது மட்டுமல்லாமல் கொடூரமாகவும் நடந்து கொள்ள ஆரம்பித்தாள்.

"நீ கொஞ்சம் எழுந்திருக்கிறாயா?" "எனக்கு மூட் சரியில்லை என்று இப்போதுதானே சொன்னேன். ஆபரேஷன் வேறு செய்திருக்கிறேன்."

அவள் என் மடியிலிருந்து எழுந்திருக்காமல் ஒரு கேவலமான பார்வை பார்த்தாள். "நான் சொல்வதைக் கேள், தூக்கத்திலிருந்த என்னை அந்த கிரேஸி மௌரீஸ் எழுப்பினான்."

நான் ஒரு... என்று நீ நினைக்கிறாய் என்றால்..."

"நீ இங்கே வந்ததற்குத் தான் நான் பணம் தருகிறேன் என்று சொல்லிவிட்டேனே. உண்மையிலேயே கொடுப்பேன். என்னிடம் பணம் அதிகம் உள்ளது. நான் பல்வேறு பிரச்சனைகளிலிருந்து இப்போதுதான் கொஞ்ச, கொஞ்சமாக மீண்டு வருகிறேன்..."

"உனக்கு க்ளாவிச்சார்டில் ஆபரேஷன் செய்திருக்கிறது என்றால் மௌரீஸிடம் ஏன் ஒரு பெண் வேண்டுமென்று கூறினாய்?"

"நான் நன்றாக ஆகிவிடுவேன் என்று நினைத்தேன். நான் போட்ட கணக்கு தப்பாகிவிட்டது. நான் விளையாட்டுக்காக இதைச் சொல்லவில்லை. என்னை மன்னித்துக் கொள். நீ ஒரு வினாடி எழுந்தரித்தால்தான் நான் பர்ஸை எடுக்க முடியும்."

அவள் இதை அவ்வளவாக ரசிக்காவிட்டாலும் என் மடியிலிருந்து எழுந்தாள். நான் பர்ஸ் வைத்திருந்த இடம் நோக்கிச் சென்று, பர்ஸிலிருந்து ஐந்து டாலர் நோட்டு ஒன்றை எடுத்து அவளிடம் கொடுத்து "மிகவும் நன்றி!, தாங்க்ஸ் எ மில்லியன்!" என்றேன்.

"இது ஐந்து. ஆனால் எனக்குப் பத்து வேண்டும்" என்றாள்.

அவள் மிகவும் வேடிக்கையாக நடந்து கொண்டாள் என்பதை உங்களால் சொல்ல முடியும். இந்த மாதிரி ஏதாவது நடக்குமென்று நான் பயந்து கொண்டுதான் இருந்தேன் – உண்மையிலேயே!

"மௌரீஸ் ஐந்து டாலர் என்று தான் கூறினார். அவர் நண்பகல் வரை இருக்க வேண்டுமென்றால் பதினைந்து என்றும், ஒரு முறை உறவு கொள்வது என்றால் ஐந்து என்றும் தான் என்னிடம் கூறினார்."

"இல்லை ஒரு முறை உறவு கொள்வதற்குப் பத்து"

"அவர் ஐந்து என்று தான் கூறினார், என்னை மன்னிக்கவும்– என்னால் இவ்வளவுதான் கொடுக்க முடியும்" என்றேன்.

அவள் முன்னர் செய்தது போல தனது தோள்களைக் குலுக்கிக் கொண்டாள். அதற்குப் பிறகு மிகவும் கடுமையாக, என்னுடைய ஃப்ராக்கை எடுத்துத் தருகிறாயா? இல்லை அது கூட உனக்குச் சிரமமாக இருக்குமா?" என்றாள். இவள் மிகவும் பயமுறுத்துபவளாக இருந்தாள். இவளுக்கு சன்னமான குரல் இருந்தாலும் அந்தக் குரலிலேயே மிரட்டும் தொனி இருந்தது. அவள் மேக்கப்பெல்லாம் போட்ட பெரிய விலைமாதாக இருந்திருந்தால் பயமுறுத்தும் தன்மையில் இதில் பாதியளவு கூட இருந்திருக்காது.

நான் சென்று அவளுடைய டிரஸ்ஸை எடுத்து அவளிடம் கொடுத்தவுடன் அதைப் போட்டுக் கொண்டாள். அதற்குப் பிறகு படுக்கையிலிருந்த போலோ கோட்டை எடுத்துக் கொண்டாள். "இவ்வளவு நேரம், சரியான உதவாக்கரை" என்றாள்.

"இவ்வளவு நேரம்" என்று மட்டும் கூறிவிட்டு நன்றியோ, வேறெதுவுமோ சொல்லவில்லை. சொல்லாதவரைக்கும் நல்லது என்று சந்தோஷப்பட்டுக் கொண்டேன்.

14

சன்னி அங்கிருந்து சென்ற பிறகு நான் நாற்காலியில் சிறிது நேரம் உட்கார்ந்திருந்துவிட்டு இரண்டு சிகரெட்டுகளை ஊதித் தள்ளினேன். வெளியே காலை நேரத்திற்கான வெளிச்சம் வர ஆரம்பித்தது. நான் மிகவும் மோசமாக இருப்பது போல உணர்ந்தேன். நான் எந்த அளவிற்கு சலிப்புற்று இருந்தேன் என்பதை நீங்கள் கற்பனை செய்து கூட பார்க்க முடியாது. நான் ஆலியுடன் சத்தம் போட்டு பேச ஆரம்பித்தேன். நான் எப்போதாவது சலிப்புற்றால் இந்த மாதிரி செய்வதுண்டு. நான் அவனிடம், "வீட்டுக்குச் சென்று, பைக்கை எடுத்துக் கொண்டு என்னை பாபி ஃபாலன் (Bobby Fallon) வீட்டிற்கு முன்னால் வந்து பார்" என்றேன். ஒரு வருடத்திற்கு முன்பு பாபி ஃபாலன் நாங்கள் இருக்கும் இடத்திற்குப் பக்கத்தில் மைனில் (Maine) வசித்து வந்தான். ஒரு நாள் என்ன நடந்தது என்றால் பாபியும் நானும் செடபிகோ (Lake Sedebego) விற்கு பைக்கில் சென்றோம். நாங்கள் லன்ச் சாப்பிடவும், BB Gunகளை — நாங்கள் அப்போது சிறுவர்கள் — எடுத்துக் கொண்டு எதையாவது சுட்டு வைக்கலாம் என்று நினைத்திருந்தோம். நாங்கள் பேசிக் கொண்டிருந்ததை ஆலி கேட்டுவிட்டான். அவனும் போக வேண்டுமென்று கூறினான். ஆனால் நான் அவனைப் போக அனுமதிக்கவில்லை. நீ குழந்தை என்று அவனிடம் கூறினேன். ஆகவே அவ்வப்போது நான் சலிப்புறுகையில் நான், "வீட்டுக்குச் சென்று, பைக்கை எடுத்துக் கொண்டு என்னை பாபி ஃபாலன் (Bobby Fallon) வீட்டிற்கு முன்னால் வந்து பார். வேகமாகப் போ'' என்று சொல்வதுண்டு. இதற்கு அர்த்தம், நான் எங்கு சென்றாலும் அவனைக் கூட்டிக் கொண்டு செல்லவில்லை என்பதல்ல. நான் அவனை சில இடங்களுக்குக் கூட்டிக் கொண்டு போயிருக்கிறேன். ஆனால் அந்த ஒரு நாள், நான் அவனைக் கூட்டிக் கொண்டு செல்லவில்லை. அதனால் அவனுக்கு வருத்தமில்லை — அவன் எதற்கும் ஒரு போதும் வருத்தப்பட்டதில்லை — ஆனால் நான் எப்போதாவது சலிப்புறும் போது அதைப் பற்றி நினைத்துக் கொள்வதுண்டு.

கடைசியாக ஒருவழியாக நான் டிரெஸ்ஸை மாற்றிக் கொண்டு படுக்கச் சென்றேன். எனக்குப் பிரார்த்தனை செய்ய வேண்டும் போல இருந்தது. ஆனால், நான் படுக்கையில் இருப்பதால் செய்ய முடியவில்லை. நான் உணரும் போதெல்லாம் என்னால் பிரார்த்தனை செய்ய முடிவதில்லை. முதலில் நான் ஒரு நாத்திகன். எனக்கு ஜீசஸைப் பிடிக்கும். ஆனால் விவிலியத்தில் உள்ள மற்றவற்றைப் பற்றி நான் அக்கறை கொள்வதில்லை. உதாரணத்திற்கு அவருடைய தூதர்களை எடுத்துக் கொள்ளுங்கள். அவர்கள் என்னை மிகவும் வருத்தமுற வைத்தார்கள். ஜீசஸ் இறந்ததற்குப் பிறகு அவர்கள் எல்லோரும் ஒழுங்காக இருந்தார்கள். ஆனால் அவர் உயிருடன் இருக்கும் போது எல்லாவற்றிற்கும் அவரை உபயோகித்தார்கள். விவிலியத்தில் இந்தத் தூதர்களைத் தவிர மற்ற அனைவரையும் எனக்குப் பிடிக்கும். உண்மையைச் சொல்லப் போனால் விவிலியத்தில் ஜீசஸுக்குப் பிறகு கல்லறையில் பைத்தியம் போல வாழ்ந்து தன்னை கற்களால் காயப்படுத்திக் கொண்டவரை எனக்கு மிகவும் பிடிக்கும். ஜீசஸின் தூதர்களை விட எனக்கு இவரை பத்து மடங்கு அதிகமாகப் பிடிக்கும். நான் ஹூட்டன் ஸ்கூலில் இருக்கும் போது இது குறித்த பல விவாதங்களுக்கு காரணமாக இருந்திருக்கிறேன். குறிப்பாக ஆர்தர் சைல்ட்ஸுடன் (Arthur Childs)!. இவன் மதம் சம்பந்தப்பட்ட அமைப்பான "க்வாக்ரை''ச் சேர்ந்தவன். எந்த நேரம் பார்த்தாலும் விவிலியத்தைத்தான் படித்துக் கொண்டிருப்பான். அவன் நல்லவன். எனக்கு மிகவும் பிடித்தவன். ஆனால் விவிலியம் சம்பந்தப்பட்ட விஷயத்தில், குறிப்பாக தூதர்கள் குறித்த விஷயத்தில், அவனை என்னால் நேருக்கு நேர் பார்க்க முடியாது. எனக்குத் தூதர்களை பிடிக்கவில்லையெனில், ஜீசஸையும் பிடிக்காது என்பது அவனது வாதம். ஜீசஸ்தான்

அவரது தூதர்களைத் தேர்ந்தெடுத்தார் என்பதால் நான் அவர்களையும் விரும்பவேண்டும் என்று சொன்னான். அவர்தான் தேர்ந்தெடுத்தார் என்று எனக்குத் தெரியும். ஆனால் அது ஒரு சீரற்ற தேர்ந்தெடுப்பு என்றேன். அவருக்கு நேரம் இல்லாத காரணத்தால் அவர் சுற்றி முற்றி எல்லா இடங்களுக்கும் சென்று ஒவ்வொருவரையும் பகுப்பாய்வு செய்து அவர்களைத் தேர்ந்தெடுக்கவில்லை. இதற்காக நான் ஜீசஸையோ அல்லது வேறு யாரையுமோ குறை கூறுகிறேன் என்று அர்த்தமில்லை. அவரிடம் நேரமில்லை என்பதற்கு அவர் பொறுப்பல்ல. ஜீசஸை ஏமாற்றிய ஜூடா தான் தற்கொலை செய்து கொண்டதற்குப் பிறகு நரகத்திற்குச் சென்றானா என்று சைல்ட்ஸிடம் கேட்டது இப்போதும் நினைவிலிருக்கிறது. அதற்கு சைல்ட்ஸ், கண்டிப்பாக என்று கூறினான். இந்த விஷயத்தில் எனக்கு அவனுடன் உடன்பாடு இல்லை. ஜீசஸ் ஜூடாவை நரகத்திற்கு அனுப்பவில்லை என்று நான் ஆயிரம் டாலர்கள் பந்தயம் வைக்கத் தயார் என்றேன். இன்றைக்கு என்னிடம் 1000 டாலர்கள் இருந்தால் இன்றைக்கும் இது குறித்து நான் பந்தயம் வைப்பேன். தூதர்கள் யாராவது அவரை சிறைச்சாலைக்குச் செல்ல வைத்திருப்பார்களே ஒழிய ஜீசஸாக இருக்காது. நான் தேவாலயத்திற்கோ அல்லது வேறெங்குமோ போகாமல் இருப்பதுதான் என்னிடம் உள்ள பிரச்சனை என்று சைல்ட்ஸ் கூறினான். ஒரு வழியில் அவன் சொன்னதும் சரிதான். எனது பெற்றோர் வெவ்வேறு மதங்களைச் சேர்ந்தவர்கள். எங்கள் குடும்பத்தில் உள்ள அனைத்துக் குழந்தைகளும் நாத்திகர்கள். எனக்கு தேவாலயத்துடன் சம்பந்தப்பட்டிருக்கிற குருமார்களைக் கண்டாலே பிடிக்காது. நான் சென்ற ஒவ்வொரு பள்ளியிலும் இவர்கள் இருந்தார்கள். அவர்கள் சொற்பொழிவாற்றும் போது ஹோலி ஜோ போன்று ஒரே தொனியில் பேசுவார்கள். ஓ... கடவுளே!, அதை நான் வெறுத்தேன். ஏன் அவர்கள் தங்களுக்கென்று உள்ள இயற்கையான குரலில் பேசக்கூடாது. அவர்கள் பேசும் போது அது மிகவும் செயற்கையாக இருந்தது.

நான் படுக்கையில் படுத்திருக்கும் போது என்னால் பிரார்த்தனை செய்ய முடியவில்லை. நான் ஒவ்வொரு முறை ஆரம்பிக்கும் போதும் சன்னி என்னை உதவாக்கரை என்று சொல்லிவிட்டுச் சென்றதுதான் மனக்கண் முன் வந்து நின்றது. கடைசியாக நான் படுக்கையில் எழுந்து உட்கார்ந்து

இன்னொரு சிகரெட் பிடித்தேன். அது மிகவும் மோசமான ருசியாக இருந்தது. நான் பென்சியை விட்டு வந்ததிலிருந்து ஏறக்குறைய இரண்டு பாக்கெட் சிகரெட்களைப் புகைத்துத் தள்ளியிருந்தேன்.

நான் புகைக்க ஆரம்பிக்கும் போது திடீரென்று யாரோ கதவு தட்டும் சத்தம் கேட்டது. அது என்னுடைய கதவாக இருக்கக்கூடாது என்று நினைத்துக் கொண்டேன். ஆனால் அது என்னுடைய கதவுதான். எப்படித் தெரியுமென்று எனக்குத் தெரியாது ஆனால் எனக்குத் தெரியும். நான் ஒரு மனித மனம் சார்ந்தவன்.

“யாரது?” — நான். எனக்கு மிகவும் பயமாக இருந்தது. இந்த விஷயங்களைப் பொருத்தளவில் நான் மிகவும் கோழை.

அவர்கள் மீண்டும் சத்தமாகத் தட்டினார்கள்.

போட்டிருந்த பைஜாமாவோடு படுக்கையிலிருந்து எழுந்து கதவைத் திறந்தேன். காலை வெளிச்சம் இருந்ததால் நான் அறை விளக்கைக் கூடப் போடவில்லை. சன்னியும், லிஃப்ட் ஆபரேட் டரும் புரோக்கருமான மௌரீஸூம் வெளியே நின்றிருந்தனர்.

“என்ன விஷயம்? என்ன வேண்டும்?” என்று கேட்கும் போது என் குரலில் ஒரு நடுக்கம் தெரிந்தது.

“ஒன்றுமில்லை. இன்னுமொரு ஐந்து டாலர்கள் வேண்டும்.” என்றான் மௌரீஸ். அவர்கள் இரண்டு பேரின் சார்பாக அவன் பேசினான். அவனுக்குப் பக்கத்தில் வாயைத் திறந்து வைத்தபடி சன்னி நின்று கொண்டிருந்தாள்.

“நான் ஏற்கனவே அவளுக்கு ஐந்து டாலர் கொடுத்து விட்டேனே, அவளிடம் கேளுங்கள்” என்றேன். என்னுடைய குரலில் நடுக்கம் தெரிந்தது.

“பத்து டாலர் என்று தானே நான் உங்களிடம் சொன்னேன். அதாவது ஒரு முறை உறவு கொள்ளுவதற்கு பத்து டாலர் என்றும், மறுநாள் பகல் வேளை வரை சேர்ந்து இருப்பதற்கு பதினைந்து டாலர் என்றும் நான் சொன்னேன்” என்றான்.

“நீங்கள் அந்த மாதிரி சொல்லவில்லை. நீங்கள் ஒரு முறை உறவு கொள்வதற்கு ஐந்து டாலர் என்றும், பகல் வரை

சேர்ந்திருப்பதற்கு பதினைந்து டாலர் என்றும் தான் சொன்னீர்கள். அப்படி நீங்கள் சொன்னது எனக்கு நன்றாக நினைவு இருக்கிறது" என்றேன்.

"பர்ஸை திறங்கள், சீஃப்." என்றான்.

"எதற்காக?" எனது இதயம் வேகமாக துடிக்க ஆரம்பித்தது. நான் நன்றாகவாவது டிரெஸ் பண்ணியிருக்க வேண்டும். இந்த மாதிரியான தர்க்கம் நடக்கும் போது நான் பைஜாமா மட்டும் போட்டிருந்தது மிகவும் மோசமாக இருந்தது.

"கொடுத்து விடுங்கள், சீஃப்" என்று மௌரீஸ் கூறினான். அதற்குப் பிறகு அவனுடைய வலுவான கையைக் கொண்டு ஒரு தள்ளு தள்ளினான். நான் ஏறக்குறைய பாத்ரூமிற்கு அருகில் விழுந்தேன். அவன் சரியான தேவ்...யா பையனாக இருக்க வேண்டும். அடுத்த சில வினாடிகளில் அவனும், சன்னியும் என் அறைக்குள் நுழைந்து அவர்கள் அறை போல நடந்து கொள்ள ஆரம்பித்தார்கள். சன்னி ஜன்னலின் விளிம்பில் உட்கார்ந்தாள். மௌரீஸ் அங்கிருந்த ஒரு பெரிய நாற்காலியில் உட்கார்ந்து கொண்டு தனது சட்டைக் காலரை லேசாக தளர்த்தி விட்டுக் கொண்டான். அவன் லிஃப்ட் ஆபரேட்டருக்கான சீருடை அணிந்திருந்தான். எனக்கு மிகவும் பதட்டமாக இருந்தது.

"சரி, சீஃப் நான் வேலைக்குப் போகவேண்டும். எனவே, கொடுக்க வேண்டியதைக் கொடுத்துவிடு" என்றான்.

"நான் உனக்கு ஒரு செண்ட் கூட கொடுக்க வேண்டியதில்லை என்பதை பத்து முறை கூறிவிட்டேன். நான் ஏற்கனவே அவளிடம் ஐந்து டாலர் கொடுத்துவிட்டேன்..." என்றேன்.

"வெட்டிப் பேச்சை நிறுத்து, எங்களுக்கும் இப்போது கொடு"

"நான் ஏன் அவளுக்கு இன்னுமொரு ஐந்து டாலர் தரவேண்டும்?" என்னுடைய குரல் உடைபட்டு எல்லா இடமும் கேட்டது. "நீ என்னை ஏமாற்றப் பார்க்கிறாய்" என்றேன்.

மௌரீஸ் தான் அணிந்திருந்த சீருடையைக் கழற்றினான். அதற்குக் கீழே இருந்தது போலியான சட்டைக் காலர் மட்டுந் தான், சட்டையில்லை. அவனுக்கு முடிகள் நிறைந்த

பெரிய வயிறு இருந்தது. "யாரும் யாரையும் ஏமாற்றவில்லை. கொடுக்க வேண்டியதைக் கொடுத்துவிடுங்கள்" என்றான்.

"இல்லை"

நான் அதை சொன்ன போது அவன் நாற்காலியிலிருந்து எழுந்து என்னை நோக்கி வந்து கொண்டிருந்தான். அவனைப் பார்க்கும் போது மிகவும் சோர்வாகவோ அல்லது சலிப்படைந்து இருப்பது போலவோ இருந்தது. எனக்குப் பயமாக இருந்தது. என்னுடைய கைகளை கூப்பி வைத்திருந்ததாக ஞாபகம். நான் பைஜாமாவுடன் மட்டும் இல்லாமல் இருந்திருந்தால் இந்த அளவிற்கு மோசமாக இருந்திருக்காது.

நான் நின்று கொண்டிருந்த இடத்திற்கு வந்து "சீஃப், கொடுக்க வேண்டியதைக் கொடுங்கள்" என்றான். அவ்வளவுதான் அவ னால் சொல்ல முடிந்தது. அவன் உண்மையிலேயே கயவனாக இருந்தான்.

"இல்லை" என்றேன்.

"சிஃப், நீங்கள் என்னை மோசமானவனாக்க வற்புறுத்து கிறீர்கள். நான் அப்படி நடந்து கொள்ள விரும்பவில்லை ஆனால் போகிற போக்கைப் பார்த்தால் அந்த மாதிரி ஆகிவிடும் போல் தெரிகிறது. நீங்கள் எங்களுக்கு இன்னும் ஐந்து டாலர்கள் கொடுக்க வேண்டும்" என்றான்.

"நான் உங்களுக்கு இன்னும் ஐந்து டாலர்கள் கொடுக்கத் தேவையில்லை. நீங்கள் என்னை தாக்கினால் நான் சத்தம் போட்டு இந்த ஹோட்டலில் உள்ள எல்லோரையும் மட்டு மல்லாமல் போலீசையும் எழுப்பி விடுவேன்" என்று பேசிக் கொண்டிருக்கும் போதே எனது குரலில் ஒரு நடுக்கம் தெரிந்தது.

"நீங்கள் தலை தெறிக்கிற மாதிரி கத்துங்கள்" என்றான் மௌரீஸ். "நீங்கள் ஒரு விலைமாதுடன் ஒரு நாள் இரவு முழுவதும் இருந்தீர்கள் என்பது உங்கள் பெற்றோருக்கு தெரிய வேண்டுமா? உங்களைப் போன்ற பணக்காரச் சிறுவர்கள்...?" அவன் மிகவும் தெளிவாக இருந்தான்.

"என்னைத் தனியாக இருக்க விடுங்கள். நீங்கள் ஏற்கனவே பத்து டாலர்கள் எனக் கூறியிருந்தால் அது வேறு விஷயம்.

ஆனால் நீங்கள் மிகவும் குறிப்பிட்டு ...."

"நீங்கள் எங்களுக்குத் தரப் போகிறீர்களா?" கதவுக்கு எதிராக என்னை அவன் எதிர் கொண்டான். அது அவன் என் மீது ஏறி நிற்பது போன்ற ஒரு உணர்வைக் கொடுத்தது.

"என்னைத் தனியாக இருக்க விட்டு விட்டு இந்த அறையை விட்டு வெளியேறுங்கள்" என்றேன். எனது கை இன்னும் அவனைப் பார்த்துக் கூப்பியபடிதான் இருந்தது.

சன்னி முதல் முறையாக ஏதோ கூறினாள். "ஹாய், மௌரீஸ், அவனுடைய பர்ஸை எடுத்துத் தர வேண்டுமா? அது இதோ இங்கே இருக்கிறது" என்றாள்.

"ஓ.. அப்படியென்றால் எடுத்துக் கொண்டு வா"

"என்னுடைய பர்ஸைத் தொடாதீர்கள்!"

"நான் ஏற்கனவே எடுத்துவிட்டேன்" என்றாள் சன்னி. அவள் அதிலிருந்து ஐந்து டாலரை எடுத்து அதை ஆட்டிக் காண்பித்தாள். "இங்கே பார், நான் எனக்குச் சேர வேண்டிய ஐந்து டாலரைத் தான் எடுத்துக் கொள்கிறேன். அதிகமாக எடுத்துக் கொள்ள நான் ஒன்றும் மோசமானவள் இல்லை" என்றாள்.

திடீரென்று நான் கத்த ஆரம்பித்தேன். "நான் எதுவும் கொடுக்கவில்லையென்றால் கொடுப்பேன். ஆனால் உங்களுக்குச் சேர வேண்டியதை ஏற்கனவே கொடுத்து விட்டேன்" என்றேன். "நீ எனது பர்ஸிலிருந்து ஐந்து டாலரைத் திருடுகிறாய்..."

"வாயை மூடுங்கள்" என்ற மௌரீஸ் என்னை ஒரு தள்ளு தள்ளினான்.

"அவனைத் தனியாக விட்டு விடு, மௌரீஸ்" என்று கூறிய சன்னி அவனைப் பார்த்து. "ஹாய், இங்கே வா, அவன் நமக்குக் கொடுக்க வேண்டிய பணம் கிடைத்துவிட்டது, இனி நாம் போகலாம்" என்றாள்.

"இதோ நான் வருகிறேன்" என்றான். ஆனால் போகவில்லை.

"அவனை விட்டு விடு. நான் சரியாகத்தான் சொல்கிறேன்".

“யார் யாரைக் காயப்படுத்துவது? என்று மிகவும் நேர்மை யானவன் போல பேசினான். அதற்குப் பிறகு அவன் எனது பைஜாமாவுக்குள் கையை விட்டு ஒரு திருகு திருகினான். நான் எந்த இடமென்று சொல்ல மாட்டேன். ஆனால் நன்றாக வலித்தது. அவன் ஒரு கயவன் என்று அவனைப் பார்த்துச் சொன்னேன். “அப்படியென்றால் என்ன?” என்று கேட்டான். அவன் தனது கையை காதுக்குப் பின்னால் வைத்துக் கொண்டு செவிடன் போல காட்சி கொடுத்தான்.

நான் ஏறக்குறைய அழுகிற நிலைக்கு வந்து விட்டேன். எனக்கு பைத்தியம் பிடித்து விட்டது போல இருந்தது மட்டுமல்லாமல் பதட்டமாகவும் இருந்தது. “நீ ஒரு கடைந்தெடுத்த கயவன்'' என்றேன். “நீ ஏமாற்றுபவன். இன்னும் இரண்டு ஆண்டுகளில் நீயும் தெருவில் கையேந்திக் கொண்டு நிற்பவர்களைப் போல காஃபிக்கு பணம் கேட்டு நீ நிற்பாய்...”

அவன் உள்ளங்கையைக் கொண்டு என்னை ஒரு தட்டு தட்டினான். நான் அதைத் தவிர்க்கும் பொருட்டு குனியவோ அல்லது வேறு எதுவும் செய்யவோ இல்லை. ஆனால் எனது வயிற்றில் ஏதோ குத்துவது போல ஒரு உணர்வு ஏற்பட்டது.

நான் நிமிர்ந்து பார்க்கும் போது அவர்கள் இருவரும் கதவை மூடிவிட்டு வெளியே சென்று கொண்டிருந்தார்கள். அதற்குப் பிறகு நான் தரையிலேயே நீண்ட நேரம் இருந்தேன். இது ஸ்ட்ராட்லேட்டருடன் நான் இருந்த போது நடந்து கொண்டது போல இருந்தது. ஆனால் இந்தத் தடவைதான் நான் செத்துக் கொண்டிருப்பது போல உணர்ந்தேன். உண்மையிலேயே எனது உணர்வு அந்த மாதிரிதான் இருந்தது. நான் மூழ்கிக் கொண்டிருப்பது போல உணர்ந்தேன். என்னால் எளிதாக சுவாசிக்க முடியவில்லை. இறுதியாக நான் எழுந்து, வயிற்றைப் பிடித்துக் கொண்டு பாத்ரூம் வரை சென்றேன்.

ஆனால் நானும் கிரேஸிதான். கடவுள் மேல் ஆணையாகத் தான் இதைச் சொல்கிறேன். பாத்ரூமை நோக்கி பாதி தூரம் சென்று கொண்டிருக்கையில் வயிற்றுக்குள் துப்பாக்கிக் குண்டு இருப்பது போல ஒரு உணர்வு ஏற்பட்டது. நான் பாத்ரூமுக்குச் சென்று தசைகளையெல்லாம ஒழுங்குபடுத்திக் கொண்டு சண்டைக்குத் தயார் செய்து கொண்டு வருவது போல நினைத்துக் கொண்டேன். பாத்ரூமை விட்டு நான்

வெளியே வருவதை காட்சிப்படுத்திப் பார்க்கிறேன் — நல்ல டிரெஸ் அணிந்து கொண்டு, பாக்கெட்டில் ஒரு தானியங்கித் துப்பாக்கியுடன் வருகிறேன். அதன் பின் லிஃப்ட்டில் போவதற்குப் பதிலாக படிக்கட்டுகளில் உள்ள பக்கவாட்டு கைபிடியைப் பிடித்துக் கொண்டு, வாயிலிருந்து வெளிவரும் ரத்தத்துடன் இறங்கி கீழே செல்கிறேன். நான் என்ன செய்ய வேண்டும், நான் இன்னும் சில மாடிகள் கீழே இறங்க வேண்டும் — எனது வயிற்றைப் பிடித்துக் கொண்டு, எல்லா இடங்களில் இருந்து வரும் ரத்தத்துடன் — அதன் பின் நான் லிஃப்ட்டிற்கான மணியை அழுத்துகிறேன். மௌரீஸ் கதவைத் திறக்கும் அந்த தருணத்தில் அவன் என் கையிலிருக்கும் தானியங்கித் துப்பாக்கியைப் பார்த்துவிட்டு என்னைப் பார்த்து சத்தமாக கத்த ஆரம்பிக்கிறான். ஆனால் நான் அவனை பிடித்து இழுக்கிறேன். முடிகள் நிறைந்த அவனுடைய வயிற்றில் ஆறு குண்டுகளை பாய்ச்சுகிறேன். அதன் பின் எனது தானியங்கித் துப்பாக்கியிலிருந்த விரல் தடங்களை எல்லாம் துடைத்து விட்டு லிஃப்ட்டின் சுழல் தண்டில் போட்டு விட்டு எனது அறைக்கு ஏறக்குறைய தவழ்ந்தே செல்கிறேன். அதற்குப் பிறகு ஜேனுக்கு போன் செய்து பாண்டேஜ் போட்டு விடுவதற்காக என் அறைக்கு வரச் சொல்கிறேன். எனக்கு ரத்தம் சொட்டிக் கொண்டிருக்கும் போது அவள் நான் புகைப்பிடிப்பதற்காக சிகரெட்டை வைத்திருப்பது போலவும் காட்சிப்படுத்திப் பார்க்கிறேன்.

இந்தத் திரைப்படங்கள் எல்லாம் உங்களை பாழாக்கி விடும். நான் இதை வேடிக்கைக்காகச் சொல்லவில்லை.

நான் பாத்ரூமில் ஏறக்குறைய ஒரு மணி நேரம் இருந்தேன். அதன்பின் படுக்கைக்கு வந்தேன். தூங்குவதற்கு எனக்கு நீண்ட நேரம் ஆனது — எனக்கு அவ்வளவாக சோர்வு இல்லை — கடைசியாக ஒரு வழியாகத் தூங்க ஆரம்பித்தேன். எனக்குத் தற்கொலை செய்து கொள்ளலாம் போல தோன்றியது. அதாவது ஜன்னலிலிருந்து கீழே குதித்துத் தற்கொலை செய்து கொள்ளலாம் என்று நினைத்தேன். நான் கீழே விழுந்தவுடன் யாராவது என்னை உடனடியாக மறைத்து விடுவதாக எனக்குக் கண்டிப்பாகத் தெரிந்தால் அநேகமாக நான் அப்படி செய்திருப்பேன். நான் கீழே விழுந்து கோரமாகக் கிடப்பதை, கழுத்தை நீட்டிக் கொண்டு யாரும் பார்ப்பதை விரும்பவில்லை.

15

நான் அதிக நேரம் தூங்கவில்லை, ஏனென்றால் நான் எழுந் திருக்கும் போது பத்து மணிதான் இருக்குமென்று நினைத்தேன். நான் ஒரு சிகரெட் பிடித்து முடித்ததும் எனக்கு பசி எடுத்தது. ப்ராசர்ட், அக்லேயுடன் ஆக்ஸர்டவுனுக்கு படம் பார்க்கச் சென்ற போது சாப்பிட்ட இரண்டு ஹாம்பர்க்கர்கள் தான் நான் கடைசியாக சாப்பிட்டது என்று நினைக்கிறேன். எனக்கென்னவோ அது சாப்பிட்டு கிட்டத்தட்ட ஐம்பது வருடங்கள் ஆனது போல இருந்தது. ஃபோன் எனக்கு அருகிலேயே இருந்தது, அதன் மூலம் காலை உணவுக்கு ஆர்டர் செய்து மேலே எடுத்து வரும்படி கூறலாம் என்று நினைத்தேன். ஆனால் அவர்கள் அதை மௌரீஸ் மூலம் கொடுத்து அனுப்பினால் என்ன செய்வது என்கிற பயமும் இருந்தது. நான் மௌரீஸை மறுபடியும் பார்க்கத் துடித்துக் கொண்டிருக்கிறேன் என்று நீங்கள் நினைத்தால், நீங்கள் "கிரேஸி"யானவர். எனவே நான் படுக்கையில் வெறுமனே படுத்துக் கொண்டு மீண்டும் ஒரு சிகரெட் பிடித்தேன்.

நான் சாலி ஹேஸுக்கு ஃபோன் செய்தேன். அவள் மேரி ஏ. உட்ரஃப் (Mary A. Woodruff)புக்குச் சென்றிருந்தாள். அவள் இப்போது வீட்டில் தான் இருக்க வேண்டும். ஏனென்றால் இரண்டு வாரங்களுக்கு முன்பு அங்கிருந்து எனக்குக் கடிதம் எழுதியிருந்தாள். நான் அவள் மேல் அப்படியொன்றும் கிரேஸி இல்லை, ஆனாலும் பல ஆண்டுகளாக எனக்கு

அவளைத் தெரியும். அவள் மிகவும் புத்திசாலி என நான் நினைத்தது என் முட்டாள்த்தனம். அவளுக்கு தியேட்டர், நாடகங்கள், இலக்கியம் போன்றவை பற்றி நன்கு தெரியும் என்பதால் நான் அப்படி நினைத்திருந்தேன். இது பற்றி அறிந்தவர்கள் உண்மையிலேயே முட்டாள்களா, இல்லையா என்பதைத் தெரிந்து கொள்ள கால அவகாசம் தேவைப்படும். சாலி ஹேஸ் பற்றி நான் புரிந்து கொள்ள பல வருடங்கள் ஆயிற்று. நாங்கள் இருவரும் கழுத்தை வருடி கொஞ்சி விளையாடாமல் இருந்திருந்தால் இது குறித்து முன்பே தெரியவந்திருக்கும். யாருடன் நான் கழுத்தை வருடி கொஞ்சி விளையாடுகிறேனோ அவர்களையெல்லாம் புத்திசாலிகள் என நினைப்பது என்னிடம் உள்ள மிகப் பெரிய பிரச்சனையாகும். ஆனால் இவை இரண்டுக்கும் எந்த சம்பந்தமும் இல்லையென்றாலும் நான் அந்த மாதிரி நினைத்துக் கொள்கிறேன்.

நான் அவளுக்கு ஃபோன் செய்தேன். முதலில் வேலைக்கார பெண் பதிலளித்தாள். அதற்குப் பிறகு அவளுடைய அப்பா, அதற்குப் பிறகு அவள். "சாலி?" – நான் கேட்டேன்.

"ஆமாம் – யாரது?" என்றாள் அவள். இது போலித்தனமாக இருந்தது. ஏனெனில் ஏற்கனவே நான் அவளுடைய அப்பாவிடம் யாரென்று சொல்லியிருந்தேன்.

"ஹோல்டன் கால்ஃபீல்ட். எப்படியிருக்கிறாய்?"

"ஹோல்டன்! நான் நன்றாக இருக்கிறேன், நீ எப்படி இருக்கிறாய்?"

"நன்றாக இருக்கிறேன், நீ எப்படியிருக்கிறாய்? அதாவது உன்னுடைய ஸ்கூல் எப்படியிருக்கிறது?"

"நன்றாக இருக்கிறது. உனக்குத் தெரியும் என்று நினைத்தேன்" என்றாள் அவள்.

"சரி, இன்றைக்கு ஞாயிற்றுக் கிழமை நீ "பிஸி" ஆக இல்லை யென்றால் ஏதாவது ஒரு மேட்னி ஷோவிற்குப் போகலாம். உனக்கு விருப்பமா?"

எனக்கும் விருப்பம் தான், கிராண்ட் (Grand!)

கிராண்ட், நான் ஒரு சொல்லை வெறுக்கிறேன் என்றால்

அது கிராண்ட் தான். அது ஒரு போலியான ஒன்று. இதைக் கேட்டவுடன் மேட்னி ஷோவை மறந்து விடு என்று அவளிடம் சொல்லிவிடலாம் என்று கூட நினைத்தேன். நாங்கள் இருவரும் ஏதோ பேசிக் கொண்டிருந்தோம். அவள்தான் அதிகம் பேசியது. முதலில் அவள் ஹார்வர்டில் உள்ள ஒருவனைப் பற்றிக் கூறினாள் – புதிதாகச் சேர்ந்திருக்க வேண்டும், ஆனால் அவள் அதைச் சொல்லவில்லை – அதுவும் மிகவும் வேகமாக. அவளை அவன் இரவிலும், பகலிலும் அழைத்துக் கொண்டிருப்பதாகக் கூறினாள். இரவும், பகலும் – இது என்னை சற்றே பாதித்தது. அதன் பின் அவள் இன்னொருவனான வெஸ்ட் பாயிண்ட் கேடட் (West Point Cadet) பற்றிக் கூறினாள். இதிலென்ன பெரிதாக இருக்கிறது என்று நினைத்தேன். பால்டிமோரில் உள்ள கடிகாரத்திற்குக் கீழே இரண்டு மணிக்கு என்னைச் சந்திக்குமாறு கூறினேன். ஏனென்றால் மேட்னி இரண்டரை மணிக்கு ஆரம்பித்துவிடுவார்கள் என்றும் தாமதிக்க வேண்டாம் என்றும் கூறினேன். அவள் எப்போதும் தாமதமாக வரக்கூடியவள். நான் ஃபோனை அதற்குப் பிறகு வைத்துவிட்டேன். அவள் எனக்கு வேதனையைத்தான் கொடுத்தாள், ஆனால் பார்ப்பதற்கு மிகவும் அழகனாவள்.

சாலியுடன் இதை உறுதி செய்து கொண்ட பின், எனது படுக்கையிலிருந்து எழுந்து டிரெஸ் பண்ணிக் கொள்ளவும், பேக் செய்து கொள்ளவும் ஆரம்பித்தேன். நான் அறையை விட்டு வெளியேறுவதற்கு முன்பாக மற்றவர்களெல்லாம் என்ன செய்கிறார்கள் என்பதைப் பார்ப்பதற்காக ஜன்னல் இருந்த பக்கம் கண்ணைத் திருப்பினேன். ஆனால் அவர்களுடைய அறை ஜன்னல் களிலிருந்த ஷேட்கள் எல்லாம் கீழே இறக்கிவிடப்பட்டிருந்தன. அதன் பின் நான் லிஃப்ட்டில் கீழே சென்று பார்த்தேன். என் கண்ணுக்கு மௌரீஸ் எங்கும் தட்டுப்படவில்லை. அந்த தேவ்... யா பையனை பார்க்க வேண்டுமென்று நான் ஒன்றும் மெனக்கெடவில்லை.

ஹோட்டலுக்கு வெளியே டாக்ஸி கிடைத்தது. ஆனால் என்னிடம் எங்கு போகவேண்டுமென்று எந்த யோசனையும் இல்லை. எனக்குப் போவதற்கென்று எந்த இடமும் இல்லை. இன்றைக்கு ஞாயிற்றுக்கிழமை, புதன்கிழமை வரை – அல்லது குறைந்தபட்சம் செவ்வாய்க்கிழமை வரை வீட்டிற்குப் போக இயலாது. இன்னொரு ஹோட்டலுக்குப் போகலாம் என்கிற யோசனை துளியும் இல்லை. எனவே நான் என்ன செய்தேன்

என்றால், டிரைவரிடம் கிராண்ட் சென்ட்ரல் ஸ்டேஷனுக்குப் போகும்படி கூறினேன். அது நான் சாலியைச் சந்திக்கப் போவதாகக் கூறியிருந்த பால்டிமோருக்கு மிக அருகில் இருந்தது. அந்த இடத்தை அடைந்தவுடன் எனது பெட்டியை லாக்கர் ஒன்றில் வைத்துவிட்டு, அதற்கான சாவியை வாங்கிக் கொண்டு காலை சாப்பாடு சாப்பிடலாம் என மனதிற்குள் திட்டமிட்டுக் கொண்டேன். டாக்ஸியில் இருக்கும் போது எனக்கு மிகவும் பசியாக இருந்தது. எனது பர்ஸை எடுத்து எவ்வளவு பணம் இருக்கிறது என்று பார்த்தேன். எவ்வளவு இருந்தது என்று எனக்கு நினைவில்லை. ஆனால் அதிகமாக ஒன்றும் இல்லை என்று மட்டும் தெரியும். நான் கடந்த இரண்டு வாரங்களாக ராஜா மாதிரி செலவழித்துக் கொண்டிருந்தேன். உண்மையும் அதுதான். நான் மனத்தளவில் ஒரு ஊதாரி, நான் செலவு பண்ணவில்லையென்றால் ஏதோ ஒருவகையில் அதைத் தோற்று விடுவேன். சில நேரம் ரெஸ்டாரெண்ட், கிளப் போன்ற இடங்களில் மீதமுள்ள சில்லறையைக்கூட வாங்க மறந்து விடுவேன். இது எனது பெற்றோரை கிரேஸி ஆக்கியது. என்னதான் அப்பா பணக்காரராக இருந்தாலும் பெற்றோரை இதற்குக் குறை சொல்ல முடியாது. என்னுடைய அப்பா எவ்வளவு சம்பாதிக்கிறார் என்று இதுவரை எனக்குத் தெரியாது – என்னிடம் இது பற்றி அவர் எதுவும் கலந்துரையாடியதில்லை— ஆனால் என்னைப் பொருத்தவரைக்கும் அவர் அதிகமாக சம்பாதிக்கிறார். அவர் ஒரு வக்கீல். அவர் நன்றாக சம்பாதிக்கிறார் என்று நான் நினைக்க இன்னொரு காரணம், அவர் ப்ராட்வேயில் அதிகமாக முதலீடு செய்வதும் ஆகும். ஆனால் அது எப்போதும் தோல்விதான். இது என்னுடைய அம்மாவை கிரேஸி ஆக்கியது. எனது சகோதரன் ஆலி இறந்ததற்குப் பிறகு அம்மா அவ்வளவு ஆரோக்கியமாக இல்லை. அவர் அதிகமாக பதட்டப்பட்டார். இதனால் தான் என்னைப் பள்ளியை விட்டு போகச் சொல்லிவிட்டார்கள் என்பதைக் கூட அவரிடம் சொல்ல விரும்பவில்லை.

சென்ட்ரல் நிலையத்தில் இருந்த பெட்டிகள் ஒன்றில் எனது பெட்டியை வைத்தபிறகு அங்கிருந்த ஒரு சிறிய சாண்ட்விச் பாருக்குக் காலை உணவிற்காகச் சென்றேன். நான் மிகவும் விரிவாகக் காலை உணவு – ஆரஞ்ச் ஜூஸ், பன்றி இறைச்சி, முட்டை, டோஸ்ட், காஃபி சாப்பிட்டேன். வழக்கமாக நான் ஆரஞ்ச் ஜூஸ் மட்டும்தான் குடிப்பேன். நான் மிகவும்

குறைவாகச் சாப்பிடக்கூடியவன். இது உண்மை. அதனால் தான் நான் மிகவும் மெலிவாக இருக்கிறேன். உடம்பில் எடை போடுவதற்கு நான் ஸ்டார்ச் சத்து உள்ள உணவு வகைகளை அதிகமாக சாப்பிட வேண்டும். ஆனால் அந்த மாதிரி நான் ஒருபோதும் செய்ததில்லை. நான் எங்கேயாவது வெளியே சென்றால் பொதுவாக சுவிஸ் சீஸ் சாண்ட்விச் சாப்பிட்டுவிட்டு, மால்டட் மில்க் குடிப்பேன். இது அதிகமில்லையென்றாலும் பாலில் அதிக வைட்டமின்கள் இருக்கின்றன. இதனால் நான் ஹோல்டன் வைட்டமின் கால்ஃபில்ட் (Holden vitamin Caulfield).

நான் முட்டை சாப்பிட்டுக் கொண்டிருக்கும் போது சூட்கேஸ் வைத்திருந்த இரண்டு கன்னிகாஸ்திரீகள் (Nuns) – அவர்கள் அநேகமாக ஒரு பள்ளியிலிருந்து இன்னொரு பள்ளிக்கு போகிறார்கள் என்பது என் ஊகம். அவர்களும் ரயிலுக்காகக் காத்துக் கொண்டிருந்தார்கள். அவர்கள் என் அருகில் வந்து உட்கார்ந்தார்கள். அவர்களுக்கு சூட்கேஸை என்ன செய்வதென்று தெரியவில்லை. எனவே நான் அவர்களுக்கு உதவினேன். அந்த சூட்கேஸ் அதிக விலை – சுத்தமான தோலில் செய்யப்பட்டது மாதிரி தெரியவில்லை – கொண்டதாகத் தெரியவில்லை. இது முக்கியமில்லை என்று எனக்குத் தெரியும். ஆனால் யாராவது குறைந்த விலை கொண்டிருந்த சூட்கேஸ் வைத்திருந்தால் அதை நான் வெறுத்தேன். இது மோசமானதாகத் தெரியலாம் ஆனால் அதுதான் உண்மை. நான் எல்க்டன் ஹில்ஸ் (Elkton Hills) ஸில் இருக்கும் போது டிக் ஸ்லாக்லே (Dick Slagle) என்னுடைய அறை நண்பனாக இருந்தான். அவனிடம் அதிக விலையில்லாத சூட்கேஸ்கள் தான் இருந்தன. இதனால் அவன் இதை “ராக்”கில் வைப்பதற்குப் பதிலாக யாரும் பார்க்க முடியாதவாறு படுக்கைக்குக் கீழே வைத்திருந்தான். இது என்னை சலிப்புறச் செய்தது. நான் என்னுடைய சூட்கேஸை தூக்கி எறியலாம் அல்லது அவனிடம் விற்றுவிடலாம் என்று நினைத்துக் கொண்டிருந்தேன். என்னுடையது மாட்டுத் தோலினால் ஆன மார்க் க்ராஸ், விலையும் அதிகம். பின்னர் மிகவும் வேடிக்கையான விஷயம் ஒன்று நடந்தது. டிக்கிற்குக் தாழ்வு மனப்பான்மை வரக்கூடாது என்பதற்காக நானும் எனது சூட்கேஸை ராக்கில் வைக்காமல் படுக்கைக்குக் கீழே வைத்துக் கொண்டேன். ஆனால் நான் படுக்கைக்கு கீழே வைத்த மறுநாள் அவன் அதையெல்லாம் எடுத்து ராக்கில் மீண்டும்

வைத்தான். இதற்கு என்ன காரணம் என்று கண்டுபிடிக்க சில நாட்கள் ஆனது. அவன் இப்படி செய்ததற்குக் காரணம் என்னவென்றால், என்னுடைய பெட்டிகளையெல்லாம் அவனுடைய பெட்டிகள் என்றும், படுக்கைக்குக் கீழே இருப்பது என்னுடைய பெட்டிகள் என்றும் பார்ப்பவர்கள் நினைக்க வேண்டுமென்றெண்ணி அப்படி செய்திருக்கிறான். அவன் ஒரு வேடிக்கையானவன். அவன் எனது சூட்கேஸ்கள் பற்றி ஏதாவது சொல்லிக் கொண்டேயிருப்பான். அவை புதிது என்றும், முதலாளித்துவத்தின் (bourgeois) சின்னம் என்றும் அடிக்கடி சொல்லிக் கொண்டேயிருந்தான். இது அவனுக்கு விருப்பமான வார்த்தைகள். அவன் இது குறித்து எங்காவது படித்திருக்க வேண்டும் அல்லது கேட்டிருக்க வேண்டும். என்னுடைய பேனா உட்பட நான் வைத்திருப்பது எல்லாமே பூர்ஷ்வாவின் சின்னம். அவன் இந்தப் பேனாவை என்னிடமிருந்து எத்தனையோ முறை "கடன்" வாங்கியிருக்கிறான். இருந்தாலும் அது பூர்ஷ்வாவின் சின்னம். நாங்கள் இருவரும் இரண்டு மாதங்கள் சேர்ந்து இருந்தோம். அதற்குப் பிறகு எங்களை வெவ்வேறு இடங்களுக்கு மாற்றினார்கள். ஆனால் அப்படி மாறிய பிறகு அவனை அதிகமாக "மிஸ்" பண்ணுவதாக உணர்ந்தேன். ஏனென்றால் அவனிடம் நகைச்சுவை உணர்வு இருந்தது. சில வேளைகளில் நாங்கள் இருவரும் சேர்ந்து அதிக குதூகலத்தில் இருந்தோம். அவனும் என்னை மிஸ் செய்திருப்பான் என்பதில் ஆச்சரியம் எதுவும் இருக்க முடியாது. நான் வைத்திருக்கும் அனைத்துப் பொருட்களையும் அவன் பூர்ஷ்வா என அழைத்த போது வேடிக்கைக்காகச் சொல்கிறான் என்பதால் நான் அதைக் கண்டு கொள்ளவில்லை. அதற்குப் பிறகு அவன் வேடிக்கையாகச் சொல்லவில்லை என்று தெரிந்து கொள்ள முடிந்தது. அறை நண்பர்களில் ஒருவருடைய சூட்கேஸை விட இன்னொருவர் சூட்கேஸ் நன்றாக இருந்தால் அவர்கள் அறை நண்பர்களாக இருப்பது மிகவும் கடினம் – அதாவது உங்களுடைய சூட்கேஸ் மிகவும் நன்றாகவும், அறை நண்பர்களின் சூட்கேஸ் அந்த அளவிற்கு இல்லாத பட்சத்திலும். நீங்கள், அவர்கள் எல்லாம் புத்திசாலிகள், அவர்களிடம் நகைச்சுவை உணர்வு அதிகம் இருக்கிறது, அவர்கள் அடுத்தவர்களுடைய சூட்கேஸ் பற்றி அக்கறை கொள்ள மாட்டார்கள் என நினைக்கக்கூடும். ஆனால், அவர்கள் இது குறித்து மிகவும் அக்கறைப்படுபவர்களாக இருப்பார்கள். இந்தக் காரணத்தினால் முட்டாளான ஸ்ட்ராட்லேட்டரின்

அறை நண்பனாக இருக்க வேண்டியிருந்தது. அவனுடைய சூட்கேஸ்கள் குறைந்தபட்சம் என்னுடைய சூட்கேஸ்கள் போல இருந்தன.

எனக்குப் பக்கத்தில் உட்கார்ந்திருந்த இரண்டு கன்னி காஸ்திரீகளிடம் லேசாகப் பேச்சுக் கொடுக்க ஆரம்பித்தேன். எனக்கு அடுத்து வலது பக்கத்தில் உட்கார்ந்திருந்தவர் கிறிஸ்துமஸ் சமயத்தில் கன்னிகாஸ்திரீகளும், சால்வேஷன் ஆர்மியைச் சேர்ந்த பெண்களும் பணம் வசூல் செய்வதற்காக பயன்படுத்தப்படும் ஸ்டாராவினால் ஆன கூடையொன்றை வைத்திருந்தார். இவர்கள் ஃபிஃப்த் அவென்யூவில் டிபார்ட்மெண்டல் ஸ்டோர்களுக்கு முன்னால் நிற்பதை நீங்கள் பார்த்திருக்கலாம். எனக்கு அருகில் இருந்தவர் அதை கீழே போட்டுவிட நான் அதை எடுத்து அவரிடம் கொடுக்கும் போது சமூக நலப் பணிக்காக அவர்கள் பணம் வசூலிக்கிறார்களா என்று கேட்டேன். அதற்கு இல்லை என்று பதில் கூறிய அவர், பேக் செய்யும் போது பெட்டிக்குள் இதை வைக்க இடம் இல்லாததால் தான் இதை வெளியே வைத்திருப்பதாகக் கூறினார். அவருடைய புன்முறுவல் மிகவும் அழகாக இருந்தது. அவருடைய மூக்கு பெரிதாக இருந்தது. அவர் உலோகத்தால் ஆன ரிம் கொண்ட கண்ணாடி அணிந்திருந்தார். அது பார்ப்பதற்கு அவ்வளவு சிறப்பாக இல்லை. ஆனால் அவருடைய முகம் நல்ல வடிவத்துடன் இருந்தது. "நீங்கள் பணம் வசூலிக்கிறீர்கள் என்றால் என்னால் முடிந்த சிறிய தொகையைத் தரலாமென்று நினைத்தேன். அதை நீங்கள் வைத்துக் கொண்டு எப்பொழுது வசூலிக்க ஆரம்பிக்கிறீர்களோ அப்போது அதோடு சேர்த்துக் கொள்ளலாம்" என்றேன்.

"ஓ... மிகவும் நல்லது" என்று அவர் கூறிய போது அவருக்குப் பக்கத்தில் இருந்த அவருடைய தோழி என்னைப் பார்த்தார். அவர் காஃபி குடித்துக் கொண்டே கருப்பு நிறத்திலான புத்தகம் ஒன்றைப் படித்துக் கொண்டிருந்தார். அதைப் பார்த்தால் பைபிள் போல இருந்தது. ஆனால் மிகவும் மெல்லியதாக இருந்தது. ஒரு வேளை பைபிள் போல வேறொரு புத்தகமாக இருக்கக்கூடும். அவர்கள் இருவரும் காலை உணவாக டோஸ்ட் சாப்பிட்டு, காஃபி குடித்தார்கள். அது என்னை சலிப்படையச் செய்தது. நான் பன்றி இறைச்சி, முட்டை அல்லது வேறு ஏதாவது சாப்பிடும் போது மற்றவர்கள் வெறும் டோஸ்ட், காஃபி குடிப்பதை

நினைத்தால் எனக்கு வெறுப்பாக இருந்தது.

நன்கொடையாக அவர்களிடம் பத்து டாலர் கொடுத்தேன். என்னால் அந்த நன்கொடை சாத்தியமா, பிரச்சனை ஒன்றும் இல்லையே என்று தொடர்ந்து கேட்டுக் கொண்டிருந்தார்கள். அதற்கு நான், "என்னிடம் போதுமான அளவு பணம் இருக்கிறது. கவலைப்படத் தேவையில்லை" என்று கூறினேன். ஆனால் அதை அவர்கள் நம்பியதாகத் தோன்றவில்லை. எப்படியோ கடைசியாக அவர்கள் அதை ஏற்றுக் கொண்டார்கள். அதற்காக அவர்கள் இருவரும் மாறி, மாறி எனக்கு நன்றி சொல்லிக் கொண்டிருந்தது என்னை மிகவும் தர்மசங்கடத்தில் ஆழ்த்தியது. உடனே நான் உரையாடலை வேறு விஷயத்திற்கு மாற்றி அவர்கள் எங்கே போய்க் கொண்டிருக்கிறார்கள் என்று கேட்டேன். அதற்கு அவர்கள், தாங்கள் பள்ளிக்கூட ஆசிரியைகள் என்றும் சிகாகோவிலிருந்து வருவதாகவும், இங்கிருந்து அவர்கள் 168 ஆவது தெருவிலோ அல்லது 186 ஆவது தெருவிலோ அல்லது இந்த நகரத்திற்குப் பக்கத்தில் உள்ள வேறெங்கேயா உள்ள ஒரு கான்வெண்ட்டில் சேரப் போவதாகக் கூறினார்கள். எனக்குப் பக்கத்தில் கண்ணாடி போட்டிருந்தவர் தான் ஆங்கிலம் கற்பிப்பதாகவும், அவரது தோழி சரித்திரமும், அமெரிக்க அரசு பற்றி கற்பிப்பதாகவும் கூறினார். அதற்குப் பிறகு எனக்குப் பக்கத்தில் உட்கார்ந்திருந்த ஆங்கிலம் கற்பிப்பவர் குறிப்பிட்ட சில ஆங்கிலப் புத்தகங்கள் படிப்பது குறித்து மோசமாக யோசித்தேன். பாலுணர்வு சம்பந்தப்பட்ட விஷயங்கள் புத்தகங்களில் இருப்பதில்லை என்றாலும், காதலர்கள் பற்றிய விஷயங்கள் இருக்கும். உதாரணத்திற்கு தாமஸ் ஹார்டி எழுதிய "தி ரிடர்ன் ஆஃப் தி நேட்டிவ்" வில் வரும் யூஸ்டாசிய வீ (Eustacia Vye). அவள் பாலுணர்வை தூண்டக்கூடிய அளவிற்கு இல்லையென்றாலும் அவளைப் பற்றி படிக்கும் கன்னிகாஸ்திரீகள் என்ன நினைப்பார்கள் என்பதை நினைத்துப் பார்க்காமலிருக்க முடியவில்லை. இது குறித்து நான் எதுவும் சொல்லவில்லை. ஆங்கிலம் எனக்குப் பிடித்த பாடம் என்று மட்டும் கூறினேன்.

"ஓ, உண்மையாகவா? ஓ, எனக்கு மிகவும் மகிழ்ச்சியாக இருக்கிறது!" என்று எனக்குப் பக்கத்திலிருந்த ஆங்கிலம் கற்றுக் கொடுக்கும் கன்னிகாஸ்திரீ கூறினார். "இந்த வருடம் நீ என்ன படித்தாய்? எனக்குத் தெரிந்து கொள்ள ஆர்வமாக இருக்கிறது" என்று கூறினார். அவர் மிகவும் இனிமையானவராக இருந்தார்.

“பெரும்பாலனவை ஆங்கிலோ — சாக்ஸன் சம்பந்தப்பட்டவை. பியோல்ஃப் (Beowulf), ஓல்ட் க்ரெண்டல் (Old Grendal), லார்ட் ராண்டல் மை சன் போன்றவையாகும். ஆனால் அதிக மார்க் வாங்குவதற்காக நாங்கள் மற்ற புத்தகங்களையும் படிப்பதுண்டு. “தி ரிடர்ன் ஆஃப் தி நேட்டிவ்”, ரோமியோ அண்ட் ஜூலியட் மற்றும் ஜூலியஸ்”

“ஓ... ரோமியோ அண்ட் ஜூலியட்! அருமை! நீ அதை விரும்பியிருப்பாயே?” அவருடைய பேச்சைக் கேட்டால் அது கன்னிகாஸ்திரீ பேசுவது போல இல்லை.

“ஆமாம், எனக்குப் பிடித்திருந்தது. மிகவும் பிடித்திருந்தது. ஆனால் அதில் சில விஷயங்கள் எனக்குப் பிடிக்கவில்லை. ஆனால் மொத்தத்தில் சொல்ல வேண்டுமென்றால் விறு விறுப்பாக இருந்தது.”

“உனக்கு அதில் என்ன பிடிக்கவில்லை? நினைவுபடுத்திப் பார்க்க முடியுமா?” என்றார்.

இதைப் பற்றி ஒரு கன்னிகாஸ்திரீயிடம் பேசுவதற்கு மிகவும் சங்கடமாக இருந்தது என்பதுதான் உண்மை. இந்த நாடகத்தில் சில இடங்களில் பாலுணர்வு அதிகமாகவே தென்படும், இவரோ கன்னிகாஸ்திரீ, ஆனால் அவர் என்னை இது பற்றிக் கேட்கிறார், எனவே அது பற்றி அவரிடம் சில நிமிடங்கள் உரையாடினேன். “ரோமியோ அண்ட் ஜூலியட்” மேல் எனக்கு அவ்வளவாக கிரேஸ் இல்லை. “அதாவது எனக்கு அவர்களைப் பிடிக்கும் – ஆனால் எப்படி சொல்வதென்று தெரியவில்லை'' என்றேன். சில வேளைகளில் அவர்கள் வெறுப்பேற்றும்படி நடந்து கொள்வார்கள். ரோமியோ, ஜூலியட் கொல்லப்படுவதை விட மெர்கியூட்டியோ கொல்லப்படுவது தான் எனக்குப் பரிதாபமாகப்பட்டது என்றேன். ஜூலியட்டின் கஸின் – அவன் பெயர் என்ன? — மெர்கியூட்டியோவைக் கொன்றவுடன் எனக்கு ரோமியோவை அவ்வளவாகப் பிடிக்கவில்லை.”

“டிபால் (Tybalt)”

“ஆமாம். டிபால்'' என்றேன் – எனக்கு எப்போதும் அவனுடைய பெயர் மறந்துவிடும். “அது ரோமியோவின் குற்றம். இந்த நாடகத்தில் எனக்குப் பிடித்தவர் மெர்கியூட்டியோ தான். ஆனால் ஏனென்று தெரியவில்லை. மாண்டாக்யூஸ்,

காப்லெட்ஸ் போன்றவர்கள் எல்லாம் சரிதான் – குறிப்பாக ஜூலியட் – ஆனால் மெர்க்யூட்டியோவைப் பற்றிச் சொல்வது மிகவும் கடினமானது. அவர் மிகவும் ஸ்மார்ட், வேடிக்கையானவர். குறிப்பாக இந்த மாதிரியானவர்கள் கொல்லப்படும் போது – அதுவும் இன்னொருவர் செய்த தப்பிற்காக — நான் க்ரேஸி ஆகிவிடுவது உண்டு. ரோமியோ அண்ட் ஜூலியட்டைப் பொறுத்தவரை அது அவர்கள் செய்த தவறு.

"எந்த ஸ்கூலுக்கு நீ போகிறாய்?" என்று கேட்டார். ஒரு வேளை அவர் ரோமியோ அண்ட் ஜூலியட் உரையாட லிலிருந்து வெளிவர நினைத்திருக்கலாம்.

நான் பென்சிக்குப் போகிறேன் என்று சொன்னேன். அதைக் கேட்டவுடன், அது மிகவும் நல்ல ஸ்கூல் ஆயிற்றே என்றார். நான் அந்த வழியாக போயிருக்கிறேன். சரித்திரம், அரசாங்கம் பற்றி கற்பிக்கும் இன்னொருவரும் நல்ல ஸ்கூல் என்று கூறினார். அவர்கள் சாப்பிட்டதற்குப் பணம் கொடுக்கலாம் என்று நினைத்தேன். ஆனால் அவர்கள் என்னைப் பணம் கொடுக்க அனுமதிக்கவில்லை.

"நீ மிகவும் தாராள மனப்பான்மைக் கொண்டவனாக இருக்கிறாய்" என்றார். "நீ மிகவும் இனிமையான பையன்". அவரும் இனிமையானவர் தான். அவரைப் பார்த்தவுடன் எனக்கு நான் ட்ரெயினில் சந்தித்த எர்னஸ்ட் மாரோ (Ernest Morrow)வின் அம்மா நினைவுதான் வந்தது. அவர் பெரும்பாலும் சிரித்துக் கொண்டே இருந்தார். "உன்னிடம் பேசியதில் மிகவும் மகிழ்ச்சி" என்றார்.

அவர்களுடன் பேசியதில் எனக்கும் மகிழ்ச்சி என்றேன். அது உண்மையும் கூட. அவர்கள் என்னைப் பார்த்து நான் கத்தோலிக்கரா எனக் கேட்காமலிருந்தால் நான் இன்னும் சந்தோஷப்பட்டிருப்பேன். கத்தோலிக்கர்கள் பொதுவாகவே இன்னொருவர் கத்தோலிக்கரா என்பதைத் தெரிந்து கொள்ள எப்போதும் முயற்சிப்பது உண்டு. எனக்கு இது மாதிரியான நிலைமை பல முறை ஏற்பட்டிருக்கிறது. ஏனென்றால் என்னுடைய கடைசிப் பெயர் ஐரிஷ்; ஐரிஷ் வழித்தோன்றல்களில் பெரும்பாலானவர்கள் கத்தோலிக்கர்கள். உண்மையில் என்னுடைய அப்பா ஒரு காலத்தில் கத்தோலிக்கராக இருந்தவர். என் அம்மாவை

திருமணம் செய்து கொள்ளும் போது அவர் இந்தப் பிரிவிலிருந்து வெளியேறிவிட்டார். கடைசிப் பெயர் தெரியவில்லையென்றாலும் நீங்கள் கத்தோலிக்கரா என்பதைத் தெரிந்து கொள்ள கத்தோலிக்கர்கள் முயற்சி செய்வது உண்டு. நான் வூட்டனில் இருக்கும் போது எனக்குத் தெரிந்த கத்தோலிக்கப் பையனின் பெயர் லூயிஸ் ஷானே (Louis Shaney) நான் அங்கு சந்தித்தவர்களில் முதல் பையன் அவன் தான். அந்தப் பள்ளிக்கூடத்தில் இருந்த மருத்துவமனைக்கு வெளியே போடப்பட்டிருந்த நாற்காலியில் எங்களுடைய பரிசோதனைக்காக உட்கார்ந்திருந்தோம். அப்போது டென்னிஸ் பற்றி பேச ஆரம்பித்தோம். அவனுக்கும் என்னைப் போலவே டென்னிஸில் ஆர்வம் இருந்தது. ஒவ்வொரு கோடைக்காலத்திலும் ஃபாரெஸ்ட் ஹில்ஸில் நடைபெறும் நேஷனலுக்குப் போவதாகக் கூறினான். நானும் அதற்குப் போவதுண்டு என்று கூறினேன். அதற்குப் பிறகு பிரபலமான டென்னிஸ் வீரர்கள் பற்றி பேசினோம். அவன் வயதை ஒத்த பையன்களுடன் ஒப்பிடும் போது அவனுக்கு டென்னிஸ் பற்றி நன்றாகவே தெரிந்திருந்தது. இந்த உரையாடல்களின் நடுவில் அவன் என்னிடம், “இந்த நகரத்தில் கத்தோலிக்கத் தேவலாயம் எங்கிருக்கிறது என்பதை பார்த்திருக்கிறாயா?” என்று கேட்டான். இதிலிருந்து அவன் என்னை ஒரு கத்தோலிக்கனா என்று அறிந்து கொள்ள விரும்புகிறான் என்று நீங்கள் நினைத்தால் அது உண்மைதான். அவன் தப்பான அர்த்தம் எதுவும் கொள்ளவில்லை ஆனால் அவனுக்கு அதைத் தெரிந்து கொள்வதில் ஒரு ஆர்வம். அவன் டென்னிஸ் பற்றிய உரையாடலை ரசித்துக் கொண்டுதான் இருந்தான். ஆனால் நான் ஒரு கத்தோலிக்கன் என்று அவனுக்கு தெரியுமென்றால் இன்னும் அதிகமாக ரசித்திருப்பான். இந்த மாதிரியான விஷயங்கள் என்னை கிரேஸி ஆக்கியது. இதனால் எங்களது உரையாடல் பாதிக்கப்படவில்லை என்றாலும், இதைக் கேட்டதினால் எந்த நன்மையும் ஏற்படப்போவதில்லை. அந்த கன்னிகாஸ்திரீகள் இருவரும் என்னை கத்தோலிக்கனா என்று கேட்கவில்லை என்பதில் எனக்கு சந்தோஷம். அது எங்களுக்குள் ஏற்பட்ட உரையாடலைப் பாதித்திருக்காது. ஆனால் உரையாடலை வேறு வழியில் இட்டுச் சென்றிருக்கும். நான் இதற்காக கத்தோலிக்கர்களை குற்றம் சாட்டுகிறேன் என்று அர்த்தமில்லை. அநேகமாக நான் கத்தோலிக்கனாக இருந்திருந்தாலும் இதையேதான் நான் சொல்லியிருப்பேன். ஏறக்குறைய சூட்கேஸ் பற்றி நான் சொன்னேனே அது போலத்

தான் இதுவும். நான் சொல்வதெல்லாம் என்னவென்றால் நல்ல உரையாடலுக்கு இது ஏற்றதல்ல என்பதுதான்.

அந்த இரண்டு கன்னிகாஸ்திரீகளும் போவதற்காக எழுந்திருக்கும் போது நான் முட்டாள்த்தனமானதும், சங்கடமானதுமான ஒரு காரியத்தைச் செய்தேன். நான் சிகரெட் பிடித்துக் கொண்டிருந்தேன், அவர்களுக்கு குட்—பை சொல்லும் போது சிகரெட் புகையை தவறுதலாக அவர்கள் முகத்தில் படும்படி ஊதிவிட்டேன். உண்மையிலேயே அப்படி செய்ய வேண்டுமென்று நினைக்கவில்லை. ஆனால் நடந்து விட்டது. நான் ஒரு பைத்தியக்காரனைப் போல இதற்கு அவர்களிடம் மன்னிப்புக் கேட்டேன். அவர்கள் மிகவும் பணிவாகவும், இனிமையாகவும் அதை எடுத்துக் கொண்டாலும் எனக்கு மிகவும் தர்மசங்கடமாக இருந்தது.

அவர்கள் அங்கிருந்து சென்றபிறகு, அவர்களுக்கு என்னால் பத்து டாலர் தான் நன்கொடை தர முடிந்தது குறித்து வருத்தமாக இருந்தது. நான் எனது தோழி சாலி ஹேஸுடன் மேட்னிக்குச் செல்ல வேண்டியிருந்ததால் எனக்கு டிக்கெட்டுக்கும், மற்ற செலவுகளுக்கும் பணம் தேவையாயிருந்தது. ஆனால் எனக்கு வருத்தமாக இருந்தது. இந்தப் பணம், நம்மை எப்போதும் ஒரு இக்கட்டான நிலைமையில் தான் வைக்கும்.

16

நான் காலை உணவை சாப்பிட்டு முடிக்கும் போது ஏறக்குறைய நண்பகல் ஆகியருந்தது. சாலியை நான் இரண்டு மணி வரை சந்திக்க முடியாது. எனவே அதிக தூரம் நடக்க ஆரம்பித்தேன். என்னால் அந்த இரண்டு கன்னிகாஸ்திரீகள் பற்றி நினைக்காமல் இருக்க முடியவில்லை. அவர்கள் பள்ளிக்கூடத்தில் கற்பிக்காதபோது அந்த ஸ்ட்ரா கூடையுடன் சென்று நன்கொடை வசூலிப்பதைப் பற்றி நினைத்துக் கொண்டேன். பழைய ஸ்ட்ரா கூடையுடன் ஏழை மக்களுக்கும் உதவும் பொருட்டு நன்கொடை வசூல் செய்வதற்காக எனது அம்மா அல்லது வேறு யாராவது அல்லது என்னுடைய அத்தை அல்லது சாலி ஹேஸின் அம்மா ஒரு டிபார்ட்மெண்டல் ஸ்டோரின் முன் நிற்பது போல நினைத்துப் பார்க்க முயற்சித்துக் கொண்டிருந்தேன். அப்படி நினைத்துப் பார்ப்பதே கடினமாக இருந்தது. என்னுடைய அம்மாவை அப்படி நினைத்துப் பார்ப்பதில் சிரமமில்லை, ஆனால் மற்ற இருவர்களில் என்னுடைய அத்தை மிகவும் தரும சிந்தனையுள்ளவர் – அவர் ரெட் க்ராஸுக்காக சில வேலைகள் செய்வதுண்டு – ஆனால் மிகவும் சிறந்த உடையணியக்கூடியவர். அவர் பொது நலத் தொண்டு செய்யும் போதெல்லாம் நல்ல உடை உடுத்திக் கொண்டு, நிறைய லிப்ஸ்டிக்கும், மற்ற அழகு சாதன பொருட்களையும் போட்டுக் கொள்வார். இந்த மாதிரி எதுவும் இல்லாமல் கருப்புக் கலரில் டிரெஸ் அணிந்து கொண்டு அவர் பொது நலத் தொண்டு செய்வார் என்றெல்லாம்

என் னால் நினைத்துப் பார்க்கக்கூட முடியாது. கடவுளே, சாலி ஹேஸ் அம்மாவைப் பற்றி சொல்லவே வேண்டாம். அவர் இந்த மாதிரி அலைந்து திரிந்து நன்கொடை வசூலிக்க வேண்டு மெனில் அவரைப் பற்றி எல்லோரும் புகழ்ந்து ஏதாவது சொல்ல வேண்டும். யாராவது வெறும் பணத்தை மட்டும் கூடையில் போட்டுவிட்டு அவரைப் பற்றி எதுவும் சொல்லாமல் அசட்டையாகச் சென்று விட்டால் அதற்குப் பிறகு ஒரு மணி நேரத்திற்குள்ளாகவே தன்னை அந்தப் பணியிலிருந்து விடுவித்துக் கொண்டு விடுவார். அவருக்கு சலிப்பு ஏற்பட்டு விடும். அதற்குப் பிறகு அந்தக் கூடையை யாரிடமாவது கொடுத்துவிட்டு கண்ணைக் கவரக்கூடிய ஏதாவது ஒரு இடத்திற்கு மதிய உணவு சாப்பிட சென்றுவிடுவார். இவர்களுடன் ஒப்பிட்டுப் பார்க்கும் போது எனக்கு இந்த கன்னிகாஸ்திரீகளைப் பிடித்திருந்தது. அவர்கள் இந்த மாதிரி கண்ணைக் கவரக்கூடிய இடத்திற்கு மதிய உணவு சாப்பிட சென்றிருக்க மாட்டார்கள் என அவர்களைப் பார்த்தாலே நீங்கள் சொல்லிவிட முடியும். இதை நினைக்கும் போது எனக்கு மிகவும் வருத்தமாக இருந்தது. அவர்கள் அந்த மாதிரி இடங்களுக்குச் சென்று மதிய உணவு சாப்பிடுவது முக்கியமில்லையென்றாலும் எனக்கென்னவோ வருத்தமாக இருந்தது.

நான் ப்ராட்வேயை நோக்கி எந்தக் காரணமும் இன்றி நடக்க ஆரம்பித்தேன். ஏனென்றால் நான் அங்கு சென்று பல வருடங்கள் ஆகியிருந்தது. அது தவிர ஞாயிற்றுக்கிழமை திறந்திருக்கும் ரெகார்டுகள் விற்கும் கடைகளுக்கும் செல்ல விரும்பினேன். ஃபீபிக்கென்று "லிட்டில் ஸிர்லே பீன்ஸ் (Little Shirley Beans)" ரெகார்ட் வாங்கலாம் என்று நினைத்தேன். இந்த ரெகார்ட் கிடைப்பது மிகவும் கஷ்டம். முன் வரிசையில் உள்ள பற்களில் இரண்டு பற்கள் உடைந்து போனதால் வெட்கப்பட்டுக் கொண்டு வீட்டுக்குள்ளேயே இருக்கும் ஒரு சிறிய குழந்தையைப் பற்றியது இது. நான் இந்த ரெகார்டை பென்சியில் கேட்டேன். நான் தங்கியிருந்த தளத்திற்கு அடுத்த தளத்தில் இருந்த ஒருவனிடம் இந்த ரெகார்ட் இருந்தது. அவனிடமிருந்து அதை வாங்கிக் கொள்ளலாம் என நினைத்தேன் ஆனால் அவனுக்கு அதை விற்க இஷ்டமில்லை. இது கண்டிப்பாக ஃபீபீயை அசத்திவிடும் என்று எனக்குத் தெரியும். இது மிகவும் பழைய ரெகார்ட். கருப்பினத்தைச் சேர்ந்த எஸ்டல் ஃப்ளட்சர் (Estelle Fletcher) என்கிற பெண் பாடி இருபது வருடங்களுக்கு முன்பு வெளியானது. அவள் "டிக்ஸிலாண்ட் அண்ட் வோர்ஹவுஸ்" பற்றி பாடினாலும் அவ்வளவு உணர்ச்சியைக் கொண்டிருக்காது. இந்தப்

பாடலை ஒரு வெள்ளையினப் பெண் பாடியிருந்தால் மிகவும் மோசமாக பாடியிருப்பாள். ஆனால், எஸ்டல் ஃப்ளட்சருக்கு அவள் என்ன செய்கிறாள் என்று தெரியும். நான் கேட்டதிலேயே இது மிகவும் சிறந்த ரெகார்ட் ஆகும். ஞாயிற்றுக் கிழமை திறந்திருக்கும் கடையில் இதை வாங்கிக் கொண்டு பார்க்கிற்கு எடுத்துச் செல்லலாம் என்று நினைத்திருந்தேன். ஞாயிற்றுக் கிழமை பார்க்கில் நடைபெறும் ரோலர் ஸ்கேட்டிங் வகுப்பிற்கு ஃபீபி அடிக்கடிச் செல்வது வழக்கம். அங்கு அவள் பெரும்பாலும் எங்கிருப்பாள் என்பது எனக்குத் தெரியும்.

நேற்று இருந்த அளவிற்கு இப்போது குளிர் இல்லையென்றாலும் சூரியன் இன்னும் வெளிவரவில்லை. நடப்பதற்கும் நன்றாக இல்லை. ஆனால் ஒரு நல்ல விஷயம் – எனக்கு முன்னால் ஒரு குடும்பத்தைச் சேர்ந்த அப்பா, அம்மா, 6 வயதுக் குழந்தை நடந்து சென்று கொண்டிருந்தார்கள். அவர்களைப் பார்த்தால் சர்ச்சிலிருந்து வருகிறார்கள் என்று உங்களால் சொல்லி விட முடியும். அவர்களைப் பார்த்தால் ஏழைகள் போல் தெரிந்தது. ஏழையாக இருப்பவர்கள் தாங்கள் கொஞ்சம் எடுப்பாகத் தெரியவேண்டுமென்பதற்காக அணியக்கூடிய தொப்பி ஒன்றை அவர் அணிந்திருந்தார். அவரும் அவருடைய மனைவியும் பேசிக் கொண்டே நடந்து சென்று கொண்டிருந்தனர். குழந்தையைக் கண்டு கொண்டதாகத் தெரியவில்லை. குழந்தை பார்ப்பதற்கு நன்றாக இருந்தது. அக்குழந்தை நடைபாதையில் நடப்பதற்குப் பதிலாக அதையொட்டி தெருவில் நடந்து சென்று கொண்டிருந்தது. பெரும்பாலான குழந்தைகள் நடப்பது மாதிரி ஒரே நேர்கோட்டில் பாடிக் கொண்டும், ஹம் பண்ணிக் கொண்டும் நடந்து சென்று கொண்டிருந்தது. நான் குழந்தைக்குப் பக்கத்தில் செல்லும் போது அது என்ன பாடிக் கொண்டிருந்தது என்பதைக் கேட்க முடிந்தது. அக்குழந்தை, "If a body catch a body coming through the rye" என்கிற பாடலைப் பாடிக் கொண்டிருந்தது. அதன் குரல் மிகவும் மெல்லியதாக இருந்தது. அதை நீங்கள் கேட்டால், ஏதாவது பாட வேண்டும் என்பதற்காக அது பாடியது போல இருந்தது என்று சொல்லிவிட முடியும். கார்கள் வேகமாகப் பறந்து கொண்டிருந்தன, பிரேக்குகளின் "ஸ்க்ரீச்" சத்தம் தொடர்ந்து கேட்கும்படியாக இருந்தது. குழந்தையின் மீது பெற்றோர் கொஞ்சங்கூட கவனம் செலுத்தவில்லை. அந்தக் குழந்தை தொடர்ந்து நடந்து கொண்டும், " If a body catch a body coming through the rye" என்கிற பாடலைப் பாடிக் கொண்டும் இருந்தது. இது என்னைக் கொஞ்சம் நல்ல உணர்வு நிலைக்கு

இட்டுச் சென்றது.

ப்ராட்வே கூட்டமாகவும், அலங்கோலமாகவும் காட்சியளித்தது. அன்றைக்கு ஞாயிற்றுக் கிழமை. நண்பகல் 12 மணி, இருந்தாலும் கூட்டம் அதிகமாக இருந்தது. எல்லோரும் ஏதோவொரு படத்திற்குச் – பாராமவுண்ட் அல்லது ஆஸ்டர் அல்லது ஸ்ட்ராண்ட் அல்லது கேப்பிட்டல் அல்லது ஏதாவது ஒரு கிரேஸியான இடத்திற்கு – சென்று கொண்டிருந்தனர். ஞாயிற்றுக் கிழமை என்பதால் எல்லோரும் நன்றாக உடை அணிந்திருந்தார்கள். அது சூழ்நிலையை இன்னும் மோசமாக்கியது. இவர்களைப் பார்த்தாலே படத்திற்கு போக விருப்பமுள்ளவர்கள் என்று சொல்ல முடியும். என்னால் அவர்களைப் பார்த்து சகித்துக் கொள்ள முடியாது. வேறெதுவும் செய்வதற்கு இல்லை என்று நினைப்பவர்கள் படம் பார்க்கப் போவார்கள். ஆனால், உண்மையிலேயே படத்திற்குப் போக விருப்பமுள்ளவர்களைக் கண்டால் எனக்கு சலிப்பு உண்டாகி விடும். முக்கியமாக ஆயிரக்கணக்கான மக்கள் பொறுமையுடன் டிக்கெட்டுக்காக நீண்ட க்யூவில் நிற்பதைப் பார்க்கும் போது சலிப்பு இன்னும் அதிகமாகிவிடும். என்னால் ப்ராட்வேயை விட்டு வேகமாக வர முடியவில்லை. நான் அதிர்ஷ்டக்காரன். நான் சென்று கேட்ட ரெகார்ட் கடையில் "லிட்டில் ஷிர்ளே பீன்ஸ்" இருந்தது. அதன் விலை 5 டாலர். ஏனென்றால், இது பழைய ரெகார்ட் என்றும், கிடைப்பது கடினம் என்றும், ஆகவே விலை அதிகம் என்றும் கூறினார்கள். எனக்கு அதைப் பற்றிக் கவலையில்லை. திடீரென்று எனக்கு இது மகிழ்ச்சியைக் கொடுத்தது. இதற்கு மேல் ஃபீபியை பார்க்க என்னால் காத்திருக்க முடியவில்லை. பார்க்கில் அவள் இருந்தால் கொடுத்துவிட்டு வந்துவிடலாம்.

ரெகார்ட் கடையை விட்டு வெளியே வந்தவுடன் வழியில் இருந்த மருந்துக் கடைக்குள் நுழைந்தேன். ஜேனுக்கு ஃபோன் செய்து விடுமுறைக்கு வீட்டுக்கு வந்துவிட்டாளா என்று தெரிந்து கொள்ளலாமென்று எண்ணி அங்கிருந்த ஃபோன் பூத்திலிருந்து அவளுக்கு ஃபோன் செய்ய, அவளுடைய அம்மா ஃபோனை எடுக்கவும் நான் வைத்துவிட்டேன். அவருடன் நீண்ட உரையாடலில் ஈடுபட எனக்கு விருப்பமில்லை. பெண் தோழிகளின் அம்மாக்களிடம் ஃபோனில் பேசுமளவிற்கு நான் கிரேஸியானவன் இல்லை. இருந்தாலும் நான் அவரிடம் ஜேன் வீட்டில் இருக்கிறாளா, இல்லையா என்றாவது கேட்டிருக்கலாம். அப்படிக் கேட்டிருந்தால் அவர் ஒன்றும் என்னைக் கொலை செய்திருக்கப் போவதில்லை.

ஆனால் எனக்கென்னவோ எதுவும் கேட்கவேண்டுமென்று தோன்றவில்லை. இதற்கெல்லாம் நீங்கள் ஒரு "மூடில்" இருக்க வேண்டும்.

நான் இன்னும் படத்திற்கான டிக்கெட்டுகளை வாங்கவில்லை. எனவே என்னனென்ன காட்சிகள், எங்கே நடக்கின்றன என்பதைத் தெரிந்து கொள்வதற்காக பேப்பர் ஒன்று வாங்கினேன். அன்று ஞாயிற்றுக் கிழமை என்பதால் மூன்று காட்சிகள் மட்டும் நடைபெறும் எனப் போட்டிருந்தது. எனவே நான், "I Know My Love" பார்ப்பதற்காக இரண்டு ஆர்கெஸ்ட்ரா டிக்கெட்டுகள் வாங்கிக் கொண்டேன். இது நன்கொடை வசூலிப்பதற்காகவோ அல்லது வேறு எதற்காகவோ நடைபெறக்கூடிய நிகழ்ச்சி என்று தெரிந்தது. எனக்கு இதற்குச் செல்வதற்கு அவ்வளவாக விருப்பமில்லை. ஆனால் சாலி, வெட்டிபந்தாக்களின் ராணி. நான் இதற்கு டிக்கெட் வாங்கியிருக்கிறேன் என்று சொன்னவுடன் அவள் "ஜொள்ளு" விட்டிருப்பாள். ஏனென்றால் பிரபல நடிகர் லுண்ட்ஸ் (Lunts) இதில் இருக்கிறார். அவளுக்கு மிகவும் அதிநவீனமாக, சுவராசியமற்ற விஷயங்கள் பிடிக்கும். ஆனால் எனக்கு அப்படியில்லை. உண்மை என்னவெனில் எனக்கு இந்த மாதிரி நிகழ்ச்சிகள் எல்லாம் அதிகம் பிடிப்பதில்லை. இந்த நிகழ்ச்சிகள் படங்கள் மாதிரி அவ்வளவாக மோசமில்லை எனினும் ஆஹோ, ஓஹோ என்று பாராட்டும்படியானது இல்லை. சொல்லப்போனால் நான் நடிகர்களை வெறுப்பவன். அவர்கள் ஒரு போதும் சாதாரண மக்களைப் போல படங்களில் நடிப்பது இல்லை. ஆனால் அவர்கள் அப்படி இருப்பதாக நினைத்துக் கொள்கிறார்கள். சில நல்ல நடிகர்கள் சிறிய அளவில் சாதாரண மக்கள் போல நடிப்பதுண்டு. ஆனாலும் அதைப் பார்க்கும் போது மகிழ்ச்சி ஏற்படுவதில்லை. எந்த நடிகராவது உண்மையிலேயே நன்றாக நடித்திருப்பார் என்றால், உடனே நீங்கள் ஆமாம் எனக்கு நன்றாகத் தெரியும் அவர் நல்ல நடிகரென்று சொல்வீர்கள். உதாரணத்திற்கு சர் லாரன்ஸ் ஒலிவியரை (Sir Laurence Olivier) எடுத்துக் கொள்ளுங்கள். நான் அவரது நடிப்பை ஹாம்லட் படத்தில் பார்த்தேன். சென்ற வருடம் டி.பி. ஃபீபியையும், என்னையும் அழைத்துச் சென்று முதலில் லஞ்ச் வாங்கிக் கொடுத்தார். அதன் பின், இந்த நடிகர் நடித்த படத்தைப் பார்க்கக் கூட்டிச் சென்றார். அவர் ஏற்கனவே இந்த படத்தைப் பார்த்துவிட்டார். லஞ்ச் சாப்பிடும் போது அவர் இந்த படம் பற்றி கூறியதைக் கேட்டதிலிருந்து எனக்கு அதைப் பார்க்க வேண்டுமென்று பேரார்வம் எழுந்தது. ஆனால் அதைப் பார்க்கும் போது எனக்கு அவ்வளவு குதூகலமாக இல்லை.

சர் லாரென்ஸ் ஒலிவியரிடம் அப்படி அற்புதமாக என்ன இருக்கிறது என்று எனக்குத் தெரியவில்லை. அவருடைய குரல் நன்றாக இருந்தது, அவர் பார்ப்பதற்கு மிகவும் ஹாண்ட்ஸம்மாக இருந்தார். அது போல அவர் நடக்கும் போது அல்லது சண்டையிடும் போது அல்லது வேறு ஏதாவது செயல்கள் செய்யும் போது பார்ப்பதற்கு நன்றாக இருந்தது. ஆனால் டி.பி. விவரித்த அளவிற்கு சிறப்பாக இல்லை. அவர் பார்ப்பதற்கு சோகமானவர் போல் இல்லாமல் ஜெனரல் போல காட்சியளித்தார். இந்தப் படத்திலேயே சிறந்த பகுதி என்னவென்றால், ஓலிபியாவின் (Ophelia) சகோதரர் – ஹாம்லெட்டுடன் கடைசியாக சண்டை போடுபவர் –போய்க் கொண்டிருக்கும் போது அவருக்கு அவருடைய அப்பா புத்திமதிகள் சொல்லிக் கொண்டிருப்பார். அப்படி சொல்லிக் கொண்டிருக்கையில் ஓலிபியா அவளுடைய சகோதரனுடன் ஏதோ வெட்டித்தனமாக செய்து கொண்டிருந்தாள். அப்பாவின் அறிவுரையைக் கேட்பதற்கு அவர் முயற்சித்துக் கொண்டிருக்கும் போது இவள் அவரது வாளை உறையிலிருந்து வெளியே எடுத்து அவரைக் கேலி செய்து கொண்டிருந்தாள். அது தான் சிறப்பாக இருந்தது. இந்த மாதிரியான காட்சிகளை நீங்கள் அதிகம் பார்க்க முடியாது. ஹாம்லெட் தனது நாயின் தலையை தட்டிக் கொடுக்கும் காட்சியைத் தான் ஃபீபி அதிகமாக ரசித்தாள். அவளுக்கு அது வேடிக்கையாகவும், பார்ப்பதற்கு நன்றாகவும் இருந்திருகிறது. அது உண்மையும் கூட. நான் என்ன செய்ய வேண்டுமென்றால், நான் அந்த நாடகத்தைப் படிக்க வேண்டும். இதில் சிரமம் என்னவெனில், அதை நான் தான் எப்பொழுதும் படிக்க வேண்டியிருந்தது. நடிகர் நடிக்கையில் நான் மிகவும் அரிதாகவே அதை அவதானிப்பேன். அவர் ஒவ்வொரு நிமிடமும் ஏதாவது பகட்டாக செய்யப்போகிறாரா? என்ற கவலை இருந்து கொண்டேயிருக்கும்.

லுண்ட்ஸ் நிகழ்ச்சிக்கு டிக்கெட் வாங்கியபின் பார்க் வரை டாக்ஸியில் சென்றேன். என்னிடம் பணம் குறைவாக இருந்ததால் நான் சப்வே அல்லது வேறு ஏதாவது வழியில் வந்திருக்க வேண்டும். ஆனால் நான் ப்ராட்வேக்கு எவ்வளவு விரைவாக போகமுடியுமோ அவ்வளவு விரைவாக போக வேண்டியிருந்தது.

பார்க் மிகவும் கேவலமாக இருந்தது. அதிகமாக குளிர் இல்லை ஆனால் வெயிலும் எட்டிப்பார்க்கவில்லை. பார்க்கில் நாய் போட்ட எச்சம், சிகரெட் துண்டுகள் போன்றவை தவிர வேறெதுவும் இல்லை. பெஞ்சுகள் எல்லாம் ஈரமாக இருந்தன.

எந்தக் காரணமும் இல்லையென்றாலும் அவ்வப்போது ஏதாவது ஒன்று சலிப்பு ஏற்படுத்திக் கொண்டுதான் இருந்தது. நடக்கும் போது குளிரினால் தோல் சிறிது சொர சொரப்பாக ஆனது போல் இருந்தது. இந்தச் சூழ்நிலையில் பார்த்தால் கிறிஸ்துமஸ் விரைவில் வருவது போன்றே தெரியவில்லை. நான் ஸ்கேட்டிங் செய்யுமிடத்தை நோக்கி நடந்து போய்க் கொண்டிருந்தேன். ஏனென்றால் ஃபீபி பார்க்குக்கு வரும் போதெல்லாம் வழக்கமாகச் செல்லும் இடங்களில் இதுவும் ஒன்று. அவள் பேண்ட் ஸ்டாண்டுக்குப் பக்கத்தில் ஸ்கேட் பண்ணுவதை விரும்புவாள். அது வேடிக்கையாக இருக்கும். சிறுவனாக இருக்கும் போது அதே இடத்தில் தான் நானும் ஸ்கேட்டிங் செய்தேன்.

நான் அந்த இடத்தைச் சென்றடைந்த போது அவளை எங்கும் காணவில்லை. சில குழந்தைகள் ஸ்கேட்டிங்கும், சில சிறுவர்கள் லேசான பந்தில் "ஃப்ளைஸ் அப்"பும் விளையாடிக் கொண்டிருந்தனர். ஆனால் ஃபீபி இல்லை. அவள் வயதொத்த ஒரு சிறுமி அங்கே உள்ள பெஞ்சில் உட்கார்ந்து ஸ்கேட் கயிறை இறுக்கிக் கட்டிக் கொண்டிருந்தாள். அவளுக்கு ஒரு வேளை ஃபீபியைப் பற்றித் தெரிந்திருக்கக்கூடும் என்றும், அப்படியிருந்தால் அவள் எங்கே இருக்கிறாள் என்று சொல்ல முடியும் என்றும் நினைத்து அவளருகில் சென்று உட்கார்ந்து அவளிடம், "உனக்கு ஃபீபி கால்ஃபீல்டைத் தெரியுமா?" என்று கேட்டேன்.

"யார்?" என்று பதிலுக்கு அவள் கேட்டாள். அவள் ஒரு ஜீன்ஸும் கிட்டத்தட்ட 20 ஸ்வெட்டர்களும் அணிந்திருந்தாள். அந்த ஸ்வெட்டர்களையெல்லாம் அவளுடைய அம்மாதான் பின்னியிருப்பார்கள் என்று பார்த்தவுடனே சொல்லிவிட முடியும். ஏனென்றால் அந்த அளவிற்கு அது பெரிய பெரிய முடிச்சுகளுடன் இருந்தன.

"ஃபீபி கால்ஃபீல்ட். 71வது தெருவில் வசித்து வருபவள். அவள் ஃபோர்த் கிரேட் படிக்கிறாள்…"

"உங்களுக்கு ஃபீபியைத் தெரியுமா?"

"ஆமாம், நான் அவளுடைய அண்ணன். அவள் எங்கிருக்கிறாள் என்று உனக்குத் தெரியுமா?"

"அவள் மிஸ் காலனுடைய (Miss Callon) வகுப்புதானே, இல்லையா?" என்று அந்த சிறுமி கேட்டாள்.

"எனக்கு அது தெரியாது. அப்படித்தான் இருக்கும் என நினைக்கிறேன்" என்றேன்.

"அவள் அநேகமாக மியூஸியத்தில் இருக்கலாம். நாங்கள் கடந்த சனிக்கிழமையன்று சென்றோம்" என்றாள்.

"எந்த மியூஸியம்?" – என்று கேட்டேன்.

அவள் தனது தோள்களைக் குலுக்கிக் கொண்டாள். "எனக்குப் பெயர் தெரியாது. ஆனால் மியூஸியம்" என்றாள்.

"எனக்குத் தெரியும். ஆனால் படங்கள் உள்ள மியூஸியமா இல்லை இந்தியர்கள் உள்ள மியூஸியமா?"

"இந்தியர்கள் உள்ள மியூஸியம்" என்றாள் அவள்.

"மிகவும் நன்றி". நான் அங்கிருந்து வேகமாக எழுந்து புறப்படத் தயாராகும் போது அன்றைக்கு ஞாயிறு என்று நினைவுக்கு வந்தது. "இன்றைக்கு ஞாயிற்றுக் கிழமை" என்று அந்தச் சிறுமியிடம் கூறினேன்.

"அவள் என்னை நிமிர்ந்து பார்த்தாள். "ஓ.. அப்படியென்றால் அவள் அங்கிருக்கமாட்டாள்" என்றாள்.

அவள் தனது ஸ்கேட்டை இறுக்குவதில் மும்முரமாக இருந்தாள். அவள் கைகளில் கையுறைகள் எதுவும் போட்டுக் கொள்ளாததால் கைகள் சிவந்தும், குளிர்ச்சியாகவும் இருந்தன. அவள் ஸ்கேட்டை இறுக்குவதற்கு நான் உதவி செய்தேன். நான் ஸ்கேட் சாவியைத் தொட்டே வருடங்களாகி விட்டன. இருந்தாலும் கூட எனக்கு வேடிக்கையாகத் தோன்றவில்லை. இன்னும் ஐம்பது வருடங்கள் கழித்து, அடர்த்தியான இருட்டில் அந்தச் சாவியைக் கொடுத்தாலும் என்னால் அது ஸ்கேட் சாவி என அடையாளம் கண்டு கொள்ள முடியும். நான் அவளுடைய ஸ்கேட்டை சாவியை வைத்து இறுக்கிவிட்டதற்கு நன்றி கூறினாள். அவள் மிகவும் இனிமையான, பணிவான குழந்தையாக இருந்தாள். நான் ஸ்கேட்டை இறுக்கும் போது குழந்தைகள் இனிமையாகவும், பணிவாகவும் இருப்பது எனக்குப் பிடித்த விஷயம். பெரும்பாலான குழந்தைகள் அந்தமாதிரிதான் இருக்கும். அவளுக்கு என்னோடு சேர்ந்து ஹாட் சாக்லேட் சாப்பிட விருப்பமா என்று கேட்டதற்கு "வேண்டாம், நன்றி" என்று சொன்னாள். அவள் தனது தோழியைச் சந்திக்கச் செல்வதாகக் கூறினாள். குழந்தைகள் எப்போதும் அவர்களுடைய நண்பர்களை சந்திப்பது என்பது என்னைப் படுத்தியது.

அன்றைக்கு ஞாயிற்றுக் கிழமையாக இருந்தாலும், ஃபீபி அங்கிருக்கமாட்டாள் என்று தெரிந்தாலும், காலநிலை மந்தமாக, மோசமாக இருந்தாலும் கூட நான் பார்க் வழியாக "மியூஸியம் ஆஃப் நேச்சுரல் ஹிஸ்டரி" யை நோக்கி நடக்க ஆரம்பித்தேன். இந்த மியூஸியத்தைத் தான் ஸ்கேட் சாவி வைத்திருந்த அந்தச் சிறுமி குறிப்பிட்டிருக்க வேண்டும். அந்த மியூஸியத்தினுடைய முழு நடைமுறையும் எனக்கு அத்துப்படி ஆகியிருந்தது. நான் சிறுவனாக இருந்த போது சென்ற பள்ளிக்கூடத்திற்குத் தான் ஃபீபியும் சென்றாள். அந்த சமயத்தில் வழக்கமாக இங்கு செல்வதுண்டு. எங்களுக்கு மிஸ் அய்கிலேங்கர் (Miss Aigletinger) என்றொரு டீச்சர் இருந்தார். அவர் எங்களை ஒவ்வொரு சனிக்கிழமையும் இங்குக் கூட்டிச் செல்வது வழக்கம். சில சமயங்களில் நாங்கள் மிருகங்களைப் பார்ப்போம், சில சமயங்களில் இந்தியர்கள் பழங்காலத்தில் செய்த பொருட்களைப் பார்ப்போம். அதில் மண்பாண்டங்கள், ஸ்ட்ராவினால் செய்யப்பட்டக் கூடைகள் போன்றவையும் அடங்கும். இதை இப்போது நினைத்தாலும் கூட எனக்கு மகிழ்ச்சியாக இருக்கிறது. இந்த மியூஸியத்தில் உள்ள அனைத்து இந்தியப் பொருட்களையும் பார்த்து முடித்தப் பிறகு வழக்கமாக நாங்கள் அங்கிருக்கிற பெரிய ஆடிட்டோரியத்திற்குப் படம் பார்க்கச் செல்வதுண்டு. அவர்கள் எப்போதும் அமெரிக்காவைக் கண்டுபிடித்த கொலம்பஸ் பற்றியும், அவருக்கு கப்பல் வாங்க ஃபெர்டினாண்ட் இஸபெல்லா பணம் கொடுத்ததையும், மாலுமிகளிடையே கலகம் மூண்டதையும் காண்பிப்பார்கள். ஆனால் யாரும் கொலம்பஸ் மீது அக்கறை செலுத்தவில்லை. அதற்குப் பதிலாக கவனம் முழுவதும் அவரவர்களிடம் இருக்கும் மிட்டாய், சூயிங்கம் போன்றவற்றின் மேல் தான் இருக்கும். ஆடிட்டோரியத்திற்கு உள்ளே நல்ல மணம் வீசும். வெளியே மழை பெய்யாவிட்டாலும், பெய்தால் எப்படி வாசனை வருமோ அப்படி ஒரு வாசனை ஆடிட்டோரியத்திற்குள் மணம் பரப்பிக் கொண்டிருக்கும். அந்த மியூஸியம் எனக்கு மிகவும் பிடித்திருந்தது. இந்திய அறை வழியாகத்தான் ஆடிட்டோரியத்திற்குள் நுழைய வேண்டும் என்பதாக ஒரு நினைவு. அது மிகவும் நீண்ட அறை. நீங்கள் அங்கு மெல்லிய குரலில் தான் பேசவேண்டும். ஆசிரியரைத் தொடர்ந்து மாணவர்கள் செல்ல வேண்டும். இரண்டு வரிசைகளில் குழந்தைகள் உட்காருவார்கள். அதற்குப் பிறகு மாணவர்கள் தங்கள் பார்ட்னர்களுடன் உட்காரவேண்டும். அந்த சமயத்தில் எனக்குப் பார்ட்னராக இருந்தவள் கெர்ட்ரூட் லெவைன் (Gertrude Levine). அவள் எப்போதும் எனது கையைப் பிடித்துக் கொள்ள விரும்புவாள். ஆனால் அவளது கைகளோ வியர்வையுடன் பிசுபிசுவென்று

இருக்கும். தரையெல்லாம் கற்களினால் ஆனது. உங்களிடம் கோலிக்குண்டு இருக்கும்பட்சத்தில் அது தவறி தரையில் கீழே விழும் போது பயங்கர சத்தம் கேட்கும். டீச்சர் வகுப்பை நிறுத்திவிட்டு என்ன நடந்தது என்று பார்க்க வருவார். ஆனால் அய்கிலேங்கர் என்றைக்குமே கோபப்பட்டது இல்லை. அதற்குப் பிறகு இந்தியர்களின் பீரங்கிகள், ஒரே வரிசையில் நிறுத்தப்பட்டிருக்கும் மூன்று கேடிலாக்குகள்— அதற்குள் இருபது இந்தியர்கள் – சிலர் வண்டி ஓட்டுவது போலவும், பார்ப்பதற்கு முரட்டுத் தனமாகத் தோன்றும் வகையில் நின்று கொண்டும் இருப்பார்கள். பீரங்கிக்குப் பின்னால் பயமுறுத்தும் வகையில் முகமூடியுடன் ஒருவர் இருப்பார். அவர் ஒரு சூனியக்காரர். அவர் என்னை உருமுவது போலப் பார்த்தாலும் அவரை எனக்குப் பிடித்திருந்தது. நீங்கள் இதையெல்லாம் கடந்து செல்லும் போது எதையாவது தொட்டால் அங்கு நிற்கும் காவல்காரர்கள், “குழந்தைகளே எதையும் தொடாமல் போங்கள்” என்று போலீஸ்காரர்கள் போல அதட்டலாகச் சொல்லாமல் மிகவும் பணிவோடு கூறுவார்கள். அதற்குப் பிறகு தீ மூட்டிக் கொண்டிருக்கும் இந்தியர்களும், போர்வை நெய்து கொண்டிருக்கும் அமெரிக்க இந்தியப் பெண்மணியும் உள்ள மிகப் பெரிய கண்ணாடிக் கூண்டைத் தாண்டி செல்ல வேண்டும். அந்தப் பெண் குனிந்து நெய்து கொண்டிருப்பது போல இருப்பதால் அவளுடைய மார்பகங்களை நீங்கள் பார்க்க முடியும். நாங்கள் அதை நன்றாகப் பார்ப்போம், பெண் குழந்தைகளுக்கு இந்த அளவிற்கு வளர்ந்திருக்கவில்லை என்பதால் அவர்களும் அதைப் பார்த்துக் கொண்டே செல்வார்கள். ஆடிட்டோரியத்திற்குள் நுழைந்தவுடன் வலது பக்க கதவுகளுக்குப் பக்கத்தில் இருக்கும் எஸ்கிமோக்களைக் கடந்து செல்ல வேண்டும். அவன் பனி நிறைந்த ஆற்றில் மீன் பிடிப்பது போல உட்கார்ந்திருந்தான். அவன் ஏற்கனவே பிடித்திருந்த இரண்டு மீன்கள் அவன் பக்கத்தில் இருந்தன. மியூஸியம் முழுவதும் கண்ணாடி கூண்டுகளால் நிரம்பியிருந்தது. மியூஸியத்தின் மாடியில் தண்ணீர் குடிக்கும் மான்களும், குளிர் காலத்திற்காக தெற்கு நோக்கிப் பறக்கும் பறவைகளும் இருந்தன. உங்களுக்குப் பக்கத்தில் ஏதோவொன்று வைத்து அடைத்த பறவைகள் (Stuffed Birds) வயர்களில் தொங்கவிடப்பட்டிருக்கும். பின்னால் சுவற்றில் பெயிண்ட் செய்யப்பட்ட பறவைகள் இருந்தன. ஆனால் உங்கள் தலையை கொஞ்சம் கீழ் நோக்கி வளைத்து அப்பறவைகளைத் தலைகீழாகப் பார்க்கும் போது அவைகளும் கிழக்கு நோக்கி அவசரமாக பறப்பது போன்று தோற்றமளித்தன. இந்த மியூஸியத்தின் சிறப்பு என்னவெனில் அனைத்தும் வைத்தது வைத்த படி அந்தந்த இடங்களிலேயே

இருந்ததுதான். யாரும் எதையும் நகர்த்தி வைக்கவில்லை. நீங்கள் லட்சம் தடவை அங்கு சென்றாலும் எஸ்கிமோ தான் பிடித்த இரண்டு மீன்களுடனும், பறவைகள் தெற்கு நோக்கிப் பறந்து கொண்டும், மான்கள் தண்ணீர் குடித்துக் கொண்டும், அந்த அமெரிக்க இந்தியப் பெண்மணி தன் மார்பகங்கள் தெரிய போர்வை நெய்து கொண்டும் இருப்பாள். எந்தவொரு பொருளிலும்/காட்சியிலும் வித்தியாசம் எதுவும் இருக்காது. வித்தியாசமாக இருப்பது நீங்களாகத் தான் இருக்கும். இதற்காக உங்களுக்கு வயதாகி இருக்குமோ அல்லது வேறெந்த மாற்றமோ இருக்கும் என்று அர்த்தமில்லை. ஆனால் மறுபடியும் போகும் போது நீங்கள் முன்னால் போனவர் மாதிரி இருக்கமாட்டீர்கள். நீங்கள் இந்த முறை கோட் போட்டிருக்கலாம் அல்லது உங்கள் பார்ட்னராக இருந்த குழந்தைக்கு காய்ச்சலாக இருந்தால் நீங்கள் வேறொரு பார்ட்னருடன் இருக்கலாம் அல்லது மிஸ் அய்கிலேங்கருக்குப் பதில் வேறு யாராவது பாடம் எடுக்கலாம் அல்லது உங்கள் அம்மாவுக்கும், அப்பாவுக்கும் அன்றைக்கு பாத்ரூமில் பயங்கரமாக சண்டை நடந்திருக்கலாம் அல்லது பெட்ரோல் சிந்தியதால் ஏற்பட்ட வானவில் உள்ள ஒரு குட்டையைக் கடந்து வந்திருக்கலாம். நான் என்ன சொல்ல வருகிறேன் என்றால் நீங்கள் ஏதாவது ஒரு விதத்தில் வித்தியாசமாக இருப்பீர்கள் என்பதுதான் – இதற்கு மேல் என்னால் விளக்கிக் கூற முடியாது. அப்படியே முடிந்தாலும் அப்படி உணர்கிறேனா என்று உறுதியாகக் கூறமுடியாது.

நான் நடந்து சென்று கொண்டிருக்கும் போது எனது வேட்டைக்காரத் தொப்பியை எடுத்து அணிந்து கொண்டேன். எனக்குத் தெரிந்த யாரையும் நான் பார்க்கவில்லை என்று எனக்குத் தெரியும். அதனால் சுரத்தற்ற மாதிரி இருந்தது. நான் ஃபீபி வழக்கம் போல சனிக்கிழமை அந்த மியூஸியத்திற்கு போவது குறித்து சிந்தித்துக் கொண்டே நடந்து கொண்டிருந்தேன். நான் பார்க்கும் பொருட்களை அவள் எப்படிப் பார்க்கிறாள், ஒவ்வொரு முறை அங்கு போகும் போது அவள் எப்படி வித்தியாசமாக இருந்திருப்பாள் என்று நினைத்துப் பார்த்தேன். இப்படி நினைத்துப் பார்ப்பதால் எனக்கு சலிப்போ அல்லது குதூகலமோ இல்லை. சில பொருட்கள் எப்படி இருந்ததோ அப்படித்தான் எப்போதும் இருக்கும். இப்படி நினைத்துக் கொண்டே நான் நடந்து சென்றேன்.

நான் விளையாட்டு மைதானத்தை கடந்து செல்லும் போது சற்றே நின்று "ஸீஸா"ப் பலகையில் இருந்த இரண்டு

குழந்தைகளைப் பார்த்தேன். ஒரு குழந்தை மிகவும் குண்டாக இருந்தது, இன்னொரு குழந்தை மிகவும் மெலிவாக இருந்தது. நான் மெலிவாக இருந்த குழந்தையின் பக்கம் எனது கையை வைத்து அழுத்தினேன். ஆனால் அவர்கள் நான் அருகில் இருப்பதை விரும்பவில்லை. எனவே அவர்களைத் தனியே விட்டு விட்டு நடக்க ஆரம்பித்தேன்.

அப்போது மிகவும் வேடிக்கையான சம்பவம் ஒன்று நடந்தது. நான் மியூஸியத்தை அடைந்ததும் உள்ளே செல்லவில்லை. மில்லியன் டாலர்கள் கொடுத்தாலும் நான் உள்ளே சென்றிருக்க மாட்டேன். ஏனெனில் அது என்னை ஈர்க்கவில்லை. நான் பார்க் முழுவதும் நடந்து விட்டேன். ஃபீபி இருந்திருந்தால் ஒரு வேளை போயிருப்பேன். ஆனால் அவள் இல்லை என்பதால் போகவில்லை. எனவே மியூஸியத்திற்கு முன்னால் ஒரு டாக்ஸியைப் பிடித்து பால்டிமோரை நோக்கிச் சென்றேன். எனக்குப் போக விருப்பமில்லை. ஆனால் சாலியிடம் வருகிறேன் என்று சொல்லிவிட்டதால் செல்ல வேண்டியிருந்தது.

17

நான் அங்கு முன்னதாகவே சென்று விட்டேன். அதனால் அங்கே லாபியில் கடிகாரத்திற்குப் பக்கத்தில் போடப்பட்டிருந்த லெதர் கௌச்சில் (couch) உட்கார்ந்து பெண்களைப் பார்த்துக் கொண்டிருந்தேன். பல பள்ளிக்கூடங்கள் விடுமுறைக்காக மூடப்பட்டிருந்ததால் நூற்றுக்கணக்கான பெண்கள் தங்கள் தோழர்களின் வருகைக்காக உட்கார்ந்து கொண்டும், நின்று கொண்டும் காத்திருந்தனர். கால்களை குறுக்காகப் போட்டு உட்கார்ந்திருந்த பெண்கள், கால்களை குறுக்காகப் போடாமல் உட்கார்ந்திருந்த பெண்கள், அற்புதமான கால்களையும், அவலட்சணமான கால்களையும் கொண்ட பெண்கள், மிகவும் அழகான பெண்கள், பார்ப்பதற்கு ஒழுக்கம் இல்லாதது போல தோற்றமளித்த பெண்கள் என பலரும் அங்கிருந்தனர். இந்த மாதிரி பார்த்துக் கொண்டிருந்தது, ("sight seeing") நான் என்ன சொல்கிறேன் என்று உங்களுக்குத் தெரிந்திருக்கும், மிகவும் பரவசமாக இருந்தது. ஒரு விதத்தில் பார்த்தால் சலிப்பாகவும் இருந்தது. ஏனென்றால் இவர்கள் எல்லோருக்கும் என்ன நடக்கக்கூடும் என்பதை நினைத்தால் வியப்படைவீர்கள். அதாவது அவர்கள் தங்கள் பள்ளிக்கூட அல்லது கல்லூரி படிப்பைப் படித்து முடித்து விட்டு வெளியே வரும்போது, பெரும்பாலான பெண்கள் யாராவது உணர்வு மழுங்கிய ஒருவனைத் திருமணம் செய்து கொள்வார்கள். பையன்கள் பெரும்பாலும் தன்னுடைய கார் ஒரு காலனுக்கு எவ்வளவு மைல் கொடுக்கிறது என்பது

பற்றிப் பேசிக் கொள்வார்கள். நீங்கள் கோல்ஃப் ஆட்டத்தில் அல்லது பிங்—பாங்கில் தோற்கடித்தால் வருத்தத்துடன் குழந்தைத்தனமாக நடந்து கொள்ளும் பையன்கள். அவர்கள் மிகவும் சாதாரணமானவர்கள். புத்தகம் எதுவும் படிக்காத பையன்கள். சலிப்புண்டாக்கும் பையன்கள் — ஆனால் யாரை சலிப்பூட்டக்கூடியவன் என்று சொல்வதில் மிகவும் கவனமாக இருப்பேன். இந்தச் சலிப்பூட்டும் பையன்களை உண்மையில் என்னால் புரிந்து கொள்ளவே முடிவதில்லை. நான் எல்க்டன் ஹில்ஸில் இருக்கும் போது இரண்டு மாதங்கள் என் அறை நண்பனாக இருந்தவன் ஹாரிஸ் மெக்லின். அவன் மிகவும் புத்திசாலியானவன். ஆனால் அவனைப் போல ஒரு சலிப்பு ஏற்படுத்துபவனை நான் அதுவரையில் பார்த்ததில்லை. அவன் குரலும் வித்தியாசமாக இருக்கும், பேச ஆரம்பித்தான் என்றால் ஒரு போதும் நிறுத்தமாட்டான். இதில் மோசமானது என்னவென்றால் உங்களுக்கு என்ன தேவையோ அதைப் பற்றி பேசாமல் வேறு எதையாவது பேசிக் கொண்டேயிருப்பான். ஆனால் அவனால் ஒன்று மட்டும் நன்றாகச் செய்ய முடியும். அது என்னவென்றால் அவனால் மற்ற அனைவரையும் விடவும் நன்றாக விசிலடிக்க முடியும். அவன் படுப்பதற்காக படுக்கையை விரிக்கும் போதும், அலமாரியில் எதையாவதுத் தொங்கப்போடும் போதும் — அவன் எப்போதும் அதில்தான் தொங்கவிடுவான் — அது என்னை கிரேஸியாக்கும் — அவன் எதுவும் பேசவில்லையென்றால் விசிலடித்துக் கொண்டே இந்தக் காரியங்களைச் செய்வான். அவன் பெரும்பாலும் ஜாஸ் இசையை விசிலடித்தாலும் அவனால் கிளாசிக்கல்களையும் விசிலடிக்க முடியும். அவன் "தி ரூஃப் புளூஸ்" போன்ற ஜாஸ் இசையை எடுத்துக் கொண்டு அதை ரம்மியமாக, எளிதாக விசிலடிப்பான் — அந்த நேரத்தில் அவன் எதையாவது தொங்கவிட்டுக் கொண்டிருப்பதால் அந்த விசில் இசையை ரசிக்க முடியாது. உண்மையிலேயே அவன் விசிலடிப்பதில் பயங்கரமானவன் என்று நினைத்தேன். ஆனால் இதை நான் அவனிடம் ஒருபோதும் சொன்னதில்லை. அதாவது நீங்கள் வெறுமனே யாராவது ஒருவர் பக்கத்தில் போய், "நீங்கள் விசிலடிப்பது நன்றாக இருக்கிறது" என்று சொல்வதில்லை. அவனுடன் நான் இருந்த இரண்டு மாதங்களில் என்னை பாதி கிரேஸி ஆக்கிவிட்டான். அவன் எனக்கு அதிக சலிப்பை ஏற்படுத்தியிருந்தாலும் அவன் நன்றாக விசிலடிக்கக்கூடியவன் என்பதால் பொறுத்துக் கொண்டேன். ஆகையால் எனக்கு "சலிப்பு" என்றால் என்ன

என்பது பற்றி தெரியாது. சில அழகான பெண்கள் இந்த மாதிரியான பையன்களைத் திருமணம் செய்து கொண்டால் நீங்கள் அதற்காக வருத்தப்படக்கூடாது. அவர்கள் யாரையும் காயப்படுத்துவது இல்லை, அவர்கள் எல்லோரும் யாருக்கும் தெரியாமல் ரகசியமாக விசிலடிக்கக்கூடியவர்களாக இருக்கலாம். யாருக்கு என்ன தெரியும்? எனக்குத் தெரியாது.

இறுதியாக, சாலி படிக்கட்டில் ஏறி வந்து கொண்டிருந்தாள், நான் அவளைச் சந்திப்பதற்காக கீழே இறங்கிக் கொண்டிருந்தேன். அவள் பார்ப்பதற்கு அற்புதமாக இருந்தாள். அவள் கருப்புக் கலரில் கோட்டும், கருப்புக் கலரில் தொப்பி போல ஒன்றும் அணிந்திருந்தாள். அவள் வழக்கமாக தொப்பி அணிவதில்லை. ஆனால் இப்போது தொப்பி போல அணிந்திருந்த ஒன்று மிகவும் நன்றாக இருந்தது. அவளைப் பார்த்த மாத்திரத்திலேய அவளைத் திருமணம் செய்து கொள்ள வேண்டும் போல தோன்றியது. இது வேடிக்கையாக இல்லை? நான் ஒரு கிரேஸி. அவளை எனக்கு அவ்வளவாகப் பிடிக்காது. ஆனால் திடீரென்று அவள் மீது காதலும், அவளைத் திருமணம் செய்து கொள்ள வேண்டும் என்ற எண்ணமும் ஏற்பட்டது. கடவுள் மேல் சத்தியமாக நான் கிரேஸிதான். நான் அதை ஒத்துக் கொள்கிறேன்.

“ஹோல்டன்!” என்று அவள் கூப்பிட்டாள். “உன்னை பார்ப்பதில் மிகவும் சந்தோஷமாக இருக்கிறது. நாம் இருவரும் சந்தித்து எவ்வளவு நாளாயிற்று!”. அவளுடைய குரல் மிகவும் சத்தமாகவும், சங்கடப்படுத்துவதாகவும் இருக்கும். ஆனால் அவள் பார்ப்பதற்கு அழகாக இருப்பதால் இதைப் பற்றியெல்லாம் கண்டு கொள்வதில்லை. ஆனால் நானோ “பின் பக்கத்தில்” வலி வந்தால் எப்படியிருக்குமோ அந்த மாதிரியான ஒரு வேதனையை உணர்ந்தேன்.

“உன்னைப் பார்ப்பதில் எனக்கும் சந்தோஷம் தான். எப்படியிருக்கிறாய்?” என்றேன்.

“பிரமாதமாக இருக்கிறேன். நான் தாமதமாக வந்துவிட்டேனோ?”

நான் இல்லையென்று அவளிடம் சொன்னாலும் அவள் 10 நிமிடங்கள் தாமதமாகத்தான் வந்தாள். இருந்தாலும் நான் கண்டு கொள்ளவில்லை. “சாட்டர்டே ஈவினிங் போஸ்ட்” டில் தோழிக்காக பையன்கள் காத்திருப்பது போல

போடப்பட்டிருக்கும் கேலிச் சித்திரங்கள் எல்லாம் ஒன்றுக்கும் உதவாதது. நம்மை சந்திக்க வரும் பெண் மிகவும் அழகாக இருந்தால் அவள் தாமதமாக வருவது பற்றியெல்லாம் யார் அக்கறை கொள்வார்கள்? ஒருவரும் அக்கறை கொள்ளப் போவதில்லை. "நாம் சீக்கிரம் செல்வது நல்லது" என்றேன் நான். "காட்சி 2.40க்கு ஆரம்பமாகிவிடும்". நாங்கள் படிக்கட்டுகளில் இறங்கி டாக்ஸி எங்கே இருக்கிறதோ அதை நோக்கிச் சென்றோம்.

"நாம் என்ன பார்க்கப் போகிறோம்?" என்று அவள் கேட்டாள்.

"எனக்குத் தெரியாது. லுண்ட்ஸுக்குதான் டிக்கெட் கிடைத்தது" என்றேன்.

"தி லுண்ட்ஸ்... ஓ அற்புதம்!" என்றாள் அவள்.

லுண்ட்ஸ் என்று சொன்னவுடனே அவளுக்குப் பைத்தியம் பிடித்த மாதிரி ஆகிவிடும் என்று நான் உங்களிடம் ஏற்கனவே சொல்லியிருந்தேன்.

தியேட்டரை நோக்கிச் செல்லும் வழியில் டாக்ஸியில் வெட்டித் தனமாகப் பேசிக் கொண்டே சென்றோம். முதலில் அவள் லிப்ஸ்டிக் போட்டிருப்பதனால் அதிகமாக பேச விரும்ப வில்லை. ஆனால் நான் மயக்கிய மயக்கில் அவளுக்கு வேறு வழியில்லை. ட்ராஃபிக்கில் இரண்டு முறை ப்ரேக் போட்டதால் நான் சீட்டிலிருந்து கீழே விழக்கூடிய நிலைக்கு வந்துவிட்டேன். இந்த டாக்ஸி ஓட்டும் டிரைவர்கள் தாங்கள் எங்கே போகிறோம் என்று ஒருபோதும் பார்ப்பதில்லை. சத்தியமாகச் சொல்கிறேன் அவர்கள் பார்ப்பதில்லை. நான் எந்த அளவிற்கு கிரேஸி ஆகிவிட்டேன் என்பதை சொல்ல வேண்டுமானால், எல்லாம் முடிந்து வெளியே வரும் போது அவளிடம் நான் அவளை விரும்புவதாகக் கூறினேன். அது பொய்தான். ஆனால் அந்த நேரத்தில் நான் உண்மையான அர்த்தத்தில் தான் கூறினேன். கடவுளின் மேல் சத்தியமாக நான் கிரேஸிதான்.

"ஓ டார்லிங் நானும் உன்னை விரும்புகிறேன்" என்ற அவள் அதே மூச்சில் "நீ முடி வளர்ப்பதாக என்னிடம் சத்தியம் செய்ய வேண்டும். "மிலிட்டரிக்காரர்கள்" கட் எல்லாம் உனக்கு நன்றாக இல்லை. உன்னுடைய முடி வனப்பாக,

அழகாக இருக்கிறது" என்றாள்.

"Lovely my ass" என்று எனக்குள்ளாகக் கூறிக் கொண்டேன்.

நான் பார்த்த மற்ற நாடகங்கள் போல இந்தப் நாடகம் அவ்வளவு மோசமாக இல்லாவிட்டாலும் இதில் அபத்தமான பகுதியும் இருக்கிறது. இது வயதான தம்பதியர்களின் வாழ்வில் என்ன நடக்கிறது என்பது பற்றிய நாடகம். அவர்கள் இளமையாக இருப்பதிலிருந்து நாடகம் ஆரம்பிக்கிறது. பெண்ணின் பெற்றோர் அந்தப் பையனைத் திருமணம் செய்து கொள்ள வேண்டாம் என்று சொன்னாலும் அவள் அவனைத்தான் திருமணம் செய்து கொள்கிறாள். அதற்குப் பிறகு அவர்களுக்கு வயசாகிக் கொண்டே வருகிறது. அவளுடைய கணவன் போருக்குச் சென்று விடுகிறான். அவளுடைய சகோதரனோ ஒரு குடிகாரன். எனக்கு இதில் அவ்வளவாக சுவராசியம் இல்லை. யாராவது ஒருவர் குடும்பத்தில் இறந்தாலோ அல்லது வேறு ஏதாவது நடந்தாலோ நான் அது பற்றி அக்கறை கொள்வதில்லை. அவர்கள் அனைவரும் நடிகர்கள் தானே. கணவனும், மனைவியும் மிகவும் வயதான இனிமையான தம்பதிகள். ஆனால் எனக்கு அவர்கள் மீது அவ்வளவு சுவாரசியம் செலுத்த முடியவில்லை. ஆனால் ஒன்று அவர்கள் நாடகம் முழுவதும் டீயோ அல்லது வேறெதுவுமோ குடித்துக் கொண்டே இருந்தார்கள். ஒவ்வொரு முறையும் அவர்களைப் பார்க்கும் போதும் பட்லர் அவர்களுக்கு முன்னால் டீ கொண்டு வந்து கொடுப்பார் அல்லது மனைவியானவள் யாராவது ஒருவருக்கு டீ ஊற்றிக் கொடுப்பாள். யாராவது ஒருவர் வந்து கொண்டும் போய்க் கொண்டும் இருந்தார்கள்— உட்காருபவர்களையும், எழுந்திருப்பவர்களையும் பார்த்துப் பார்த்து உங்களுக்கு தலை சுற்றலே வந்துவிடும். ஆல்ஃப்ரட் லுண்ட்டும், லின் ஃபாண்டேனும் தான் அந்த வயதான தம்பதிகள். அவர்கள் மிகவும் நல்ல நடிகர்கள். ஆனால் எனக்கென்னவோ அவர்களை அதிகமாகப் பிடிப்பதில்லை. இருந்தாலும் அவர்கள் வித்தியாசமானவர்கள் என்று தான் நான் சொல்வேன். அவர்கள் சாதாரண மக்கள் போலவோ அல்லது நடிகர்கள் போலவோ நடிக்க மாட்டார்கள். அவர்களைப் பற்றிச் சொல்வது மிகவும் கடினம். அவர்கள் தாங்கள் பிரபலமானவர்கள் என்று நினைத்துக் கொண்டே நடிப்பவர்கள். அதாவது நான் என்ன சொல்கிறேன் என்றால் அவர்கள் மிகவும் சிறப்பான நடிகர்கள். ஒருவர்

பேசி முடித்தவுடன் அவரைத் தொடர்ந்து அடுத்தவர் வேகமாகப் பேசுவார். அது எப்படியிருந்தது என்றால் ஒருவர் பேசிக்கொண்டே இருப்பது போலவும், ஒருவருக்கொருவர் இடைமறித்து பேசிக் கொண்டிருப்பது போலவும் இருந்தது. இது கொஞ்சம் அதிகமாகவே இருந்ததுதான் இதிலிருந்த சிரமம். எர்னி பியானோ வாசிப்பது போல இருந்தது அவர்கள் நடித்தது. நீங்கள் ஏதாவது ஒன்றை நன்றாகச் செய்யும் போது, சிறிது நேரத்திற்குப் பிறகு, நீங்கள் அதில் கவனம் செலுத்தவில்லையென்றால், உங்களின் குறை வெளிப்பட ஆரம்பித்துவிடும். அதற்குப் பிறகு நீங்கள் சிறப்பானவராக இருக்க முடியாது. ஆனால் இந்த நாட கத்தில் அவர்கள் — லுண்ட்ஸ் — மட்டுந்தான்.

முதல் பகுதி முடிந்தவுடன் மற்றவர்கள் போல நாங்களும் புகைபிடிப்பதற்காக வெளியே வந்தோம். தங்களைப் போலி யாகக் காட்டிக் கொள்ளும் இத்தனை பேர்களை நீங்கள் பார்த்திருக்கமாட்டீர்கள். எல்லோரும் புகைபிடித்துக் கொண்டு மற்றவர்களுக்கு கேட்கும் படியாக நாடகத்தைப் பற்றி சத்தம் போட்டுப் பேசிக் கொண்டிருந்தார்கள். தாங்கள் எவ்வளவு புத்திசாலிகள் என்று மற்றவர்களும் தெரிந்து கொள்ள வேண்டும் என்கிற பறைசாற்றுதலாக இது இருந்தது. ஏதோ ஒரு அபத்த திரைப்பட நடிகர் எங்களுக்குப் பக்கத்தில் நின்று சிகரெட் பிடித்துக் கொண்டிருந்தார். எனக்கு அவர் பெயர் தெரியாது, ஆனால் போர் சம்பந்தப்பட்டப் படங்களில் எல்லாம் இவரைப் பார்க்கலாம். அவர் ஒரு அழகான பெண்ணுடன் வந்திருந்தார். ஆனால் இருவரும் தங்களை எல்லோரும் பார்க்கிறார்கள் என்பதைத் தெரியாதவர்கள் போல அவ்வளவு அடக்கமாக இருந்தார்கள். லுண்ட்ஸைப் பாராட்டுவது தவிர்த்து சாலி அதிகமாகப் பேசவில்லை. திடீரென்று லாபியின் எதிர்ப் புறத்தில் அவளுக்குத் தெரிந்த சிலரைப் பார்த்தாள். அதில் ஒருவன் கிரே கலரில் சூட்டும், கட்டம் போட்ட சட்டையும் அணிந்திருந்தான். பார்வைக்கு அவன் “ஐவீ லீக்” கைச் சேர்ந்தவன் போலத் தெரிந்தது. அவன் சுவருக்குப் பக்கத்தில் நின்று கொண்டு மிகவும் தீவிரமாக சிகரெட் பிடித்துக் கொண்டும், சலிப்புடனும் நின்று கொண்டிருந்தான். சாலி, “அவனை நான் எங்கேயோ பார்த்திருக்கிறேன்” என்று சொல்லிக் கொண்டே இருந்தாள். நீங்கள் அவளை எங்கு அழைத்துச் சென்றாலும் யாரையாவது ஒருவரைத் தெரியுமென்று சொல்வாள் அல்லது தெரியுமென்று

நினைக்கிறேன் என்பாள். எனக்கு சலிப்பு ஏற்படும் வரை அவள் இதைச் சொல்லிக் கொண்டேயிருந்தாள். அதற்கு நான், "அவனை உனக்குத் தெரியுமென்றால் நீ அவனருகில் சென்று ஆத்மார்த்தமான ஒரு முத்தத்தைக் கொடுக்க வேண்டியதுதானே? அவனுக்கும் மகிழ்ச்சியாக இருக்கும்" என்றேன். "அவளுக்கு நான் சொன்னது வருத்தமளித்திருக்க வேண்டும். இருந்தாலும், கடைசியாக அவன் இவளைப் பார்த்துவிட்டு நாங்களிருக்கும் பக்கம் வந்து "ஹலோ" என்று சொன்னான். அவர்கள் ஹலோ சொல்லிக் கொண்ட விதத்தை நீங்கள் பார்த்திருந்தால் அவர்கள் இருவரும் ஏதோ இருபது ஆண்டுகளாக ஒருவருக்கொருவர் பார்த்துக் கொள்ளாத மாதிரியும், சிறு குழந்தைகளாக இருந்தபோது ஒரே "பாத்டப்"பிலோ அல்லது வேறெதிலோ சேர்ந்து குளித்திருப்பார்கள் என்றும் நினைத்திருப்பீர்கள். குழந்தையாக இருந்ததிலிருந்தே சினேகிதர்கள் போல தங்களை வெளிப்படுத்திக் கொண்டார்கள். எனக்கு குமட்டல்தான் வந்தது. இதில் வேடிக்கை என்னவாக இருக்குமெனில், அவர்கள் ஏதாவது ஒரு விருந்தில் ஒரு முறைதான் பார்த்திருப்பார்கள். இறுதியாக அவர்கள் பேசி முடித்த பின் அவனை எனக்கு அறிமுகப்படுத்தி வைத்தாள். அவனுடைய பெயர் ஜார்ஜோ, என்னவோ — எனக்கு நினைவில்லை — அவன் ஆண்டோவருக்குச் (Andover) சென்றவன். பெரிய விஷயம் தான் (!). சாலி அவனிடம் நாடகம் எப்படியிருக்கிறது என்று கேட்டபோது அவனை நீங்கள் பார்த்திருக்க வேண்டும். அவன் நின்ற இடத்திலிருந்து லேசாக பின்னே நகர்ந்த போது அங்கு நின்று கொண்டிருந்த பெண்ணின் கால்விரல்களின் மேல் இவன் மிதித்திருக்க வேண்டும். இதனால் அவளுடைய விரல்கள் உடைந்திருக்கக்கூடும். அவன், "இந்த நாடகம் ஒன்றும் பிரமாதம் இல்லை. ஆனால் கண்டிப்பாக லுண்ட்ஸ் தேவதூதர்கள் தான்" என்றான். "தேவதூதர்கள்"... அடக் கடவுளே!, "தேவதூதர்கள்" இது என்னை மிகவும் சங்கடத்தில் ஆழ்த்தியது. அதன் பின் சாலியும், அவனும் அவர்கள் இருவருக்கும் தெரிந்த பலரையும் பற்றிப் பேச ஆரம்பித்தார்கள். அவர்களுக்கிடையே நடந்த உரையாடல் போல போலியான உரையாடலை நீங்கள் உங்கள் வாழ்க்கையில் இதுவரை கேட்டிருக்க முடியாது. அவர்கள் இருவரும் எவ்வளவு விரைவாக ஒரு இடத்தைப் பற்றி நினைக்க முடியுமோ அவ்வளவு விரைவாக நினைத்து அந்த இடத்தில் தங்களுக்குத் தெரிந்த ஒருவரின் பெயரைக்

குறிப்பிட்டார்கள். மீண்டும் உட்காரப் போகையில் இதை நினைத்து எனக்கு குமட்டல்தான் வந்தது. இரண்டாவது பகுதி முடிந்தவுடன், அவர்கள் சலிப்பேற்றக்கூடிய தங்களது உரையாடலைத் தொடர்ந்தனர். அவர்கள் அதிகமான இடங்களையும் அங்கு தங்களுக்குத் தெரிந்தவர்களின் பெயரையும் தொடர்ந்து நினைத்துக் கொண்டிருந்தனர். இதில் மோசமான விஷயம் என்னவெனில் அவன் ஐவி லீக்கிற்கே உரிய ஒரு போலித்தனமான குரலில் பேசிக் கொண்டிருந்ததுதான். அது ஏதோ ஒரு பெண் பேசுவது போலவே இருந்தது. அவன் என் தோழியை தொடுவதற்கும் தயங்கவில்லை. நாடகம் முடிந்தவுடன் அவன் நாங்கள் போகும் டாக்ஸியில் வந்தாலும் வரக்கூடும் என நினைத்தேன். ஏனென்றால், அவன் எங்களுடன் இரண்டு ப்ளாக்குகள் வரை நடந்து வந்தான். ஆனால் காக்டெயிலுக்காக அவனுடைய நண்பர்கள் சிலரை சந்திக்க வேண்டும் என்று சொன்னான். அவர்கள் எல்லோரும் ஒரு பாரில் உட்கார்ந்து நிகழ்ச்சிகள், புத்தகங்கள், பெண்கள் பற்றி தங்களது போலியான குரலில் பேசிக் கொள்வார்கள் என்பதை என்னால் நினைத்துப் பார்க்க முடிகிறது. இவையெல்லாம் என்னை சங்கடப்படுத்தின.

ஆண்டோவரைச் சேர்ந்தவனின் பல மணி நேர பேச்சைக் கேட்டதற்குப் பிறகு டாக்ஸியில் ஏறி உட்கார்ந்தவுடன் சாலி மேல் வெறுப்பு ஏற்பட்டது. அவளை வீட்டிற்குக் கூட்டிச் செல்லலாம் என்று நினைத்திருந்தேன். உண்மையிலேயே — ஆனால் அவள், "என்னிடம் ஒரு அற்புதமான யோசனை இருக்கிறது. டின்னருக்கு நீ எத்தனை மணிக்கு வீட்டில் இருக்க வேண்டும்? அதாவது நீ மிகவும் அவசரத்தில் இருக்கிறாயா? ஒரு குறிப்பிட்ட நேரத்தில் நீ வீட்டில் இருக்க வேண்டுமா?" என்று கேட்டாள்.

"எனக்கா? அப்படியொன்றும் குறிப்பிட்ட நேரம் இல்லை." "உண்மையான வார்த்தைகள் என்றைக்கும் பேசப்பட்டதில்லை". "ஏன்?" என்று கேட்டேன்.

"ஐஸ் ஸ்கேட்டிங்கிற்கு ரேடியோ சிட்டிக்குப் போகலாமா?"

இந்த மாதிரியான யோசனைகள் தான் அவளிடம் இருந்தன.

"ரேடியோ சிட்டியில் ஐஸ் ஸ்கேட்டிங்கா? இப்பொழுதே போக வேண்டுமா?"

"வெறும் ஒரு மணிநேரம் தான். உனக்கு விருப்பமில்லையா? உனக்கு விருப்பமில்லையென்றால்..."

எனக்கு விருப்பமில்லையென்று சொல்லாமல் உனக்கு விருப்பமாயிருந்தால், கண்டிப்பாகப் போகலாம் என்றேன்.

"உண்மையிலேயேதான் சொல்கிறாயா? உனக்கு உண்மை யிலேயே விருப்பம் இல்லையென்றால் சும்மா சொல். எதுவாயிருந்தாலும் எனக்குப் பரவாயில்லை..."

அதற்கு மேல் வேறெதுவும் சொல்லவில்லை.

"அந்தச் சிறிய ஸ்கேட்டிங் ஸ்கர்ட்களை வாடகைக்கு வாங்கிக் கொள்ளலாம்." என்றாள் சாலி. சென்ற வாரம் ஜேனட் கல்ட்ஸ் (Jannette Cultz) அப்படித்தான் செய்தாளாம், என்றாள்.

அதனால் தானும் போக வேண்டுமென்ற துடிப்புடன் அவள் இருந்தாள். உடம்பின் பின்பகுதிக்கு சற்றுக் கீழே இருக்கும் அந்த குட்டைப் பாவாடையை இவள் அணிந்து அழகு பார்க்க நினைத்திருக்கலாம்.

ஆகையால் நாங்கள் போனோம். அவர்கள் எங்களுக்கு ஸ்கேட் கொடுத்தவுடன், சாலிக்கு நீல நிறத்தில் குட்டைப் பாவாடை ஒன்றைக் கொடுத்தனர். அவள் அதில் மிகவும் நன்றாக இருந்தாள். இதை நான் ஒத்துக் கொண்டுதான் ஆக வேண்டும். அவளுக்கு இது தெரியாது என்று நினைக்க வேண்டாம். அவள் எனக்கு முன்னால் நடந்து சென்று கொண்டிருந்ததால் அவளது பின்னழகைப் பார்க்க முடிந்தது. மிகவும் அழகாக இருந்தது என்கிற உண்மையை ஒத்துக் கொண்டுதான் ஆக வேண்டும்.

இதில் வேடிக்கை என்னவென்றால் அந்த ஸ்கேட்டிங் ரிங்கிலேயே நாங்கள்தான் மோசமான சறுக்கு விளையாட்டு வீரர்கள் (ஸ்கேட்டர்ஸ்). எங்களைப் போல வேறு சிலர் இருந்தாலும் நாங்கள் தான் சுத்த மோசம். ஏறக்குறைய ஐஸ்கட்டியை தொடுகிற மாதிரி சாலியின் கணுக்கால் வளைந்து கொண்டே இருந்தது. பார்ப்பதற்கு முட்டாள்த்தனமாக இருந்தது மட்டுமல்லாமல் அநேகமாக மிகவும் வலிக்கவும் கூடும். எனக்கு வலித்தது. நாங்கள் பார்ப்பதற்கு வேண்டுமென்றால் நன்றாக இருந்திருப்போம். மோசமானது என்னவென்றால்

எங்களை மாதிரி விழுந்து விழுந்து எழுபவர்களை ரிங்கைச் சுற்றி நின்ற இருநூறுக்கும் மேற்பட்டவர்கள் பார்த்துக் கொண்டிருந்தார்கள். அதைவிட வேறு வேலை எதுவும் அவர்களுக்குக் கிடையாது.

"உள்ளே உனக்கு ஒரு டேபிளும், குடிப்பதற்கு எதுவும் வேண்டுமா?" என்று அவளிடம் கடைசியாகக் கேட்டேன்.

"இதுதான் இன்றைக்கு உன்னுடைய அற்புதமான யோசனை'' என்றாள் அவள். அவள் தன்னைத் தானே வருத்திக் கொண் டாள். மிகவும் கொடூரமாக இருந்தது. அவளுக்காக நான் பரிதாபப்பட்டேன்.

நாங்கள் எங்கள் ஸ்கேட்டை கழற்றி விட்டு உள்ளே ட்ரிங்ஸ் கிடைக்கக்கூடிய பகுதிக்குள் நுழைந்தோம். அங்கு வெறும் சாக்ஸ் மட்டும் அணிந்திருந்த சறுக்கு விளையாட்டு வீரர்களைப் பார்த்தோம். நாங்கள் உள்ளே சென்று உட்கார்ந்த வுடன் கையுறைகளைக் கழற்ற ஆரம்பித்த சாலியிடம் நான் சிகரெட்டை நீட்டினேன். அவளைப் பார்த்தால் மகிழ்ச்சியாக இருப்பது போல இல்லை. வெயிட்டர் வந்தவுடன் அவளுக்கு கோக்கும் — அவள் மதுபானம் அருந்த மாட்டாள் — எனக்கு ஸ்காட்ச்சும், சோடாவும் ஆர்டர் செய்தேன். ஆனால் அவன் அதைக் கொண்டுவரவில்லை. எனவே நானும் கோக் குடிக்கும்படி ஆயிற்று. அதற்குப் பிறகு நான் சிகரெட்டைப் பற்ற வைத்தேன். எனக்கு மூட் இருந்தால் முடிவில்லாமல் தீக்குச்சியைப் பற்ற வைத்துக் கொண்டிருப்பேன். என்னால் ஓரளவிற்கு மேல் பிடித்துக் கொள்ள முடியாது என்கிற நிலையில் அதை அப்படியே எரிய விட்டு ஆஷ்ட்ரேயில் போட்டுவிடுவேன். இது ஒரு நரம்புத்தளர்ச்சிப் பழக்கம் ஆகும்.

நான் எதிர்ப்பார்க்காத வேளையில் திடீரென்று சாலி, "இங்கே பார், நீ இந்த முறை கிறிஸ்துமஸ் மரத்தை ட்ரிம் பண்ண வருகிறாயா, இல்லையா? என்று எனக்குத் தெரிய வேண்டும்" என்றாள்.

"நான் வருவேன் என்று உனக்கு எழுதியிருந்தேன். இது குறித்து என்னிடம் இருபது முறை கேட்டுவிட்டாய். கண்டிப் பாக நான் வருவேன்".

"எனக்கு உறுதியாகத் தெரிய வேண்டும் என்பதற்காகக் கேட்டேன்" என்றாள். அவள் அந்த அறையை நோட்டம்

விட ஆரம்பித்தாள்.

திடீரென்று நான் தீக்குச்சி பற்ற வைப்பதை நிறுத்திவிட்டு டேபிளின் குறுக்காக அவளை நோக்கிச் சரிந்தேன். எனது மனதில் பல விஷயங்கள் இருந்தன. “ஹாய், சாலி” என்றேன்.

அவள் அந்த அறையில் இன்னொரு பக்கம் இருந்த ஒரு பெண்ணைப் பார்த்துக் கொண்டே “என்ன?” என்று என்னிடம் கேட்டாள்.

“உனக்கு எப்போதாவது அலுத்துப் போயிருக்கிறதா?” “நீ எதுவும் செய்யவில்லையென்றால் ஒரு விஷயம் கெட்டுக் குட்டிச்சுவராகி விடும் என்று எப்போதாவது பயந்தது உண்டா? “உனக்குப் பள்ளிக்கூடம் பிடிக்குமா?”

“அது பயங்கரமான “போர்”.

“நீ வெறுக்கிறாயா? இது சலிப்பூட்டும் என்று எனக்குத் தெரியும். ஆனால் நீ அதை வெறுப்பாயா, என்றுதான் நான் கேட்கிறேன்.”

“நான் அப்படியொன்றும் வெறுப்பதில்லை. ஆனால் நீ...”

“நான் வெறுக்கிறேன், வெறுப்பதுண்டு” என்றேன் நான். “ஆனால் அது மட்டுமல்லாமல், நியூயார்க்கில் வசிப்பது, டாக்ஸிகள், மாடிசன் அவென்யூ பேருந்துகள், அதில் எப்போதும் பின்னால் உள்ள வழி மூலம் இறங்கச் சொல்லிக் கத்தும் டிரைவர்கள், லுண்ட்ஸ் தேவதூதர்கள், வெளியே போகவேண்டுமென்பதற்காக மேலும் கீழும் லிஃப்ட்டில் செல்வது, போன்ற எல்லாவற்றையும் வெறுக்கிறேன்.”

“தயவு செய்து கத்தாதே,” — இது சாலி. நான் சத்தமாகக் கூடப் பேசாதபோது அவள் கத்தாதே என்று சொல்லியது எனக்கு வேடிக்கையாக இருந்தது.

“கார்களை எடுத்துக் கொள். பெரும்பாலான மக்கள் காரின் மீது பைத்தியமாக இருக்கிறார்கள். காரின் மேல் சின்னக் கீறல் விழுந்தால் கூட அவர்கள் கவலைப்படுவார்கள், அவர்கள் எப்போது பார்த்தாலும் ஒரு லிட்டருக்கு எத்தனை மைல் தரும் என்றுதான் பேசிக் கொண்டிருப்பார்கள். புதுக் கார் வாங்கியிருந்தால் அதை விட புதுக் கார் வாங்குவது பற்றி நினைக்க ஆரம்பித்துவிடுவார்கள். இவைகளில் எல்லாம்

எனக்கு விருப்பம் இல்லை. என்னிடம் குதிரை இருந்தால் கூட சந்தோஷம் தான். குதிரையில் குறைந்தபட்சம்...”

“நீ என்ன பேசிக் கொண்டிருக்கிறாய் என்று எனக்குத் தெரியவில்லை” என்றாள் சாலி. “நீ ஒரு விஷயத்திலிருந்து . . .”

“உனக்கு ஒரு விஷயம் தெரியுமா?” என்று அவளிடம் நான் கேட்டேன். “நான் நியூயார்க்கிலோ அல்லது வேறு எங்காவதோ இருப்பதற்குக் காரணம் அநேகமாக நீதான். நீ மட்டும் இல்லை யென்றால் அநேகமாக நான் நரகம் போன்ற ஒரு இடத்திலோ அல்லது காட்டிலோ அல்லது வேறெங்காவதோ இருந்திருப்பேன். நான் இங்கு இருப்பதற்குக் காரணம் நீதான்”.

“நீ மிகவும் இனிமையானவன்”, என்றாள் அவள். ஆனால் இந்த விஷயத்திலிருந்து வேறு விஷயம் பற்றி பேச விரும்புகிறாள் என்று அவளைப் பார்த்தாலே சொல்லிவிட முடியும்.

“நீ பையன்கள் படிக்கும் பள்ளிக்கூடத்திற்குப் போக வேண்டும். எப்போதாவது முயற்சி செய்து பார்” என்றேன். “அங்கு பூராவும் போலியானவர்கள் தான். நீ என்ன செய்ய வேண்டுமென்றால் நன்றாக படிக்க வேண்டும். அப்போதுதான் என்றைக்காவது ஒரு நாள் கேடிலாக் கார் வாங்க முடியும். கால்பந்தாட்ட அணியெல்லாம் தோற்றுவிட்டால் அதைப் பற்றி அக்கறை கொள்ளாத மாதிரி இருக்க வேண்டும். நீ செய்ய வேண்டியதெல்லாம் பெண்களைப் பற்றியும், மது பற்றியும், பாலியல் பற்றியும் பேச வேண்டும். எல்லோரும் இதற்காக சிறு குழுக்களாக சேர்ந்து விடுவார்கள். கூடைப்பந்தாட்டத்தில் விருப்பமுள்ளவர்கள் ஒரு குழுவாகவும், கத்தோலிக்கர்கள் ஒரு குழுவாகவும், புத்திசாலிகள் ஒரு குழுவாகவும், பிர்ட்ஜ் விளையாடுபவர்கள் ஒரு குழுவாகவும் இருப்பார்கள். “புக் ஆஃப் த மன்த்” க்ளப்பைச் சேர்ந்தவர்கள் கூட ஒரு குழுவாக இணைந்திருப்பார்கள். உனக்குக் கொஞ்சம் புத்திசாலித்தனம் இருக்குமென்றால்”.

“இப்போது கவனி” என்ற சாலி “பெரும்பாலான மாணவர்கள் இதிலிருந்து பெறுவதை விட பள்ளிக்கூடத்திலிருந்து தான் அதிகம் பெறுவார்கள்” என்றாள்.

“நான் ஒத்துக் கொள்கிறேன். ஆனால் சிலர்தான்!” ஆனால்

அவ்வளவுதான் எனக்குக் கிடைக்கக்கூடியது. அதுதான் எனது கருத்தும் கூட. எனக்கு மிகவும் அரிதாகத்தான் எதுவும் கிடைக்கும். நான் மிகவும் மோசமான நிலையில் இருக்கிறேன்.

"நிச்சயமாக அப்படித்தான் நீ இருக்கிறாய்"

அதற்குப் பிறகு எனக்குத் திடீரென்று இந்த யோசனை தோன்றியது.

"இங்கே பார். இங்கிருந்து எப்படி செல்வது? இதோ என் யோசனை. க்ரீன்விச் வில்லேஜ்ஜில் உள்ள ஒருவனை எனக்குத் தெரியும். அவனிடம் சென்று அவனுடைய காரை இரண்டு வாரங்களுக்குக் கடன் வாங்கிக் கொள்ளலாம். நான் போன பள்ளிக்கூடத்திற்குத்தான் அவனும் வந்தான். இன்னும் கூட அவன் என்னிடம் வாங்கிய 10 டாலரைத் தரவில்லை. நாம் என்ன செய்யலாமென்றால், நாளைக் காலை மசாசூசெட்ஸ் (Massachusetts), வெர்மாண்ட் (Vermont) வரை காரில் போய் அதன் அழகை ரசிக்கலாம். உண்மையிலேயே பார்ப்பதற்கு அழகாக இருக்கும்." அதை நினைக்கும் போதே உணர்ச்சி மேலிட்டது. இப்படி நினைத்துக் கொண்டிருக்கும் போதே சாலியினுடைய கையை எடுத்து என் கையோடு வைத்துக் கொண்டேன். நான் ஒரு முட்டாள். "விளையாட்டிற்காகச் சொல்லவில்லை". "பேங்கில் 180 டாலர்கள் இருக்கின்றன. நாளை காலை பேங்க் திறக்கும் போது அதை அங்கிருந்து எடுத்துக் கொள்ளலாம். அதற்குப் பிறகு நண்பனின் வீட்டிற்குச் சென்று அவனுடைய காரை வாங்கிக் கொள்ளலாம். இதை நான் விளையாட்டாகச் சொல்லவில்லை. நாம் பணமெல்லாம் தீரும் வரை கேபின் முகாமில் தங்கலாம். பணமெல்லாம் தீர்ந்த பின் எனக்கு ஏதாவது வேலை கிடைக்கும். நாம் எங்காவது ஒரு இடத்தில் வாழ்ந்து கொள்ள முடியும். அதற்குப் பிறகு நாம் இருவரும் திருமணம் செய்து கொள்ளலாம். குளிர் காலத்தில் என்னால் எல்லா மரத்தையும் (wood) வெட்டமுடியும். கடவுளின் மேல் சத்தியம். நாம் மிகவும் சந்தோஷமாக இருக்கலாம்! நீ என்ன சொல்கிறாய்? கமான், என்ன சொல்கிறாய் நீ? என்னோடு இதை நீ செய்து கொள்வாயா? தயவு செய்து?"

"நீ வெறுமனே இப்படி ஏதாவது செய்து கொண்டிருக்க முடியாது" என்று சாலி சொல்லும் போது அவளுக்கு இந்த யோசனை பிடிக்கவில்லை என்று தோன்றியது.

"ஏன் முடியாது?"

“தயவு செய்து என்னைப் பார்த்துக் கத்துவதை நிறுத்து” என்றாள் அவள். அது சுத்தப் பொய். ஏனென்றால் நான் அவளைப் பார்த்துக் கத்தவில்லை.

“ஏன் முடியாது?”

“ஏனென்றால் உன்னால் முடியாது, அவ்வளவுதான். முதலாவதாக, நாம் இருவரும் குழந்தைகள். உன்னிடம் உள்ள பணமெல்லாம் தீர்ந்தபிறகு வேலை கிடைக்கவில்லையென்றால் உன்னால் என்ன செய்ய முடியும் என்று நினைத்துப் பார்த்தாயா? நாம் பசியால் இறந்து விடுவோம். எல்லாமே அற்புதம், இது கூட...”

“இது ஒன்றும் அற்புதம் இல்லை. எனக்கு வேலை கிடைக்கும். அதைப் பற்றிக் கவலைப்பட வேண்டாம். நீ அதைப் பற்றிக் கவலைப்பட வேண்டாம். விஷயம் என்ன? உனக்கு என்னோடு வர சம்மதமில்லையா? அப்படியென்றால் சொல்லிவிடு” என்றேன்.

“இது அப்படியில்லை. இது அப்படிப்பட்டது இல்லை” என்றாள் சாலி. நான் ஒரு வழியில் அவளை வெறுக்க ஆரம்பித் தேன். “நமக்கு எல்லாம் செய்வதற்கு அதிக காலம் இருக்கிறது. அதாவது நீ கல்லூரிக்கு சென்ற பிறகு, நமக்குத் திருமணம் ஆன பிறகு நாம் செல்வதற்கு நிறைய இடங்கள் இருக்கின்றன. நீ...”

“இல்லை. அப்படியெல்லாம் ஒன்றுமில்லை. போவதற்கு அதிக இடங்கள் எல்லாம் இல்லை. அது மிகவும் வித்தியாசமானதாக இருக்கும்” என்றேன். எனக்கு மீண்டும் சலிப்பு ஏற்பட்டது.

“என்ன?” — இது சாலி. “நீ என்ன சொல்கிறாய் என்று கேட்கவில்லை. ஒரு சமயம் என்னைப் பார்த்துக் கத்துகிறாய். இன்னொரு சமயம்...”

“இல்லை” என்று நான் சொன்னேன். “நான் கல்லூரிக்குச் சென்ற பிறகெல்லாம் போவதற்கு அற்புதமான இடங்கள் எல்லாம் இருக்காது. உனது காதுகளைத் திறந்து வை. அது முற்றிலும் வித்தியாசமாக இருக்கும். நாம் லிஃப்டில் சூட்கேஸ்களை யெல்லாம் எடுத்துக் கொண்டு செல்ல வேண்டும். எல்லோருக்கும் போன் செய்து குட்—பை

சொல்லிவிட்டு, ஹோட்டலிலிருந்து தபால் அட்டைகள் அனுப்ப வேண்டும். நான் ஏதாவது ஒரு அலுவலகத்தில் வேலை பார்த்து கை நிறைய சம்பாதிப்பேன். வேலைக்கு டாக்ஸியிலேயோ அல்லது மேடிசன் அவென்யூ பஸ்களிலோ செல்வேன், பேப்பர் படிப்பேன், எப்போதும் பிரிட்ஜ் விளையாடுவேன், அதிகமாக படங்கள் பார்க்கச் செல்வேன். அதிகமான குறும்படங்களும், நியூஸ் ரீல்களும் பார்க்க நேரிடும். அதில் எப்போதும் குதிரைப் பந்தயம், ஒரு பெண் பாட்டிலை உடைப்பது, ஒரு சிம்பன்சி பேண்ட் போட்டுக் கொண்டு சைக்கிள் ஓட்டுவது போல பல இருக்கும். அது ஒரே மாதிரி இருக்காது. நான் என்ன சொல்கிறேன் என்பதை நீ பார்க்க முடியாது".

"என்னால் முடியாமல் இருக்கலாம், உன்னால் முடியாமல் இருக்கலாம்'' என்றாள் சாலி. அந்த நேரத்தில் ஒருவர் மற்றொருவரிடம் இருந்த தைரியத்தை வெறுத்தோம். புத்திசாலித்தனமான உரையாடலை மேற்கொள்வதற்கான எந்த அறிகுறியும் இல்லை என்பதை நீங்கள் பார்த்தாலே தெரிந்து கொள்ள முடியும். இதை ஆரம்பித்ததற்காக நான் வருத்தப்பட்டுக் கொண்டேன்.

"நாம் இங்கிருந்து வெளியே போகலாம், வா" என்றேன். "உண்மையைச் சொல்ல வேண்டுமென்றால் எனக்குள் நீ பெரிய வலியை ஏற்படுத்திவிட்டாய் (royal pain in the ass)!

நான் இதைச் சொல்லும் போது அவள் பொங்கி எழுந்தாள். நான் இதைச் சொல்லியிருக்க வேண்டாம் என்று எனக்குத் தெரியும். சாதாரணாமாக இருந்திருந்தால் சொல்லியிருக்க மாட்டேன் ஆனால் அவள் எனக்கு எந்த அளவிற்கு சலிப்பேற்ற முடியுமோ அந்த அளவிற்கு ஏற்றியதால் இதைச் சொல்ல வேண்டியதாயிற்று. வழக்கமாக இந்த மாதிரியான வார்த்தைகளை நான் ஒருபோதும் பெண்களிடம் பேசும் போது சொன்னதில்லை. அவள் கூரையைத் தொடும் அளவிற்கு பொங்கி எழுந்தாள். நான் பைத்தியக்காரன் போல மன்னிப்புக் கேட்டேன். ஆனால் அவள் என் மன்னிப்பை ஏற்றுக் கொள்ளவில்லை. அவள் அழக்கூட செய்தாள். அது என்னை கொஞ்சம் பயமுறுத்தியது. ஒரு வேளை அவள் வீட்டிற்குச் சென்று அவளுடைய அப்பாவிடம் நான் pain in the ass என்று சொன்னதை சொல்லி விடுவாளோ என்று லேசாக பயம் ஏற்பட்டது. அவளுடைய அப்பா ஒரு ஊமைக்

குசும்பர். சும்மாவே அவருக்கு என்னை அவ்வளவாகப் பிடிக்காது. நான் அதிகமாக சத்தம் போடுகிறேன் என்று ஒரு முறை அவர் சாலியிடம் கூறினார்.

"விளையாட்டுக்காக இல்லை, உண்மையாகவே என்னை மன்னித்துக் கொள்" என்று தொடர்ந்து சொல்லிக் கொண்டே இருந்தேன்.

"மன்னித்துக் கொள், மன்னித்துக் கொள்... மிகவும் வேடிக்கை யாக இருக்கிறது" என்றாள் அவள். அவள் இன்னும் அழுது கொண்டுதான் இருந்தாள். திடீரென்று எனக்கு மன்னித்துக் கொள் என்று சொல்ல வேண்டும் போல் இருந்தது, நான் சொல்லிவிட்டேன்".

"வா, நான் உன்னை வீட்டிற்குக் கூட்டிச் செல்கிறேன். இது விளையாட்டு இல்லை"

"நானாகவே வீட்டிற்குச் செல்கிறேன். நன்றி. என்னை வீட்டிற்கு அழைத்துச் செல்ல உன்னை அனுமதிப்பேன் என்று நினைத்தால் நீ ஒரு பைத்தியக்காரன். எனது வாழ்க்கையில் இது வரை யாரும் என்னிடம் நீ சொன்ன மாதிரி சொன்னதில்லை".

ஒரு வழியில் நீங்கள் நினைத்துப் பார்த்தால் இந்த முழு நிகழ்வுமே வேடிக்கையாக இருந்தது. நான் எதைச் செய்திருக்கக் கூடாதோ அதைத் திடீரென்று செய்ய நேரிட்டது. நான் மிகவும் சத்தமாகச் சிரித்தேன். தியேட்டரில் நானே எனக்குப் பின்னால் உட்கார்ந்து படம் பார்த்தால் என்னை நோக்கி வந்து வாயை மூடு என்று சொல்லியிருப்பேன். இது சாலியை எப்போதும் இல்லாத அளவிற்கு பைத்தியக்காரி ஆக்கியது.

நான் சிறிது நேரம் அங்கேயே இருந்தேன். என்னை மன்னித்துக் கொள் என்று சொல்லி அவளை சமாதானம் செய்ய முயற்சித்தேன். ஆனால் அவள் சமாதானம் ஆகவில்லை. அவளை தனியே விட்டுவிட்டு என்னைப் போகுமாறு தொடர்ந்து சொல்லிக் கொண்டே இருந்தாள். இறுதியாக அதை நான் செய்தேன். நான் உள்ளே சென்று எனது ஷூக்களையும், மற்ற பொருட்களையும் எடுத்துக் கொண்டு வந்து அவளை விட்டு விட்டு சென்றேன். நான் அப்படி செய்திருக்கக்கூடாது. ஆனால் நான் இருந்த நிலைமைக்கு அப்படி செய்யாமலும் இருக்க முடியாது. அந்த

அளவிற்கு வெறுத்துப் போயிருந்தேன்.

உண்மையிலேயே நான் ஏன் அவளிடம் இதை ஆரம்பித்தேன் என்று எனக்குக் கூடத் தெரியவில்லை. அதாவது மசாசூஸெட்ஸில் இருந்து வெர்மாண்ட்டுக்கு போவது போன்ற விஷயங்கள். அவள் போக வேண்டுமென்று நினைத்தால் கூட நான் அவளைக் கூட்டிக் கொண்டு சென்றிருக்கக்கூடாது. அவளைக்கூட்டிச் செல்லவும் வேறு யாருமில்லை. இதில் மிகவும் மோசமானது என்னவெனில் அவள் கேட்கும் போது அதை நான் உண்மையாகவே சொன்னதுதான். கடவுள் சத்தியமாக நான் ஒரு பைத்தியக்காரன் தான்.

18

நான் ஸ்கேட்டிங் ரிங்கை விட்டு வெளியேறும்போது பசியெடுப்பது போல இருந்தது. எனவே அருகிலிருந்த மருந்துக் கடைக்குச் சென்று சுவிஸ் சீஸ் சாண்ட்விச் சாப்பிட்டு, மால்டட் குடித்த பிறகு ஃபோன் பூத்திற்குச் சென்றேன். ஜேன் வீட்டில் இருக்கிறாளா, இல்லையா என்பதைத் தெரிந்து கொள்ள அவளுக்கு ஃபோன் செய்யலாம் என்று நினைத்தேன். எனக்கு அந்த மாலை நேரத்தில் வேலை எதுவும் இருக்கவில்லை. எனவே அவள் வீட்டில் இருந்தால் அவளைக் கூட்டிக் கொண்டு டான்ஸ் ஆடுவதற்கோ அல்லது வேறெங்காவதோ போகலாம் என்று நினைத்தேன். அவள் எனக்கு அறிமுகமான நாளிலிருந்து ஒருபோதும் அவளுடன் நான் டான்ஸ் எதுவும் ஆடியதில்லை. இருந்தாலும் அவள் ஒரு முறை டான்ஸ் ஆடும் போது பார்த்திருக்கிறேன். அப்போது அவள் நல்ல டான்ஸர் போல தோன்றிற்று. அது க்ளப்பில் ஜூலை நான்காம் தேதி நடைபெற்ற டான்ஸ் ஆகும். அப்போது எனக்கு அவளை அந்த அளவிற்குப் பழக்கமில்லை, அவளுடன் வெளியே செல்வதெற்கெல்லாம் நான் தகுதியானவன் இல்லை என்று எண்ணினேன். அவள் அல் பைக் (Al Pike) என்கிற ஒருவனுடன் டேட்டிங் செய்து கொண்டிருந்தாள். அவன் சோட் (Choate – வாலிங்ஃபோர்டில் உள்ள ஒரு பள்ளிக்கூடம்) டுக்குப் போய்க் கொண்டிருந்தான். அவனையும் எனக்கு நன்றாகத் தெரியாது. ஆனால் அவன் எப்போது பார்த்தாலும் நீச்சல் குளத்தையே சுற்றி வந்து

கொண்டிருந்தான். அவன் லாஸ்டெக்ஸ் வகை ஸ்விம்மிங் ட்ரங் அணிந்திருந்தான். எப்போதும் அவன் உயரத்தில் இருந்தே டைவ் செய்து கொண்டிருந்தான். அவன் இதையேதான் தொடர்ந்து செய்து கொண்டிருந்தான். அவனால் செய்ய முடிந்தது இந்த ஒரு டைவ் தான். ஆனால் அவன் தன்னை ஒரு "பிஸ்தா" மாதிரி நினைத்துக் கொண்டான். எல்லாம் தசைகள்தான். மூளை எதுவும் இல்லை. எப்படியிருந்தாலும், ஜேன் அன்றிரவு அவனுடன் தான் டேட்டிங் செய்தாள். எனக்கு அதைப் புரிந்துகொள்ள முடியவில்லை. சத்தியமாக என்னால் புரிந்து கொள்ள முடியவில்லை. நாங்கள் இருவரும் நெருங்கிப் பழகி சுற்ற ஆரம்பித்த போது அவளிடம் எப்படி "பந்தா"ப் பேர்வழியான அல் பைக்குடன் அவள் டேட்டிங் சென்றாள் என்று கேட்டேன். அதற்கு அவள் அவன் ஒன்றும் "பந்தா" பண்ணக்கூடியவன் இல்லை என்றும், ஆனால் தாழ்வு மனப்பான்மை உண்டு என்றும் அவள் கூறினாள். அதற்காக அவள் அவன் மீது பரிதாபப்படுவது போல நடந்து கொண்டாள். அவள் வெறுமனே அப்படி நினைக்கவில்லை, உண்மையாகவே அவன் மேல் பரிதாபப்பட்டாள். பெண்களிடம் வேடிக்கையான விஷயம் இதுதான். ஒருவன் ஒழுக்கம் கெட்டவன் அல்லது மிகவும் சாதாரணமானவன் அல்லது அகங்காரம் பிடித்தவன் என்று பெண்களிடம் கூறும் ஒவ்வொரு தடவையும் அவர்கள், இல்லை அவனுக்குத் தாழ்வு மனப்பான்மை இருக்கிறது என்று சொல்வார்கள். அவனுக்கு தாழ்வு மனப்பான்மை இருக்கலாம் அதற்காக அவன் ஒழுக்கமுள்ளவனாக இருப்பான் என்று எப்போதும் சொல்ல முடியாது என்பதுதான் என் கருத்து. பெண்கள் என்ன நினைக்கப் போகிறார்கள் என்று ஒரு போதும் நீங்கள் தெரிந்து கொள்ள முடியாது. ஒரு முறை ராபெர்டா வால்ஷ் (Roberta Walsh)-ன் அறைத்தோழி என் நண்பன் பாப் ராபின்ஸனுடன் வெளியே சென்றாள். அவன் உண்மையிலேயே தாழ்வு மனப்பான்மை உள்ளவன். அவன் தன்னுடைய பெற்றோர் ஆங்கிலம் திருத்தமில்லாமல் பேசுவதற்காக வெட்கப்படுவான். அவர்கள் பணக்காரர்களும் இல்லை. ஆனால் அதற்காக அவன் ஒழுக்கமற்றவன் இல்லை. அவன் மிகவும் இனிமையானவன். ஆனால் ராபெர்டா வால்ஷின் தோழிக்கு அவனை சுத்தமாகப் பிடிக்கவில்லை. அவள் ராபெர்டாவிடம், "அவன் ஒரு அகங்காரம் பிடித்தவன்" என்று கூறியிருக்கிறாள். இதற்குக் காரணம், அவன் தன்னைப் பற்றிக் குறிப்பிடுகையில் தான் "டிபேட்டிங் அணி"க்குத் தலைவன் என்று குறிப்பிட்டானாம்.

இந்தச் சிறிய விஷயத்திற்காக அவன் "அகங்காரம்" கொண்டவன் என முத்திரைக் குத்தப்பட்டான். பெண்களிடம் உள்ள பிரச்சனை என்னவெனில், அவர்களுக்கு ஒருவனைப் பிடித்திருந்தால் அவன் எவ்வளவுதான் ஒழுக்கமற்றவனாக இருந்தாலும் அவனுக்குத் தாழ்வு மனப்பான்மை இருக்கிறது என்று சொல்வார்கள். ஒருவனைப் பிடிக்கவில்லையென்றால் அவன் எவ்வளவுதான் நல்லவனாக இருந்தாலும் அவனை அகங்காரம் பிடித்தவன் என்றுதான் சொல்வார்கள். புத்திசாலிப் பெண்கள் கூட அப்படித்தான் சொல்வார்கள்.

நான் ஜேனுக்கு ஃபோன் செய்தேன் ஆனால் யாரும் எடுத்து பதில் அளிக்கவில்லை என்பதால் ஃபோனை வைத்துவிட்டேன். மாலை நேரத்திற்கு நமக்கு கம்பெனி கொடுக்க யார் கிடைப்பார்கள் என்று நினைத்துக் கொண்டு எனது ஃபோன் டயரியை ஒரு புரட்டு புரட்டிக் கொண்டிருந்தேன். ஜேன், எல்க்டனில் எனக்கு ஆசிரியராக இருந்த மிஸ்டர் ஆண்டோலினி (Mr Antolini), எனது அப்பாவின் அலுவலக எண் என மூன்றே மூன்று எண்கள் தான் அதில் இருந்தது. மற்றவர்களின் எண்களை இதில் குறிக்க நான் தொடர்ந்து மறந்து கொண்டிருந்தேன். கடைசியாக நான் படித்த வூட்டன் ஸ்கூலில் எனக்குப் பிறகு படித்த கார்ல் லீஸ்ஸுக்குப் ஃபோன் பண்ணினேன். என்னை விட அவனுக்கு மூன்று வயது அதிகம். அவனை எனக்கு அவ்வளவாகப் பிடிக்காது, ஆனால் மிக புத்திசாலியான மூன்று பேரில் அவனும் ஒருவன் – வூட்டனில் இருந்த அனைத்து மாணவர்களிலும் அதிக ஐ.க்யூ. கொண்டவனாக இவன் இருந்தான் – அவன் என்னோடு டின்னர் சாப்பிட விரும்புவதுடன் கொஞ்சம் புத்திசாலித்தனமான உரையாடலிலும் ஈடுபட விரும்புவான் என நான் நினைத்தேன். சில வேளைகளில் அவன் மிகவும் ஞானத்துடன் பேசுவது போல இருக்கும். ஆகையால் நான் அவனுக்குப் ஃபோன் செய்தேன். அவன் கொலம்பியாவிற்குப் போயிருந்தான். அவன் 65வது தெருவில்தான் வசித்து வந்தான். அவன் வீட்டில் தான் இருப்பான் என நினைத்தேன். நான் அவனை ஃபோனில் அழைத்த போது அவன் டின்னருக்கு வரமுடியாது என்றும், பத்து மணிக்கு விக்கர் பாரில் ட்ரிங்ஸ் குடிக்க வருவதாகவும் கூறினான். அவன் என்னுடைய தொலைபேசி அழைப்பைக் கேட்டு மிகவும் ஆச்சரியப்பட்டிருப்பான். ஏனெனில் அவனை ஒரு முறை நான் வேடதாரி என்றெல்லாம் கூப்பிட்டிருக்கிறேன்.

பத்து மணி வரை எனக்கு நேரத்தை எப்படிப் போக்குவது என்று தெரியவில்லை, எனவே படம் பார்ப்பதற்காக ரேடியோ சிட்டிக்குச் சென்றேன். ஆனால் அது தான் நான் செய்த மிகப் பெரியத் தவறாக இருக்க முடியும். ஆனால் அது தான் பக்கத்தில் இருந்தது. அது தவிர்த்து வேறு எதையும் என்னால் நினைத்துப் பார்க்க முடியவில்லை.

நான் அங்கு சென்ற போது அங்கு ஒரு நாடக நிகழ்வு போன்று ஒன்று நடந்து கொண்டிருந்தது. ராக்கெட்டீஸ் குழுவினர் வரிசையாக நின்று கொண்டு தங்களது கைகளை தமக்கு அடுத்து நிற்பவரின் இடுப்பைச் சுற்றி வைத்துக் கொண்டு நின்றனர். அதைப் பார்த்த கூட்டத்தினர் ஆரவாரத்துடன் கை தட்டினர். எனக்குப் பின்னால் நின்று கொண்டிருந்த ஒருவர் தனது மனைவியிடம் "இது என்னவென்று உனக்குத் தெரியுமா? இதற்குத் தான் துல்லியமானது என்று பெயர். அது என்னை சலிப்புறச் செய்தது. ராக்கெட்டீஸுக்குப் பிறகு டாஷிடோ ஜாக்கெட் அணிந்து ரோலர் ஸ்கேட்டிங் வந்தவன் சிறிய மேசைகளுக்கு அடியில் சென்று கொண்டும், ஜோக்குகள் சொல்லிக் கொண்டும் இருந்தான். அவன் நல்ல ஸ்கேட்டராக இருந்தாலும் நான் ரசிக்கவில்லை. நான் சரியான மனநிலையில் இல்லை. அவன் சென்ற பிறகு ரேடியோ சிட்டியில் வருடந்தோறும் கிறிஸ்துமஸுக்கென்று வழக்கமாக நடைபெறும் நிகழ்வுகள் நடைபெற்றன. பெட்டியிலிருந்து தேவதைகள் போல நிறைய பேர் வெளியே வந்தனர், நிறையப் பேர் சிலுவையுடன் தோற்றமளித்தனர் – கிட்டத்தட்ட ஆயிரக் கணக்கில் – அவர்கள் அனைவரும் பைத்தியக்காரர்கள் போல "விசுவாசத்துடன் அனைவரும் வாருங்கள்" என்று பாட்டுப் பாடிக் கொண்டிருந்தனர். ஒன்றுக்கும் உதவாதது. இந்த நிகழ்வுகள் மதம் சம்பந்தப்பட்டதாக இருக்க வேண்டும். ஆனால் நான் பார்த்தவரைக்கும் துளியளவு கூட மதம் சம்பந்தப்பட்டது எதுவுமில்லை. சில நடிகர்கள் சிலுவையைத் தூக்கிக் கொண்டு மேடையெங்கும் சென்று கொண்டிருந்தனர். அவர்கள் நிகழ்ச்சி முடிந்த பின் மீண்டும் தங்களுடைய பெட்டிக்குள் செல்ல ஆரம்பித்தார்கள். அவர்களுக்கு சிகரெட் அல்லது வேறெதுவும் வாங்குவதற்கு நேரமில்லை என்று அவர்களைப் பார்த்தாலே சொல்லிவிட முடியும். நான் ஒரு வருடத்திற்கும் முன்பு இந்த நிகழ்ச்சியை சாலியுடன் பார்த்தேன். அவள் தொடர்ந்து அந்த நிகழ்ச்சியையும், அதில் பங்கேற்றவர்கள் அணிந்திருந்த ஆடைகளையும் பற்றிப்

புகழ்ந்து சொல்லிக் கொண்டே இருந்தாள். அதற்கு நான், இந்த ஆடம்பரமான ஆடை அலங்காரங்களையெல்லாம் இயேசுநாதர் பார்த்தால் வாந்திதான் எடுப்பார் என்று கூறினேன். அதற்கு அவள் என்னை "புனிதத்துவத்தைப் பாழாக்குகின்ற நாத்திகன்" என்று கூறினாள். அநேகமாக நான் அப்படி இருக்கக்கூடும். ஆர்கெஸ்ட்ராவில் ட்ரம்ஸ் வாசிப்பவரை வேண்டுமானால் இயேசுவிற்குப் பிடித்திருக்கும். அவருடைய வாசிப்பை நான் எனது எட்டு வயதிலிருந்து கேட்டு வருகிறேன். நான் பார்த்தவரைக்கும் இவர்தான் சிறந்த ட்ரம்மர். இந்த முழு நிகழ்ச்சியில் அவருக்கு வாசிக்க ஏறக்குறைய இரண்டு முறைகள் தான் கிடைக்கும். அவர் வாசிக்காத நேரத்தில் அவர் சலிப்புற்று இருந்ததை நான் பார்த்ததில்லை. அவருடைய வாசிப்பின் போது தெரியும் தசைகளின் முகபாவனை இனிமையாக இருக்கும். அப்பாவுடன் நாங்கள் வாஷிங்டன் போயிருக்கும்போது ஆலி அவருக்கு ஒரு போஸ்ட் கார்ட் அனுப்பினார். ஆனால் அவருக்குக் கிடைத்திருக்காது என்று என்னால் பந்தயம் கட்ட முடியும். ஆனால் எப்படிக் குறிப்பிடுவது என்று எங்களுக்கு உறுதியாகத் தெரியவில்லை.

கிறிஸ்துமஸ் சம்பந்தப்பட்ட நிகழ்ச்சிகள் முடிந்தபின், படம் ஆரம்பமானது. அது மிகவும் மோசமாக இருந்தது. ஆனாலும் கண்களை அதிலிருந்து எடுக்க முடியவில்லை. இது ஒரு ஆங்கிலேயனைப் பற்றியது. அவனுடைய பெயர் அலெக் என்று நினைக்கிறேன். போர் நடக்கிறது, அவன் ஆஸ்பத்திரியில் இருக்கும் போது நினைவாற்றல் போய்விடுகிறது. அவன் ஆஸ்பத்திரியிலிருந்து கையில் ஒரு கம்புடன் நொண்டிக் கொண்டே வெளியே வந்து லண்டன் நகரம் முழுவதும் சுற்றுகிறான். ஆனால் அவனுக்கே அவன் யாரென்று தெரியவில்லை. அவன் உண்மையிலேயே ஒரு பிரபு (duke). ஆனால் அவனுக்கு அது நினைவில்லை. அதன்பின், அவன் பஸ்ஸில் ஏறும் ஒரு இனிமையான, நேர்மையான ஒரு பெண்ணைச் சந்திக்கிறான். அவளுடைய தொப்பி காற்றில் பறக்கையில் அவன் அதைப் பிடித்து அவளிடம் கொடுக்கிறான். அவர்கள் இருவரும் பஸ்ஸின் மேல் பகுதிக்குச் சென்று சார்லஸ் டிக்கன்ஸ் பற்றி பேச ஆரம்பிக்கிறார்கள். டிக்கன்ஸ் அவர்கள் இருவருக்கும் பிடித்த எழுத்தாளர். அவன் ஆலிவர் ட்விஸ்ட் புத்தகத்தை வைத்திருந்தான் அது போல அவளும் வைத்திருந்தாள். நானாக இருந்தால் வாந்தி எடுத்திருப்பேன்.

இருவரும் சார்லஸ் டிக்கன்ஸ் மேல் பைத்தியமாக இருக்கும் காரணத்தாலேயே அவர்கள் ஒருவரையொருவர் காதலிக்க ஆரம்பிக்கிறார்கள். அவளுடைய பதிப்பகத் தொழிலுக்கு அவன் உதவியாக இருக்கிறான். அவள் ஒரு பதிப்பாளர். ஆனால் மிகவும் சீரியஸாக அதை நடத்தவில்லை. அதற்குக் காரணம் அவளுடைய அண்ணன் ஒரு குடிகாரன். பணம் முழுவதையும் குடிப்பதற்கே செலவழிக்கிறான். உண்மையிலேயே அவன் ஒரு டாக்டர். போரின் போது அவனுடைய நரம்புகள் சுடப்பட்டுவிட்டதால் அவனால் அறுவை சிகிச்சை எதுவும் செய்ய முடியாத ஒரு நிலை. எனவே எந்நேரமும் குடித்துக் கொண்டே இருக்கிறான். ஆனால் அவன் நகைச்சுவை உணர்வு உள்ளவனாக இருந்தான். அலெக் புத்தகம் ஒன்று எழுத அதை அந்தப் பெண் பதிப்பித்து வெளியிடுகிறாள். அவர்கள் இருவருக்கும் அதன் மூலம் நல்ல வருமானம் கிடைக்கிறது. அவர்கள் இருவரும் திருமணம் செய்து கொள்ளப் போகும் போது மார்சியா (Marcia) என்ற பெண் தோன்றுகிறாள். அவன் தனது நினைவை இழப்பதற்கு முன்பாக இவள்தான் அவனுடைய —(வருங்கால மனைவி)—. அவன் கடையில் உட்கார்ந்து தனது புத்தகத்தில் ஆட்டோகிராஃப் போட்டுக் கொண்டிருக்கும் போது இவள் பார்த்து விடுகிறாள். அவள் அவனிடம் சென்று அவனொரு பிரபு என்றெல்லாம் கூறுகிறாள். ஆனால் அவன் அவள் சொல்வது எதையும் நம்ப மறுப்பதுடன் அவளுடன் சென்று தனது அம்மாவைப் பார்க்கவும் விரும்பவில்லை. அவனுடைய அம்மாவிற்கு வெளவால் போல கண் தெரியாது. ஆனால் அவன் நட்பு கொண்டிருந்த இன்னொரு பெண் அம்மாவைப் பார்ப்பதற்கு அவனைப் போக வைக்கிறாள். அவள் மிகவும் உன்னதமான குணத்தைக் கொண்டவள் என்பதால் அவள் சொன்னவுடன் தனது அம்மாவைப் பார்க்கச் செல்கிறான். ஆனாலும் அவனுக்கு நினைவாற்றல் திரும்பக் கிடைக்கவில்லை. அவனுடைய டேன் (நாய்) அவன் உடல் முழுவதும் குதித்து விளையாடினாலும், அவனுடைய அம்மா தனது விரல்களைக் கொண்டு அவனுடைய முகத்தைத் தடவினாலும், அவன் குழந்தையாக இருந்த போது வைத்து விளையாடிய டெட்டியைக் கொண்டு வந்து காண்பித்தாலும் அவனிடம் எந்த மாற்றமும் இல்லை. ஒரு நாள் சிறுவர்கள் கிரிக்கெட் விளையாடிக் கொண்டிருக்கும் போது அவர்கள் அடித்த பந்து அவன் தலையைத் தாக்க, அந்தத் தருணத்திலேயே அவனுக்கு இழந்த நினைவுகள் எல்லாம்

திரும்பி விடுகிறது. உடனே அவன் உள்ளே ஓடிச் சென்று தனது அம்மாவின் நெற்றியில் முத்தம் கொடுக்கிறான். அதன் பின் அவன் பிரபுவாக நடந்து கொள்ள ஆரம்பிக்கையில் அவனுக்கு பதிப்பகம் நடத்தும் அந்தக் குடும்பப்பாங்கான பெண்ணைப் பற்றிக் கொஞ்சம் கூட நினைவில்லை. மீதியுள்ள கதையையும் நான் சொல்வேன் ஆனால் எனக்கு வாந்தி வந்து விடும். இதனால் நான் உங்கள் ஆர்வத்தைக் கெடுத்துவிட்டேன் என்றெல்லாம் நினைக்க வேண்டாம். உங்கள் ஆர்வத்தைக் கெடுப்பது போல எதுவும் இதில் இல்லை. கடைசியாக அலெக்கும், அந்த நட்பான பதிப்பகம் நடத்தும் பெண்ணும் திருமணம் செய்து கொள்கிறார்கள். அவளுடைய சகோதரனுக்கும், அவனுடைய அம்மாவிற்கும் அறுவை சிகிச்சை செய்வதன் மூலம் அவர்கள் பழைய நிலைக்குத் திரும்புகிறார்கள். அலெக்கின் அம்மாவிற்குப் பார்வை கிடைத்து விடுகிறது. அந்தப் பெண்ணின் அண்ணனுக்கும் மார்சியாவிற்கும் திருமணம் நடைபெறுகிறது. எல்லோரும் நீண்ட டைனிங் டேபிளுக்கு முன்னால் உட்கார்ந்திருக்கும் போது டேன் நாய்க் குட்டிகளுடன் வருவதைப் பார்த்ததும் அமர்க்களமாக சிரிக்கிறார்கள். நீங்கள் உங்கள் மேலே வாந்தி எடுத்துக் கொள்ள வேண்டாமென்றால் இதைப் பார்க்க வேண்டாம் என்று தான் என்னால் சொல்ல முடியும்.

படம் பார்த்துக் கொண்டிருக்கும் போது எனக்குப் பக்கத்திலிருந்த ஒரு பெண் அழுது கொண்டே படம் பார்த்துக் கொண்டிருந்தார். அவர் அதிகம் அழுக அழுக அது மிகவும் போலித்தனமாக இருந்தது. அவருக்கு இளகிய மனது என நீங்கள் நினைக்கலாம் ஆனால் பக்கத்தில் உட்கார்ந்து படம் பார்த்த எனக்கு அப்படித் தோன்றவில்லை. அந்தப் பெண்ணுடன் ஒரு சிறு குழந்தையும் இருந்தது. அந்தக் குழந்தை வெளியே பாத்ரூமிற்கு போக அழைத்தாலும் அந்தப் பெண் போகவில்லை. ஆனால் அந்தக் குழந்தையிடம் தொடர்ந்து அமைதியாக இருக்குமாறு சொல்லிக் கொண்டேயிருந்தார். அந்தப் பெண்ணின் இளகிய மனம் ஓநாயைப் போல இருந்தது. படத்தில் வரும் போலியான விஷயங்களைப் பார்த்து அழும் பத்துப் பேரில் ஒன்பது பேர் மனதளவில் நேர்மையற்றவர்களாகத் தான் இருப்பார்கள். இதை நான் விளையாட்டுக்காகச் சொல்லவில்லை.

படம் முடிந்த பிறகு கார்ல் லீஸ் என்னைச் சந்திப்பதாகச் சொன்ன விக்கர் பாரை நோக்கி நடந்து செல்ல ஆரம்பித்தேன்.

நடந்து கொண்டே போர் மற்றும் அது சம்பந்தப்பட்ட விஷயங்களை நினைத்துக் கொண்டேன். போர் சம்பந்தப்பட்டப் படங்களைப் பார்க்கும் போதெல்லாம் இது மாதிரியான ஒரு நிலை எனக்கு ஏற்படும். நான் போருக்கெல்லாம் சென்றால் அங்கு நடக்கக்கூடிய நிகழ்வுகளையெல்லாம் பார்த்துக் கொண்டிருக்க முடியாது. உண்மையிலேயே என்னால் அது முடியாது. அவர்கள் உங்களை வெளியே அழைத்துச் சென்று சுட்டாலோ அல்லது வேறு எதுவும் செய்தாலோ அவ்வளவு மோசமாக இருக்காது. ஆனால் ராணுவத்தில் நீண்ட நாள் நிலைத்திருக்க வேண்டும். இது தான் அதில் உள்ள பிரச்சனை. என்னுடைய சகோதரர் டி.பி. ராணுவத்தில் நான்கு ஆண்டுகள் இருந்தார். அவர் போரிலும் ஈடுபட்டிருந்தார். ஆனால் அவர் யுத்தத்தை விட ராணுவத்தை அதிகமாக வெறுத்தார். நான் அப்போது குழந்தையாக இருந்தேன். ஆனால் அவர் லீவிற்கு வீட்டுக்கு வந்ததெல்லாம் நினைவிருக்கிறது. அப்படி வரும் போது அவர் செய்வது என்னவென்றால் படுக்கையில் சென்று படுத்துக் கிடப்பதுதான். அவர் வரவேற்பறைக்கு வருவது மிகவும் அரிது. அதற்குப் பிறகு அவர் யுத்தத்திற்காக வெளிநாடுகள் எல்லாம் சென்ற போது அவருக்கு அடிபடவோ அல்லது அவர் யாரையும் சுட்டுக் கொல்லவோ இல்லை. அவர் செய்தது எல்லாம் யாராவது ஒரு ஜெனரலை அழைத்துக் கொண்டு கமாண்ட் காரில் சுற்றியதுதான். ஒரு முறை ஆலியிடமும் என்னிடமும் அவர், யாரைவது சுடு என்று அவரிடம் சொன்னால் அவருக்கு எந்தத் திசையைப் பார்த்துச் சுடுவது என்று கூடத் தெரியாது என்று கூறினார். நாஜிகள் போல ராணுவத்தில் இருந்தவர்கள் எல்லாம் பாஸ்டார்ட்ஸ் என்றார். ஆலி அவரிடம் ஒரு முறை, “நீங்கள் எழுத்தாளர் என்பதால் ராணுவத்தில் இருந்தது நல்லது தானே. அந்த அனுபவம் நீங்கள் எழுதுவதற்குப் பல விஷயங்களைத் தந்திருக்கும்” என்று கேட்டதாக ஞாபகம். அவர் ஆலியைப் போய் பேஸ்பால் விளையாடும் போது அணிந்து கொள்ளும் கையுறையை எடுத்துக் கொண்டு வருமாறு கூறினார். அவன் அதை எடுத்துக் கொண்டு வந்த பிறகு கவிஞர்களிலேயே யுத்தம் பற்றி நன்றாக எழுதக்கூடிய கவிஞர் ரூபர்ட் புரூக்கா (Rupert Brooke) அல்லது எமிலி டிக்கின்ஸன்னா (Emile Dickinson) என்று கேட்டார். இது பற்றி எனக்குத் தெரியாது. ஏனெனில் நான் அதிகமாகக் கவிதைப் புத்தகங்கள் படிப்பது இல்லை. நான் மட்டும் ராணுவத்தில் அக்லே, ஸ்டார்ட்லேட்டர், மௌரீஸ் போன்றவர்களுடன்

இருந்து அவர்களோடு ராணுவ அணிவகுப்பில் எல்லாம் கலந்து கொண்டிருந்தால் இந்நேரம் பைத்தியக்காரன் ஆகியிருப்பேன். நான் மாணவ சாரணர்ப் பிரிவில் ஒரு வாரம் இருந்தேன். எனக்கு முன்னால் நின்றிருந்தவனின் கழுத்தைப் பார்த்துக் கொண்டிருக்க எனக்குப் பிடிக்கவில்லை. எப்போதாவது யுத்தம் என்று வந்தால் அவர்கள் என்னை வெளியே அழைத்து சுடப் போகிறவர்களின் முன்னால் போய் நிறுத்தட்டும். சத்தியமாகத்தான் இதை நான் சொல்கிறேன். அப்படிச் செய்தால் நான் அதற்கு எந்த எதிர்ப்பும் தெரிவிக்க மாட்டேன். டி.பி. யுத்தம் பிடிக்கவில்லையென்றாலும் அவர் என்னை கடந்த வருடம் கோடை காலத்தில் "ஃபேர்வெல் டூ ஆர்ம்ஸ்" புத்தகத்தைப் படிக்கச் சொன்னார். அது ஒரு பிரமாதமான புத்தகம் என்றும் கூறினார். அதைத்தான் என்னால் புரிந்து கொள்ள முடியவில்லை. அதில் லெஃப்டினெண்ட் ஹென்றி என்று ஒருவர் உண்டு. அவர் மிகவும் இனிமையானவர். எப்படி ராணுவம், யுத்தம் போன்றவற்றையெல்லாம் வெறுக்க முடிந்த டி.பி.க்கு இந்த மாதிரியான புத்தகங்கள் பிடித்திருக்கின்றன என்று என்னால் புரிந்து கொள்ள முடியவில்லை. அதாவது நான் என்ன சொல்கிறேன் என்றால் எப்படி இந்த மாதிரி போலியான புத்தகங்களையும், ரிங் லார்ட்னெர் எழுதிய புத்தகத்தையும் அல்லது அவர் கிரேஸித்தனமாக எழுதியிருக்கும் இன்னொரு புத்தகமான "தி கிரேட் கேட்ஸ்பை" யையும் விரும்புகிறார் என்று தெரியவில்லை. இதை நான் சொன்ன போது டி.பி. அதை விரும்பவில்லை. நான் மிகவும் சிறியவன் என்றும் நான் இதையெல்லாம் சரியாக புரிந்து கொண்டு பாராட்டமாட்டேன் என்றும் கூறினார். ஆனால் நான் அந்த மாதிரி நினைக்கவில்லை. எனக்கு ரிங் லார்ட்னெர், தி கிரேட் கேட்ஸ்பை" யெல்லாம் பிடிக்கும் என்றேன். எனக்கும் தி கிரேட் கேட்ஸ்பை என்றால் கிரேஸிதான். அவர்கள் அணுகுண்டை கண்டுபிடித்ததில் எனக்கு சந்தோஷம் தான். இனி எப்போதாவது யுத்தம் வந்தால் நான் தன்னார்வலராக முன்னால் போய் நிற்பேன். இது கடவுளின் மேல் சத்தியம்.

19

நீங்கள் நியூயார்க் நகரில் வசிக்கவில்லையென்றால் இது உங்களுக்காக: இந்த விக்கர் பார் மிகவும் ஆடம்பரமான செட்டான் ஹோட்டலில் உள்ளது. நான் முன்பு இந்த ஹோட்டலுக்கு அடிக்கடி செல்வது உண்டு. ஆனால் இப்போதெல்லம் போவதில்லை. இங்கு வருவதை நான் கொஞ் சங்கொஞ்சமாக குறைத்துக் கொண்டேன். இது மிகவும் நவீன மயமான இடம். இங்கு பந்தாப் பேர்வழிகள் வருவதுண்டு. இங்கு டீனா (Tina), ஜெனைன் (Janine) என்று இரண்டு பிரெஞ்சு பெண்கள் இருப்பார்கள். அவர்கள் ஒவ்வொரு நாளும் இரவில் மூன்று முறை வெளியே பியானோ வாசித்து, பாட்டுப் பாடுவார்கள். ஒரு பெண் பியானோ வாசிக்க— மிகவும் மோசமாக இருக்கும் — இன்னொரு பெண் பாடுவாள். பெரும்பாலான பாடல்கள் மோசமாக இருக்கும் அல்லது பிரெஞ்சு மொழியில் இருக்கும். பாட ஆரம்பிப்பதற்கு முன்பு ஜெனைன் மைக்கிற்கு முன்னால் நின்று கொண்டு, “நாங்கள் இப்போது உங்களுக்கு ஃப்ரெஞ்ச் நாட்டின் உணர்வைக் கொடுக்கப் போகிறோம். இது ஃப்ரான்ஸ் நாட்டைச் சேர்ந்த ஒரு சிறுமியின் கதை. அவள் நியூயார்க் போன்ற ஒரு பெரிய நகரத்திற்குச் செல்கிறாள். அங்கு புரூக்ளீனிலிருந்து வந்த ஒரு பையனுடன் காதல் ஏற்படுகிறது. இந்தக் கதையை நீங்கள் விரும்புவீர்கள் என நினைக்கிறோம்” என்று ஃப்ரெஞ்ச் கலந்த ஆங்கிலத்தில் முணுமுணுப்பாள். அவள் முணுமுணுப்பிற்குப் பின், சலிப்பூட்டக்கூடிய ஒரு

பாடலை ஆங்கிலமும், ஃப்ரெஞ்சும் கலந்து பாடுவாள். அதைக் கேட்கும் பந்தாப் பேர்வழிகள் குதூகலத்தில் திளைப்பார்கள். நீங்கள் அதிக நேரம் அங்கு உட்கார்ந்து இந்த வேடதாரிகளின் கைதட்டல்களையெல்லாம் கேட்டால் உலகில் உள்ள ஒவ்வொருவரையும் நீங்கள் வெறுக்கும்படி ஆகிவிடும். இது சத்தியம். அங்கு பாரில் இருப்பவர் இவர்களுக்கெல்லாம் மேலான பந்தா பேர்வழிக்காரர். நீங்கள் சமூகத்தில் பெரிய அந்தஸ்து அல்லது பிரபலமான நபராக இருந்தால் தவிர அவர் உங்களுடன் பேச மாட்டார். நீங்கள் சமூகத்தில் நல்ல நிலையில் இருப்பவரெனில் தனது வசீகர சிரிப்புடன் தானாகவே முன்வந்து உங்களுக்கு ஏற்கனவே அவரை தெரிந்திருக்கிற மாதிரி நினைத்துக் கொண்டு, "கனெக்டிக்கட் அல்லது ஃப்ளோரிடா எப்படி இருக்கிறது? அது மிகவும் அருமையான இடம். நான் விளையாட்டுக்குச் சொல்லவில்லை. நாளடைவில் நான் அங்கேயே போய்விடலாம் என்று இருக்கிறேன்" என்பார்.

நான் சீக்கிரமே அங்கே போய் விட்டேன். பாரில் கூட்டம் அதிகமாக இருந்தது. லீஸ் வருவதற்கு முன்பே நான் சோடாவுடன் சேர்த்து இரண்டு பெக் ஸ்காட்ச் குடித்திருந்தேன். குடிப்பதற்கு ஆர்டர் செய்யும் போது எழுந்து நின்று ஆர்டர் செய்ததால் என்னை அவர்களால் பார்க்க முடிந்தது. இதனால் அவர்கள் என்னை "மைனர்" என்று நினைத்திருக்க மாட்டார்கள். அதற்குப் பிறகு அங்கு உட்கார்ந்திருந்த பந்தா பேர்வழிகளை கவனிக்க ஆரம்பித்தேன். எனக்குப் பக்கத்தில் இருந்த ஒருவன் தனது தோழியிடம் வழிந்து என்னென்னமோ பிதற்றிக் கொண்டிருந்தான். அவன் அவளிடம், "நீ செல்வத்தில் கொழிக்கப்போகிறாய்" என்று சொன்னான். அது என்னைச் சலிப்புறச் செய்தது. பாரின் இன்னொரு பக்கம் பார்ப்பதற்கு ஓரினச் சேர்க்கைக்காரர்கள் போல தோற்றமளித்தவர்கள் இருந்தார்கள். பார்ப்பதற்கு அந்த மாதிரி — நீளமான முடியோ அல்லது வேறெதுவுமோ இல்லை — இல்லாவிட்டாலும், அவர்கள் அப்படிப்பட்டவர்கள் தான் என்று சொல்லிவிட முடியும். இறுதியாக லீஸ் வந்து சேர்ந்தான்.

இவன் வூட்டனில் மாணவர்களின் ஆலோசகனாக இருந்தான். ஆனால் அவன் செய்ததெல்லாம் இரவு நேரத்தில் அவனுடைய அறையில் உட்கார்ந்து கொண்டு பாலியல் பற்றி அவர்களிடம் பேசிக்கொண்டிருந்ததுதான். அவனுக்குப் பாலியல் பற்றி கொஞ்சம் தெரிந்திருந்தது.

ஆடுடன் உறவு கொள்ளக்கூடிய மனிதர்கள் பற்றியும், பெண்களுக்குப் பின்னால் செல்லக் கூடியவர்கள் பற்றியும், ஓரினச் சேர்க்கைக் கொண்ட ஆண்கள் மற்றும் பெண்கள் பற்றியும் எங்களிடம் ஏதாவது சொல்லிக் கொண்டிருப்பான். யுனைடெட் ஸ்டேட்ஸில் யாரெல்லாம் ஆண்களில், பெண்களில் ஓரின சேர்க்கைக் கொண்டவர்கள் என்று அவன் தெரிந்து வைத்திருந்தான். நீங்கள் யாரையாவது ஒருவரைப் பற்றிச் சொன்னால் அவன் அவர்கள் ஓரினச் சேர்க்கைக் கொண்டவரா, இல்லையா என்று சொல்லி விடு வான். சில நேரங்களில் அவன் சொல்வதை — சில சினிமா நடிகர்கள், நடிகைகள் கூட இப்படிப்பட்டவர்கள் தான் — நம்புவது கடினமாக இருக்கும். ஓரினச் சேர்க்கைப் பழக்கம் உள்ளவர்களில் திருமணமான சிலரும் இருக்கிறார்கள் என்று அவன் சொன்னான். "அதாவது ஜோ ப்ளோ ஓரினச் சேர்க்கைக் கொண்டவர்" என்றா நீ சொல்கிறாய்? ஜோ ப்ளோ...? பெரிய உருவமும், எப்போதும் ரௌடியாகவும், கௌபாயாகவும் நடிப்பவரா?" அதற்கு லீஸ், "கண்டிப்பாக"— இது அவன் அடிக்கடி சொல்லக்கூடிய வார்த்தையாகும். அவன் திருமணமானவனா, இல்லையா என்பது இதில் முக்கியமில்லை என்றும் சொல்வான். உலகத்தில் திருமணமானவர்களில் பாதிப் பேர்கள் ஓரினச் சேர்க்கைப் பழக்கம் உடையவர்கள்தான். ஆனால், அவர்களுக்குக் கூட இது தெரியாது. உன்னிடம் அதற்கான குணாதிசியங்கள் எல்லாம் இருந்தால் நீ கூட அந்த மாதிரி ஒரே நாள் இரவில் மாற முடியும் என்பான். இப்படிச் சொல்லி அவன் எங்களையெல்லாம் பயமுறுத்துவான். நான் அந்த மாதிரி ஆவதற்காகக் காத்துக் கொண்டிருந்தேன். லீஸ் பற்றிய வேடிக்கையான விஷயம் என்னவெனில், நான் அவனையே ஒரு வழியில் பார்த்தால் ஓரினச் சேர்க்கைக் கொண்டவன் தான் என நினைத்துக் கொண்டிருந்தேன். அவன் கழிப்பறைக்குச் செல்லும் போதெல்லாம் கதவைத் திறந்து வைத்துக்கொண்டு, நீங்கள் பல் தேய்த்துக் கொண்டிருந்தாலோ அல்லது வேறு ஏதாவது வேலையிலிருந்தாலோ, உங்களுடன் பேசுவான். இதெல்லாம் ஓரினச் சேர்க்கை சம்பந்தப்பட்டதுதான். பள்ளிக் கூடத்தில் ஓரினச் சேர்க்கைப் பழக்கம் கொண்ட சிலரை எனக்குத் தெரியும். அவர்கள் எல்லாம் இந்தமாதிரி ஏதாவது செய்து கொண்டே இருப்பார்கள். அதானால்தான் எனக்கு லீஸின் மேலும் சந்தேகம். இருந்தாலும் இவன் மிகவும் புத்திசாலி.

அவன் யாரையாவது சந்திக்கும் போது ஹலோ என்றோ அல்லது வேறெதுவுமோ ஒரு போதும் சொன்னதில்லை. அவன் வரும் போதே "என்னால் இரண்டு நிமிடங்கள் தான் இருக்க முடியும்" என்றும், தனக்காக தோழி காத்துக் கொண்டிருப்பதாகவும் கூறிக் கொண்டே உட்கார்ந்தான். அதன் பின் அவன் ஒரு ட்ரை மார்ட்டினி ஆர்டர் செய்தான். ஆலிவ் சேர்க்க வேண்டாமென்றும், டிரையாக இருக்கட்டுமென்றும் பாரில் உள்ளவரிடம் கூறினான்.

"ஹாய், உனக்காக ஒரு ஃப்ளிட் (flit — ஓரினச் சேர்க்கைப் பழக்கம் கொண்டவர்கள்) டைப் பார்த்து வைத்திருக்கிறேன். இந்த பாரின் கடைசியில் இருக்கிறான். இப்போது நீ திரும்பிப் பார்க்க வேண்டாம். உனக்காக நான் அவனைப் "பாதுகாத்து" வைத்திருக்கிறேன்" என்றேன்.

"ரொம்பவும் வேடிக்கையாக இருக்கிறது. கால்ஃபீல்ட், நீ இன்னும் அதே மாதிரிதான் இருக்கிறாய். எப்போது நீ வளரப் போகிறாய்?" என்றான் அவன்.

நான் அவனை உண்மையிலேயே சலிப்படைய வைத்தாலும் கூட அவன் என்னை குஷிப்படுத்திக் கொண்டிருந்தான். இவன் எப்போதும் இப்படித்தான்.

"உனது செக்ஸ் வாழ்க்கை எப்படியிருக்கிறது?" என்று அவனிடம் கேட்டேன். இந்த மாதிரிக் கேட்பதை வெறுக்கக் கூடியவன் இவன்.

"ரிலாக்ஸ். சும்மா உட்கார்ந்து கொண்டு அமைதியாக இரு" என்றான்.

"நான் மிகவும் ரிலாக்ஸ்ட் ஆகத்தான் இருக்கிறேன். கொலம்பியா எப்படியிருந்தது? உனக்குப் பிடித்திருந்ததா?" என்று கேட்டேன்.

"எனக்குப் பிடித்திருந்தது. எனக்குப் பிடித்திருக்கவில்லை யென்றால் நான் போயிருக்கவே மாட்டேன்." என்றான் அவன்.

"நீ எதில் "மேஜர்" செய்கிறாய்? வக்கிரமானவர்கள் (perverts) பற்றியா?" என்று குறும்புக்காகக் கேட்டேன்.

"நீ எதற்கு முயற்சித்துக் கொண்டிருக்கிறாய் — கிண்டல்

பண்ணுகிறாயா?" என்றான்.

"இல்லை, சும்மா விளையாட்டுக்குக் கேட்டேன்" என்றேன். "லீஸ், நீ ஒரு புத்திசாலி. எனக்கு உன்னுடைய ஆலோசனை வேண்டும். நான் மிகவும் பயங்கரமான..."

அவன் என்னிடம், "இங்கே பார், கால்ஃபீல்ட், நீ இங்கே உட்கார்ந்து அமைதியாக ட்ரிங் எடுத்துக் கொண்டு அமைதியான உரையாடல்..."

"சரி, சரி, ரிலாக்ஸ்" என்று அவனிடம் கூறினேன். அவன் சீரியஸான எதைப் பற்றியும் என்னுடன் கலந்துரையாட விரும்பவில்லை என்று இதிலிருந்து தெரிந்து கொள்ள முடிந்தது. இதுதான் இந்தமாதிரி புத்திசாலிகளிடம் உள்ள பிரச்சனை. அவர்களாக உணரவில்லையென்றால் சீரியஸான எதையும் கலந்துரையாட விரும்பமாட்டார்கள். எனவே நான் பொதுவான சில விஷயங்கள் பற்றி கலந்துரையாட ஆரம்பித்தேன். "உன்னுடைய செக்ஸ் வாழ்க்கை எப்படியிருக்கிறது?, இது விளை யாட்டுக்காகக் கேட்கவில்லை. "நீ வூட்டனில் இருந்த போது சுற்றிக் கொண்டிருந்த அதே பெண்ணுடன் தான் இன்னும் சுற்றிக் கொண்டிருக்கிறாயா? மிகவும் பயங்கரமான....."

"இல்லை. கடவுளே!" என்றான் அவன்.

"எதனால்? அவளுக்கு என்ன ஆயிற்று?"

"எனக்கு அவளைப் பற்றிய எந்தவொரு யோசனையும் இல்லை. எனக்குத் தெரிந்த வரைக்கும், நீ கேட்டதனால் சொல் கிறேன், அநேகமாக அவள் நியூ ஹாம்ப்ஷைரில் விலைமாதாக இருக்கக்கூடும்" என்றான்.

"இது நன்றாக இல்லை. அவள் உன்னிடம் மிகவும் நெருக்க மாக நடந்து கொள்ள அனுமதித்திருக்கும் போது, அவளைப் பற்றி நீ இப்படி பேசுவது நன்றாக இல்லை" என்றேன்.

"ஓ, கடவுளே!" என்றான் லீஸ். "இது வழக்கமான கால்ஃபீல்டு உரையாடலாக அமையப் போகிறதா? எனக்கு இப்போதே தெரிய வேண்டும்" என்றான்.

"இல்லை" ஆனால் "இது நன்றாக இல்லை. அவள் மிகவும் நாகரிகமாக உன்னை அனுமதித்திருக்கிறாள்..."

"இந்த மோசமான சிந்தனையை நாம் தொடர வேண்டுமா?"

நான் எதுவும் சொல்லவில்லை. நான் வாயை மூடவில்லை யென்றால் அவன் ஒரு வேளை எழுந்து போய்விடக் கூடும் என்று நினைத்தேன். எனவே நான் இன்னொரு ட்ரிங்கிற்கு ஆர்டர் கொடுத்தேன். அதிகமாக குடித்துவிட்டது போல ஒரு உணர்வு ஏற்பட்டது.

"நீ யாருடன் இப்போது சுற்றிக் கொண்டிருக்கிறாய்? என்னிடம் சொல்ல வேண்டும் என்று விரும்புகிறாயா?" என்று கேட்டேன்.

"உனக்குத் தெரிந்தவர்களுடன் இல்லை"

"அது சரி, ஆனால் யார்? எனக்கு ஒருவேளை தெரிந்திருக்கலாம்."

"அந்தப் பெண் சிறிய நகரத்தில் இருக்கிறாள். சிற்பக் கலைஞர். உனக்குத் தெரிவதற்காகச் சொல்கிறேன்".

"அப்படியா? விளையாட்டுக்காகச் சொல்லவில்லையே? அவளுக்கு வயது என்ன இருக்கும்?"

"நான் அவளிடம் இதைக் கேட்கவில்லை"

"உத்தேசமாக எவ்வளவு இருக்கும்?"

"அவள் அநேகமாக பிந்தைய முப்பதுகளில் இருக்கலாம்" என்றான் லீஸ்.

"அவளுடைய பிந்தைய முப்பதுகளிலா? அப்படியா? நீ விரும்புகிறாயா?" என்று நான் கேட்டேன். "உனக்கு இவ்வளவு வயதானவர்களைப் பிடிக்குமா?" அவனுக்கு செக்ஸ் பற்றி கொஞ்சம் தெரியும் என்பதால் தான் நான் அவனிடம் இப்படியெல்லாம் கேட்டேன். எனக்குத் தெரிந்த வரையில் இதெல்லாம் தெரிந்தவர்களில் இவனும் ஒருவன். இவன் தனது "கன்னி"த் தன்மையை பதினான்கு வயதிலேயே நாண்டக்ட்டில் (Nantucket) இருக்கும் போது இழந்தவன். இது உண்மை.

"எனக்கு வயதானவர்களைத்தான் பிடிக்கும், இதைத்தான் நீ தெரிந்து கொள்ள வேண்டுமென்றால். கண்டிப்பாக!"

"ஏன்? செக்ஸில் அவர்கள் சிறந்தவர்களா, நான் விளையாட்டுக் காக இதைக் கேட்கவில்லை" என்றேன்.

"நன்றாகக் கேட்டுக்கொள், ஒரு விஷயத்தை நேரடியாகச் சொல்கிறேன். இந்த ராத்திரி நேரத்தில் வழக்கமான கால்ஃபீல்ட் கேள்விகளுக்கெல்லாம் நான் பதில் சொல்லப் போவதில்லை. எப்போதுதான் நீ வளரப் போகிறாய்?"

கொஞ்ச நேரம் ஆற விடலாம் என்று நினைத்து நான் இதற்கு எதுவும் சொல்லவில்லை. லீஸ் இன்னுமொரு மார்ட்டினிக்கு ஆர்டர் செய்யும் போது பாரில் உள்ளவரிடம் இன்னும் "ட்ரை" யாக இருக்கட்டும் என்று கூறினான்.

"எவ்வளவு நாட்களாக அந்த சிற்பியுடன் சுற்றிக் கொண்டிருக் கிறாய்?" என்று நான் கேட்டேன். எனக்கு உண்மையிலேயே அது சுவாரசியமான விஷயமாக இருந்தது. "நீ வூட்டனில் இருக்கும் போதே அவளை உனக்குத் தெரியுமா?" என்று கேட்டேன்.

"மிகவும் அரிதாகத்தான் எனக்கு அவளைத் தெரியும். சில மாதங்களுக்கு முன்புதான் அவள் இந்த நாட்டிற்கு வந்திருக்கிறாள்"

"எங்கேயிருந்து வந்திருக்கிறாள்?"

"ஷாங்காயிலிருந்து"

"அவள் சீனாவைச் சேர்ந்தவளா? ஓ, கடவுளே?"

"ஆமாம்"

"ஏன்? இதைத் தெரிந்து கொள்வதில் நான் ஆர்வமாக இருக்கிறேன் — உண்மையிலேயே"

"மேற்கத்தியத் தத்துவத்தை விட கிழக்கத்தியத் தத்துவம் எனக்கு சுவாரசியமாகப்பட்டது. அதனால் தான். இதை நீ கேட்டதற்காகச் சொல்கிறேன்" என்றான்.

"தத்துவமா?" என்ன சொல்கிறாய் நீ? அதாவது பாலியல்...? அது இங்கிருப்பதை விட சீனாவில் நன்றாக இருக்கிறதா? இது தான் நீ சொல்வதின் அர்த்தமா?" என்று கேட்டேன்.

"சீனா என்று மட்டுமில்லை, நான் "கிழக்கு" என்று

சொன்னேன். இந்த முட்டாள் தனமான உரையாடலைத் தொடர வேண்டுமா?

"இது மிகவும் சீரியஸான விஷயம். நான் விளையாட்டுக்காகச் சொல்லவில்லை. அது ஏன் கிழக்கில் சிறப்பாக இருக்கிறது?"

"இதில் மிகவும் ஈடுபாட்டுடன் பேச வேண்டும்" என்றான் லீஸ். "அவர்களுக்கு பாலியல் உடல் மற்றும் ஆன்மீக அனுபவமாக இருக்கிறது. நான் ஒரு ......என்று நீ நினைத்தால்..."

"நானும் அப்படித்தான்! நான் அப்படித்தான் நினைக்கிறேன், உடல் மற்றும் ஆன்மீக ரீதியிலானது என்றுதானே நீ சொன்னாய். ஆனால் அது நான் யாருடன் உறவு கொள்கிறேன் என்பதைப் பொறுத்தது. எனக்கு அவ்வளவாகப் பரிட்சயமில்லாத யாருடனவாது உறவு கொள்கிறேனென்றால்..."

"கடவுளே, சத்தமாகப் பேசாதே கால்ஃபீல்ட். உன்னுடையக் குரலை மெல்லியதாக மாற்றிக் கொள்ள முடியவில்லை யென்றால், இந்த விஷயத்தை இத்துடன் நிறுத்திக் கொள்வோம்."

"நல்லது. ஆனால் நான் சொல்வதைக் கேள். எனக்கு ஆர்வம் பீறிட்டு வரும் போது கொஞ்சம் சத்தமாகப் பேசுவேன். அது உடல் ரீதியானது, ஆன்மீக ரீதியானது, கலைத்துவம் மிக்கது என்பதெல்லாம் தெரியும். ஆனால் நான் என்ன சொல்ல வருகிறேன் என்றால், நீ எல்லோரிடத்திலும் இதைச் செய்து கொண்டிருக்க முடியாது — நீ கழுத்தில் கொஞ்சும் எல்லாம் பெண்களிடமும் — இல்லையா?" என்றேன்.

"இதை இத்தோடு விட்டு விடுவோம். உனக்கு ஏதேனும் ஆட்சேபணை இருக்கிறதா?" என்றான்.

"சரி. ஆனால் கேட்டுக் கொள், உன்னையும் அந்தச் சீனப் பெண்ணையும் எடுத்துக் கொள்வோம். உங்கள் இருவருக்குள் அப்படி என்ன சிறப்பாக இருக்கிறது?"

"சரி, விட்டு விடுவோம்" என்று நானே சொல்லிவிட்டேன்.

நான் ரொம்பவும்தான் தனிப்பட்ட விஷயத்தைத் தீண்டிக் கொண்டிருக்கிறேன் என்று உணர ஆரம்பித்தேன். லீஸைப் பொருத்தமட்டில் இதுதான் அவனிடம் எரிச்சல் தருகின்ற விஷயம். வூட்டனில் இருக்கும் போது இவன் ஒருவருக்கு மிகவும்

தனிப்பட்ட முறையில் நிகழ்ந்த விஷயத்தை விளக்கச் சொல்லி சொன்னதுண்டு. ஆனால் அவனிடம் அதே மாதிரியான கேள்விகளைக் கேட்டால் அவன் அதை விரும்புவது இல்லை. புத்திசாலிகள் உங்களுடன் புத்திசாலித்தனமான கலந்துரையாடலை விரும்புவதில்லை. அவர்கள் வாயை மூடிக் கொண்டிருக்கும் போது நீங்களும் வாயை மூடிக் கொண்டிருக்க வேண்டும், அவர்கள் தங்களுடைய அறைக்குச் செல்லும் போது நாமும் சென்றுவிட வேண்டும். நான் வூட்டனில் இருக்கும் போது லீஸ் அவனுடைய அறையில் பாலியல் பற்றி எங்களிடம் பேசி முடித்தவுடன் நாங்கள் — அதாவது நானும் மற்ற சிலரும் — வேறு ஒருவனுடைய அறையில் இது குறித்து எங்களுக்குள் பேசிக் கொண்டிருப்போம். அதை லீஸ் வெறுத்தான் என்று கண்டிப்பாக சொல்லிவிட முடியும். பெரிய மனிதனாகத் தன்னைக் கருதிக் கொண்டு, அவன் பேசி முடித்தவுடன் எல்லோரும் அவரவர் அறைக்குச் சென்று விட வேண்டும் என்பதை எப்போதும் விரும்பினான். அவன் சொன்னதை விட புத்திசாலித்தனமாக வேறு யாரும் சொல்லிவிடுவார்களோ என்று அவனுக்கு ஒரு பயம் உண்டு. இது எனக்கு ஆச்சரியமாக இருந்தது.

"எனது பாலியல் வாழ்க்கை மிகவும் மோசமாக இருக்கிறது. ஒரு வேளை நான் சீனாவிற்குப் போனாலும் போவேன்" என்றேன்.

"உன்னுடைய மனம் இன்னும் பக்குவமடையவில்லை"

"ஆமாம். உண்மை தான். எனக்கு அது தெரியும்" என்றேன். என்னிடம் உள்ள பிரச்சனை என்னவென்று உங்களுக்குத் தெரியுமா? எனக்குப் பிடிக்காத பெண்ணுடன் என்னால் ஒருபோதும் செக்ஸியாக இருக்க முடியாது. அதாவது, எனக்கு அவளை நன்றாகப் பிடிக்க வேண்டும். எனக்குப் பிடிக்கவில்லை யென்றால் அவள் மேல் உள்ள ஆசையெல்லாம் போய்விடும். என்னுடைய செக்ஸ் வாழ்க்கை மிகவும் பரிதாபமானதும், நாற்றம் எடுத்ததும் ஆகும்.

"உண்மைதான். உனக்கு என்ன தேவையென்று போன முறை பார்க்கும் போது உன்னிடம் கூறினேன்".

"அதாவது மன உளவியலாளரிடம் போ என்று சொன் னதா...? என்று கேட்டேன். அவன் அப்படித்தான் அன்றைக்கு என்னிடம் கூறினான். அவனுடைய அப்பாவும் மன

உளவியலாளர் என்றும் சொன்னான்.

"போவது, போகாதது உன்னைப் பொருத்த விஷயம். உன்னுடைய வாழ்க்கையில் நீ என்ன செய்து கொள்ள வேண்டுமோ செய்து கொள் எனக்கும் அதற்கும் எந்த சம்பந்தமும் இல்லை".

சிறிது நேரத்திற்கு நான் பதில் எதுவும் கூறாமல் யோசித்துக் கொண்டிருந்தேன்.

"நான் உன் அப்பாவிடம் ஆலோசனைக்காகச் சென்றிருந்தால் அவர் என்ன செய்திருப்பார்?" என்று கேட்டேன்.

"அவர் உன்னை எதுவும் செய்யமாட்டார். அவர் உன்னிடம் பேசுவார் நீ அவரிடம் பேசுவாய். இதன் மூலம் அவர் உன் மனதில் என்ன இருக்கிறது என்பதை அடையாளம் கண்டு கொள்ள உதவுவார்."

"அதுதான் என்ன?"

"உன் மனதின் படிவம். எப்படி உன் மனம் வேலை செய்கிறது — நான் ஒன்றும் உனக்கு மன உளவியல் பற்றி வகுப்பு எடுக்க முடியாது தெரிந்து கொள். உனக்கு விருப்பமிருந்தால் அவரை ஃபோனில் கூப்பிட்டு அப்பாயிண்ட்மெண்ட் வாங்கிக் கொள். உனக்கு விருப்பமில்லையென்றால் விட்டு விடு, எனக்கு எந்தக் கவலையும் இல்லை."

அவன் தோள்பட்டையில் எனது கையை வைத்தேன். "நீ உண்மையிலேயே மிகவும் நட்புடன் தான் பழகுகிறாய், பாஸ்டர்ட்" என்று சொல்லிவிட்டு, "உனக்கு ஒன்று தெரியுமா?" என்று கேட்டேன்.

அவன் தனது கடிகாரத்தைப் பார்த்துக் கொண்டான். "நான் உடனே புறப்பட வேண்டும் என்று சொல்லிக் கொண்டே எழுந்தான். "உன்னை சந்தித்ததில் மிகவும் மகிழ்ச்சி" என்று சொல்லிவிட்டு பாரில் இருந்தவரிடம் பில் கொண்டு வருமாறு கூறினான்.

"ஹாய், உன்னுடைய அப்பா உன்னை எப்போதாவது மனப் பகுப்பாய்வு செய்திருக்கிறாரா?" என்று கேட்டேன்.

"என்னையா? ஏன் கேட்கிறாய்?"

"காரணம் எதுவுமில்லை. இருந்தாலும் கேட்கிறேன், அவர் பண்ணியிருக்கிறாரா...?"

"உண்மையாகச் சொல்லப் போனால், இல்லை. ஆனால் நான் எப்படி "அட்ஜஸ்ட்" செய்து கொள்ள வேண்டுமென்று கூறியிருக்கிறார். ஆனால் மிகவும் விரிவான ஆய்வு தேவையில்லை. ஏன் கேட்கிறாய்?"

"காரணம் எதுவுமில்லை. சும்மா யோசித்துப் பார்த்தேன்"

"நல்லது, எதையும் ஈஸியாக எடுத்துக் கொள்" அவன் "டிப்" வைத்துவிட்டு புறப்படத் தயாரானான்.

"இன்னொரு ட்ரிங் போட்டுட்டு போக வேண்டியதுதானே" என்று கூறினேன்.

"என்னால் இப்போது முடியாது. நான் ஏற்கனவே லேட்" என்று சொல்லிவிட்டு புறப்பட்டான்.

லீஸ். சொல்லப் போனால் இவன் ஒரு "உள் மூலம்" மாதிரி. ஆனால் சொல் விளையாட்டில் திறமையானவன். நான் வூட்டனில் இருக்கும் போது அங்கிருந்த மாணவர்களிலேயே இவன் தான் அதிக வார்த்தைகள் (vocabulary) தெரிந்து வைத்திருந்தான். இது அவர்கள் எங்களிடையே இது குறித்து நடத்திய தேர்விலிருந்து தெரியவந்தது.

20

நான் தொடர்ந்து குடித்துக் கொண்டு, தங்களது வேலையைச் செய்ய வெளியே வரவிருக்கும் டீனா, ஜெனைனுக்காகவும் காத்திருந்தேன். ஆனால் அவர்கள் அங்கே தென்படவில்லை. ஃப்ளிட் மாதிரி தோற்றமளித்த ஒருவன் பியானோ வாசித்துக் கொண்டிருக்க, புதிய பெண்ணான வாலென்சியா (Valencia) வந்து பாட்டுப் பாடினாள். இவள் சிறப்பாக பாடவில்லையென்றாலும் டீனா, ஜெனைனை விட நன்றாகவும், நல்ல பாடல்களாகவும் பாடினாள். பியானோ பார் இருக்கும் இடத்திற்குப் பக்கத்தில் அதாவது நான் உட்கார்திருந்த இடத்திற்கு அருகிலும், வாலென்சியா எனக்கு மிகவும் பக்கத்திலும் நின்று கொண்டிருந்தாள். நான் அவளை ஒரு “லுக்'' விட்டேன். ஆனால் அவள் பார்க்காத மாதிரி காட்டிக் கொண்டாள். நான் அந்த மாதிரி செய்திருக்கக்கூடாது. ஆனால் நான் நன்றாகக் குடித்திருந்தேன். அவள் பாடி முடித்தவுடன் மின்னல் போல உள்ளே சென்றுவிட்டாள். இதனால் என்னோடு சேர்ந்து குடிக்கக்கூட அவளை அழைக்க முடியவில்லை. எனவே நான் தலைமைப் பணியாளரைக் கூப்பிட்டேன். அவரிடம், வாலென்சியாவுக்கு என்னோடு சேர்ந்து குடிக்க விருப்பமா என்று கேட்டு வரும்படி கூறினேன். அவரும் சரி என்று சொல்லிவிட்டுச் சென்றார். ஆனால் அநேகமாக அவர் அவளிடம் எனது தகவலைக் கூறியிருக்கமாட்டார். இவர்கள் என்றைக்குமே நமது தகவல்களைக் குறிப்பிட்டவர்களுக்குத்

தெரிவிக்க மாட்டார்கள்.

நான் அந்த பாரில் கிட்டத்தட்ட நடுராத்திரி 1 மணி வரை உட்கார்ந்திருந்தேன். நன்றாக குடித்திருந்தேன். எதுவுமே எனக்கு நேராகத் தெரியவில்லை. இருந்தாலும் நான் மூர்க்கத்தனமாக நடந்து கொள்ளாதவாறு என்னைக் கவனத்துடன் பார்த்துக் கொண்டேன். என்னை யாரும் கவனிப்பதையோ அல்லது எனக்கு வயது என்ன என்று கேட்பதையோ இந்த நேரத்தில் நான் விரும்பவில்லை. என்னால் நேராக எதையும் பார்க்க முடியவில்லை. என்னுடைய வயிற்றைக் குண்டு துளைத்தது போன்ற உணர்வு. நான் கைகளை ஜாக்கெட்டுக்குக் கீழே எனது வயிற்றில் வைத்துக் கொண்டு அதிலிருந்து வழிந்து கொண்டிருக்கும் ரத்தத்தை நிறுத்த முயற்சித்தேன். நான் அடிபட்டிருப்பது யாருக்கும் தெரியக்கூடாது என நினைத்தேன். நான் அடிபட்டதைக் கூட மற்றவர்களிடம் இருந்து மறைக்க முயற்சித்தேன். இறுதியாக ஜேன் வீட்டிலிருக்கிறாளா, ஃபோன் செய்து பார்க்கலாம் என்கிற முடிவுக்கு வந்தேன். நான் பாருக்குக் கொடுக்க வேண்டிய பணத்தைக் கொடுத்துவிட்டு அங்கிருந்து வெளியே வந்து ஃபோன் பூத்தை நோக்கிச் சென்றேன். வயிற்றின் மேல் இருந்த எனது கை ரத்தம் வழிவதைத் தடுத்துக் கொண்டிருந்தது. நான் நன்றாக குடித்திருக்கிறேன்.

நான் ஃபோன் பூத்துக்கு உள்ளே சென்றேன். ஆனால் நான் ஜேனுக்கு ஃபோன் செய்யும் மனநிலையில் இல்லை. ரொம்ப அதிகமாகவே குடித்துவிட்டேன் என்பது என் ஊகம். எனவே நான் சாலிக்கு ஃபோன் செய்தேன்.

சரியான நம்பருக்கு ஃபோன் செய்வதற்கு முன் கிட்டத்தட்ட வேறு இருபது நம்பர்களுக்குப் ஃபோன் பண்ணியிருந்தேன். எனக்கு கண்ணும் சரியாகத் தெரியவில்லை.

ஃபோனை யாரோ எடுத்த சத்தம் கேட்டவுடன் “ஹலோ” என்றேன். நான் குடித்திருந்ததால் எனது குரல் கொஞ்சம் ஓங்கி இருந்தது.

“யார் இது? என்று ஒரு வயதான் பெண்மணியின் குரல் கேட்டது

“இது நான், ஹோல்டன் கால்ஃபீல்ட், நான் சாலியிடம் தயவு செய்து பேசலாமா?” என்றேன்.

“சாலி தூங்குகிறாள். நான் அவளுடைய பாட்டி. ஹோல்டன், இந்த நேரத்தில் ஏன் அவளை ஃபோனில் கூப்பிடுகிறாய்? இப்போது மணி என்ன தெரியுமா?”

“ஆமாம்... நான் சாலியுடன் பேச வேண்டும். மிகவும் முக்கியமான விஷயம். அவளிடம் ஃபோனைக் கொடுங்கள்”

“சாலி நன்றாகத் தூங்கிக் கொண்டிருக்கிறாள். அவளை நாளைக்குக் கூப்பிடு. குட் நைட்.”

“அவளை எழுப்புங்கள்! எழுப்புங்கள்!”

அதற்குப் பிறகு வேறு ஒரு குரல் கேட்டது. “ஹோல்டன், நான் சாலி பேசுகிறேன். என்ன பெரிய யோசனை இப்போது?”

“சாலி? நீயா?”

“ஆமாம். கத்துவதை நிறுத்து. என்ன குடித்திருக்கிறாயா?”

“ஆமாம். கொஞ்சம் கவனி. நான் கிறிஸ்துமஸுக்கு முந்தின நாள் வருவேன். சரியா? கிறிஸ்துமஸ் மரத்தை அலங்கரிக்க வருவேன், சரியா? சரியா, ஹாய் சாலி?”

“சரி. நீ குடித்திருக்கிறாய். இப்போது படுக்கப் போ. எங்கே இருக்கிறாய்? உன்னோடு யார் இருக்கிறார்கள்?”

“சாலி? நான் வந்து மரத்தை அலங்கரிக்கிறேன் சரியா? சரியா, ஹாய்?”

“சரி. இப்போது படுக்கப் போ. நீ எங்கே இருக்கிறாய்? உன்னோடு யார் இருக்கிறார்கள்?”

“யாருமில்லை. எனக்கு, நானே, நான். நான் அதிகமாகக் குடித்திருக்கிறேன். என்னுடைய வயிற்றை இன்னும் பிடித்துக் கொண்டிருக்கிறேன். அவர்கள் என்னைப் பிடித்துக் கொண்டார்கள். ராக்கியினுடைய கும்பல் என்னைப் பிடித்து விட்டார்கள். உனக்கு அது தெரியுமா? சாலி, உனக்கு அது தெரியுமா?”

“நீ பேசுவதை என்னால் கேட்க முடியவில்லை. இப்போது படுக்கப் போ. நான் போக வேண்டும். நாளைக்கு என்னைக் கூப்பிடு”

"ஹாய், சாலி! நான் மரத்தை உனக்காக ட்ரிம் பண்ண வேண்டும் என்று விரும்புகிறாய் தானே? நான் செய்ய வேண்டு மென்று விரும்புகிறாயா? ஹ்ஹ்?"

"ஆமாம். குட் நைட். வீட்டுக்குப் போய் படுத்துத் தூங்கு."

அவள் ஃபோனை வைத்து விட்டாள்.

"குட் நைட், குட் நைட், சாலி பேபி, சாலி டார்லிங்!" என்று சொன்னேன். நான் எவ்வளவு குடித்திருந்தேன் என்று உங்களால் கற்பனை செய்து பார்க்க முடியுமா? நானும் ஃபோனை வைத்து விட்டேன். அநேகமாக அவள் இப்போதுதான் தன்னுடைய "டேட்டிங்''கை முடித்துவிட்டு வந்திருக்க வேண்டும் என்று நினைத்தேன். அவள் லுண்ட்ஸுடன், அதன் பிறகு ஆண்டோவரைச் சேர்ந்தவனுடன், எங்கோ ஒரு இடத்தில் இருந்திருக்க வேண்டுமென்று நினைத்தேன். டீ இருக்கும் கெட்டிலைச் சுற்றி இருந்து கொண்டு நவீனமாக எதையாவது பேசிக் கொண்டிருந்திருப்பார்கள் இந்தப் பந்தாப் பேர்வழிகள். நான் குடித்திருக்கும் போது அவளுக்கு ஃபோன் செய்திருக்கக்கூடாது என்று கடவுளிடம் சொன்னேன். நான் ஒரு பைத்தியக்காரன்.

நான் அந்த ஃபோன் பூத்தில் ஃபோனை கையில் பிடித்துக் கொண்டே சிறிது நேரம் இருந்தேன். உண்மையைச் சொல்வதில் அற்புதம் எதுவும் இருப்பதாக நான் உணரவில்லை. இறுதியாக பூத்தை விட்டு வெளியே வந்து ஆண்களின் பாத்ரூமிற்குச் சென்று ஒரு முட்டாளைப் போல சுற்றிக் கொண்டிருந்தேன். அங்கிருந்த வாஷ் பேஷின் ஒன்றை முழுவதும் குளிர்ந்த தண்ணீரினால் நிரப்பி விட்டு எனது காது அதில் படும்வரை தலையை அதில் முக்கி எடுத்தேன். அது காய வேண்டுமே என்றெல்லாம் நான் கவலைப்படவில்லை. நான் என்னை அதில் மூழ்கச் செய்தேன், அவ்வளவுதான். அதன் பின் ரேடியேட்டர் இருக்கும் ஜன்னலை நோக்கிச் சென்று அதில் உட்கார்ந்து கொண்டேன். அது மிகவும் நன்றாகவும், வெதுவெதுப்பாகவும் இருந்தது. குளிரில் நடுங்கிக் கொண்டிருந்த எனக்கு அது இதமாக இருந்தது. வேடிக்கை என்னவென்றால் நான் குடித்திருக்கும் போதெல்லாம் எனக்கு நடுக்கம் இருக்கும்.

நான் செய்வதற்கான வேலை வேறு எதுவும் இல்லை. எனவே நான் அதே இடத்தில் உட்கார்ந்து தரையில் உள்ள

சிறிய வெள்ளைக் கட்டங்களை எண்ணிக் கொண்டிருந்தேன். நான் நனைந்து ஊறிக் கொண்டிருப்பது போல இருந்தது. எனது கழுத்து வழியாக காலர், டை முதலிய அத்தனை பகுதிகளுக்கும் ஒரு காலன் தண்ணீர் சென்று கொண்டிருப்பதாக உணர்வு இருந்தாலும் நான் அதை கொஞ்சம் கூட கண்டு கொள்ள வில்லை. நான் அதிகம் குடித்திருந்ததால் என்னால் எதுவும் செய்யமுடியவில்லை. கொஞ்ச நேரத்தில் வாலென்சியாவிற்காக பியானோ வாசித்த, பார்ப்பதற்கு ஃப்ளிட் போல இருந்தவன் தலை சீவிக் கொள்வதற்காக அங்கு வந்தான். அவன் தலைசீவிக் கொண்டிருக்கும் போது நானும் அவனும் உரையாடிக் கொள்ள ஆரம்பித்தோம். அவன் அவ்வளவு நட்பு பாராட்டுபவனாக இல்லை.

"ஹாய், நீங்கள் திரும்பவும் பாருக்குச் செல்லும் போது வாலென்சியாவைப் பார்ப்பீர்களா?"

"அதற்கான வாய்ப்பு அதிகமில்லை" என்றான் அந்த கோமாளிக்கார பாஸ்டர்ட். நான் சந்திப்பவர்கள் அனைவரும் இது மாதிரியேதான் இருக்கிறார்கள்.

"அவளுக்கு என் பாராட்டைத் தெரிவியுங்கள். அதோடு அந்தத் தலைமைப் பணியாளர் மூலம் நான் சொல்லி அனுப்பியத் தகவல் கிடைத்ததா? என்று கேளுங்கள். என்ன கேட்பீர்களா?"

"நீ ஏன் வீட்டிற்குப் போகக்கூடாது? உனக்கு என்ன வயது?"

"86. அவளுக்கு எனது பாராட்டுக்களைத் தெரிவியுங்கள், என்ன சரியா?"

"நீ ஏன் வீட்டிற்குப் போகக்கூடாது?"

"இல்லை. நீங்கள் அருமையாக பியானோ வாசித்தீர்கள்" என்று நான் சொன்னேன். சும்மா அவனைப் புகழந்து பேசினேன். உண்மையில் அவன் வாசித்தது மிகவும் மோசமாக இருந்தது. "உங்களைப் போன்ற ஹாண்ட்சம்மானவர்கள் ரேடியோவில் கண்டிப்பாக வாசிக்க வேண்டும். உங்களுக்கு ஒரு மேனேஜர் தேவையா?" என்றேன்.

"நல்ல பையனாக வீட்டுக்குப் போ. வீட்டுக்குப் போய் தூங்கு" என்றார்.

"போவதற்கு எனக்கு வீடு இல்லை. உங்களுக்கு மேனேஜர் தேவையா?"

அவர் அதற்குப் பதில் சொல்லாமல் வெளியே சென்றுவிட்டார். அங்கிருந்தது வரை தலை சீவிக் கொண்டு இருந்தார். ஸ்ட்ராட் லேட்டர் போல ஹாண்ட்சம் ஆனவர்கள் எல்லோரும் ஒன்றுதான்.

கடைசியாக நான் அங்கிருந்து வெளியேறி "ஹாட்—செக் (hat check)" அறைக்குச் சென்றேன். நான் அழுது கொண்டிருந்தேன். ஏனென்று தெரியவில்லை ஆனால் அழுது கொண்டிருந்தேன். நான் மிகவும் சோர்வுற்று, தனிமையிலிருந்ததுதான் காரணமாக இருக்கும் என்பது என் ஊகம். செக் அறைக்குச் சென்ற போது நான் வைத்து விட்டுச் சென்றதைக் கண்டுபிடிக்க முடியவில்லை. இருந்தாலும் அங்கிருந்த பெண் நல்ல முறையில் நடந்து கொண்டாள். அவள் என்னுடைய கோட்டையும், எனது "லிட்டில் ஷிர்லே பீன்ஸ்" ரிகார்டையும் – இன்னும் என்னிடம் அது இருக்கிறது— எடுத்துக் கொடுத்தாள். அவள் உதவி செய்ததற்காக பணம் கொடுத்தேன். ஆனால் அவள் வேண்டாம் என்று மறுத்துவிட்டாள். அவள் என்னிடம் வீட்டுக்குச் சென்று படுக்குமாறு சொல்லிக் கொண்டேயிருந்தாள். நான் அவளுடன் கொஞ்ச நேரம் இருந்து விட்டு போகலாம் என்று நினைத்தேன். ஆனால் அவள் தனது வேலையைப் பார்த்துக் கொண்டிருந்தாள். அவள் எனக்கு அம்மா போன்றவள் என்று என்னிடம் கூறினாள். என் தலையிலிருந்த நரைத்த முடியைக் காண்பித்து எனக்கு வயது நாற்பத்தி இரண்டு என்று கூறி சும்மா "டைம் பாஸ்" செய்து கொண்டிருந்தேன். என்ன இருந்தாலும் அவள் இனிமையானவள். நான் எனது வேட்டைக்கார சிவப்புத் தொப்பியைக் காண்பித்தேன். அது அவளுக்கு மிகவும் பிடித்திருந்தது. நான் வெளியே போவதற்கு முன்பாக என்னிடம் தொப்பியை அணிந்து கொள்ளுமாறுக் கூறினாள். என் தலை இன்னும் ஈரமாக இருந்தது.

நான் வெளியே வந்த போது அதிகமாகக் குடித்திருந்ததற்கான உணர்வு எதுவும் இல்லை. ஆனால் மிகவும் குளிராக இருந்தது. எனது பற்கள் "தந்தி" அடித்துக் கொள்ள ஆரம்பித்தன. பற்கள் அடித்துக் கொண்டிருப்பதை என்னால் நிறுத்த முடியவில்லை. நான் மேடிசன் அவென்யூ வரை நடந்து சென்று அங்கு பஸ்ஸிற்காகக் காத்திருந்தேன். ஏனென்றால், என்னிடம்

அதிகமாகப் பணம் இல்லை. அதனால் நான் செலவைக் குறைத்துக் கொள்ள ஆரம்பித்தேன். ஆனால் எனக்குப் பஸ்ஸில் ஏறிச் செல்ல விருப்பமில்லாதது மட்டுமல்லாமல் எங்கே செல்ல வேண்டுமென்றும் தெரியவில்லை. ஆகவே நான் பார்க்கை நோக்கி நடக்க ஆரம்பிக்கையில் ஏரி வழியாகச் செல்ல வேண்டுமென்று தெரியவந்தது. அதைக் கடந்து செல்லும் போது ஏரியில் உள்ள வாத்துகள் என்ன செய்கின்றன என்பதைப் பார்க்கலாம் என நினைத்தேன். அவை இருக்கின்றனவா, இல்லையா என்று எனக்குத் தெரியாது. பார்க்கிலிருந்து அது வெகு தூரம் இல்லை என்பது மட்டுமல்ல, எனக்கு வேறு எங்கு போவது என்றும் தெரியவில்லை — நான் எங்கே போய் படுத்துத் தூங்கப்போகிறேன் என்றும் இதுவரைத் தெரியவில்லை – எனவே நான் என் வழியில் போய்க் கொண்டிருந்தேன். எனக்கு சோர்வு எதுவும் ஏற்படவில்லை.

நான் பார்க்கிற்குள் நுழையும் போது பயங்கரமான ஒன்று நடந்தது. ஃபீபியின் ரெகார்ட் என் கையிலிருந்து விழுந்து கிட்டத்தட்ட 50 துண்டுகளாக நொறுங்கியது. அதைப் பார்த்ததும் எனக்கு அழுக வேண்டும் போல் இருந்தது, நான் மிகவும் மோசமாக இருப்பது போல் உணர்ந்தேன். நான் கவரில் இருந்த சிறு சிறு துண்டுகளையெல்லாம் எடுத்து எனது கோட் பாக்கெட்டுக்குள் போட்டுக் கொண்டேன். அவை எதற்கும் உதவாது. ஆனால் எனக்கு அதைத் தூக்கிப் போட வேண்டுமென்று தோன்றவில்லை. நான் பார்க்கிற்குள் நுழைகையில் அது இருட்டாக இருந்தது.

நான் எனது வாழ்நாள் முழுவதும் நியூயார்க்கில் கழித்தவன். எனது உள்ளங்கை போல சென்ட்ரல் பார்க்கைப் பற்றி எனக்கு அனைத்தும் தெரியும். ஏனென்றால் நான் சிறுவனாக இருக்கும் போது ஸ்கேட்டிங், சைக்கிள் ஓட்ட என இங்குதான் வருவேன். ஆனால் இப்போது எனக்கு இந்த இருட்டில் பார்க்கில் இருக்கும் ஏரியைக் கண்டுபிடிப்பது சிரமமாக இருந்தது. அது சென்ட்ரல் பார்க்கின் தெற்கு திசையில் இருக்கிறது என்று தெரியும். ஆனால் இன்னும் என்னால் அதைக் கண்டுபிடிக்க முடியவில்லை. நான் நினைத்ததை விட அதிகமாகவே குடித்திருப்பது போல தெரிந்தது. நான் தொடர்ந்து நடந்து கொண்டே இருந்தேன். இருட்டும் அதிகமாகிக் கொண்டிருந்தது. நான் அந்த பார்க்கில் இருக்கிற இந்த நேரம் வரை வேறு எந்த மனிதரையும்

பார்க்கவில்லை. ஒருவிதத்தில் இது எனக்குச் சந்தோஷமாக இருந்தது. அநேகமாக நான் ஒரு மைலாவது நடந்திருப்பேன். கடைசியாக அதைக் கண்டுபிடித்தேன். பாதி ஏரி உறைந்தும், பாதி உறையாமலும் இருந்தது. ஆனால் அங்கு வாத்துகள் எதுவும் இல்லை. நான் அந்த ஏரியை முழுவதும் சுற்றி வந்தேன் ஒரு வாத்தைக் கூடக் காணவில்லை. அவை அங்கிருந்தால் ஒரு வேளை தூங்கிக் கொண்டிருக்கக்கூடும் அல்லது எங்காவது ஒரு விளிம்பை ஒட்டி இருக்கக்கூடும் அல்லது புற்களின் அருகில் இருக்கக்கூடும் என நினைத்தேன். இப்படி ஒவ்வொன்றாகப் பார்த்துக் கொண்டு வரும் போது தான் நான் கீழே விழுந்தேன். ஆனால் ஒன்றைக்கூட கண்ணில் காணவில்லை.

கடைசியாக, நான் ஒரு பெஞ்சில் உட்கார்ந்தேன். அங்கு அவ் வளவு இருட்டு இல்லை. நான் இன்னும் நடுங்கிக் கொண்டுதான் இருந்தேன். என் தலையில் தொப்பி இருந்தாலும் குளிராக இருந்தது. தலையில் ஏதோ ஐஸ் இருப்பது போல இருந்தது. இந்த உணர்வு எனக்குக் கவலை அளித்தது. இதனால் ஒரு வேளை நிமோனியா வந்து நான் அதில் செத்துவிடுவேனோ என நினைத்தேன். அப்படி ஏதும் நடந்தால் எனது இறுதி ஊர்வலத்திற்கு லட்சக்கணக்கான மக்கள் வருவது போல காட்சிப் படுத்திக் கொண்டேன். எனக்கு கிட்டத்தட்ட ஐம்பது அத்தைமார்களாவது இருப்பார்கள். அவர்கள் எல்லோரும் ஆலியின் இறுதிச் சடங்கிற்கு வந்திருந்தார்கள். அவர்களில் ஒரு முட்டாள் அத்தை, அவன் அங்கு எவ்வளவு அமைதியாகப் படுத்திருக்கிறான் என்று கூறினார். அந்த நேரத்தில் நான் ஆஸ்பத்திரியில் இருந்தேன். எனது கை அடிப்பட்டிருந்ததால் நான் ஆஸ்பத்திரியில் இருக்க வேண்டியதாயிற்று. எனக்கு இந்தக் குளிரினால் நிமோனியா வந்துவிடுமோ என்றும் அதனால் இறந்து விடுவேனோ என்றும் நினைத்தேன். அப்பாவிற்காகவும், அம்மாவிற்காவும் பரிதாபப்பட்டேன். குறிப்பாக அம்மாவை நினைத்துக் கவலையாக இருந்தது. ஏனெனில் அவர்கள் இன்னும் ஆலி இறந்தத் துக்கத்திலிருந்தே மீளவில்லை. எனது சூட்டுகள் மற்றும் அதலெடிக் கருவிகளை வைத்துக் கொண்டு என்ன செய்வது என்று தெரியாமல் முழித்துக் கொண்டிருப்பது போல என் முன் காட்சிகள் ஓடின. அவரைப் பொருத்தளவில் ஒரு நல்ல விஷயம் என்னவென்றால் ஃபீபி சிறு குழந்தை என்பதால் எனது இறுதிச் சடங்கில் கலந்து கொள்ள அனுமதிக்கமாட்டார். அதற்குப் பிறகு மற்ற எல்லோரும்

என்னை கல்லறையில் வைத்து அதன் மேல் எனது பெயரை பொறித்து விடுவார்கள். என்னைச் சுற்றிலும் இறந்தவர்கள் தான் இருப்பார்கள். இதற்குப் பதில் நான் இறந்தவுடன் யாராவது ஒருவர் கொஞ்சம் சிந்தித்து என்னை ஆற்றிலோ அல்லது வேறெதிலாவதோ போட்டுவிடுவார்கள் என நம்புகிறேன். இந்த கல்லறையில் என்னை அடைத்து வைக்காமல் வேறு எது வேண்டுமென்றாலும் அவர்கள் செய்யட்டும். ஞாயிற்றுக் கிழமைகளில் மக்கள் கல்லறைக்கு வந்து உங்கள் வயிற்றில் மலர்க் கொத்தை வைப்பார்கள். நீங்கள் இறந்த பிறகு யாருக்கு வேண்டும் இந்த மலர்க் கொத்தெல்லாம்? யாருக்கும் தேவையில்லை.

காலநிலை நன்றாக இருந்தால் அடிக்கடி எனது பெற்றோர் ஆலியின் கல்லறைக்குச் சென்று மலர்க் கொத்தொன்றை வைத்துவிட்டு வருவார்கள். நான் அவர்களுடன் இரண்டு முறை சென்றேன். அதற்குப் பிறகு போவதை நிறுத்திக் கொண்டேன். முதலில் அவனை கல்லறைக்குச் சென்று பார்ப்பதையே நான் விரும்பவில்லை. சுற்றிலும் இறந்தவர்களும், அவர்களது கல்லறைகளும் இருப்பது எனக்குப் பிடிக்கவில்லை. சூரிய ஒளி இருக்கும் போது சென்று பார்த்தால் அவ்வளவு மோசமாக இருக்காது. நான் சென்ற இரண்டு முறையும் மழை பெய்ய ஆரம்பித்தது. அப்போது நிலைமை மிகவும் மோசமாக இருந்தது. கல்லறையின் மேலும், புற்களின் மேலும் அவன் வயிற்றின் மேலும் மழை பெய்தது. அந்த நேரத்தில் அங்கிருந்த எல்லோரும் தங்களது கார்களை நோக்கி வேகமாக ஓடிச் சென்றனர். அது தான் என்னை கிரேஸியாக்கியது. வந்திருந்த அனைவரும் காருக்குச் சென்று ரேடியோவை ஆன் செய்து டின்னர் சாப்பிடுவதற்காக ஏதோ ஒரு இடத்திற்குச் சென்றார்கள் – ஆலி தவிர. இது எனக்கு கொஞ்சங்கூடப் பிடிக்கவில்லை. எனக்குத் தெரியும் அவனுடைய உடம்புதான் அங்கிருக்கிறது, ஆன்மா சொர்க்கத்தில் இருக்கிறது என்கிற விஷயமெல்லாம் எனக்குத் தெரியும். ஆனால் எனக்கென்னமோ இது பிடிக்கவில்லை. அவன் அங்கு இருக்கக்கூடாது என விரும்பினேன். உங்களுக்கு அவனைத் தெரியாது. அவனை உங்களுக்குத் தெரிந்திருந்தால் உங்களுக்கு நான் என்ன சொல்கிறேன் என்று புரியும். சூரிய வெளிச்சம் இருந்தால் பிரச்சனை இல்லை, ஆனால் அது எப்போதாவது தான் தன் தலையை வெளியில் காட்டுகிறது.

நிமோனியா பற்றிய நினைப்பிலிருந்து வெளியே வந்து

என்னிடம் உள்ள பணத்தை அந்த இடத்தில் இருந்த வெளிச்சத்தின் உதவியுடன் எண்ண ஆரம்பித்தேன். என்னிடம் இருந்ததெல்லாம் ஒரு சிங்கிள், ஐந்து குவார்ட்டர் (ஒரு குவார்ட்டர் 25 செண்ட்), ஒரு நிக்கல் (5 செண்ட்) தான். நான் பென்சியை விட்டு வந்ததிலிருந்து அதிகம் செலவழித்திருந்தேன். அதற்குப் பிறகு நான் அந்த ஏரிக்கு அருகில் சென்று 25 செண்ட்டுகளையும், 5 செண்ட்டுகளையும் உறையாத பகுதியை நோக்கி தூக்கியெறிந்தேன். ஏன் அப்படி செய்தேன் என்று தெரியவில்லை. ஒரு வேளை அப்படி செய்தால் நிமோனியா, மரணம் பற்றிய நினைப்பு அடியோடு போய்விடும் என்கிற ஊகத்தினால் இருக்கக்கூடும். ஆனால் அப்படி செய்தும் அது பற்றிய சிந்தனை என்னை விட்டுப் போகவில்லை.

எனக்கு நிமோனியா வந்து நான் இறந்து விட்டால் ஃபீபி என்ன நினைப்பாள் என நான் நினைத்துப் பார்க்க ஆரம்பித்தேன். இந்த சிந்தனை குழந்தைத்தனமானது ஆனால் என்னால் நினைத்துப் பார்க்காமல் இருக்க முடியவில்லை. அப்படி ஏதாவது நடந்தால் அவளுக்கு மிகவும் கஷ்டமாக இருக்கும். அவளுக்கு என்னை மிகவும் பிடிக்கும். அதாவது அவளுக்கு என் மேல் பிரியம் அதிகம். என்னால் இன்னும் இந்த சிந்தனையிலிருந்து வெளியே வர முடியவில்லை. கடைசியாக நான் இறப்பதற்கு முன், நைசாக வீட்டிற்குள் நுழைந்து அவளைப் பார்த்துவிடலாம் என முடிவு செய்தேன். எனது அறைக்கான சாவி என்னிடம் இருந்தது. அபார்ட்மெண்ட்டுக்குள் சப்தம் போடாமல் மெதுவாக நுழைந்து சிறிது நேரம் அவளிடம் பேசிவிட்டு வந்து விடலாம் என நினைத்தேன். எங்களது வீட்டின் முகப்புக் கதவைப் பற்றிக் கவலைப்பட்டேன். அதைத் திறக்கும் போது அதிலிருந்து அபாரமான சத்தம் வரும். இந்த சத்தத்தினால் நான் நைசாக நுழைவது எனது பெற்றோருக்குத் தெரிந்து விட்டால் என்ன செய்வது என்கிற பயம் தொற்றிக் கொண்டது. ஆனால் எப்படியாது இதை முயற்சி செய்து பார்த்துவிடுவது என்று தீர்மானித்தேன்.

நான் பார்க்கிலிருந்து வெளியே வந்து வீட்டை நோக்கி நடக்க ஆரம்பித்தேன். வீடு அதிக தூரம் இல்லை. நான் சோர்வாகவோ அல்லது அதற்கு மேல் குடிக்கவோ இல்லை. குளிரும் அதிக மில்லை, சுற்றிலும் மனிதர்கள் யாரும் தென்படவுமில்லை.

21

பல வருடங்களில் எனக்குக் கிடைத்த சிறந்த "ப்ரேக்" இதுவாகத் தான் இருக்கக்கூடும். நான் வீட்டைச் சென்றடைந்த போது அங்கிருக்கும் லிஃப்டில் எப்போதும் இருக்கும் ஆபரேட்டரான பீட்டை (Pete)க் காணவில்லை. அதற்குப் பதிலாக புதிதாக ஒருவர் உட்கார்ந்திருந்தார். நான் அப்பா, அம்மா யாரையும் பார்க்காமல் ஃபீபியை மட்டும் பார்த்து "ஹலோ" சொல்லிவிட்டு வந்துவிடலாம், நான் வந்து போனது யாருக்கும் தெரியக்கூடாது என்று நினைத்துக் கொண்டேன். உண்மையிலேயே இது ஒரு மிகச் சிறந்த "ப்ரேக்". இதில் இன்னும் சிறப்பு என்னவென்றால் புது லிஃப்ட் ஆபரேட்டர் முட்டாள் மதிரி இருந்ததுதான். அவரிடம் நான் "டிக்ஸ்டீன்ஸ்" (Dicksteins) இருக்கும் தளத்திற்குப் போக வேண்டும் என்று சாதாரண குரலில் கூறினேன். யாருக்கும் சந்தேகம் வரக்கூடாது என்பதற்காக நான் எனது வேட்டைக் காரத் தொப்பியை ஏற்கனவே எடுத்துவிட்டிருந்தேன். மிகவும் அவசரத்தில் இருப்பது போல காட்டிக் கொண்டு வேகமாக லிஃப்டிற்குள் நுழைந்தேன்.

அவர் லிஃப்ட் கதவை மூடிவிட்டு, "அவர்கள் எல்லோரும் பதினான்காவது மாடியில் பார்ட்டியில் இருக்கிறார்கள்" என்று என்னைப் பார்த்துச் சொன்னார்.

"அது சரி. நான் அவர்களுக்காக காத்திருக்க வேண்டும்.

நான் அவர்களுடைய nephew" என்றேன்.

அவர் என்னைப் பார்த்து முட்டாள்த்தனமான ஒரு சந்தேகப் பார்வையை வீசினார். "அப்படியென்றால் நீங்கள் லாபியில் காத்திருக்கலாமே" என்றார்.

"எனக்கும் அதுதான் ஆசை. ஆனால் எனக்குக் கால் வலி. அதை ஒரு குறிப்பிட்ட நிலையில் வைக்க வேண்டும். எனவே கதவுக்கு வெளியே இருக்கும் நாற்காலியில் ஒரு குறிப்பிட்ட நிலையில் உட்கார்ந்து கொள்கிறேன்" என்றேன்.

நான் என்ன சொல்கிறேன் என்று அவருக்குத் தெரியவில்லை. எனவே அவர் "ஓ" என்று சொல்லிவிட்டு என்னை மேலே கொண்டு சென்றார். மோசமானதாக இல்லை ஆனால் வேடிக்கையாக இருந்தது. நீங்கள் என்ன செய்ய வேண்டுமென்றால் யாருக்கும் புரியாதபடி ஏதாவது பேசி அதன் மூலம் நீங்கள் நினைத்ததை அவர்கள் செய்யும்படி பண்ண வேண்டும்.

எங்களது தளத்தில் லிஃப்ட் நின்றதும் நான் காலை நொண்டிக் கொண்டே வெளியே வந்து டிக்ஸ்டீன்ஸ் இருக்கும் பக்கம் நடக்க ஆரம்பித்தேன். லிஃப்ட் கதவுகள் மூடிய சத்தம் கேட்டவுடன் நான் எங்கள் வீடு இருக்கும் பக்கம் நோக்கிச் செல்ல ஆரம்பித்தேன். அது வரை எல்லாம் நன்றாகத்தான் பண்ணிக் கொண்டிருந்தேன். எனக்குக் குடித்த மாதிரியான ஒரு உணர்வே இல்லை. எங்கள் வீட்டுச் சாவியை எடுத்துக் கதவைத் திறந்து கொண்டு உள்ளே போய் கதவை மூடினேன். இப்படியெல்லாம் செய்வதற்கு நான் மிகவும் மோசமானவனாக இருக்க வேண்டும்.

பெரிய அறை இருட்டில் மூழ்கிக் கிடந்தது. அது வாஸ்தவம் தானே. நான் லைட்டுகள் எதையும் போடவில்லை. எதன் மேலும் மோதி விடாமல் நான் மிகவும் கவனமாக இருக்க வேண்டும். இல்லையென்றால் பெரிய களேபரம் ஆகிவிடும். நான் வீட்டில் தான் இருக்கிறேன் என்பது மட்டும் எனக்கு உறுதியாகத் தெரிந்தது. இந்த அறையில் மட்டும் வேறெந்த அறையிலும் இல்லாத வித்தியாசமான ஒரு வாசனை இருக்கும். ஆனால் அது என்ன வாசனை என்று எனக்குத் தெரியவில்லை. காலிஃப்ளவர் வாசனையோ அல்லது செண்ட் வாசனையோ இல்லை — என்ன இழவு என்று எனக்குத் தெரியவில்லை — ஆனால் நான் வீட்டில் தான் இருக்கிறேன் என்று எனக்குத்

தெரியும். என்னுடைய கோட்டை கழற்றி ஹாங்கரில் தொங்கவிடுவதற்காக அந்த அறையில் அலமாரியைத் திறக்கையில் உள்ளே நிறைய ஹாங்கர்கள் தொங்கிக் கொண்டிருந்ததால் அவை ஆடும் சத்தம் கேட்டது. எனவே நான் அதை அப்படியே விட்டுவிட்டேன். அதற்குப் பிறகு பின்புறமாக ஃபீபியின் அறையை நோக்கி ரொம்ப, ரொம்ப மெதுவாக நடக்க ஆரம்பித்தேன். வீட்டில் இருக்கக்கூடிய வேலைக்காரப் பெண்ணுக்கு காது மந்தம் என்பதால் இந்தச் சத்தம் கேட்காது. அவள் சிறுமியாக இருக்கும் போது அவளுடைய சகோதரன் காதுக்குள் ஒரு குச்சியை விட்டதால் அவளுக்குக் காது கேட்காமல் போய்விட்டது என்று ஒரு முறை அவள் என்னிடம் கூறியிருக்கிறாள். சொல்லப்போனால் அவளுக்கு சுத்தமாகவே காது கேட்காது. ஆனால் என் பெற்றோரைப் பொருத்தவரையில், குறிப்பாக அம்மா, அவள் காது மோப்பம் பிடிக்கும் வேட்டை நாய்க்கு இருப்பது போல இருக்கிறது என்று சொன்னார்கள். எனவே நான் அதை எளிதாக எடுத்துக் கொண்டு மெதுவாக முன்னேறிச் சென்றேன். சில தருணங்களில் எனது மூச்சைக் கூடப் பிடித்துக் கொண்டேன். என்னுடைய அப்பாவின் தலையில் நாற்காலியைக் கொண்டு அடித்தாலும் எழுந்திரிக்க மாட்டார். ஆனால் அம்மா அப்படியில்லை, நீங்கள் சைபீரியாவில் லேசாக தொண்டையைச் செருமினால் கூட கேட்டு விடும். மிகவும் பதட்டமடையக் கூடியவர். பாதிநேரம் சிகரெட் பிடித்துக் கொண்டு இரவு பூராவும் முழித்திருப்பார்.

கடைசியாக, கிட்டத்தட்ட ஒரு மணி நேரத்திற்குப் பிறகு நான் ஃபீபியின் அறையை அடைந்தேன். அவள் அங்கே இல்லை. டி.பி. ஹாலிவுட்டில் இருக்கும் போது அல்லது வேறெங்காவது பயணிக்கும் போது அவள் அவர் அறையில் தான் தூங்குவாள் என்பதை நான் மறந்து விட்டிருந்தேன். வீட்டிலேயே அந்த அறை பெரிய அறை என்பதால் அவள் அதை விரும்பினாள். அங்கிருந்த படுக்கையும் மிகப் பெரியதாக இருந்தது. அதை டி.பி. எங்கிருந்து வாங்கினார் என்று தெரியவில்லை. எனவே ஃபீபி டி.பி. இல்லாத போது அவருடைய அறையில் படுத்துக் கொள்ள விரும்பினாள். அவரும் அதற்கு அனுமதி கொடுத்திருந்தார். அந்த அறையில் உள்ள மிகப் பெரிய மேசையில் தான் அவள் தனது வீட்டுப்பாடங்களைச் செய்வாள். அந்த மேசையும் ஏறக்குறைய படுக்கை அளவிற்கு இருந்தது. அங்கு உட்கார்ந்து

அவள் வீட்டுப் பாடம் செய்யும் போது நீங்கள் அதில் அவள் எங்கிருக்கிறாள் என்று கூர்ந்து பார்த்தால்தான் தெரியும். இந்த மாதிரியான பொருட்களைத் தான் அவள் விரும்புவாள். அவளுடைய அறை மிகவும் சிறிதாக இருப்பதால் அதை விரும்பவில்லை என்று கூறினாள். நன்றாக பரந்து விரிந்திருப்பதை அவள் விரும்புவதாகக் கூறினாள். எனக்கு இது புரியவில்லை. அவள் எதைப் பரந்து விரியவைக்கப் போகிறாள்? எதையுமில்லை.

நான் டி.பி. அறைக்கு மெதுவாகச் சென்று அங்கிருந்த விளக்கைப் போட்டேன். ஃபீபி அப்படியும் கூட எழுந்திருக்க வில்லை. அந்த விளக்கு வெளிச்சத்தில் நான் அவளைப் பார்த்தேன். அவள் முகம் தலையணையில் படும்படி ஒருக்களித்துப் படுத்திருந்தாள். அவளுடைய வாய் திறந்திருந்தது. அதைப் பார்க்கவே வேடிக்கையாக இருந்தது. பெரியவர்கள் இது மாதிரி வாயைத் திறந்து கொண்டு படுத்திருந்தால் பார்ப்பதற்கே அசிங்கமாக இருக்கும். ஆனால் குழந்தைகள் அப்படித் தூங்கினால் அசிங்க மாகத் தெரிவதில்லை. அவர்கள் தலையணையில் எச்சிலை ஒழுகவிட்டிருந்தால் கூட பார்ப்பதற்கு அசிங்கமாக இருக்காது.

மெதுவாக நான் அந்த அறை முழுவதையும் சுற்றி வந்தேன். இந்த மாற்றம் எனக்கு ஒரு நல்ல உணர்வைக் கொடுத்தது. எனக்கு நிமோனியா வந்துவிடுமோ என்கிற பயமெல்லாம் போய் நன்றாக இருப்பது போல உணர்வு ஏற்பட்டதை ஒரு நல்ல மாற்றமாகக் கருதினேன். ஃபீபியினுடையை துணிகள் எல்லாம் படுக்கைக்குப் பக்கத்தில் இருந்த நாற்காலியில் கிடந்தன. அவளையொத்தக் குழந்தைகளுடன் ஒப்பிடும் போது அவள் மிகவும் சுத்தமாக தன்னைப் பார்த்துக் கொண்டாள். அதாவது மற்ற குழந்தைகளைப் போல தனது துணிகளை அவள் கண்ட இடத்தில் போடுவதில்லை. அவள் முரட்டுக் குணம் கொண்டவள் இல்லை. அம்மா கனடாவிலிருந்து வாங்கி வந்த மாநிறமான சூட்டுக்கான ஜாக்கெட் நாற்காலியின் பின்புறத்தில் தொங்கிக் கொண்டிருந்தது. அவளுடைய ப்ளவுஸ் போன்ற துணிகள் நாற்காலி சீட்டின் மேல் கிடந்தன. நாற்காலிக்குக் கீழ் அவளுடைய ஷூக்களும், சாக்ஸ்களும் ஒன்றுக்கொன்று பக்கத்தில் கிடந்தன. இந்த ஷூக்களை நான் இதற்கு முன்னால் பார்த்தது இல்லை. ஒரு வேளை புதிதாக இருக்கலாம். நான் போட்டிருந்த மாதிரியே அடர்த்தியான ப்ரௌன் வண்ணத்தில் இருந்தது. அம்மா கனடாவில் வாங்கிக்

கொண்டு வந்த சூட்டுக்கு இது போட்டால் அமர்க்களமாக இருக்கும். அம்மா அவளுக்கு அருமையாக ட்ரெஸ் செய்து விடுவார். அம்மாவிற்கு சில விஷயங்களில் நல்ல ரசனை உண்டு. ஐஸ் ஸ்கேட் வாங்குவதில் எல்லாம் சிறந்தவர் இல்லை. ஆனால் துணிகள் வாங்குவதில் அவரை யாரும் மிஞ்ச முடியாது. அதாவது ஃபீபி போடக் கூடிய டிரஸ்கள் பார்ப்பவர்களை அசத்திவிடும். நீங்கள் பெரும்பாலான சிறு குழந்தைகளை எடுத்துக் கொள்ளுங்கள், பணக்கார வீட்டுக் குழந்தைகள் உட்பட, அவர்கள் வழக்கமாக சில மோசமான டிரஸ்களைத் தான் அணிந்திருப்பார்கள். என்னுடைய அம்மா ஃபீபிக்காக கனடாவில் இருந்து வாங்கி வந்த சூட்டை நீங்கள் பார்க்க வேண்டும். நான் விளையாட்டுக்காகச் சொல்லவில்லை.

நான் டி.பி. யினுடைய பழைய மேசைக்கு எதிரில் உட்கார்ந்து அதிலிருந்த பொருட்களையெல்லாம் பார்த்தேன். அவற்றில் பெரும்பாலனவை ஃபீபியினுடையதாக இருந்தது. அதிலும் புத்தகங்கள்தான் அதிகம். அதில் மேலாக இருந்த புத்தகம் "அரித்மெட்டிக் இஸ் ஃபன் (Arithmetic is Fun!). நான் அதன் முதல் பக்கத்தைத் திறந்து பார்த்தேன். அதில்

ஃபீபி வெதர்ஃபீல்ட் கால்ஃபீல்ட்
4B - 1

என்று எழுதியிருந்தது.

அது என்னை என்னவோ செய்தது. அவளுடைய நடுப் பெயர் ஜோஸஃபின், வெதர்ஃபீல்ட் இல்லை. இந்தப் பெயர் அவளுக்குப் பிடிப்பதில்லை. நான் ஒவ்வொரு முறை பார்க்கும் போதும் அவளுடைய நடுப்பெயரில் மாற்றம் இருந்து கொண்டே இருக்கிறது.

அரித்மெட்டிக் புத்தகத்திற்குக் கீழே ஜியாகிரஃபியும், அதற்கும் கீழே ஸ்பெல்லர் புத்தகங்களும் இருந்தன. அவள் ஸ்பெல்லிங்கில் மிகவும் கெட்டிக்காரி. அவள் எல்லாப் பாடங்களையும் நல்ல முறையில் படித்தாலும் ஸ்பெல்லிங்கில் மிகவும் சிறந்து விளங்கினாள். ஸ்பெல்லர் புத்தகத்திற்குக் கீழ் பல நோட்டுகள் இருந்தன. அவளிடம் கிட்டத்தட்ட 5000 நோட்டுகளாவது இருக்கும். இவ்வளவு நோட்டுகள்

வைத்திருக்கும் ஒரு சிறுமியை நீங்கள் பார்த்திருக்கமாட்டீர்கள். நான் ஒரு நோட்டைத் திறந்து முதல் பக்கத்தைப் பார்த்தேன். அதில்:

Bernice meet me at recess I have something
very very important to tell you

இதுதான் அந்தப் பக்கத்தில் இருந்தது. அதற்கு அடுத்தப் பக்கத்தில்

Why has south eastern Alaska so many caning factories/
Because theres so much salmon
Why has it valuable forests?
Because it has the right climate.
What has our government done to make
Life easier for the Alaskan eskimos?
Look it up for tomorrow!!!

Phoebe Weatherfield Caulfield
Phoebe Weatherfield Caulfield
Phoebe Weatherfield Caulfield
Phoebe W. Caulfield
Phoebe Weatherfield Caulfield, Esq.

Please pass to Shirley
Shirley you said you were sagitarius
but your only Taurus bring your skates
When you come over to my house.

நான் டி.பி.யின் மேசைக்கு எதிரில் உட்கார்ந்து அந்த நோட்டில் எழுதியிருந்தது முழுவதையும் படித்தேன். அதைப் படித்து முடிக்க அதிக நேரம் ஆகவில்லை. ஃபீபி அல்லது வேறெந்தக் குழந்தையுடைய நோட்டையாவது எடுத்து பகலும், இரவும் படிப்பேன். நான் ஒரு சிகரெட் எடுத்துப் பற்ற வைத்துக் கொண்டேன் — இது என்னிடமிருந்த கடைசி சிகரெட். கிட்டத்தட்ட மூன்று பாக்கெட்டுகளாவது புகைத்திருப்பேன். அதற்குப் பிறகு அவளை எழுப்பினேன். அதற்கு மேல் என்னால் அந்த மேசைக்கு எதிரில் வாழ்நாள் பூராவும் உட்கார்ந்திருக்க முடியாது. அது மட்டுமில்லாமல் எங்கே எனது பெற்றோர் எழுந்து திடீரென்று உள்ளே வந்து விடுவார்களோ என்கிற பயம் வேறு இருந்தது. அவர்கள் அப்படி வருவதற்கு முன்பு அவளுக்கு ஒரு "ஹலோ"வாவது

சொல்லிவிட வேண்டும் என்று நினைத்தேன். எனவே அவளை எழுப்பினேன்.

அவளை சத்தம் போட்டு எழுப்ப வேண்டுமென்ற அவசியமில்லாமல் கூப்பிட்ட குரலுக்கு எழுந்துவிட்டாள். நீங்கள் செய்ய வேண்டியதெல்லாம் படுக்கையின் மேல் உட்கார்ந்து கொண்டு, "ஃபீபி எழுந்திரு" என்று சொல்ல வேண்டியதுதான். அவள் "படக்"கென்று எழுந்து விடுவாள்.

"ஹோல்டன்!" என்று அவள் சிறிதும் தாமதிக்காமல் என்னைக் கூப்பிட்டுக் கொண்டே எனது கழுத்தைச் சுற்றி தனது கைகளைப் போட்டாள். அவள் மிகவும் பிரியமானவள். நான் அவளுக்கு முத்தம் கொடுத்தேன். "நீ எப்போது வீட்டிற்கு வந்தாய்?" என்று கேட்டாள். அவள் கேட்ட விதத்திலிருந்தே நான் வந்ததில் அவளுக்கு சந்தோஷம் என்பதை நீங்கள் சொல்லிவிட முடியும்.

"சத்தம் போடாதே. இப்போதுதான் வந்தேன். நீ எப்படியிருக் கிறாய்?"

"நான் நன்றாக இருக்கிறேன். உனக்கு நான் எழுதிய ஐந்து பக்கக் கடிதம் கிடைத்ததா?"

"ஆமாம் — சத்தம் போடாதே. நன்றி."

எனக்கு அவள் கடிதம் எழுதினாள். ஆனால் அதற்குப் பதில் போடக் கூட எனக்கு வாய்ப்புக் கிடைக்கவில்லை. அவள் பள்ளிக்கூடத்தில் நடைபெறப் போகும் நாடகம் பற்றித்தான் அக்கடிதத்தில் குறிப்பிட்டிருந்தாள். அவள் என்னிடம் வெள்ளிக்கிழமை வெளியே எங்கும் போகவேண்டாமென்றும் நாடகத்தை வந்துப் பார்க்கும்படியும் கூறியிருந்தாள்.

"நாடகம் எப்படியிருக்கிறது?" என்று நான் கேட்டேன். "அந்த நாடகத்தின் பெயர் என்னவென்று சொன்னாய்?"

"எ கிறிஸ்துமஸ் பேஜண்ட் ஃபார் அமெரிக்கன்ஸ்". அவ்வளவு ஒன்றும் சிறப்பாக இல்லை. ஆனால் நான் "பெனடிக்ட் அர்னால்ட்" என்கிற பெரிய பாத்திரமேற்று நடித்தேன்" என்று அவள் கூறினாள். இப்போது நன்றாக விழித்துக் கொண்ட அவள் இதைப் பற்றிச் சொல்லும்போது மிகவும் ஆர்வம் காட்டினாள். நான் இறப்பதிலிருந்து ஆரம்பமாயிற்று. கிறிஸ்துமஸ்ஸிற்கு முதல் நாள் ஆவி வந்து என்னிடம்

என்னுடைய நாட்டை ஏமாற்றுவதற்கு வெட்கப்படுகிறேனா என்றெல்லாம் கேட்டது உன்க்குத் தெரியுமா?. அவள் இப்போது படுக்கையில் உட்கார்ந்து கொண்டாள். "அதைப்பற்றித்தான் நான் உனக்கு எழுதியிருந்தேன். நீ வருகிறாயா?"

"கண்டிப்பாக நான் வருகிறேன். உறுதியாக நான் வருகிறேன்."

"அப்பாவினால் வரமுடியாது. அவர் கலிஃபோர்னியாவுக்குச் செல்ல வேண்டுமென்று கூறினார்" என்று ஃபீபி என்னிடம் சொன்னாள். அவளுக்கு இப்போது தூக்கக் கலக்கம் என்பது கொஞ்சங்கூட இல்லை. இந்த நிலைக்கு அவள் வர எடுத்துக் கொண்டது 2 வினாடிகள் தான். அவள் படுக்கையில் முழங்காலிட்டது போல கால்களை மடித்து வைத்துக் கொண்டு உட்கார்ந்து எனது கைகளைப் பிடித்திருந்தாள். "நீ புதன்கிழமை வருவாய் என்று அம்மா சொன்னார்" என்றாள்.

"நான் சீக்கிரமே வந்துவிட்டேன். சத்தம் போடாதே. அது அனைவரையும் எழுப்பிவிடும்"

"இப்போது மணி என்ன? அவர்கள் வீட்டிற்கு வர நேரம் ஆகுமென்று அம்மா சொன்னார். அவர்கள் கனெக்ட்டிகட்டில் உள்ள நார்வாக்கிற்கு விருந்து ஒன்றிற்குச் சென்றிருக்கிறார்கள்" என்றாள் ஃபீபி. "நான் இன்றைக்கு மதியம் என்ன செய்தேன் என்று ஊகி பார்க்கலாம்! நான் எந்தப் படத்திற்குச் சென்றேன்? சொல் பார்க்கலாம்.."

"எனக்குத் தெரியாது — இங்கே பார், அவர்கள் எப்போது வருவேனென்று சொல்லிவிட்டுச் சென்றார்களா".

"தி டாக்டர்" — என்று ஃபீபி கூறினாள். "இது ஒரு பிரத்யேகமான படம். இன்றைக்கு ஒருநாள் மட்டும் இது லிஸ்டர் பவுண்டேஷனில் திரையிடப்பட்டது. இது கென்னடகியில் உள்ள ஒரு டாக்டரைப் பற்றியது. அவர் ஒரு நடக்க முடியாத குழந்தை யின் முகத்தில் போர்வையை அழுத்தி வைக்கிறார். அதன் பின் அவரை சிறைச்சாலைக்கு அனுப்புகிறார்கள். பிரமாதமான படம்!

"ஒரு வினாடி கேள், அவர்கள் எப்போது வருவேனென்று சொல்லிவிட்டுச் சென்றார்களா?"

அந்த டாக்டர் அதற்காக வருந்துகிறார். அவர் அந்தக்

குழந்தையின் முகத்தில் போர்வையை வைத்து அழுத்தி அதை மூச்சுவிட முடியாமல் செய்கிறார். அதற்குப் பிறகு அவர்கள் அவரை ஆயுள் தண்டனைக் கைதியாகச் சிறைச்சாலைக்கு அனுப்புகின்றனர். ஆனால் அந்தக் குழந்தை அவரைப் பார்க்கச் சிறைச்சாலைக்கு அடிக்கடி வந்து நன்றி சொல்கிறது. அவர் ஒரு "கருணைக் கொலைகாரர் (mercy killer)''. கடவுளிடமிருந்து எதையும் எடுத்துக் கொள்ளும் உரிமை அவருக்கு இல்லை என்பதால், தான் செய்த காரியத்திற்கு சிறைச்சாலைக்குச் செல்வோம் என்று அவருக்கு தெரியும். என்னுடன் படிப்பவளுடைய அம்மா எங்களை இதற்குக் கூட்டிச் சென்றார். அவள் பெயர் ஆலிஸ் ஹோம்போர்க். அவள் எனக்கு ஒரு சிறந்த தோழி. அந்த முழு .... இவள் ஒருத்தித்தான்................"

"ஒரு நிமிடம் நிறுத்துகிறாயா? நான் உன்னிடம் கேள்வி கேட்டேன். அவர்கள் எப்போது வருவார்கள் என்று சொல்லிவிட்டுச் சென்றார்களா? இல்லையா?"

"இல்லை. ஆனால் அவர்கள் வர வெகு நேரம் ஆகும். அப்பா தனது காரை எடுத்துச் சென்றதால் அவர்கள் ரயிலைப் பற்றியோ அல்லது வேறு எதைப் பற்றியோ கவலைப்பட வேண்டாம். அதில் ரேடியோ இருக்கிறது. ட்ராஃபிக்கில் வண்டி இருக்கும் போது அதை யாரும் பயன்படுத்துவதில்லை என்று அம்மா சொன்னார்."

நான் என்னைக் கொஞ்சம் "ரிலாக்ஸ்" செய்து கொள்ள ஆரம்பித்தேன். அதவாது அவர்கள் என்னை வீட்டில் பார்த்து விடுவார்களோ என்கிற பயம் தணிந்தது. அப்படிப் பார்த்தால் பார்த்துக் கொள்ளட்டும் என்று எனக்குள் சொல்லிக் கொண்டேன்.

ஃபீபியை நீங்கள் பார்க்க வேண்டும். நீல நிற பைஜாமாவின் காலரில் சிவப்பு நிற யானைகள்.

"இது நல்ல படம், ஹ்ஹ?" என்றேன்.

"பிரமாதமாக இருந்தது. ஆலிஸுக்குத் தான் ஜலதோஷம் அதனால் அவளுடைய படம் பார்க்கும் நேரம் முழுவதும் அவளிடம் அது பற்றியே விசாரித்துக் கொண்டிருந்தார். படத்தில் முக்கியமான காட்சி வரும் போது என் மேல் சாய்ந்து ஆலிஸிடம், "இப்போது எப்படியிருக்கிறது?" என்று

கேட்பார். இதனால் கோபம் ஏற்பட்டது."

அதன் பின் நான் ரெக்கார்ட் பற்றி சொன்னேன். "நான் உனக்காக ரெகார்ட் வாங்கினேன். ஆனால் வீட்டிற்கு வரும் வழியில் அது உடைந்து விட்டது" என்று சொல்லிக் கொண்டே எனது கோட் பாக்கெட்டிலிருந்து எடுத்து அதைக் காட்டினேன்.

"அந்தத் துண்டுகளை என்னிடம் கொடு, நான் அவற்றை சேகரிக்கிறேன்" என்று சொல்லிக் கொண்டே அதை என்னிட மிருந்து வாங்கி மேசையிலிருந்த டிராயரில் வைத்து விட்டாள். உண்மையிலேயே இவள் என்னைப் பிரமிக்க வைக்கிறாள்.

"டி.பி. கிறிஸ்துமஸுக்கு வீட்டிற்கு வருகிறாரா?" என்று அவளிடம் கேட்டேன்.

அவர் வந்தாலும் வரலாம், வராமலும் இருக்கலாம் என்று அம்மா சொன்னார். இது அவரைப் பொருத்தது. அவர் Annapolis பற்றிய படத்திற்கு ஹாலிவுட்டில் தங்கி எழுதினாலும் எழுதுவார்.

"கடவுளே Annapolis பற்றியா..?"

"அது ஒரு காதல் கதை. அதில் யார் நடிக்கப் போகிறார்கள் என்று ஊகி பார்க்கலாம்! எந்தத் திரைப்பட நடிகர். Guess?

"எனக்கு Annapolis மேல் விருப்பம் இல்லை. கடவுளே, டி.பி.க்கு Annapolis பற்றி என்ன தெரியும்? அவர் எழுதக்கூடியக் கதைகளுக்கும் இதற்கும் என்ன சம்பந்தம்?" என்று நான் கூறினேன். ஹாலிவுட் என்னை கிரேஸி ஆக்குகிறது. "உன்னுடைய கைக்கு என்ன ஆச்சு? என்று அவள் முழங்கையில் போட்டிருந்த ப்ளாஸ்திரியைப் பார்த்துக் கேட்டேன். அவள் ஸ்லீவ்லெஸ் பைஜாமா போட்டிருந்ததால் இது எனக்குத் தெரியவந்தது.

"என்னோடு படிக்கும் கர்டிஸ் வைண்ட்ராஃப் (Curtis Weintraub) பார்க்கில் உள்ள படிக்கட்டுகளில் நான் சென்று கொண்டிருக்கும் போது கீழே தள்ளிவிட்டு விட்டான்" என்றாள். "பார்க்கிறாயா?" என்று கேட்டாள். அவள் தனது முழங்கையில் ஒட்டப்பட்டிருந்த ப்ளாஸ்திரியை எடுக்க ஆரம்பித்தாள்.

"அப்படியே விட்டுவிடு. அவன் ஏன் உன்னைப் படியிலிருந்து கீழே தள்ளினான்?"

"எனக்குத் தெரியாது. அவன் என்னை வெறுக்கிறான் என்று நான் நினைக்கிறேன்" என்று ஃபீபி கூறினாள். "அவனுடைய ஜாக்கெட்டில் நானும் எனது தோழியான செல்மா ஆட்டர்பரி (Selma Atterbury)யும் இங்க் தெளித்துவிட்டோம்" என்றாள்.

"அது நல்லதில்லை" என்றேன் நான். "நீ ஒரு குழந்தைடா..?"

"இல்லை, நான் பார்க்கில் இருக்கும் ஒவ்வொரு முறையும் அவன் என்னைத் தொடர்ந்து எல்லா இடங்களுக்கும் வந்து கொண்டேயிருப்பான். அவனின் இந்த செய்கை எனக்கு எரிச்சலை உண்டாக்குகிறது" என்றாள்.

"அவனுக்கு அநேகமாக உன்னை பிடித்திருக்கும். அதற்காக அவன் ஜாக்கெட் மேல் இங்க் தெளிப்பதெல்லாம்..."

"அவன் என்னை விரும்பக்கூடாது என்பதுதான் என் விருப்பம்" என்று சொல்லிவிட்டு என்னை வேடிக்கையாக ஒரு மாதிரி பார்த்தாள். "ஹோல்டன்" எப்படி நீ புதன்கிழமை வீட்டிற்கு வராமல்..?"

"என்ன?"

அவளை ஒவ்வொரு நிமிடமும் கவனிக்க வேண்டும். நீங்கள் இவளை ஸ்மார்ட் இல்லையென்று நினைத்தால் நீங்கள் தான் பைத்தியக்காரன்.

"நீ எப்படி புதன்கிழமை வீட்டிற்கு...? அவள் என்னைக் கேட்டாள். "உன்னை பள்ளிக்கூடத்திலிருந்து வெளியேற்ற வில்லையே? வெளியேற்றிவிட்டார்களா?"

"அவர்கள் எங்களை கொஞ்சம் முன்னதாகவே போகச் சொல்லிவிட்டார்கள் என்று நான் தான் சொன்னேனே..."

"உன்னை வெளியேற்றியிருப்பார்கள்! வெளியேற்றியிருப் பார்கள்!!" என்று ஃபீபி கூறினாள். அதன் பின் அவள் என் காலில் தனது கைமுஷ்டியால் அடித்தாள். அவள் மிகவும் பலசாலியாகத்தான் இருந்தாள். "நீ வெளியேற்றப்பட்டிருக் கிறாய்! ஓ, ஹோல்டன்!" என்று சொல்லிக் கொண்டே தனது கைகளை வாயில் வைத்துக் கொண்டாள். அவள் மிகவும்

உணர்ச்சி வசப்பட்டாள். இது கடவுள் மேல் சத்தியம்.

"நான் வெளியேற்றப்பட்டேன் என்று யார் சொன்னார்கள்? யாரும் சொல்லியிருக்க முடியாது, நான்..."

"நீ வெளியேற்றப்பட்டிருக்கிறாய். நீ வெளியேற்றப்பட்டிருக் கிறாய்!" என்று சொல்லிக் கொண்டே தனது கைமுஷ்டியால் அடித்தாள். அது வலிக்கவில்லை என்று நீங்கள் நினைத்தால், உண்மையிலேயே நீங்கள் கிரேஸிதான். "அப்பா உன்னை கொல்லப்போகிறார்'' என்று சொல்லிக் கொண்டே தனது வயிற்றை படுக்கையில் படுமாறு வைத்து தலைக்கு மேல் தலையணை வைத்துக் கொண்டாள். இந்த மாதிரி அவள் அடிக்கடி செய்வதுண்டு. சில வேளைகளில் அவள் பைத்தியக்காரி போல நடந்து கொள்வாள்.

"போதும், நிறுத்து" என்றேன் நான். "யாரும் என்னைக் கொல்லமாட்டார்கள். யாரும் என்னை...கூட செய்ய முடியாது. ஃபீபி அந்தத் தலையணையை உன் தலையிலிருந்து எடு" என்றேன். "யாரும் என்னைக் கொல்லமாட்டார்கள்."

நான் சொன்னாலும் அவள் எடுக்கவில்லை. அவளுக்கு விருப்பமில்லாத ஏதாவது ஒன்றை செய் என்று அவளிடம் சொல்ல முடியாது. "அப்பா உன்னைக் கொல்லப் போகிறார்" என்று அவள் தொடர்ந்து சொல்லிக் கொண்டேயிருந்தாள். அவள் மீது தலையணை இருக்கும் போது அவள் என்ன சொல்கிறாள் என்பதை புரிந்து கொள்வது மிகவும் கடினம்.

"யாரும் என்னைக் கொல்லமாட்டார்கள். முதலில் உன் மூளையை உபயோகி. நான் போகிறேன். நான் என்ன செய்யப் போகிறேன் என்றால், ஏதாவது ஒரு "ரான்ச்"சில் கொஞ்ச நாட்களுக்கு வேலை கிடைக்கலாம். கொலராடோவில் பண்ணை வைத்திருப்பவர் ஒருவரின் மகனை எனக்குத் தெரியும். அங்கே எனக்கு வேலை கிடைக்கலாம்'' என்று நான் சொன்னேன். "நான் அங்கு சென்றபிறகு உன்னுடனும், மற்றவர்களுடனும் தொடர்பு வைத்துக் கொள்வேன். அதை உன் தலையிலிருந்து எடு, கமான்! தயவுசெய்து எடு ஃபீபி...!!

அவள் இன்னும் எடுக்கவில்லை. நான் அதை இழுக்கப் பார்த்தேன் ஆனால் அவள் என்னை விட பலமுள்ளவளாக இருந்தாள். அவளுடன் சண்டை போட்டால் உங்களுக்குத்தான் சோர்வு ஏற்படும். அவள் தலைக்கு மேல் தலையணை

ஜெ.டி. சாலிஞ்ஜர் । 241

வைத்துக் கொள்ள வேண்டுமென்றால் அப்படித்தான் வைத்துக் கொள்வாள். "ஃபீபி, தயவுசெய்து, கமான்" என்று நான் சொல்லிக் கொண்டே இருந்தேன். "கமான், ஹாய்... ஹாய், வெதர்ஃபீல்ட், கமான்!"

அவள் எதுவும் செய்யவில்லை. சில சமயங்களில் அவளுக்குச் சொல்லி புரியவைக்கவும் முடியாது. கடைசியாக, நான் எழுந்து வரவேற்பறைக்குச் சென்று டேபிளின் மேல் டப்பாவில் இருந்த சிகரெட்டுகளை எடுத்து எனது பாக்கெட்டில் போட்டுக் கொண்டு வெளியே வந்தேன்.

22

நான் உள்ளேயிருந்து வந்தபோது அவள் தலையிலிருந்து தலையணையை எடுத்திருந்தாள். அவள் இப்படி செய்வாள் என்று எனக்குத் தெரியும். அவள் தனது முதுகு படுக்கையின் மேல் இருக்கும்படி படுத்திருந்தாலும் என்னைப் பார்க்கவில்லை. நான் படுக்கையின் ஒரு புறத்திலிருந்து மற்றொரு புறத்திற்குச் சுற்றிவந்து உட்காரும் போது அவள் தனது முகத்தை வேறு பக்கம் திருப்பிக் கொண்டாள். அவள் என்னை சுத்தமாக ஒதுக்கிவிட்டது போல தெரிந்தது. நான் ஃபாயில்ஸ்களை சப்வேயில் விட்டுவிட்டு வந்து விட்டதால் பென்சியில் இருக்கும் போது ஃபென்ஸிங் அணியிலிருந்து என்னை கண்டு கொள்ளாமல் விட்டார்களே அது போல இருந்தது இதுவும்.

“ஹாசல் வெதர்ஃபீல்டுக்கு என்ன வயதிருக்கும்?” என்று கேட்டேன். “அவளைப் பற்றி ஏதாவது புதுக் கதைகள் நீ எழுதியிருக்கிறாயா? நீ ஏற்கனவே எனக்கு அனுப்பியது கீழே ஸ்டேஷனில் இருக்கும் என்னுடைய சூட்கேஸில் இருக்கிறது. அது மிகவும் நன்றாக இருந்தது.”

“அப்பா உன்னைக் கொல்லப் போகிறார்”

அவள் மனதில் என்னமோ ஓடிக் கொண்டிருக்கிறது.

“இல்லை. அவர் அப்படிச் செய்யமாட்டார். அதிகபட்சம்

போனால் என்னைத் திட்டுவார். அதற்குப் பிறகு என்னை அந்த ராணுவப் பள்ளிக்கு அனுப்புவார். அவரால் இதை மட்டுந்தான் செய்ய முடியும். முதலில், நான் இங்கிருக்க மாட்டேன். அநேகமாக நான் கொலராடோவில் ஒரு பண்ணையில் இருப்பேன்.”

“என்னை சிரிக்க வைக்காதே. உனக்குக் குதிரைச் சவாரி கூட தெரியாது”

“யாரால் முடியாது? கண்டிப்பாக என்னால் முடியும். அவர்கள் இரண்டு நிமிடங்களில் கற்றுக் கொடுத்து விடுவார்கள். நீ முதலில் ப்ளாஸ்திரி எடுப்பதை நிறுத்து. “உனக்கு இந்த ஹேர் கட்டை யார் செய்தது?” என்று நான் கேட்டேன். இப்போதுதான் அந்த முட்டாள்த்தனமான ஹேர்க்கட்டைப் பார்த்தேன். முடி மிகவும் குட்டையாக இருந்தது.

“இது உன்னுடைய வேலையில்லை” என்றாள். சில வேளை களில் அவள் இந்த மாதிரி மூர்க்கமாக நடந்து கொள்வதுண்டு. “நீ எல்லாப் பாடங்களிலும் ஃபெயிலாகிவிட்டாய் என நினைக்கிறேன்'' என்று அதே மூர்க்கத்தனத்துடன் கேட்டாள். இன்னொரு வழியில் பார்த்தால் அவள் கேட்டது வேடிக்கையாகாவும் இருந்தது. சில வேளைகளில் அவள் பள்ளிக்கூட ஆசிரியை போல நடந்து கொள்வாள். இருந்தாலும் அவள் குழந்தைதானே.

“இல்லை, நான் ஃபெயிலாகவில்லை. நான் ஆங்கிலப் பாடத்தில் பாஸ் செய்துவிட்டேன்'' என்று சொல்லிக் கொண்டே அவளை லேசாகக் பின்னால் கிள்ளினேன். நான் அழுத்தமாகக் கிள்ளவில்லை. ஆனாலும் அவள் எனது கையில் அடிக்க முயற்சித்து முடியாமல் போனது.

அதற்குப் பிறகு திடீரென்று அவள், என்னை ஏன் பள்ளியிலிருந்து வெளியேற்றினார்கள் என்ற அர்த்தத்தில் “நீ ஏன் அந்த மாதிரி செய்தாய்?” என்று கேட்டாள். அவள் கேட்ட விதம் என்னை லேசாக சோகத்தில் ஆழ்த்தியது.

“ஓ கடவுளே, ஃபீபி இதைப் பற்றியெல்லாம் என்னிடம் கேட்காதே. எல்லோரும் இதைக் கேட்க, கேட்க அதைக் கேட்கும் எனக்கு சலிப்பு ஏற்பட்டுவிட்டது” என்றேன். “ஏன் என்பதற்கு லட்சக்கணக்கான காரணங்கள் இருக்கின்றன. நான் இது வரை

சென்றதிலேயே மிகவும் மோசமான பள்ளிக்கூடம் அதுதான். பந்தாப் பேர்வழிகள் நிறைந்த பள்ளிக்கூடம். ரொம்பவும் சிறுபிள்ளைத்தனமாக நடந்து கொள்ளும் மாணவர்கள். உன் வாழ்க்கையில் இத்தனை சிறுபிள்ளைத்தனமானவர்களை நீ பார்த்திருக்கமாட்டாய். நீ யாரவது ஒருவனுடைய அறையில் சாதாரணமாக பேசிக் கொண்டிருக்கும் போது வேறு யாராவது உள்ளே வரவேண்டுமென்றால் அவனை யாரும் உள்ளே விடமாட்டார்கள். யாராவது உள்ளே வருவதற்காக நிற்கும் போது எல்லோரும் அவனைத்தான் பார்ப்பார்கள். அவர்கள் தங்களுக்குள் மிகவும் ரகசியமான சகோதரத்துவம் வைத்துள்ளார்கள், நான் தைரியம் இல்லாதவன் என்பதால் அவர்களோடு சேர்வதில்லை. ராபர்ட் அக்லே என்று சலிப்பூட்டக்கூடிய ஒருவன் இருக்கிறான். அவன் ஒரு முறை அறைக்குள் நுழைய தொடர்ந்து முயற்சித்திருக்கிறான் ஆனால் அவனை அவர்கள் அனுமதிக்கவில்லை. ஏனென்றால் அவன் சலிப்பூட்டக்கூடியவன் என்றும், முகப்பருக்கள் உள்ளவன் என்றும் சொல்லி அவனை உள்ளே விடவில்லை. எனக்கு அதைப் பற்றி பேசக்கூட பிடிக்கவில்லை. அது ஒரு துர்நாற்றமெடுக்கக்கூடிய பள்ளிக்கூடம். என் பேச்சை நீ கேள்" என்றேன்.

ஃபீபி எதுவும் சொல்லவில்லை. ஆனால் கேட்டுக் கொண்டிருந்தாள். அவள் கேட்டுக் கொண்டிருக்கிறாள் என்று அவள் கழுத்துக்குப் பின்னால் இருந்து கொண்டு என்னால் சொல்ல முடியும். நீங்கள் என்ன சொன்னாலும் அவள் எப்போதும் கவனித்துக் கேட்பாள். இதில் வேடிக்கை என்னவென்றால் பெரும்பாலான சமயங்களில் நீங்கள் என்ன பேசுகிறீர்கள் என்று அவளுக்கு நன்றாகவேத் தெரியும். அது உண்மை.

நான் பென்சி பற்றி பேசிக் கொண்டிருந்தேன். என்னவோ தெரியவில்லை, அதைப் பற்றி பேச வேண்டும் போல் இருந்தது.

ஆசிரியைகளில் இரண்டு பேர் இனிமையானவர்களாக இருந்தாலும் கூட அவர்களும் பந்தாப் பேர்வழிகள் தான். வயதான மிஸ்டர் ஸ்பென்சரும் அவருடைய மனைவியும் எப்போது போனாலும் ஹாட் சாக்லேட் தருவார்கள். உண்மையிலேயே அவர்கள் மிகவும் இனிமையானவர்கள். ஆனால் வரலாறு வகுப்பு நடக்கும் போது தலைமையாசிரியர்

தர்மெர் வகுப்பறைக்கு வந்து கடைசியில் உட்காரும் போது இவரைப் பார்க்க வேண்டும். அவர் எப்போதும் வகுப்பறைக்கு வந்து அரை மணி நேரம் உட்கார்ந்திருப்பார். இப்படி வந்து அவர் கவனிக்கவேண்டுமோ என்னமோ தெரியவில்லை. அவர் வந்து கடைசியில் உட்கார்ந்த கொஞ்ச நேரத்தில் ஸ்பென்சரை இடைமறித்து நிறைய சங்கடப்படும்படியான ஜோக்குகளைச் சொல்வார். ஸ்பென்சரும் அவரை ஏதோ இளவரசன் என்று நினைத்துக் கொண்டு தன்னை வருத்தி கெக்கலித்துக் கொண்டும், சிரித்துக் கொண்டும் இருப்பார்.

"ரொம்பவும் பேச வேண்டாம்"

"இது உன்னை வாந்தி எடுக்க வைக்கலாம், சத்தியமாகச் சொல்கிறேன் அப்படித்தான் நடக்கும்" என்றேன். "அதற்குப் பிறகு "வெட்ரன்ஸ் டே" அன்று பென்சியில் படித்த 1776 பேர்கள் தங்கள் மனைவி, குழந்தைகளுடன் வந்து அங்குள்ள எல்லா இடங்களுக்கும் சென்றனர். அப்போது ஒரு ஐம்பது வயது மதிக்கத்தக்க ஒருவர் என்ன செய்தாரென்றால், நாங்கள் இருக்கக்கூடிய அறைக்கு வந்து கதவைத் தட்டி நான் பாத்ரூம் உபயோகித்துக் கொள்வது பற்றி ஆட்சேபணை எதுவும் உண்டா என்று கேட்டார். பாத்ரூமோ வராந்தாவின் கடைசியில் இருக்கிறது – அப்படியிருக்கும் போது அவர் ஏன் எங்களிடம் அப்படிக் கேட்டார் என்று தெரியவில்லை. அவர் என்ன சொன்னார் என்று தெரியுமா? அந்த பாத்ரூம் கதவுகளில் அவருடைய இனிஷியல் இன்னும் இருக்கிறதா, இல்லையா என்று பார்க்க வேண்டுமென்று கூறினார். பல ஆண்டுகளுக்கு முன்பு பாத்ரூம் கதவில் "செதுக்கி" வைத்த தனது இனிஷியல் இன்னும் இருக்கிறதா, இல்லையா என்பதைப் பார்க்க அவ்வளவு ஆசை. எனவே எனது நண்பனும் நானும் அவரை அழைத்துக் கொண்டு பாத்ரூம்கள் இருக்கும் பகுதியை அடைந்தோம். நாங்கள் ஒரு இடத்தில் நின்று கொண்டிருக்க அவர் தனது இனிஷியல் இருக்கிறதா என்று ஒவ்வொரு கதவாகப் பார்த்துக் கொண்டே வந்ததுடன் எங்களுடன் அவர் படித்த காலத்தில் இருந்த பென்சி பற்றியும், எப்படி மகிழ்ச்சியாக நாட்கள் கடந்தன என்பது பற்றியும் பேசியதுடன் எங்கள் எதிர்காலத்திற்கான ஆலோசனையையும் வழங்கினார். அது எனக்கு சலிப்பை உண்டு பண்ணியது!. இதற்காக அவரை மோசம் என்று சொல்லவில்லை. ஆனால் சலிப்பேற்படுத்துவதற்கு ஒருவர் மோசமாக இருக்க வேண்டுமென்ற அவசியமில்லை. அவர்

நல்லவராகவும் இருக்கலாம். ஒருவரை சலிப்படையச் செய்ய வேண்டுமென்றால் கதவுகளில் இனிஷியல் தேடிக் கொண்டிருக்கும் போது ஒன்றுக்கும் உருப்படாத ஆலோசனைகளைக் கூற வேண்டும் – இது தான் நீங்கள் செய்ய வேண்டியது. அவருக்கு தனது இனிஷியலை கதவுகளில் தேடித்தேடி மூச்சிரைப்பே வந்துவிட்டது. ஸ்ட்ராட்லேட்டரிடமும் என்னிடமும் எவ்வளவு முடியுமோ அவ்வளவையும் பென்சியிலிருந்து வெளியே செல்வதற்கு முன் பெற்றுக்கொள்ளுங்கள் என்று சொல்லிக் கொண்டே இருந்தார். கடவுளே, ஃபீபி! என்னால் அதை விவரிக்க முடியாது. பென்சியில் என்னவெல்லாம் நடந்ததோ அதில் எதையும் நான் விரும்பவில்லை. என்னால் விவரிக்க முடியாது."

அந்த நேரத்தில் ஃபீபி ஏதோ சொன்னாள் ஆனால் அவள் என்ன சொன்னாள் என்று கேட்க முடியவில்லை. அவள் ஒருக்களித்துப் படுத்திருந்ததால் வாய் தலையணையோடு ஒட்டி யிருந்தது. அதனால் அவள் பேசுவது சரியாகக் கேட்கவில்லை.

"என்ன?" என்று நான் கேட்டேன். "உன்னுடைய வாயை தலையணையிலிருந்து எடு. நீ பேசுவதை என்னால் கேட்க முடியவில்லை." என்றேன்.

"நடந்து கொண்டிருப்பது எதையும் நீ விரும்பவில்லையா?"

அவள் இப்படிக் கேட்டது என்னை இன்னும் சலிப்புறச் செய்தது.

"இல்லை, இல்லை, கண்டிப்பாக... அப்படிச் சொல்லாதே. நீ ஏன் இப்படிச் சொல்கிறாய்?"

"ஏனென்றால் உனக்குப் பிடிக்கவில்லை. உனக்கு எந்தப் பள்ளிக்கூடத்தையும் பிடிக்காது. அங்கே லட்சக்கணக்கான விஷயங்கள் நடக்கின்றன. அதனால் உனக்குப் பிடிக்காது".

"எனக்குப் பிடிக்கும். அங்கேதான் நீ தவறு செய்கிறாய்... நீ ஏன் இப்படிச் சொல்கிறாய்? என்று கேட்டேன். அவள் என்னை மேலும் மேலும் சலிப்புறச் செய்தாள்.

"ஏனென்றால் உனக்குப் பிடிக்காது," என்றாள். "உனக்குப் பிடித்த ஒன்றைச் சொல்"

“ஒன்றா..? நான் விரும்பிய ஒன்றா..? “சரி”

இதில் பிரச்சனை என்னவென்றால் நான் எதிலும் அதிகப் படியான அக்கறை செலுத்துவதில்லை. சில சமயங்களில் ஒன்றின் மேல் அக்கறை செலுத்துவது மிகவும் கடினம்.

“நான் மிகவும் விரும்பும் ஒரு விஷயம், அப்படித்தானே?” என்று அவளிடம் கேட்டேன்.

அதற்கு அவள் பதில் பேசவில்லை. அவள் படுக்கைக்கு குறுக்காக இன்னொரு பக்கம் படுத்திருந்தாள். “என்னுடைய கேள்விக்குப் பதில் சொல். நான் “மிகவும் விரும்பிய” ஒரு விஷயமா அல்லது “சாதாரணமாக விரும்பிய” ஒரு விஷயமா?”

“நீ மிகவும் விரும்பியது” என்றாள்.

சரி என்றேன். ஆனால் பிரச்சனை என்னவெனில் நான் எதிலும் அவ்வளவாக அக்கறை காட்டுவதில்லை. ஸ்ட்ரா கூடையில் இரண்டு கன்னிகாஸ்திரீகள், குறிப்பாக உலோக வளையக் கண்ணாடி அணிந்திருந்தவர், பணம் வசூலித்ததைத்தான் என்னால் நினைத்துப் பார்க்க முடிந்தது. எல்க்டன் ஹில்ஸில் இருந்த ஜேம்ஸ் கேஸ்ட்ல் (James Castle) அகங்காரம் கொண்ட ஃபில் ஸ்டேபைல் (Phil Stabile) பற்றி சொன்னதை மறக்க முடியாது. ஜேம்ஸ் கேஸ்ட்ல் அவனை மிகவும் அகங்காரம் பிடித்தவன் என்று சொல்ல, அதைக் கேட்ட ஸ்டேபைலின் நண்பன் அவனிடம் போய் சொல்ல, அவன் தனக்குத் தெரிந்த ஆறு பேரை கூட்டிக் கொண்டு ஜேம்ஸ் கேஸ்ட்லின் அறைக்கு உள்ளே சென்று கதவை மூடி விட்டு அவன் தன்னைப் பற்றி சொன்னதைத் திரும்பப் பெற்றுக் கொள்ளுமாறு கூறினான். ஆனால் கேஸ்ட்ல் அதற்கு மறுத்து விட்டான். அப்புறம் அவர்கள் அவனை என்ன செய்தார்கள் என்பதை என்னால் சொல்லக் கூட முடியாது – அது மிகவும் வெறுப்பூட்டுவதாக இருந்தது – ஆனாலும் அவன் தான் சொன்னதைத் திரும்பப் பெற்றுக் கொள்ளவில்லை. மெலிந்த உருவமும், பார்ப்பதற்கு பலவீனமானவன் போலவும் இருக்கும் அவனுடைய மணிக்கட்டு ஒரு பெரிய பென்சில் போல இருந்தது. தான் சொன்னதைத் திரும்பப் பெற்றுக் கொள்வதற்குப் பதிலாக ஜன்னலுக்கு வெளியே குதித்துவிட்டான். அப்போது நான் குளித்துக் கொண்டிருந்தாலும் அவன் கீழே விழுந்த சத்தத்தை என்னால் கேட்க முடிந்தது. ஆனால் நான் ஏதோ

ரேடியோ அல்லது மேசை அல்லது வேறு ஏதாவது ஒரு பொருள் கீழே விழுந்திருக்கும் என்று நினைத்தேனே தவிர இவன் விழுந்திருப்பான் என நினைக்கவில்லை. அதன் பிறகு படிக்கட்டுகளில் அனைவரும் இறங்கிவரும் சப்தம் கேட்டது. நானும் குளியல் ட்ரெஸ்ஸுடன் கீழே சென்று பார்த்த போது கேஸ்ட்ல் கல்லால் ஆன படிக்கட்டில் விழுந்து கிடந்தான். அவன் இறந்து விட்டான், அந்த இடம் பூராவும் அவனுடைய பற்கள், ரத்தம் ஆகியவை சிதறிக் கிடந்தன. இதனால் அவனுக்குப் பக்கத்தில் யாரும் போகவில்லை. நான் அவனுக்குக் கடனாகக் கொடுத்திருந்த டர்ட்ல்நெக் ஸ்வெட்டர் போட்டிருந்தான். அவன் அறையில் இருந்த அனைவரையும் பள்ளி நிர்வாகம் வெளியேற்றினாலும் யாரையும் சிறைச்சாலைக்கு அனுப்பவில்லை.

இவ்வளவுதான் என்னால் நினைத்துப் பார்க்க முடிந்தது. அந்த இரண்டு கன்னிகாஸ்திரீகளை நான் காலை உணவின் போது பார்த்தேன், ஜேம்ஸ் கேஸ்ட்லை எனக்கு எல்க்டன் ஹில்ஸில் தெரியும். உண்மையைச் சொல்லப் போனால் ஜேம்ஸ் கேஸ்ட்லை அவ்வளவாகத் தெரியாது. அமைதியான மாணவர்களில் அவனும் ஒருவன். அவன் என்னோடு கணித வகுப்பில் இருந்தான் ஆனால் அவன் வகுப்பறையின் இன்னொரு பக்கம் இருந்ததால் அவன் எழுந்து எதுவும் சொல்வதோ அல்லது கரும்பலகைக்குச் சென்று ஏதாவது எழுதுவதோ அரிதான ஒன்று. பள்ளிக்கூடத்தில் சில மாணவர்கள் இப்படித்தான் இருந்தார்கள். அவன் நான் வைத்திருந்த ஸ்வெட்டர் வேண்டும் என்பதற்காகப் பேசினான். அந்த ஒரு முறைதான் நானும் அவனும் பேசிக் கொண்டோம். அவன் என்னிடம் அது பற்றிக் கேட்டபோது எனக்கு ஆச்சரியமாக இருந்தது. நான் ஒரு மரண நிலைக்கே சென்றுவிட்டேன். அவன் இதை என்னிடம் கேட்கும் போது நான் பாத்ரூமில் பல் தேய்த்துக் கொண்டிருந்தேன். என்னிடம் டர்ட்ல்நெக் ஸ்வெட்டர் இருக்கிறது அவனுக்குத் தெரியுமென்பது எனக்குத் தெரியாது. வருகைப் பதிவில் அவன் பெயர் எனக்கு முன்னால் இருந்தது – Cabel, R., Cabel, W., Castle, Caulfield - என்கிற ஒரு விஷயம் தான் நான் அவனைப் பற்றி அறிந்து கொண்டது. அது எனக்கு இன்றைக்கும் நினைவிருக்கிறது. ஆனால் நான் அவனுக்கு ஸ்வெட்டரைக் கொடுக்கவில்லை என்பதுதான் உண்மை. ஏனென்றால், அவனைப் பற்றி எனக்கு நன்றாகத் தெரியாது என்பதுதான்

காரணம்.

ஃபீபி ஏதோ சொல்ல அது சரியாகக் கேட்காததால் "என்ன?" என்று கேட்டேன்.

"உன்னால் ஒரு விஷயத்தைக் கூட நினைக்க முடியவில்லை."

"என்னால் முடியும், என்னால் முடியும்"

"அப்படியென்றால் சொல்"

"எனக்கு ஆலியைப் பிடிக்கும். நான் இப்போது என்ன செய்து கொண்டிருக்கிறேனோ அதைச் செய்வதற்குப் பிடிக்கும். இங்கே உன்னோடு உட்கார்ந்து கொண்டு, பேசிக் கொண்டு, சில விஷயங்கள் குறித்து நினைத்துக் கொண்டு…"

"ஆலிதான் இறந்து போயாச்சே – நீ எப்போதும் இதைத்தான் கூறுவாய். ஒருவர் இறந்துவிட்டார் என்றால் அவர் சொர்க்கத்தில் இருப்பார், அப்புறம் ஏன் அவரைப் பற்றி….."

"அவன் இறந்து விட்டான் என்று எனக்குத் தெரியும்! எனக்குத் தெரியும் என்று உனக்குத் தெரியாதா? இருந்தாலும் என்னால் அவனை இப்போதும் விரும்ப முடியும்… ஏன் நான் விரும்பக்கூடாதா? ஒருவர் இறந்துவிட்டார் என்றால் அவரை விரும்புவதை நீ நிறுத்த முடியாது… முக்கியமாக வாழ்ந்து கொண்டிருப்பவர்களை விட அவர்கள் ஆயிரம் மடங்கு மேலாக இருக்கும் போது…"

ஃபீபி இதற்கு எதுவும் சொல்லவில்லை. அவளால் எதுவும் சிந்திக்க முடியாத போது ஒரு வார்த்தை கூட பேசமாட்டாள்.

"எது எப்படியோ நான் இங்கிருப்பதை – உன்னோடு அரட்டையடிப்பதை – விரும்புகிறேன்."

"உண்மையில் இதிலெல்லாம் எதுவுமில்லை!"

"உண்மையில் இதில் ஏதோ ஒன்று உள்ளது. ஏன் இதில் எதுவுமில்லை? என்கிறாய். எதிலும் எதுவும் இருப்பதாக மக்கள் ஒரு போதும் நினைப்பதில்லை. எனக்கு அலுப்பாக இருக்கிறது…"

"சவால் விடுவதை நிறுத்து முதலில். வேறு ஏதாவது பற்றிச்

சொல். நீ என்னவாக வேண்டுமென்று விரும்புகிறாய் – உதாரணமாக விஞ்ஞானி – அதைப் பற்றிச் சொல்"

"நான் விஞ்ஞானியாக முடியாது. எனக்கு அறிவியல் அவ்வளவாக வராது"

"வக்கீல் – அப்பா போல"

"சரிதான். ஆனால் எனக்கு அதன் மேல் ஈர்ப்பு இல்லை. எப்போதும் அப்பாவி மக்களுக்காக வாதாடி அவர்களின் உயிரைப் பாதுகாப்பது என்பது நல்லது தான். ஆனால் நாம் வக்கீலாகிவிட்டால் அந்த மாதிரி எதுவும் செய்யாமல் அதிக பணம் சம்பாதிப்போம், கால்ஃப், ப்ரிட்ஜ் விளையாடுவோம், கார் வாங்குவோம், மார்ட்டினி குடிப்போம், மிகப் பிரபலமானவர் போல நடந்து கொள்வோம். இதையெல்லாம் தவிர்த்து நீ மக்களின் உயிரைப் பாதுகாத்தாலும் கூட உனக்கு எப்படித் தெரியும் நீ உண்மையிலேயே அவர்களின் உயிரைக் காப்பாற்றத்தான் இப்படிச் செய்தாய் அல்லது நீ ஒரு பிரமாதமான வக்கீல் ஆக வேண்டுமென்பதற்காகத்தான் இப்படிச் செய்தாய் என்று எப்படித் தெரியும். திரைப்படங்களில் வருவது போல பத்திரிகையாளர்களும், மற்றவர்களும் வழக்கு முடிந்தவுடன் உன்னைப் பாராட்டி முகஸ்துதி செய்வதையும், உனக்குப் பின்னால் உன்னைப் பற்றி மோசமாகப் பேசுவதையும் எப்படித் தெரிந்து கொள்ள முடியும்? நீ ஒரு போலியான மனிதன் இல்லை என்பதை எப்படித் தெரிந்து கொள்ள முடியும்? உன்னால் அது முடியாது என்பது தான் இதில் உள்ள சிரமம்."

நான் எதைப் பற்றி பேசிக் கொண்டிருக்கிறேன் என்று ஃபீபிக்குத் தெரியுமா என்று எனக்கு உறுதியாகத் தெரியவில்லை. என்ன இருந்தாலும் அவள் சிறு குழந்தைதானே. ஆனால் அவள் நான் சொல்வதைக் குறைந்தபட்சம் கேட்டுக் கொண்டாவது இருந்தாள்.

"அப்பா உன்னைக் கொல்லப் போகிறார். அவர் உன்னைக் கொல்லப் போகிறார்" என்றாள் அவள்.

நான் அதைக் கேட்டுக் கொண்டிருக்காமல் அந்த நேரத்தில் வேறு எதையோ – கிறுக்குத்தனமான விஷயங்கள் — நினைத்துக் கொண்டிருந்தேன். "நான் என்ன ஆகவேண்டுமென்று

நினைக்கிறேன் என்று உனக்குத் தெரியுமா? எனக்கு வாய்ப்புக் கொடுத்தால் நான் என்ன ஆக வேண்டுமென்று நினைக்கிறேன் தெரியுமா?" என்று சொன்னேன்.

"என்ன? இந்த சவால் விடுவதை நிறுத்து."

"உனக்கு "If a body catch a body coming through the rye" என்கிற பாட்டு தெரியுமா? நான் விரும்புகிறேன்..."

"அது "If a body meet a body coming through the rye"! ராபர்ட் பர்ன்ஸ் (Robert Burns) எழுதிய ஒரு கவிதை" என்று ஃபீபி கூறினாள்.

"இது ராபர்ட் பர்ன்ஸ் எழுதிய கவிதை என்று எனக்குத் தெரியும்."

அவள் சொன்னது சரிதான். அது "If a body meet a body coming through the rye" தான். எனக்கு அது வரை இது தெரிந்திருக்கவில்லை.

"அது, "if a body catch a body" என்று நான் நினைத்திருந்தேன்" என்று சொன்னேன். சிறு குழந்தைகள் எல்லாம் ராய்/கம்பந்தோட்டத்தில் சில விளையாட்டுக்களை விளையாடிக் கொண்டிருப்பதாக உருவகப்படுத்திக் கொண்டேன். ஆயிரக்கணக்கான குழந்தைகள் – சுற்றிலும் பெரியவர்கள் யாரும் இல்லை – அதாவது என்னைத் தவிர. நான் ஒரு கிரேஸி. குன்றின் விளிம்பில் நான் நின்று கொண்டிருக்கிறேன். நான் செய்ய வேண்டுவது என்னவெனில், குன்றின் மேல் செல்ல ஆரம்பித்தால் அவர்களையெல்லாம் நான் பிடிக்க வேண்டும் – அவர்கள் தாங்கள் எங்கே செல்கிறோம் என்று பார்க்காமல் ஓடிக் கொண்டிருக்கும் போது நான் எங்கிருந்தாவது வந்து அவர்களைப் பிடிக்க / தடுக்க வேண்டும். இதைத்தான் நான் நாள் பூராவும் செய்யவேண்டும். நான் ராய் தோட்டத்தில் ஒரு ரட்சகனாக, மீட்பராக இருக்க வேண்டும். இது பைத்தியக்காரத்தனமானது என்று எனக்குத் தெரியும். ஆனால், நான் உண்மையிலேயே எனக்கு அப்படிப்பட்டவனாகத்தான் ஆக விருப்பம். இது பைத்தியக்காரத்தனமானது என்று எனக்குத் தெரியும்.

ஃபீபி ரொம்ப நேரமாக எதுவும் சொல்லவில்லை. அதற்குப் பின் அவள் சொன்னதெல்லாம், "அப்பா உன்னைக்

கொல்லப் போகிறார்" என்பதுதான்.

"அப்படி அவர் செய்தாரென்றால் நான் அதைப் பொருட்படுத்தப் போவதில்லை" என்று சொன்னேன். எல்க்டன் ஹில்ஸில் எனக்கு ஆங்கிலப்பாடம் நடத்திய ஆசிரியரான மிஸ்டர் ஆண்டோலினிக்கு ஃபோன் செய்வதற்காக நான் படுக்கையிலிருந்து எழுந்தேன். அவர் எல்க்டன் ஹில்ஸிலிருந்து விலகி நியூயார்க் பல்கலைக்கழகத்தில் ஆங்கில ஆசிரியராக சேர்ந்த பிறகு நியூயார்க்கில் வசித்து வந்தார். "நான் ஃபோன் செய்ய வேண்டும்" என்று ஃபீபியிடம் சொல்லிவிட்டு, "உடனே வந்துவிடுவேன். நீ தூங்கிவிடாதே" என்றும் கூறினேன். நான் வரவேற்பறையில் இருக்கும் போது அவள் தூங்கிவிடக்கூடாது என்பதற்காக இப்படிச் சொன்னேன். அவள் தூங்கமாட்டாள் என்று எனக்குத் தெரியும் இருந்தாலும் உறுதிபடுத்திக் கொள்வதற்காகச் சொன்னேன்.

நான் கதவை நோக்கி நடந்து சென்று கொண்டிருக்கும் போது அவள் "ஹோல்டன்" என்று கூப்பிட நான் திரும்பிப் பார்த்தேன்.

அவள் தூரத்தில் படுக்கையில் உட்கார்ந்திருந்தாள். பார்ப் பதற்கு மிகவும் அழகாக இருந்தாள். "நான் ஏப்பம் எப்படி விடுவது என்று ஃபிலிஸ் மார்கியூலிஸி (Phyllis Margulies) டமிருந்து கற்றுக்கொள்கிறேன்" என்று சொல்லிவிட்டு இங்கே கவனி" என்றாள்.

ஏதோ மெல்லியதாக ஒரு சத்தம் வந்ததைக் கேட்டுவிட்டு, "நல்லது" என்று சொல்லிக் கொண்டே நான் வரவேற்பறைக்குச் சென்று ஆசிரியர் மிஸ்டர் ஆண்டோலினிக்கு ஃபோன் செய்தேன்.

23

நான் ஃபோனில் பேசிக் கொண்டிருக்கும் போது எனது பெற்றோர் வந்துவிட்டால் என்ன செய்வது என்கிற பயத்தில் நான் அவருடன் ஃபோனில் வேகமாகப் பேசினேன். நல்ல வேளை அவர்கள் யாரும் வரவில்லை. மிஸ்டர் ஆண்டோலி மிகவும் நன்றாகப் பேசினார். நான் விரும்பினால் இப்போது கூட கிளம்பி வரும்படிக் கூறினார். அவர் ஃபோனை எடுக்க நீண்ட நேரம் ஆனது. அநேகமாக அவரையும், அவரது மனைவியையும் ஆழ்ந்த தூக்கத்தில் இருந்து எழுப்பியிருக்கிறேன் என்று நினைக்கத் தோன்றியது. முதலாவதாக அவர், "ஏதாவது பிரச்சனையா? என்று தான் கேட்டார். அதற்கு நான் "இல்லை" என்று சொல்லிவிட்டு பென்சியிலிருந்து வெளியேறிவிட்டதையும் கூறினேன். இதை அவரிடமும் சொல்லிவிடலாம் என்று நினைத்துதான் சொன்னேன். நான் சொன்னதும் அவர், "கடவுளே" என்றார். அவர் நல்ல நகைச்சுவை உணர்வு மிக்கவர். உனக்கு இங்கே வரவேண்டுமென்று தோன்றினால் உடனே வா, என்று கூறினார்.

எனக்கு பாடம் எடுத்தவர்களிலேயே சிறந்த ஆசிரியர் மிஸ்டர் ஆண்டோலிதான். என் அண்ணன் டி.பி. யை விட வயதில் இவர் சிறியவர். உங்களுக்கு அவர் மேல் உள்ள மரியாதையை இழக்காமல் நீங்கள் அவரிடம் வேடிக்கையாகப் பழக முடியும். ஜன்னல் வழியாகக் குதித்த ஜேம்ஸ் கேஸ்ட்லின் நாடித் துடிப்பு இவருக்குத் தெரிந்திருந்தது. அவன் விழுந்த

இடத்திற்குச் சென்றவர் தனது கோட்டைக் கழற்றி அவன் மேல் போட்டு அவனை ஆஸ்பத்திரிக்குத் தூக்கிச் சென்றார். அவருடைய கோட் முழுவதும் ரத்தம் ஆனது பற்றி கூட அவர் கவலைப்படவில்லை.

நான் டி.பி. அறைக்குத் திரும்பிய போது ஃபீபி ரேடியோவை ஆன் செய்திருந்தாள். அதிலிருந்து நடன இசை ஒலித்துக் கொண்டிருந்தது. அவள் வேலைக்கார பெண்மணிக்கு இடைஞ்சலாக இருக்கக்கூடாது என்பதற்காக மிகவும் குறைந்த சத்தத்தில் வைத்திருந்தாள். அவள் படுக்கைக்கு நடுவில் கால்களை மடித்து வைத்துக் கொண்டு ஒரு யோகி போல உட்கார்ந்து அந்த இசையைக் கேட்டுக் கொண்டிருந்தாள்.

"கமான், உனக்கு நடனம் ஆட வேண்டும் போல இருக்கிறதா?" என்றேன். அவள் இப்போது இருப்பதை விட சிறியவளாக இருக்கும் போது எப்படி நடனம் ஆடுவது என்று கற்றுக் கொடுத்திருந்தேன். அவள் நல்ல டான்சர். நான் நடனம் குறித்த ஒரு சில விஷயங்களை மட்டுந்தான் கற்றுக் கொடுத்திருந்தேன். ஆனால் அவள் தானாகவே அதிகம் கற்றுக் கொண்டாள். உண்மையிலே ஒருவர் எப்படி டான்ஸ் ஆட வேண்டுமென்று உங்களால் சொல்லிக் கொடுக்க முடியாது.

"உன் கால்களில் ஷூஸ் இருக்கிறது" என்றாள்.

"நான் கழட்டி விடுகிறேன்"

நான் சொன்னவுடன் அவள் படுக்கையிலிருந்து ஒரே குதி குதித்து, நான் ஷூக்களைக் கழட்டும் வரைக் காத்திருந்தாள். அதன் பின் நானும் அவளும் சேர்ந்து கொஞ்ச நேரம் நடனம் ஆடினோம். அவள் மிகவும் நன்றாக ஆடினாள். பெரியவர்கள் குழந்தைகளுடன் சேர்ந்து நடனமாடுவதை நான் விரும்புவதில்லை. ஏனென்றால் அதைப் பார்ப்பதற்கு மிகவும் கன்றாவியாக இருக்கும். அதாவது, ஏதாவது ஒரு ரெஸ்டாரெண்டில் நீங்கள் இருக்கும் போது யாரோ ஒரு பெரியவர் குழந்தையை அழைத்துக் கொண்டு நடன தளத்திற்குச் சென்று நடனம் ஆடுவதைக் குறிப்பிடுகிறேன். குழந்தைகள் பின்னால் உள்ள அறையில் டிரெஸ் செய்து கொண்டிருக்கும் போது பெரியவர்கள் தங்களையும் அறியாமல் கொட்டாவி விடுவதும், அவர்களுடன் சேர்ந்து குழந்தைகளினால் சிறப்பாக நடனமாட முடியாமல் போவதும் பார்ப்பதற்கே மிகவும் மோசமாக இருக்கும். ஆனால் நான்

பொது இடத்தில் ஃபீபியுடனோ அல்லது வேறு யாருடனுமோ அந்த மாதிரி செய்வதில்லை. இந்த மாதிரியெல்லாம் வீட்டில் செய்வதோடு சரி. ஆனால் அவளைப் பொருத்தவரை இது முற்றிலும் வித்தியாசமானது. ஏனெனில் அவள் நன்றாக நடனம் ஆடுவாள். நீங்கள் என்ன செய்தாலும் அதை அப்படியே பின்பற்றக்கூடியவள். உங்களுடைய கால்கள் நீளமாக இருப்பதால் அவளுடன் சேர்ந்து மிகவும் நெருங்கி ஆடும் போது கூட அவள் உங்களுடன் சேர்ந்து சிறப்பாக நடனமாடுவாள். நீங்கள் எப்படி வளைந்து, நெளிந்து ஆடினாலும் அவள் உங்களுடன் சேர்ந்தே இருப்பாள்.

நாங்கள் இருவரும் சேர்ந்து நான்கு பாடல்களுக்கு நடனம் ஆடினோம். நடனத்திற்கு இடையில் அவள் வேடிக்கையாக நடந்து கொண்டாள். அவள் நடனமாடும் நிலையில் இருக்கும் போது பேசுவதோ அல்லது வேறெதுவும் செய்வதோ இல்லை. நடனமாடும் இருவரும் சரியான நிலையில் நின்று கொண்டு ஆர்கெஸ்ட்ரா மறுபடியும் இசைப்பதற்காகக் காத்திருப்பீர்கள். அது என்னை வெறுப்புக்கு ஆளாக்கும். இந்த மாதிரியான நிலையில் நீங்கள் சிரிக்கவோ அல்லது வேறெதுவும் செய்யவோ கூடாது.

நாங்கள் நான்கு பாடல்களுக்கு ஆடி முடித்த பின் ரேடி யோவை ஆஃப் செய்துவிட்டோம். ஃபீபி மீண்டும் படுக்கைக்குச் சென்று போர்த்திக் கொண்டாள். "என்னிடம் முன்னேற்றம் தெரிகிறது தானே?" என்று அவள் கேட்டாள்.

"எப்படி?" என்று கேட்டுக் கொண்டே படுக்கையில் மீண்டும் அவள் பக்கத்தில் உட்கார்ந்து கொண்டேன். அதிகமாக புகை பிடிப்பதால் மூச்சு விடுவதில் சிரமமிருந்தது.

திடீரென்று அவள், "என்னுடைய நெற்றியைத் தொட்டுப் பார்" என்றாள்.

"ஏன்?"

"தொட்டுப் பார். ஒரு முறையாவது தொட்டுப் பாரேன்"

நான் தொட்டுப் பார்த்தேன். ஆனால் எனக்கு எதுவும் தெரியவில்லை.

"காய்ச்சல் இருப்பது போல் தெரிகிறதா?" என்று அவள் கேட்டாள்.

“இல்லை. இருக்கிற மாதிரி தெரிகிறதா?”

“ஆமாம் — திரும்பவும் தொட்டுப் பார்”

நான் திரும்பவும் தொட்டுப் பார்த்தேன். ஆனால் எதுவும் உணரவில்லை. இருந்தாலும், “இப்போதுதான் ஆரம்பிக்கிற மாதிரி இருக்கிறது” என்று சொன்னேன். அவளுக்கு தாழ்வு மனப்பான்மை எதுவும் ஏற்பட்டு விடக்கூடாது என்பதற்காக நான் இதைச் சொல்லி வைத்தேன்.

அவளும் தலையசைத்தாள். “தெர்மாமீட்டரில் இருக்கும் அளவிற்கும் மேலாக என்னால் இதைப் போக வைக்க முடியும்” என்றாள்.

“தெர்மாமீட்டர். யார் சொன்னது?”

“இது எப்படியென்று ஆலிஸ் ஹோம்போர்க் எனக்கு செய்து காண்பித்தாள். நீ உன்னுடைய கால்களை குறுக்காக மடித்து வைத்துக் கொண்டு மூச்சைப் பிடித்து மிகவும் சூடாக இருக்கும் ஏதாவது ஒன்றை, ரேடியேட்டர் அல்லது வேறு ஏதாவது, நினைத்துக் கொண்டால் நெற்றியில் சூடு அதிகமாக இருக்கும். அதன் மூலம் நீ யாருடைய கையை வேண்டுமானாலும் எரித்து விடலாம்” என்றாள்.

அதைக் கேட்டவுடன் நான் ஏதோ அபாயத்தில் இருப்பது போல நினைத்து உடனடியாக அவள் நெற்றியிலிருந்து கையை வேகமாக இழுத்துக் கொண்டேன். “இதை சொன்னதற்கு உனக்கு நன்றி” என்றேன்.

“ஓ, நான் உன் கையை எரித்திருக்க மாட்டேன். அதற்கு முன்பாகவே நான் இந்த மாதிரி நினைப்பதை நிறுத்தியிருப்பேன் — ஷ்ஷ்ஷ்...!” இப்படி சொல்லி முடித்தவுடன் அவள் வேகமாக படுக்கையில் ஏறி உட்கார்ந்து கொண்டாள்.

அவள் அப்படிச் செய்தது எனக்குப் பயமாக இருந்தது. “என்ன விஷயம்?” என்று கேட்டேன்.

“முன் கதவு! இது அவர்களாக இருக்கும்” என சத்தமாக முணுமுணுத்தாள்.

நான் வேகமாக குதித்து ஓடி மேசை விளக்கை அணைத்தேன். சிகரெட்டை ஷூவால் அணைத்துவிட்டு அதை எடுத்து என் பாக்கெட்டில் போட்டுக் கொண்டேன். அப்புறம் சிகரெட்

வாசனை வரமால் இருப்பதற்காக காற்றாடியை சுழல விட்டேன். சொல்லப்போனால் நான் புகைபிடித்திருக்கவே கூடாது. நான் ஷூவை எடுத்துக் கொண்டு பாத்ரூமுக்குச் சென்று கதவை மூடிக் கொண்டேன். இதயத்துடிப்பு எகிறியது.

அம்மா அறைக்குள் நுழைவது போல சத்தம் கேட்டது.

"ஃபீபி..?" என்று கூப்பிட்டவர் "லைட் எரிவதைப் பார்த்தேன். அதை முதலில் ஆஃப் செய், சீமாட்டி!" என்றார்.

"ஹலோ!" என்று ஃபீபி சொல்வது எனக்குக் கேட்டது. "என்னால் தூங்க முடியவில்லை. உங்களுக்கு நேரம் சிறப்பாகக் கழிந்ததா?"

"அற்புதமாக இருந்தது" என்று அம்மா சொன்னார். ஆனால் அவள் உண்மையிலேயே அப்படி உணரவில்லை என்பதை நீங்கள் சொல்லிவிட முடியும். அவர் வெளியே சென்றால் அதிகமாக சந்தோஷப்படுவதில்லை. "நீ ஏன் முழித்துக் கொண்டிருக்கிறாய் என்று நான் கேட்கலாமா? உனக்கு வெது வெதுப்பாக இருக்கிறதா?"

"வெது வெதுப்பாக இருந்தது. என்னமோ தெரியவில்லை தூங்க முடியவில்லை" என்றாள்.

"ஃபீபி, இங்கே நீ சிகரெட் பிடித்துக் கொண்டிருந்தாயா? தயவு செய்து உண்மையைச் சொல், சீமாட்டி"

"என்ன?" என்று ஃபீபி கேட்டாள்.

"உனக்கு நான் சொன்னது கேட்டிருக்கும்"

"நான் ஒன்றை மட்டும் பற்ற வைத்து, ஒரு இழு இழுத்துவிட்டு தூக்கியெறிந்து விட்டேன்" என்றாள்.

"ஏன் என்று நான் கேட்கலாமா?"

"என்னால் தூங்கமுடியவில்லை"

"இது எனக்கு பிடிக்கவில்லை ஃபீபி. சுத்தமாக எனக்கு இது பிடிக்கவில்லை" என்று அம்மா சொன்னார். "உனக்கு இன்னொரு போர்வை வேண்டுமா?"

"இல்லை வேண்டாம், நன்றி, குட் நைட்!" என்று ஃபீபி சொன்னாள். அவள் தன்னை விடுவித்துக் கொள்ள

முயற்சிக்கிறாள் என்று நீங்கள் இதிலிருந்து தெரிந்து கொள்ள முடியும்.

"சினிமா எப்படியிருந்தது?" அம்மா கேட்டார்கள்.

"ஆலிஸின் அம்மாவைத் தவிர அனைத்தும் அருமை. அவள் என் மேல் சாய்ந்து எப்படியிருக்கிறாய் என்று ஓயாமல் கேட்டுக் கொண்டே இருந்தார்கள். நாங்கள் வீட்டிற்கு டாக்ஸியில் வந்தோம்."

"எங்கே நான் உன் நெற்றியைத் தொட்டுப் பார்க்கிறேன்"

"எனக்கு எதுவும் இல்லை. அவளுக்கும் எதுவுமில்லை. ஆனால் அவளுடைய அம்மா "சும்மா" கேட்டுக் கொண்டே இருந்தார்கள். "சரி, இப்போது தூங்கு. உன்னுடைய டின்னர் எப்படியிருந்தது?"

"மிகவும் மோசம்" என்று ஃபீபி கூறினாள்.

"இந்த சொல்லை உபயோகப்படுத்துவது பற்றி அப்பா சொன்னது கேட்டிருக்கும். இல்லையா? இதில் மோசம் என்ன இருக்கிறது? அருமையான ஆட்டிறைச்சி வைத்துவிட்டுப் போனேன். அதற்காக நான் "லெக்ஸிங்டன் அவென்யூ" பூராவும் நடந்தேன்."

"ஆட்டிறைச்சி நன்றாக இருந்தது, ஆனால் சார்லீன் எது வொன்றையும் கீழே வைக்கும் போது என் மீது மூச்சு படும்படியும், உணவு பூராவும் படும்படியும் நடந்து கொள்கிறார்".

"சரி, தூங்கு. அம்மாவுக்கு ஒரு முத்தம் கொடு. நீ உனது பிரார்த்தனையை சொல்லிவிட்டாயா?"

"நான் பாத்ரூமிலேயே சொல்லிவிட்டேன். குட் நைட்" என்றாள்.

"குட் நைட். இப்போது தூங்கு. எனக்குப் பயங்கரமாக தலைவலிக்கிறது" என்று அம்மா கூறினார். அவருக்கு அடிக்கடி தலைவலி வருவதுண்டு.

"ஆஸ்பிரின் எடுத்துக் கொள்ளுங்கள், அம்மா" என்று ஃபீபி கூறினாள். "ஹோல்டன் புதன்கிழமை வீட்டிற்கு வருவான், இல்லையா?"

"எனக்குத் தெரிந்த வரைக்கும் அப்படித்தான்"

அம்மா வெளியே சென்று கதவை மூடி விட்டார்கள். நான் சில நிமிடங்கள் காத்திருந்த பின் பாத்ரூமிலிருந்து வெளியே வரும் போது ஃபீபியை இடித்துவிட்டேன். இருட்டாக இருந்ததால் அவள் என்னை நோக்கி வந்தது தெரியவில்லை. "உனக்கு அடிபட்டு விட்டதா?" என்று கேட்டுவிட்டு அவர்கள் வீட்டில் இருப்பதால் நீ மெதுவாகத்தான் பேசவேண்டும். "நான் இங்கிருந்து கிளம்ப வேண்டும், என்றேன். இருட்டில் படுக்கையின் விளிம்பைக் கண்டுபிடித்து அதில் உட்கார்ந்து ஷூ போட்டுக் கொள்ள ஆரம்பித்தேன். எனக்குப் பதட்டமாக இருந்தது என்பதை ஒத்துக் கொள்கிறேன்.

"இப்போது போக வேண்டாம், அவர்கள் தூங்கும் வரை காத்திரு" என்று அவள் என்னிடம் முணுமுணுத்தாள்.

"இல்லை. இப்போதே போக வேண்டும். இது தான் சரியான நேரம். அம்மா பாத்ரூமில் இருக்கக்கூடும், அப்பா செய்தி அல்லது வேறெதாவது பார்த்துக் கொண்டிருப்பார். இது தான் சரியான நேரம்". நான் ஷூ லேஸைக் கூட சரியாகப் போடவில்லை, அந்த அளவிற்குப் பதட்டமாக இருந்தது. அவர்கள் என்னைப் பார்த்தால் கொன்று விடுவார்கள் என்பதினால் இல்லை, ஆனால் ஒரு விரும்பத்தகாத நிகழ்வாக அமைந்து விடும். "நீ எங்கே இருக்கிறாய்?" என்று கேட்டேன். நான் அவளைப் பார்க்க முடியாத அளவிற்கு இருட்டு.

"இங்கே" என்று எனக்குப் பக்கத்திலேயே நின்று கொண்டு சொன்ன அவளை என்னால் பார்க்கக் கூட முடியவில்லை.

"என்னுடைய பெட்டிகள் எல்லாம் ஸ்டேஷனில் இருக்கிறது. இங்கே பார் ஃபீபி, உன்னிடம் பணம் ஏதாவது இருக்கிறதா? என்னிடம் இருந்ததையெல்லாம் செலவழித்து விட்டேன்" என்றேன்.

"நான் இன்னும் ஷாப்பிங் எதுவும் செய்யாததால் கிறிஸ்து மஸுக்கு பரிசுப் பொருட்கள் வாங்கிக் கொள்ள கொடுத்த பணம் மட்டுந்தான் என்னிடம் உள்ளது" என்றாள்.

"ஓ..! எனக்கு அந்தப் பணத்தை வாங்கிக் கொள்ள விருப்பமில்லை."

"உனக்கு கொஞ்சம் வேண்டுமா?" என்று கேட்டாள்.

“உனக்கு கிறிஸ்துமஸுக்கென்று கொடுத்தப் பணத்தை வாங்கிக் கொள்ள எனக்கு விருப்பமில்லை” என்றேன்.

“நான் உனக்கு கொஞ்சம் கடன் கொடுக்கிறேன். அவள் டி.பி. யினுடைய மேசையிலிருக்கும் பல டிராயர்களை திறக்கும் சத்தத்தை உணர முடிந்தது. கும்மிருட்டாக இருந்தது. “நீ போய் விட்டால் என்னை நாடகத்தில் பார்க்க மாட்டாயா” என்றாள். அவள் இதைச் சொல்லும் போது அவளது குரல் மிகவும் பரிதாபமாகக் கேட்டது.

“ஆமாம். நான் பார்ப்பேன். அதற்கு முன்னால் நான் எங்கும் போக மாட்டேன். “நாடகத்தை நான் மிஸ் செய்து விடுவேன் என்று நினைத்தாயா? நான் ஒன்று செய்கிறேன், செவ்வாய்க் கிழமை இரவு வரை நான் மிஸ்டர் ஆண்டோலினி வீட்டில் தங்கிக் கொள்கிறேன். அதற்குப் பிறகு வீட்டிற்கு வருகிறேன். நான் உனக்கு ஃபோன் செய்கிறேன்”.

“இந்தா” என்று என்னை நோக்கி பணம் கொடுக்க முயற்சிக்கிறாள். ஆனால் என்னுடைய கை எங்கிருக்கிறது என்று இருட்டில் அவளுக்குத் தெரியவில்லை.

“எங்கே?”

அவள் என் கையில் பணத்தை வைத்தாள்.

“ஹாய். எனக்கு இவ்வளவு தேவையில்லை. இரண்டு டாலர்கள் மட்டும் கொடு போதும். விளையாட்டுக்காகச் சொல்லவில்லை”. நான் மீதி பணத்தை அவளிடம் திருப்பிக் கொடுக்க முயற்சித்தேன். ஆனால் அவள் வாங்கிக் கொள்ளவில்லை.

“நீ எல்லாவற்றையும் எடுத்துக் கொள். எனக்குப் பிறகு கொடு. நாடகத்திற்கு வரும் போது கொண்டுவா” என்றாள்.

“கடவுளே, இதில் எவ்வளவு இருக்கிறது?”

“எட்டு டாலரும் எண்பத்தைந்து செண்ட்டும் இருக்கிறது. கொஞ்சம் நான் செலவு செய்துவிட்டேன்” என்றாள்.

திடீரென்று நான் அழ ஆரம்பித்தேன். என்னால் கட்டுப்படுத்த முடியவில்லை. ஆனால் அழுத சத்தத்தை என்னைத் தவிர யாரும் கேட்டிருக்க முடியாது. ஃபீபி என் பக்கத்தில் வந்து என்னை சமாதானம் செய்ய முயற்சித்தாள்.

ஆனால் ஆரம்பித்துவிட்டால் நிறுத்துவது மிகவும் கடினம். நான் அப்போதும் படுக்கையின் விளிம்பில் தான் உட்கார்ந்து கொண்டிருந்தேன். அவள் தனது கையை என் கழுத்தைச் சுற்றிப் போட்டாள், நான் எனது கையை அவளைச் சுற்றிப் போட்டேன். ஆனால் இன்னும் என்னால் அழுகையை நிறுத்த முடியவில்லை. நான் ஃபீபியை நினைத்துப் பயந்தேன். ஜன்னல் திறந்திருந்தது. அவள் நடுங்கிக் கொண்டிருப்பதை என்னால் உணர முடிந்தது. ஏனென்றால் அவள் வெறும் பைஜாமா மட்டுந்தான் அணிந்திருந்தாள். அவளைத் திரும்ப படுக்கைக்கு அழைத்துச் செல்ல முயற்சித்தேன். ஆனால் அவள் போகவில்லை. கடைசியாக எனது அழுகை நின்றது. ஆனால் அதற்கு அதிக நேரம் ஆனது. அதற்குப் பிறகு என் கோட் பட்டன்களையெல்லாம் போட்டுக் கொள்ள ஆரம்பித்தேன். நான் அவளுடன் எப்போதும் தொடர்பில் இருப்பேன் என்று சொன்னேன். நான் விரும்பினால் அவளுடைய அறையிலேயே படுத்துக் கொள்ள முடியும் என்று கூறினாள். ஆனால் நான் வேண்டாம் என்று சொன்னேன். மிஸ்டர் ஆண்டோலினி எனக்காகக் காத்துக் கொண்டிருக்கக்கூடும். எனது வேட்டைக் காரத் தொப்பியை கோட் பாக்கெட்டில் இருந்து எடுத்து அவளிடம் கொடுத்தேன். இந்த மாதிரி கோமாளித்தனமான தொப்பிகள் என்றால் அவளுக்குப் பிடிக்கும். இது உண்மைதான். வாய்ப்பு கிடைக்கும் போது ஃபோன் செய்கிறேன் என்று சொல்லிவிட்டு அங்கிருந்து கிளம்பினேன்.

என்ன காரணத்தினாலோ வீட்டிற்குள் நுழைவதை விட வீட்டை விட்டு வெளியே வருவது மிகவும் எளிதான காரியமாக இருந்தது. அவர்கள் நான் வந்ததைத் தெரிந்து கொண்டு என்னைப் பிடித்துக் கொண்டாலும் அதைப்பற்றி கவலைப்படுபவனாக இப்போது நான் இல்லை. அவர்கள் பிடித்துக் கொண்டால் பிடித்துக் கொள்ளட்டும் என்கிற நிலையில் இருந்தேன்.

கீழே லிஃப்டில் செல்வதற்குப் பதிலாக பின்னால் இருந்த படிக்கட்டுகளின் வழி கீழே இறங்கினேன். குப்பைக் குவியலில் விழுந்து எனது கழுத்தை முறித்துக் கொள்ள இருந்தேன். ஆனால் அப்படி எதுவும் நடக்கவில்லை. லிஃப்ட் ஆபரேட் செய்பவர் கூட என்னைப் பார்க்கவில்லை. அவர் அநேகமாக நான் இன்னும் மேலே இருக்கிறேன் என்று நினைத்துக் கொண்டிருக்க வேண்டும்.

24

சட்டன் பிளேஸ் (Sutton Place) என்கிற இடத்தில் மிஸ்டர் மற்றும் மிஸஸ் ஆண்டோலினியின் மிகப் பெரிய அபார்ட்மெண்ட் இருந்தது. வரவேற்பறையில் இரண்டு அடி உள்ளே போனதும் பார் மற்றும் பல வசதிகள் இருப்பதைப் பார்க்க முடியும். நான் இங்கு பல முறை வந்திருக்கிறேன். நான் எல்க்டன் ஹில்ஸை விட்டு வந்த பிறகு நான் எப்படியிருக்கிறேன் என்று பார்ப்பதற்காக பல முறை அவர் எங்கள் வீட்டிற்கு வந்திருக்கிறார். அப்போது அவருக்குத் திருமணம் ஆகியிருக்கவில்லை. அவருக்குத் திருமணமான பின் லாங் ஐலண்டில், ஃபாரஸ்ட் ஹில்ஸில் உள்ள வெஸ்ட்சைட் டென்னிஸ் க்ளப்பில் அவருடனும் அவர் மனைவியுடனும் அடிக்கடி டென்னிஸ் விளையாடியதுண்டு. மிஸஸ் ஆண்டோலினி அந்த இடத்தைச் சேர்ந்தவர். பணத்தில் புரள்பவர். ஆண்டோலினியை விட ஆறு வயது பெரியவர். ஆனால் இருவரும் நல்ல முறையில் இருந்து வருகிறார்கள். இருவரும் புத்திசாலிகள், குறிப்பாக மிஸ்டர் ஆண்டோலினி. இவருடன் நாம் இருந்தால் டி.பி. போல இவருடைய புத்திசாலித்தனத்தை விட நகைச்சுவை உணர்வு அதிகமாக வெளிப்படும். மிஸஸ் ஆண்டோலினி ரொம்பவும் சீரியஸானவர். அவருக்கு ஆஸ்துமா வேறு இருந்தது. இவர்கள் இருவரும் டி.பி.யின் கதைகளைப் படிப்பவர்கள் – மிஸஸ் ஆண்டோலினியும் தான் – டி.பி. ஹாலிவுட்டுக்குச் சென்றபின் மிஸ்டர் ஆண்டோலினி அவருக்கு ஃபோன் செய்து

ஹாலிவுட்டுக்குச் செல்ல வேண்டாமென்று கூறினாலும் அவர் சென்றுவிட்டார். டி.பி. மாதிரி எழுதக்கூடிய யாரும் ஹாலிவுட்டுக்குப் போக வேண்டிய வேலையில்லை என்று கூறினார். உண்மையிலேயே அவர் அப்படித்தான் சொன்னார்.

நான் அவர் வீட்டிற்கு நடந்தே வந்திருக்க வேண்டும். ஏனென்றால் ஃபீபிக்கு கிறிஸ்துமஸுக்கென்று கொடுத்தப் பணத்தை செலவழிக்க விரும்பவில்லை. ஆனால் வீட்டை விட்டு வெளியே வந்தவுடன் தலைச்சுற்றல் மாதிரியான ஒரு உணர்வு இருந்ததால் டாக்ஸி எடுத்துக் கொண்டு வந்து சேர்ந்தேன். ஆனால் டாக்ஸி கிடைப்பதற்கு அதிக நேரம் ஆயிற்று.

ஒரு வழியாக லிஃப்ட் ஆபரேட்டர் என்னை அனுமதித்த பின், நான் அவர்கள் வீட்டை அடைந்து அழைப்பு மணியை அழுத்தியவுடன் மிஸ்டர் ஆண்டோலினி கதவைத் திறந்தார். அவர் குளிக்கும் போது போட்டுக் கொள்ளக்கூடிய பேத்ரோப்பும், ஸ்லிப்பரும் அணிந்திருந்தார். கையில் மதுக் கோப்பை ஒன்றும் இருந்தது. மிகவும் நவீனமானவர், அதிகமாகக் குடிக்கக்கூடியவர். "ஹோல்டன், மை பாய் என்று வரவேற்றவர் கடவுளே மேலும் 20 இஞ்ச் வளர்ந்து விட்டாய். உன்னைப் பார்ப்பதில் மகிழ்ச்சி!" என்று கூறினார்.

"மிஸ்டர் ஆண்டோலினி நீங்கள் எப்படி இருக்கிறீர்கள்? மிஸஸ் ஆண்டோலினி எப்படியிருக்கிறார்?"

"நாங்கள் இருவரும் நன்றாக இருக்கிறோம். கோட்டை இப்படிக் கொடு". என்னிடமிருந்து கோட்டை வாங்கித் தொங்கவிட்டார். "உன் கையில் ஒரு நாள் கைக்குழந்தை இருக்கும் என்று எதிர்பார்த்தேன். உன் கண்ணிமைகளில் ஐஸ் பனித் துகள்கள் உள்ளன" என்றார். சில சமயங்களில் மிகவும் வேடிக்கையாகப் பேசக்கூடியவர். அவர் திரும்பி, சமையலறையைப் பார்த்து, "லில்லியன்! என்ன காஃபி தாயாராகிக் கொண்டிருக்கிறதா?'' என்று கேட்டார். லில்லியன், மிஸஸ் ஆண்டோலினின் முதல் பெயர் ஆகும்.

"அது தயாராகிவிட்டது, என்று அவர் பதிலுக்குக் கத்தினார். "அங்கே யார் ஹோல்டனா? ஹலோ, ஹோல்டன்!"

"ஹலோ, மிஸஸ் ஆண்டோலினி!"

இவர்கள் வீட்டில் இருக்கும் போது நீங்கள் கத்திதான் பேச வேண்டும். ஏனென்றால் இருவரும் ஒருபோதும் ஒரே அறையில் இருப்பது இல்லை. இது மிகவும் வேடிக்கையான ஒன்று.

“உட்கார், ஹோல்டன்,” என்றார் மிஸ்டர் ஆண்டோலினி. அவர் கொஞ்சம் குடித்திருக்கக்கூடும் என்பதை அவரைப் பார்த்தவுடனே சொல்லிவிட முடியும். அந்த அறையைப் பார்த்தால் இப்போதுதான் ஏதோ பார்ட்டி ஒன்று நடந்து முடிந்த மாதிரி அறையெங்கும் கண்ணாடிக் கோப்பைகளும், கடலையுடன் கூடிய சாப்பாடும் இருந்தன. “இந்த இடம் இருக்கும் நிலைக்காக மன்னித்துக் கொள்” என்றார். “மிஸஸ் ஆண்டோலினியின் நண்பர்கள் பஃபலோவிலிருந்து (Buffalo) வந்திருந்தனர்... சொல்லப் போனால் அதில் சிலர் எருமைகள் தான்.” என்றார்.

நான் சிரித்தேன். மிஸஸ் ஆண்டோலினி சமையலறையிலிருந்து கத்தி என்னிடம் ஏதோ சொன்னார், ஆனால் என்னவென்று என்னால் கேட்க முடியவில்லை. “அவர் என்ன சொன்னார்?” என்று மிஸ்டர் ஆண்டோலினியிடம் கேட்டேன்.

“அவள் வரும் போது அவளைப் பார்க்க வேண்டாம் என்று சொன்னாள். இப்போதுதான் எழுந்தாள். சிகரெட் வேணுமா? நீ இப்போது சிகரெட் பிடிப்பது உண்டா?”

“நன்றி! சொல்லிவிட்டு அவர் காட்டிய பாக்கெட்டிலிருந்து சிகரெட் ஒன்றை எடுத்துக் கொண்டேன். நான் எப்போதாவது சிகரெட் பிடிப்பது உண்டு. இப்போதெல்லாம் மிதமாகத்தான் சிகரெட் பிடிக்கிறேன்” என்றேன்.

“நீ கண்டிப்பாக பிடிப்பாய் என்று தெரியும்’’ என்று சொல்லிக் கொண்டே லைட்டரைக் கொடுத்தார். “இனி நீயும் பென்சியும் ஒன்றல்ல” அவர் எப்போதும் சில விஷயங்களை இப்படி சொல்வதுண்டு. சில நேரங்களில் இது கேட்பதற்குச் சந்தோஷமாக இருக்கும், சில வேளைகளில் அப்படியிருக்காது. அவருக்கு நகைச்சுவை உணர்வு இல்லையென்று சொல்லவில்லை சில வேளைகளில் இப்படித்தான் நம்மை “கடுப்படிப்பது’’ மாதிரி சிலர் ஏதாவது – இனி நீயும் பென்சியும் ஒன்றல்ல என்பது போல – ஒன்றைக் கூறுவார்கள். டி.பி. சில வேளைகளில் இந்த மாதிரி செய்வதுண்டு.

"என்ன பிரச்சனை?" என்று மிஸ்டர் ஆண்டோலினி கேட்டார். "ஆங்கிலம் எப்படிப் பண்ணினாய்? நீ அதில் ஃபெயில் ஆகி இருந்தால் எப்படி நன்றாக பண்ணுவது என்பதற்கு எளிதான வழியைக் காண்பிக்கிறேன். நீ காம்போஷிஸன் எழுதுவதில் கில்லாடி ஆயிற்றே" என்றார்.

"ஓ... நான் ஆங்கிலத்தில் பாஸ் செய்துவிட்டேன். அதில் பெரும்பாலும் இலக்கியம் தான். முழு "டேர்ம்" மிலும் நான் இரண்டு கட்டுரைகள் தான் எழுதியிருந்தேன். நான் வாய்மொழி வெளிப்பாட்டில் (Oral Expression) ஃபெயிலாகி விட்டேன்" என்றேன்.

"ஏன்?"

"ஓ... எனக்குத் தெரியவில்லை. இந்த விஷயம் குறித்து ஆழமாகச் சிந்திக்க வேண்டும் என்கிற உணர்வு எதுவும் இல்லை. எனக்கு இன்னும் லேசாக தலைசுற்றுவது மாதிரி இருந்தது. திடீரென்று தலைவலித்தது. ஆனால் அவர் இது பற்றி தெரிந்து கொள்வதில் சுவாரசியம் காட்டுகிறார் என்று அவரைப் பார்த்தாலே சொல்லிவிட முடியும். எனவே நான் அது குறித்து சில விஷயங்களைக் கூறினேன். "இந்தக் கோர்ஸில் வகுப்பில் உள்ள ஒவ்வொரு மாணவனும் எழுந்து ஏதாவது ஒன்று பற்றி பேச வேண்டும். இது உங்களுக்குத் தெரியும். அதாவது தன்னிச்சையாக, அந்தத் தருணத்தில் பேச வேண்டும். அப்படி பேசக்கூடிய பையன் எடுத்துக் கொண்ட விஷயத்தை விட்டு விலகிச் சென்றால், "விலகிச் செல்கிறான்!" என்று அவனைப் பார்த்து எவ்வளவு வேகமாகச் சொல்லமுடியுமோ அவ்வளவு வேகமாக, சத்தமாகச் சொல்ல வேண்டும். இது என்னை பைத்தியக்கார நிலைமைக்குக் கொண்டு சென்றது. எனக்கு அதில் "எஃப்" தான் கிடைத்தது.

"ஏன்?"

"ஓ, எனக்குத் தெரியாது. இந்த "விலகிச் செல்லுதல் (Disgression)" என்று மாணவர்கள் சொல்வது என்னை கடுப்பேத்தியது. ஏனென்று எனக்குத் தெரியாது. என்னிடம் இருந்த பிரச்சனை என்னவெனில் மற்றவர்கள் பேசும் போது தங்களது கருத்திலிருந்து "விலகிச் சென்றதை" நான் விரும்பினேன். அது மிகவும் சுவாரசியமாக இருந்தது."

"ஒருவர் ஏதாவது பேசும் போது ஒரு குறிப்பிட்ட

கருத்தை யொட்டியே பேச வேண்டும் என்பதில் நீ அக்கறை கொள்வதில் லையா?"

"ஓ..கண்டிப்பாக! ஒருவர் குறிப்பிட்டக் கருத்தைச் சார்ந்துதான் இருக்க வேண்டும். ஆனால் அவர்கள் அந்தக் கருத்திலேயே அதிகமாகச் சார்ந்திருப்பதில் எனக்கு விருப்பமில்லை. ஏனென்று எனக்குத் தெரியாது. ஒருவர் குறிப்பிட்டக் கருத்தைச் சார்ந்தே இருப்பதை நான் விரும்பவில்லை என்பது என் யூகம். ஆனால் வாய்வழி வெளிப்பாட்டில் ஒரே கருத்துடன் கடைசிவரை ஒட்டிக் கொண்டிருந்த மாணவர்கள் தான் அதிக மதிப்பெண் வாங்கினார்கள் – இதை நான் ஒத்துக் கொண்டுதான் ஆக வேண்டும். ஆனால் ரிச்சர்ட் கின்செலா (Richard Kinsella) என்கிற மாணவன் மட்டும் பேசும் போது அதிக நேரம் தனது கருத்தைச் சார்ந்திருப்பதில்லை, எனவே மற்ற மாணவர்கள் "விலகுகிறான்" என எப்போதும் அவனைப் பார்த்துக் கத்தினர். அது மிகவும் மோசமானது ஆகும். ஏனெனில் ஏற்கனவே அவன் மிகவும் பதட்டப்படக்கூடியவன். அவன் பேச ஆரம்பிக்கிற போதே அவனது உதடுகளில் ஒரு நடுக்கம் தெரியும். நீங்கள் வகுப்பறையில் பின்னால் உட்காருபவர் என்றால் அவன் பேசுவது அவ்வளவாகக் கேட்காது. அவனுடைய உதடுகளில் நடுக்கம் லேசாக நிற்க ஆரம்பிக்கும் போதுதான் அவன் பேசுவதைக் கேட்க முடியும், மற்றவர்களை விட அவனுடைய பேச்சுகள் நன்றாகத்தான் இருந்தது. ஆனாலும் அவன் அந்தப் பாடத்தில் "D Plus" பெற்று ஃபெயிலாகியிருந்தான். ஏனென்றால் மற்ற அனைவரும் அவன் பேசும் போது "விலகுகிறான்" என்று கத்தியதால் ஏற்பட்ட விளைவு இது. அவனுடைய அப்பா வெர்மாண்ட்டில் வாங்கியிருந்த பண்ணை குறித்து அவன் பேசியதை உதாரணமாக எடுத்துக் கொள்ளலாம். அவன் அது குறித்துப் பேசிக் கொண்டிருக்கும் போது எல்லோரும் அவனைப் பார்த்து "விலகுகிறான்" என்று சத்தம் போட்டார்கள். அவன் பண்ணையில் என்ன விலங்குகள், என்ன காய்கறிகள் எப்படி விளைகிறது என்பது பற்றி எதுவும் கூறாததால் அதைக் கேட்டுக் கொண்டிருந்த ஆசிரியர் மிஸ்டர் வின்சன், அவனுக்கு "எஃப்" கிரேட் கொடுத்தார். அவன் பேச ஆரம்பிக்கும் போது பண்ணையைப் பற்றிதான் பேசினான் – அதற்குப் பிறகு திடீரென்று அவனுடைய மாமா, அம்மாவிற்கு எழுதிய கடிதம் குறித்தும், அவருக்கு

42 வயதில் திடீரென்று போலியோ வந்தது குறித்தும், அவர் தனது காலுக்கு ஆதரவாக brace போட்டிருப்பதை யாரும் பார்க்கக்கூடாது என்பதற்காக ஆஸ்பத்திரிக்கு தன்னை வந்து பார்க்க விருப்பப்பட்டவர்களை எப்படி தடுத்தார் என்பது குறித்தும் பேசினான். இதில் அவன் எடுத்துக் கொண்ட கருத்தான பண்ணை பற்றி எதுவும் இல்லைதான் என்பதை நான் ஒத்துக் கொள்கிறேன். ஆனாலும் கேட்பதற்கு நன்றாக இருந்தது. யாராவது ஒருவர் தனது மாமா பற்றிக் கூறும் போது கேட்பதற்கு நன்றாகத் தான் இருக்கிறது. குறிப்பாக, ஒருவன் தனது அப்பாவின் பண்ணை பற்றி பேசிக் கொண்டிருக்கும் போது திடீரென்று தனது மாமா மேல அக்கறை கொண்டு அவரைப் பற்றி பேசியது. அவன் நன்றாகவும், உத்வேகத்துடனும் பேசும் போது அவனைப் பார்த்து "விலகுகிறான்" என்று கத்துவது மிகவும் மோசமான ஒரு செய்கை நான் நினைக்கிறேன்...எப்படி விளக்கிச் சொல்வது என்று எனக்குத் தெரியவில்லை.'' விளக்கிச் சொல்ல வேண்டுமென்று நான் முயற்சிக்கவும் இல்லை. தீடீரென்று எப்படி இவ்வளவு மோசமான தலைவலி வந்தது என்று தெரியவில்லை. மிஸஸ் ஆண்டோலினி விரைவாக அவர் தயாரித்த காஃபியுடன் வரவேண்டுமென்று வேண்டிக் கொண் டேன். காஃபி ரெடி என்று சொன்னபிறகும், இன்னும் கொண்டு வந்து தராதது என்னை வெறுப்பேத்தியது.

"ஹோல்டன்... ஒரு சிறிய, ஓரளவிற்கு அழுத்தமான, போதனை முறை சம்பந்தப்பட்ட கேள்வி. ஒவ்வொன்றுக்கும் ஒரு நேரம், இடம் இருக்கிறதென்று நீ நினைக்கவில்லையா? ஒருவன் தன் அப்பாவினுடைய பண்ணை பற்றி பேச ஆரம்பித்தால் அதைப் பற்றிதானே பேசவேண்டும், அதை விட்டுவிட்டு ஏன் தனது மாமா பற்றியும் அவர் போட்டிருக்கிற brace பற்றியும் பேச வேண்டும்? அல்லது, அவனுடைய மாமாவின் brace தான் மிகவும் முக்கியமான விஷயமென்றால் அவன் அப்பாவுடைய பண்ணை பற்றி பேசுவதற்குப் பதிலாக இதைப் பற்றி பேசியிருக்கலாம் தானே?" என்று கேட்டார்.

இதைப் பற்றி அதிகமாக சிந்தனை செய்ய வேண்டுமென்றோ அல்லது பதிலளிக்க வேண்டுமென்றோ எனக்குத் தோன்றவில்லை. தலைவலி இருந்ததால் என் நிலைமை மோசமாக இருந்தது. உண்மையைச் சொல்லப் போனால் எனக்கு வயிற்று வலியும் இருந்தது.

“ஆமாம் – எனக்குத் தெரியவில்லை. அவன் பேசியிருக்கலாம் என்பது என் ஊகம். அதாவது தன்னுடைய மாமா பற்றிய விஷயம்தான் முக்கியம் என்றால் அவன் பண்ணையைப் பற்றி பேசுவதற்குப் பதிலாக அவரைப் பற்றி பேசியிருக்கலாம். ஆனால் பெரும்பாலான நேரங்களில் என்ன விஷயம் சுவாரசியமாக இல்லை என்பது பேச ஆரம்பிப்பதற்கு முன்பு வரை தெரியவருவதில்லை. உங்களால் அந்த நேரத்தில் எதுவும் செய்ய முடியாது. எனவே நான் நினைப்பது என்னவென்றால், ஏதாவது ஒன்றின் மேல் ஒருவனுக்கு சுவாரசியமும், ஆர்வமும் இருக்கிறதென்றால் அவனை அதிலேயே விட்டு விட வேண்டும். யாராவது ஒருவருக்கு எதன் மீதாவது ஆர்வம் ஏற்படுவதை நான் விரும்புகிறேன். அது மிகவும் நல்லது. உங்களுக்கு ஆசிரியர் மிஸ்டர் வின்சனைப் பற்றித் தெரியாது. அவர் சில முறை உங்களையும், வகுப்பறையையும் கிரேஸியாக்கி விடுவார். அதாவது எப்போது பார்த்தாலும் உங்களிடம் ஐக்கியப்படுத்து, எளிமைப்படுத்து என்று சொல்லிக் கொண்டே இருப்பார். சில விஷயங்களை உங்களால் செய்ய முடியாது. யாரோ ஒருவர் சொல்கிறார் என்பதற்காக உங்களால் ஒரு விஷயத்தை ஐக்கியப்படுத்தவோ அல்லது எளிமைப்படுத்தவோ முடியாது. உங்களுக்கு மிஸ்டர் வின்சனைப் பற்றித் தெரியாது. அவர் புத்திசாலிதான் ஆனால் நீங்கள் அவரைப் பார்த்தவுடனே அவருக்கு மூளை அதிகம் இல்லையென்று சொல்லிவிடலாம்”.

“கடைசியாக, காஃபி ஜென்டில்மென்!” என்றார் மிஸஸ் ஆண்டோலினி. அவர் ட்ரேயில் காஃபி, கேக்குடன் வந்தார். “ஹோல்டன் என்னை லேசாகக் கூடப் பார்க்க வேண்டாம். நான் கண்றாவியாக இருக்கிறேன்” என்றார்.

“ஹலோ, மிஸஸ் ஆண்டோலினி” என்று நான் சொல்லிக் கொண்டே எழுந்திருக்கும் போது மிஸ்டர் ஆண்டோலினி எழுந்திரிக்க விடாமல் என் ஜாக்கெட்டைப் பிடித்திழுத்தார். மிஸஸ் ஆண்டோலினியின் முடி சுருள், சுருளாக இருந்தது, அவருடைய உதடுகளில் லிப்ஸ்டிக் எதுவும் இல்லை. பார்ப்பதற்கு அவர் மிகவும் அழகாக இல்லையென்றாலும் ஓரளவு நன்றாக இருந்தார்.

“நான் இதை இங்கேயே வைக்கிறேன். நீங்கள் இருவரும் எடுத்துக் கொள்ளுங்கள்” என்றார். சிகரெட் மேசையில் அவர் தட்டை வைத்துவிட்டு அதிலிருந்த கண்ணாடிக்

கோப்பைகளையெல்லாம் ஓரமாக வைத்தார். "ஹோல்டன், உன் அம்மா எப்படியிருக்கிறார்?" என்று கேட்டார்.

"அவர் நன்றாக இருக்கிறார். தங்களின் விசாரிப்புக்கு நன்றி! நான் அவரை சமீபத்தில் பார்க்கவில்லை. ஆனால் நான் கடைசியாக..."

"டார்லிங், ஹோல்டனுக்கு வேறு எதுவும் வேண்டுமென்றால் அந்த லினன் அலமாரியில் மேல் ஷெல்ஃபில் இருக்கிறது. நான் படுக்கப் போகிறேன். எனக்கு மிகவும் சோர்வாக இருக்கிறது" என்றார் மிஸஸ் ஆண்டோலினி. அவரைப் பார்த்தால் அப்படித் தான் தெரிந்தது. "படுப்பதற்கு நீங்களே உங்கள் படுக்கையைத் தயார் செய்து கொள்ளுங்கள்" என்றார்.

"நாங்கள் எங்களைப் பார்த்துக் கொள்கிறோம். நீ படுக்கப் போகலாம்" என்று மிஸ்டர் ஆண்டோலினி கூறிவிட்டு மிஸஸ் ஆண்டோலினிக்கு முத்தம் கொடுத்தார். அவர் எனக்கு குட்பை சொல்லிவிட்டு தனது படுக்கையறையை நோக்கிச் சென்றார். அவர்கள் இருவரும் எப்போதும் பொது இடத்தில் முத்தம் கொடுத்துக் கொள்வதுண்டு.

நான் காஃபியில் கொஞ்சமும், "கல்" போல கடினமாக இருந்த கேக்கில் கொஞ்சமும் எடுத்துக் கொண்டேன். மிஸ்டர் ஆண்டோலினி மீண்டுமொருமுறை ட்ரிங்ஸ் எடுத்துக் கொண்டார். அவர் அதை மிகவும் "ஸ்ட்ராங்" காகத் தயாரித்திருந்தார் என்பதைப் பார்த்தவுடனே சொல்லிவிட முடியும். அவர் தான் குடிப்பது பற்றி அக்கறை எடுத்துக் கொள்ளவில்லையெனில் முழுக் குடிகாரராக மாறிவிடுவார்.

திடீரென்று அவர், "இரண்டு வாரங்களுக்கு முன்னால் உன் அப்பாவுடன் லஞ்ச் சாப்பிட்டேன்" என்று கூறினார். "உனக்கு அது தெரியுமா?" என்று கேட்டார்.

"இல்லை. எனக்குத் தெரியாது" என்றேன்.

"அவர் உன் மேல் மிகவும் அக்கறையுடன் இருக்கிறார் என்பதை நீ கண்டிப்பாக அறிந்திருப்பாய்"

"ஆமாம் எனக்குத் தெரியும்" என்றேன்.

"அவர் எனக்கு ஃபோன் செய்வதற்கு முன்னால் தலைமை ஆசிரியரிடமிருந்து உன்னைப் பற்றியக் கடிதம் அவருக்குக்

கிடைத்திருக்கிறது. அதில் அவர், நீ எந்த முயற்சியும் எடுப்பதில்லை என்றும், வகுப்புகளுக்கு ஒழுங்காகச் செல்வ தில்லை என்றும், வகுப்பிற்கு வரும் போது தயார்நிலையில் வருவதில்லையென்றும் குறிப்பிட்டிருந்ததாகக் கூறினார். பொதுவாக, எதிலும்..."

"நான் எந்த வகுப்புகளுக்கும் போகாமல் இருந்ததில்லை. எந்த வகுப்புகளையும் "கட்" செய்வதற்கு அனுமதியில்லை. எப்போதோ ஒன்றிரு வகுப்புகளுக்குச் சென்றதில்லை அதுவும் "வாய்மொழி வெளிப்பாடு" வகுப்புகள். அது குறித்து நான் ஏற்கனவே சொல்லியிருக்கிறேன். மற்றபடி எந்த வகுப்புகளுக்கும் போகாமல் இருந்ததில்லை" என்றேன்.

அது பற்றி கலந்துரையாட எனக்கு விருப்பம் எதுவும் இல்லை. அவர் பழக்கத்துக்கு அடிமையானவர் போல இன்னொரு சிகரெட் எடுத்து பற்ற வைத்துக் கொண்டார். "வெளிப்படையாகச் சொல்வதெனில், உன்னிடம் நான் என்ன சொல்வதென்றே தெரியவில்லை, ஹோல்டன்" என்றார்.

"என்னிடம் பேசுவது கடினம் என்று எனக்குத் தெரியும். என்னால் அதை உணர முடிகிறது" என்றேன்.

"நீ இருக்க இருக்க மோசமாகிக் கொண்டே இருக்கிறாய் என்று நான் நினைக்கிறேன். ஆனால் என்னவென்று தெரியவில்லை.... நான் சொல்வதை நீ கவனத்துடன் கேட்கிறாயா?"

"ஆமாம்"

அவன் கவனம் செலுத்த முயற்சித்துக் கொண்டிருக்கிறான் என்று நீங்கள் சொல்லுங்கள்.

"இது எப்படியிருக்கிறதென்றால், முப்பது வயது நடக்கும் போது நீங்கள் ஒரு பாரில் உட்கார்ந்திருக்கையில் உள்ளே நுழைபவர்களில் கல்லூரியில் கால்பந்தாட்டம் விளையாடியவர் போல தோற்றமளிக்கும் அனைவரையும் வெறுப்பது போன்றதாகும். "இது எனக்கும் அவனுக்கும் உள்ள ரகசியம்" என்று கூறும் மக்களை வெறுக்கக்கூடிய அளவிற்கு போதுமான படிப்பு படித்திருப்பது அல்லது ஏதாவது ஒரு அலுவலகத்தில் பக்கத்தில் உட்கார்ந்திருந்திருக்கும் ஸ்டெனோகிராஃபர் மேல் "பின்" களை எறிந்து கொண்டிருப்பதோடு முடிந்து போவது

போல் இருந்தது. எனக்கு அது தெரியவில்லை. ஆனால் நான் என்ன சொல்ல முயற்சிக்கிறேன் என்று தெரிகிறதா?"

"ஆமாம், கண்டிப்பாக" என்று நான் சொன்னேன். "ஆனால் இந்த வெறுப்பு பற்றி நீங்கள் சொல்லிய விஷயம் தப்பு. அதாவது, கால்பந்தாட்ட வீரர்களை வெறுப்பது என்று சொல்லியது. நான் பெரும்பாலானவர்களை வெறுப்பது இல்லை. நான் என்ன செய்வேனென்றால், பென்சியில் எனக்குத் தெரிந்த ஸ்ட்ராட்லேட்டரையும், ராபர்ட் அக்லேயையும் வெறுத்தது போல இவர்களை கொஞ்ச நேரத்திற்கு வெறுப்பேன். நான் அவர்களை அவ்வப்போது வெறுத்தது உண்மைதான் – நான் ஒத்துக் கொள்கிறேன் – ஆனால் அது ரொம்ப காலம் நீடிப்பதில்லை, இதைத்தான் நான் சொல்ல வந்தேன். சிறிது சமயத்திற்குப் பிறகு, நான் அவர்களைப் பார்க்கவில்லையென்றாலோ, அவர்கள் அறைக்கு வரவில்லையென்றாலோ அல்லது அவர்களை சாப்பாட்டு அறையில் இரண்டு வேளைக்கு மேல் பார்க்கவில்லையென்றாலோ நான் அவர்களின் இன்மையை உணர்வேன்."

மிஸ்டர் ஆண்டோலினி இது குறித்து சிறிது நேரத்திற்கு எதுவும் சொல்லவில்லை. அவர் எழுந்து இன்னொரு ஐஸ்கட்டியை எடுத்து தான் குடித்துக் கொண்டிருக்கும் டிரிங்ஸில் போட்டுக் கொண்டு மீண்டும் வந்து உட்கார்ந்தார். அவர் சிந்தித்துக் கொண்டிருக்கிறார் என்று நீங்கள் சொல்லிவிட முடியும். அவர் உரையாடலை இப்போது ஆரம்பிப்பதற்குப் பதிலாக நாளைக்குக் காலையில்தான் ஆரம்பிக்க வேண்டும் என்று வேண்டிக் கொண்டிருந்தேன். ஆனால் அவர் துடிப்புடன் இருந்தார். கலந்துரையாட நீங்கள் துடிப்புடன் இல்லாத போதுதான் மற்றவர்கள் துடிப்புடன் இருப்பார்கள்.

"சரி. நான் சொல்வதை ஒரு நிமிடம் கேள்... நான் விரும்புவது போல நீ இதை நினைவில் வைத்துக் கொள்ள வேண்டும் என்கிற முறையில் என்னால் சொல்ல முடியாது. ஆனால் இது குறித்து இன்னும் ஓரிரு நாட்களில் உனக்குக் கடிதம் எழுதுவேன். அதன் பிறகு உனக்கு எல்லாம் தெளிவாகத் தெரியவரும். என்ன இருந்தாலும் இப்போது நான் சொல்வதைக் கேள்". அவர் மீண்டும் கவனம் செலுத்த ஆரம்பித்தார். அதன் பின், "நீ சறுக்கிக்

கொண்டிருக்கும் இந்த சவாரியானது பிரத்தியேகமானதும், மிகவும் கொடுமையானதும் ஆகும். அப்படிச் சறுக்கிக் கொண்டிருக்கும் மனிதன் அடிமட்டத்தை உணர்வதற்கோ அல்லது கேட்பதற்கோ அனுமதிக்கப்படுவதில்லை. அவன் தொடர்ந்து விழுந்து கொண்டேயிருக்கிறான். அவனிருக்கும் சூழ்நிலை அதைத் தர இயலாத பட்சத்தில் அல்லது தான் இருக்கும் சூழ்நிலை அதைத் தர இயலாது என்று நினைக்கிற பட்சத்தில் உள்ள மனிதர்களுக்காக இந்த இந்த முழு ஏற்பாடும் வடிவமைக்கப்பட்டிருக்கிறது. எனவே அவர்கள் எதிர்பார்ப்பை கைவிட்டு விடுகிறார்கள். அவர்கள் ஆரம்பிப்பதற்கு முன்பே கைவிட்டு விடுகிறார்கள். நான் சொல்வதைக் கேட்கிறாயா?"

"ஆமாம் ஸார்".

"கண்டிப்பாக"

"ஆமாம்"

அவர் எழுந்து இன்னும் கொஞ்சம் மதுவை தனது கண்ணாடிக் கோப்பையில் ஊற்றிக் கொண்டு மீண்டும் கீழே உட்கார்ந்தார். நீண்ட நேரமாக அவர் எதுவும் சொல்லவில்லை.

"நான் உன்னைப் பயமுறுத்த விரும்பவில்லை, ஆனால் எதற்கும் பிரயோசனமில்லாத காரணத்திற்காக நீ கொஞ்சம் கொஞ்சமாக செத்துக் கொண்டிருப்பதை என்னால் தெளிவாகப் பார்க்க முடிகிறது" அவர் என்னை வேடிக்கையாக ஒரு பார்வை பார்த்தார். "நான் உனக்காக எதாவது எழுதினால் அதைக் கவனமாகப் படிப்பாயா? படித்துவிட்டு அதை வைத்திருப்பாயா?" என்று கேட்டார்.

"கண்டிப்பாக" என்றேன் நான். நான் இன்னும் அவர் கொடுத்த பேப்பரை வைத்திருக்கிறேன்.

அவர் அறையில் இன்னொரு பகுதிக்குச் சென்று உட்காராமல் சிறிய காகிதத்தில் ஏதோ எழுதிய பின், அந்தக் காகிதத்தோடு மீண்டும் முன்னால் உட்கார்ந்திருந்த இடத்தில் வந்து உட்கார்ந்தார். "இதை எழுதியது ஒரு கவிஞர் அல்ல, வித்தியாசமான ஒரு உளவியலாளர். அவருடைய பெயர் வில்ஹெம் ஸ்டேக்கல் (Wilhelm Stekel). இதோ அவர்

எழுதியது...நான் சொல்வதை கேட்கிறாய்தானே?"

"ஆமாம், கண்டிப்பாக"

"இதோ அவர் சொல்லியது: ஒரே ஒரு காரணத்திற்காக உன்னதமாக உயிர் துறக்க விரும்புவது முதிர்ச்சியடையாத ஒருவரின் முத்திரை எனில் அடக்கத்துடன் மனிதருக்காக வாழ விரும்புவது முதிர்ச்சியடைந்த ஒருவரின் முத்திரை ஆகும்"

அவர் லேசாக சாய்ந்து அதை என்னிடம் கொடுத்தார். அவர் கொடுக்கும் போது அதை வாங்கி படித்துவிட்டு நன்றி தெரிவித்த பிறகு மடித்து எனது பாக்கெட்டில் வைத்தேன். இவ்வளவு சிரமங்களை அவர் எடுத்துக் கொண்டது அவரது நல்லியல்பை வெளிப்படுத்தியது. ஆனால் என்னால் கவனம் செலுத்த முடியவில்லை. திடீரென்று மிகவும் சோர்வாக இருப்பது போல ஒரு உணர்வு ஏற்பட்டது.

அவர் கொஞ்சம் கூட சோர்வடையவில்லை என்று அவரைப் பார்த்தாலே சொல்லி விட முடியும். அவர் நன்கு குடித்திருந்தார். "நீ எதை நோக்கி செல்ல விரும்புகிறாய் என்பதை இனி வரும் நாட்களில் கண்டுபிடிப்பாய் என நினைக்கிறேன். அதற்குப் பிறகு அதை நோக்கி செல்வதற்கு ஆயத்தமாக வேண்டும். அப்படியிருக்கும் பட்சத்தில் ஒரு நிமிடத்தைக் கூட வீணடிக்கக் கூடாது" என்றார்.

அவர் என்னை நேருக்கு நேர் பார்த்துக் கொண்டிருந்ததால் அவர் சொல்லியதற்குத் தலை அசைத்தேன். ஆனால் அவர் என்ன பேசுகிறார் என்று உறுதியாக என்னால் புரிந்து கொள்ள முடியவில்லை. எனக்கு அது கண்டிப்பாகத் தெரியும் ஆனால் அந்த நேரத்தில் அது குறித்து எனக்கு உறுதியாகத் தெரியவில்லை. நான் மிகவும் சோர்வடைந்திருந்தேன்.

"எனக்கு உன்னிடம் சொல்வதற்கு வெறுப்பாக இருக்கிறது. ஆனாலும் நீ எதை நோக்கிச் செல்ல விரும்புகிறாய் என்று தெரிந்தவுடன் உன்னுடைய முதல் நடவடிக்கை ஏதாவது ஒரு பள்ளிகூடத்திற்கு விண்ணப்பம் செய்வதாகத்தான் இருக்க வேண்டும். இந்தக் கருத்து உன்னை ஈர்க்கலாம் அல்லது ஈர்க்காமலும் இருக்கலாம் ஆனால் நீ ஒரு மாணவன். உனக்கு அறிவின் மீது விருப்பம் இருக்கிறது. நீ மிஸ்டர் வின்செஸ் மற்றும் அவர்களுடைய வாய்மொழி வெளிப்பாடு

எல்லாவற்றையும் கடந்து இதை கண்டுபிடிப்பாய் என நினைக்கிறேன்” என்றார்.

“மிஸ்டர் வின்சன்ஸ்” என்றேன் நான். அவர் மிஸ்டர் வின்செஸ் என்று சொன்னது வின்சன்ஸைத்தான். அவர் சொல்லும் போது நான் குறுக்கே பேச விரும்பவில்லை.

“சரி – மிஸ்டர் வின்சன்ஸ். மிஸ்டர் வின்சன்ஸையெல்லாம் கடந்த பிறகு நீ எதை நோக்கி செல்ல விரும்புகிறாயோ – நீ விரும்பினால், நீ தேடினால், நீ காத்திருந்தால் – அதை நெருங்க ஆரம்பிப்பாய். அது உன் மனதிற்கு மிகவும் பிடித்தமானதாக இருக்கும். மற்ற விஷயங்கள் தவிர்த்து, மனிதர்களின் நடத்தையினால் குழப்பமடைந்த, பயப்பட்ட முதல் ஆள் நீ இல்லை என்பதையும் தெரிந்து கொள்வாய். இதைப் பொறுத்தவரையில் நீ மட்டும் தனியாக இல்லை, அதைத் தெரிந்து கொள்ளும் போது உற்சாகமாகவும், உத்வேகமாகவும் இருக்கும். பெரும்பாலான மனிதர்கள் ஒழுக்கத்திலும், ஆன்மீகத்திலும் உன்னைப் போன்றே சங்கடத்துடன் தான் இருக்கிறார்கள். இதில் சந்தோஷம் என்னவெனில், சிலர் தங்களது பிரச்சனைகள் குறித்த பதிவுகளை வைத்திருக்கிறார்கள். அவற்றிலிருந்து நீ கற்றுக் கொள்ளலாம் – உனக்கு விருப்பமிருந்தால். எப்போதாவது ஒரு நாள் உன்னிடம் கொடுப்பதற்கு/சொல்வதற்கு எதுவும் இருந்தால் அதிலிருந்து வேறொருவர் கற்றுக் கொள்வார். இது ஒரு அருமையான பரிமாற்ற ஏற்பாடாகும். இது கல்வி இல்லை. இது ஒரு சரித்திரம், ஒரு கவிதை.” பேசுவதை நிறுத்திவிட்டு பெரிய ட்ரிங் ஒன்றை எடுத்துக் கொண்ட பின் மீண்டும் ஆரம்பித்தார். அவர் உண்மையிலேயே துடிப்பாகத்தான் இருந்தார். நான் அவரை நிறுத்த முயற்சிக்காதது நினைத்து சந்தோஷப்பட்டேன். அவர், “படித்தவர்களும், அறிஞர்களும் தான் உலகத்திற்குப் பங்களிக்க வேண்டுமென்று நான் சொல்ல முயற்சிக்கவில்லை. அந்த மாதிரி எதுவும் கிடையாது. ஆனால் புத்திசாலிகள் மற்றும் படைப்பாளிகளுடன் ஒப்பிடும்போது நன்கு படித்தவர்களும், அறிஞர்களும் – துரதிர்ஷ்டவசமாக இந்த ரகத்தைச் சேர்ந்தவர்கள் மிகவும் அரிது – மதிப்புமிக்க எண்ணற்றப் பதிவுகளை விட்டுச் செல்வார்கள். அவர்கள் சொல்ல வந்ததை மிகவும் தெளிவாக வெளிப்படுத்துவார்கள். அதுதவிர அவர்கள் வழக்கமாக தங்களது சிந்தனையைக் கடைசிவரைக் கொண்டு செல்வதில் பேரார்வம் கொண்டவர்கள். இதை

விட முக்கியமானது என்னவென்றால் – கல்வி ஞானமற்ற சிந்தனையாளர்களை விட இவர்கள் பத்துக்கு ஒன்பது தடவைகள் மிகவும் தாழ்மையாக நடந்து கொள்வார்கள். நான் சொல்வதனைத்தையும் கேட்டுக் கொண்டிருக்கிறாய் தானே?"

"ஆமாம், ஸார்"

அவர் சிறிது நேரத்திற்கு எதுவும் சொல்லவில்லை. பக்கத்தில் உட்கார்ந்திருக்கும் ஒருவர் சிந்தித்து அதன்பின் அவர் பேசுவதற் காகக் காத்திருப்பது என்பது மிகவும் கஷ்டமான ஒரு விஷயம். இந்த மாதிரியான சூழ்நிலை உங்களுக்கு ஏற்பட்டிருக்கிறதா என்று எனக்குத் தெரியவில்லை. நான் கொட்டாவி விடுவதைக்கூட அடக்கிக் கொண்டு உட்கார்ந்திருந்தேன். இதனால் எனக்கு சலிப்பு ஏற்பட்டு விட்டது என்று அர்த்தமில்லை – எனக்கு சலிப்பு எதுவும் ஏற்படவில்லை, ஆனால் திடீரென்று தூக்கம் வர ஆரம்பித்தது.

"உனக்குக் கல்வியும் ஏதாவது ஒன்றைச் செய்ய உதவும். நீ அதோடு சேர்ந்து கொஞ்ச தூரம் பயணித்தால் அது உன் மூளை எந்த அளவிற்கு உள்ளது என்பது குறித்த ஒரு யோசனையை கொடுக்க ஆரம்பிக்கும். அதற்குள் என்ன அடங்கும், என்ன அடங்காது என்பது பற்றியும் தெரியவரும். உன் மூளையும் எந்த விதமான சிந்தனைகளை ஏற்றுக் கொள்ளும் என்பது பற்றி உனக்குத் தெரியவரும். உனக்குப் பொருத்தமற்றக் கருத்துக்களை முயற்சிப்பதினால் ஆகக் கூடிய நேரத்தை சேமிக்க இது உதவும். இதன் மூலம் உன்னுடைய உண்மையான மதிப்பீடு தெரியவரும் அதற்கேற்றாற் போல உன் மூளையை செம்மைப் படுத்திக் கொள்ளலாம்"

அதன் பின், திடீரென்று என்னால் அடக்கிக் கொள்ள முடியாத அளவிற்கு கொட்டாவி வந்தது.

மிஸ்டர் ஆண்டோலினி சிரித்தார். "கமான், உனக்கு படுக்கை ரெடி பண்ணலாம்" என்றார்.

நான் அவரைத் தொடர்ந்து சென்றேன். அவர் அலமாரியை நோக்கிச் சென்றார். மேல் தட்டில் இருந்த போர்வை, மெத்தை விரிப்புகள் ஆகியவற்றை எடுக்க முயற்சித்தார். ஆனால் அவருடைய கையில் கண்ணாடி கோப்பை இருந்ததால் எடுக்க முடியவில்லை. எனவே அவர் அதிலிருந்ததைக்

குடித்துவிட்டு கோப்பையை கீழே வைத்தார். அதன் பின் தேவையான எல்லாவற்றையும் எடுத்தார். நான் அதைக் கட்டிலுக்கு எடுத்துவர உதவி செய்தேன். நாங்கள் இருவரும் சேர்ந்து படுக்கையை தயார் செய்தோம். அவர் படுக்கையைத் தயார் செய்வதில் அவ்வளவு சிறப்பானவராக இல்லை. அவர் விரிப்புகள் எதையும் இறுக்கி விரிக்கவில்லை. எனக்கும் அது பற்றி அக்கறையில்லை. எனக்கிருந்த அலுப்பில் என்னால் நின்று கொண்டே கூட தூங்கியிருக்க முடியும்.

"உன் பெண் தோழிகளெல்லாம் எப்படியிருக்கிறார்கள்?"

"நன்றாக இருக்கிறார்கள். உரையாடுவதில் நான் மிகவும் மோசமாக இருந்தாலும் அந்த மாதிரி உணரவில்லை.

"சாலி எப்படியிருக்கிறாள்?" இவருக்கு சாலி ஹேஸ்ஸைத் தெரியும். ஒரு முறை இவருக்கு அவளை நான் அறிமுகப்படுத்தி வைத்தேன்.

"அவள் நன்றாக இருக்கிறாள். இன்று மதியம் நான் அவளுடன் வெளியே சென்றிருந்தேன்". அது என்னவோ 20 வருடங்களுக்கு முன்பு நடந்தது போல தோன்றியது. "எங்கள் இருவருக்கும் பொதுவான விஷயங்களாக இனிமேல் எதுவும் இருக்கப் போவதில்லை".

"அழகான பெண். இன்னொருத்தி எப்படியிருக்கிறாள்? மெய்னில் (Maine) இருப்பதாகச் சொன்னாயே?"

"ஓ – ஜேன் காலகர். அவள் நன்றாக இருக்கிறாள். அநேக மாக நாளைக்கு அவளுக்கு ஃபோன் செய்தாலும் செய்வேன்."

நாங்கள் ஏறக்குறைய படுக்கையை தயார் செய்து விட்டிருந்தோம். "இது எல்லாம் உனக்குத்தான்'' என்று மிஸ்டர் ஆண்டோலினி கூறினார். "உன்னுடைய கால்களுக்கு நீ என்ன செய்யப் போகி றாயோ எனக்குத் தெரியவில்லை".

"பரவாயில்லை. நான் இதை விட சிறிய படுக்கையில் எல்லாம் படுத்திருக்கிறேன். மிகவும் நன்றி ஸார். நீங்களும், மிஸஸ் ஆண்டோ லினியும் என் உயிரை இன்றிரவு காப்பாற்றியிருக்கிறீர்கள்."

"பாத்ரூம் எங்கிருக்கிறது என்று உனக்குத் தெரியும். ஏதாவது வேண்டுமென்றால் என்னைக் கூப்பிடு. நான் கொஞ்சநேரம்

சமையலறையில் இருப்பேன் – லைட் உன்னை தொந்தரவு செய்கிறதா?"

"இல்லை – இல்லை, மிகவும் நன்றி"

"சரி, குட் நைட், ஹாண்ட்ஸம்!

"குட் நைட் ஸார், மிகவும் நன்றி"

அவர் சமையலறைக்குச் சென்று விட்டார். நான் பாத்ரூமுக்குச் சென்று, போட்டிருந்த துணிகளைக் களைந்தேன். பிரஷ் இல்லாததால் பல் தேய்க்கவில்லை. பைஜாமாவும் என்னிடம் இல்லை. மிஸ்டர் ஆண்டோலினியும் கொடுக்க மறந்துவிட்டார். எனவே நான் ஷார்ட்ஸுடன் மீண்டும் வரவேற்பறைக்குச் சென்று அங்கு எரிந்து கொண்டிருந்த சிறிய விளக்கை அணைத்துவிட்டு படுத்துக் கொண்டேன். படுக்கை சிறியதாகத்தான் இருந்தது. ஆனால் என்னால் நின்று கொண்டே, கண் இமைகளை மூடாமல் கூட தூங்கிவிட முடியும். மிஸ்டர் ஆண்டோலினி சொன்னதை நினைத்துக் கொண்டு இரண்டு வினாடிகள் முழித்திருந்தேன். அவர் மிகவும் ஸ்மார்ட் தான். ஆனால் என்னால் கண்களை திறந்து வைத்துக் கொண்டிருக்க முடியவில்லை, அப்படியே நான் தூங்கிவிட்டேன்.

அதற்குப் பிறகு ஏதோவொன்று நடந்தது. அதைப் பற்றிப் பேசக் கூட நான் விரும்பவில்லை.

நான் திடீரென்று எழுந்தேன். அப்போது மணி என்னவென்று எனக்குத் தெரியவில்லை, ஆனால் நான் எழுந்து விட்டேன். என்னுடைய தலையில் யாரோ ஒருவருடைய கை இருப்பது போல ஒரு உணர்வு. உண்மையிலேயே எனக்கு பயமாக இருந்தது. அது என்ன, அது மிஸ்டர் ஆண்டோலினின் கை. இருட்டில் எனது படுக்கைக்குப் பக்கத்தில் உட்கார்ந்து கொண்டு எனது தலையில் லேசாக தட்டிக் கொண்டிருந்தார். எனக்கு ஆயிரம் அடிகள் தள்ளி குதித்தது போல இருந்தது.

"நீங்கள் என்ன காரியம் செய்து கொண்டிருக்கிறீர்கள்?" என்று கேட்டேன்.

"ஒன்றுமில்லை! சும்மா இங்கே உட்கார்ந்திருக்கிறேன்..."

"நீங்கள் என்ன செய்து கொண்டிருக்கிறீர்கள்?" திரும்பவும்

நான் கேட்டேன். என்ன சொல்வதென்று எனக்குத் தெரியவில்லை – எனக்கு மிகவும் சங்கடமாக இருந்தது.

"உன்னுடைய குரலை கொஞ்சம் குறைத்துக் கொண்டால் என்ன? நான் இங்கே சும்மாதான் உட்கார்ந்து கொண்டிருக்கிறேன்"

"நான் எப்படியும் போக வேண்டும்" என்றேன் – எனக்கு அப்படி ஒரு பதட்டம்! நான் அந்த இருட்டிலேயே எனது பேண்ட்டு களைப் போட்டுக் கொள்ள ஆரம்பித்தேன். படபடப்பில் சரியாகக் கூட போட முடியவில்லை. பள்ளிக்கூடங்களிலும் மற்ற இடங்களிலும் இந்த மாதிரியான வக்கிரம் படைத்தவர்களைப் பார்த்திருக்கிறேன்.

"நீ எங்கே போக வேண்டும்?" என்று மிஸ்டர் ஆண்டோலினி எதுவும் நடக்காதது போல மிகவும் சாதரணமாகக் கேட்டார். ஆனால் அவர் சாந்தமாகவெல்லாம் இல்லை. நான் சொல்வதைக் குறித்து வைத்துக் கொள்ளுங்கள்.

"என்னுடைய பெட்டிகள் எல்லாம் ஸ்டேஷனில் இருக்கின்றன. எனவே நான் போய் அவற்றை எடுத்துக் கொண்டு வரலாமென்று நினைக்கிறேன். எனக்கு வேண்டிய பொருட்கள் எல்லாம் அந்த பெட்டிகளுக்குள்தான் இருக்கின்றன" என்றேன்.

"அவை காலையில் கூட இருக்கும். இப்போது நீ தூங்கப் போ. நானும் தூங்குவதற்காக என் படுக்கைக்குச் செல்கிறேன்" என்றார்.

"விஷயம் ஒன்றுமில்லை. எனது பணம் மற்றும் சில பொருட்கள் ஒரு பெட்டியில் இருக்கிறது. நான் இப்போதே திரும்பி வந்துவிடுவேன். நான் டாக்ஸியில் போய்விட்டு வந்து விடுகிறேன்" என்றேன். நான் இருட்டில் விழுந்து எழுந்திரித்தேன். அதில் உள்ள பணம் என்னுடையது இல்லை, என்னுடைய அம்மாவுடையது, நான்..."

"விளையாட்டு பண்ணிக் கொண்டிருக்காதே, ஹோல்டன். படுக்கைக்குப் போ. நானும் படுக்கைக்குச் செல்கிறேன். காலையில் பணம் அங்கேயே பத்திரமாக இருக்கும்..."

"இல்லை. நான் வேடிக்கைக்காகச் சொல்லவில்லை. கண்டிப்பாக நான் போக வேண்டும். நான் டிரெஸ்ஸெல்லாம்

ஏற்கனவே போட்டு விட்டேன். என்னுடைய டையைத் தான் கண்டுபிடிக்க முடியவில்லை. அதை எங்கே வைத்தேன் என்று நினைவில்லை. அது இல்லாமலேயே நான் ஜாக்கெட்டெல்லாம் போட்டுவிட்டேன்." மிஸ்டர் ஆண்டோலினி நான் இருக்கும் இடத்திலிருந்து கொஞ்சம் தள்ளி பெரிய நாற்காலியில் உட்கார்ந்து என்னைக் கவனித்துக் கொண்டிருந்தார். இருட்டாக இருந்ததால் அவரைத் தெளிவாகப் பார்க்க முடியவில்லை. ஆனால் என்னைக் கவனித்துக் கொண்டிருக்கிறார் என்று எனக்குத் தெரியும். அவர் இன்னும் குடித்துக் கொண்டிருந்தார். அவர் கையில் வைத்திருந்த கோப்பையை என்னால் பார்க்க முடிந்தது.

"நீ மிகவும் வினோதமான பையனாக இருக்கிறாய்"

"எனக்குத் தெரியும்," என்றேன். நான் எனது டை இருக்கிறதா என்று சுற்றும் முற்றும் கூட பார்க்கவில்லை. அது இல்லாமலேயே நான் வெளியே வந்து, "குட் பை, ஸார்" என்றேன். "மிகவும் நன்றி, இதை நான் வேடிக்கையாகச் சொல்லவில்லை".

அவர் நான் முன் கதவை நோக்கி செல்லும் போது எனக்குப் பின்னால் நடந்து வந்து கொண்டிருந்தார். நான் லிஃப்ட்டிற்கான பட்டனை அழுத்திய போது அவர் கதவருகிலேயே நின்று கொண்டிருந்தார். அவர் திரும்பவும் என்னை வினோதமான பையன் என்று கூறினார். லிஃப்ட் வரும்வரை அவர் கதவருகிலேயே நின்று கொண்டிருந்தார். என் வாழ்நாளில் இதுவரைக்கும் இவ்வளவு நேரம் லிஃப்ட்டிற்காக காத்திருந்ததே இல்லை.

லிஃப்ட்டிற்காகக் காத்திருக்கும் போது அவருடன் என்ன பேசுவதென்று தெரியவில்லை. ஆனால் அவர் அங்கேயே நின்று கொண்டிருந்தார். எனவே நான், "நான் சில நல்ல புத்தகங்களை படிக்க ஆரம்பிக்கப் போகிறேன்". ஏதாவது பேச வேண்டுமென்பதற்காகப் பேசினேன். மிகவும் சங்கடமாக இருந்தது.

"நீ பெட்டிகளையெல்லாம் எடுத்துக் கொண்டு உடனே இங்கே வந்துவிடு. நான் கதவுகளைப் பூட்டாமல் வைத்திருக்கிறேன்" என்றார்.

"ரொம்ப நன்றி" என்றேன் நான். "குட் பை"! ஒருவழியாக

லிஃப்ட் வந்தது. நான் அதனுள்ளே சென்று கீழே போனேன். பைத்தியக்காரனைப் போல எனக்கு ஒரு நடுக்கம் ஏற்பட்டது. அதிகமாக வியர்க்கவும் செய்தது. இந்த மாதிரி வக்கிரங்கள் நடக்கும் போது எனக்கு அதிகமாக வியர்க்கும். நான் குழந்தையாக இருந்ததிலிருந்து இதுவரை இந்த மாதிரி இருபது தடவைகளாவது நடந்திருக்கும். என்னால் இதைத் தாங்கிக் கொள்ள முடியாது.

25

நான் வெளியே வந்த போது, லேசாக வெளிச்சம் வர ஆரம்பித்திருந்தது. மிகவும் குளிராக இருந்தது, ஆனால் எனக்கு நன்றாக இருப்பது போன்ற ஒரு உணர்வு ஏற்பட்டது ஏனென்றால் வெளியே வருவதற்கு முன்னால் எனக்கு அதிகமாக வியர்த்திருந்தது.

எங்கே போகவேண்டுமென்று எனக்குத் தெரியவில்லை. இன்னொரு ஹோட்டலுக்குச் சென்று ஃபீபியினுடைய பணத்தைப் பூராவும் அங்கு செலவழிக்க எனக்கு விருப்பவில்லை. எனவே நான் லெக்ஸிங்டன் வரை நடந்து சென்று சப்—வே மூலம் கிராண்ட் சென்ட்ரலை அடைந்தேன். என்னுடைய பெட்டிகள் எல்லாம் அங்கேதான் இருந்தன. நான் அங்கேயிருந்த பயணிகள் காத்திருப்பு அறையில் உள்ள பெஞ்சுகள் ஒன்றில் படுத்துத் தூங்கலாம் என்று நினைத்தேன். ஆட்களும் அதிகம் இல்லை. எனவே சிறிது நேரம் தூங்கினால் பாதகமொன்றுமில்லை. ஆனால் அது பற்றிக் கலந்துரையாட நான் விரும்பவில்லை. அது ஒரு இனிமையான நிகழ்வு இல்லை. ஒரு போதும் முயற்சிக்க வேண்டாம். அது உங்களுக்கு மனச் சோர்வைத் தரும்.

என்னால் ஒன்பது மணி வரைதான் தூங்க முடிந்தது. ஏனென்றால் அந்த காத்திருப்பு அறைக்கு மக்கள் திரளாக வர ஆரம்பித்திருந்தனர். எனவே நான் எனது கால்களை

எடுத்து கீழே வைக்க வேண்டிய சூழ்நிலை ஏற்பட்டது. எனது பாதத்தை கீழே தரையில் வைத்துக் கொண்டு என்னால் தூங்க முடியாது. எனவே நான் உட்கார்ந்து கொண்டேன். எனது தலைவலி முன்னால் இருந்ததை விட மோசமாக இருந்தது. என் வாழ்க்கையில் இது வரை இந்த மாதிரியான ஒரு மனச் சோர்வால் நான் பாதிக்கப் பட்டதில்லை.

எனக்கு விருப்பமில்லாவிட்டாலும் நான் மிஸ்டர் ஆண்டோலினியைப் பற்றி நினைத்துப் பார்த்தேன். மிஸஸ் ஆண்டோலினி பார்க்கும் போது நான் அங்கு தூங்கவில்லை என்று தெரிந்து அவரிடம் கேட்டால் அவர் என்ன பதில் சொல்வார். இதைப் பற்றி கூட எனக்கு அவ்வளவாக அக்கறையில்லை. ஏனென்றால் மிஸ்டர் ஆண்டோலினி மிகவும் ஸ்மார்ட், ஏதாவது "ஒரு கதையை" உருவாக்கி மிஸஸ் ஆண்டோலினியிடம் சொல்லிவிடுவார். நான் வீட்டிற்கோ அல்லது வேறு எங்கேயுமோ போய்விட்டேன் என்று அவர் சொல்லக்கூடும். எனவே அதைப் பற்றி நான் கவலைப்படவில்லை. ஆனால் நான் எப்படி எழுந்து அவர் என் தலையில் லேசாகத் தட்டிக் கொண்டிருப்பதைப் பார்த்தேன் என்பதுதான் என்னைக் கவலைப் பட வைத்தது. அவர் ஓரினச்சேர்க்கைக் கொண்டவர்கள் நடந்து கொள்வது மாதிரி நடந்து கொண்டார் என தப்பாக நினைத்துக் கொண்டேனோ என எனக்குள் நினைத்துக் கொண்டேன். அவர் தூங்கக்கூடிய பையன்களின் தலையில் சாதரணமாக லேசாகத் தட்டிக் கொண்டிருக்க விரும்பினாரா...? காரணம் என்னவென்று உறுதியாக எப்படி உங்களால் சொல்ல முடியும்? உங்களால் சொல்ல முடியாது. நான் அவரிடம் சொல்லிவிட்டு வந்தது போல எனது பெட்டிகளை எடுத்துக் கொண்டு அங்கேயே திரும்பிப் போயிருக்கலாமோ என்று எனக்குள் நினைத்துக் கொண்டேன். அவர் அப்படியே ஓரினச்சேர்க்கையில் விருப்பமுள்ளவராக இருந்தாலும் என்னிடம் நன்றாகவே நடந்து கொள்வார் என்று சிந்திக்க ஆரம்பித்தேன். முதலில் நான் ஃபோன் செய்த போது ரொம்ப நேரம் கழித்துக் கூப்பிடுகிறேன் என்பது பற்றி கவலைப்படாமல், உனக்கு விருப்பமிருந்தால் உடனே வா என்றார். அதன் பிறகு எனது மூளையின் அளவைக் கண்டுபிடிப்பது குறித்து ஆலோசனை கூறினார், இவர் ஒருவர்தான் ஜேம்ஸ் கேஸ்ட்ல் அருகில் சென்றவர் என அவர் சம்பந்தப்பட்ட பல விஷயங்களை நான் நினைத்துக் கொண்டேன். இதைப் பற்றி நினைக்க,

நினைக்க என் மனச் சோர்வுதான் அதிகமாயிற்று. நான் அந்த வீட்டிற்கே திரும்பிச் சென்றிருக்க வேண்டுமென்று நினைத்தேன். அந்த நிகழ்வைப் பற்றித் திரும்ப நினைக்கும் போது அவர் சாதாரணமாகக் கூட என் தலையில் தட்டிக் கொண்டு இருந்திருக்கக்கூடும் என நினைக்கத் தோன்றியது. ஆனால் அதைப் பற்றி நினைக்க நினைக்க மனச் சோர்வுதான் அதிகமாயிற்று. சரியாகத் தூங்காததால் எனது கண்கள் எரிய ஆரம்பித்தன. இது தவிர ஜலதோஷம் வேறு ஆரம்பமாயிற்று. என்னிடம் கர்ச்சீப் வேறு இல்லை. என் சூட்கேஸில் சில கர்ச்சீப்புகள் இருந்தன. ஆனால் பொது இடத்தில் சூட்கேஸைத் திறந்து எடுக்க வேண்டாமென்று நினைத்தேன்.

எனக்குப் பக்கத்தில் இருந்த பெஞ்சில் யாரோ விட்டுவிட்டுப் போயிருந்த பத்திரிகையை எடுத்துப் படிக்க ஆரம்பித்தேன். அப்படியாவது மிஸ்டர் ஆண்டோலினி பற்றியும், மற்ற விஷயங்களைப் பற்றியும் கொஞ்ச நேரமாவது எந்தச் சிந்தனையும் இல்லாமல் இருக்கலாம் என நினைத்தேன். ஆனால் அந்தக் கட்டுரை எனது நிலைமையை மேலும் மோசமாக்கியது. காரணம் அது ஹார்மோன்கள் பற்றிய கட்டுரை. உங்கள் ஹார்மோன்கள் நல்ல நிலையில் இருந்தால் நீங்கள் எப்படி தோற்றமளிப்பீர்கள் – உங்கள் முகம், கண் முதலானவையும் – என்பது பற்றி கூறப்பட்டிருந்தது. ஆனால் நான் அந்த மாதிரி தோற்றமளிக்கவில்லை. அந்தக் கட்டுரையில் பிரசுரிக்கப்பட்டிருந்த குறைபாடுள்ள ஹார்மோன்களைக் கொண்டிருந்த ஒருவர் போல தான் நானும் இருந்தேன். எனவே நான் எனது ஹார்மோன்கள் பற்றிக் கவலைப்பட ஆரம்பித்தேன். அதற்குப் பிறகு நான் இன்னொரு கட்டுரையைப் படிக்க ஆரம்பித்தேன். அது உங்களுக்குக் கேன்சர் இருந்தால் எப்படித் தெரிந்து கொள்வது என்பது பற்றிக் கூறப்பட்டிருந்தது. உங்கள் வாயில் ஏதாவது புண் இருந்து அது நீண்ட நாட்கள் ஆறாமல் இருந்தால் அது கேன்சருக்கான அறிகுறியாக இருக்கக்கூடும் எனக் குறிப்பிடப்பட்டிருந்தது. எனது உதட்டின் உள்பகுதியில் இரண்டு வாரங்களாக ஒரு புண் இருந்து வருகிறது. எனவே எனக்கும் கேன்சர் வரக்கூடும் என நினைத்துக் கொண்டேன். கடைசியாக நான் பத்திரிகையைப் படிப்பதை நிறுத்திவிட்டு காலாற நடக்கலாம் என்று வெளியே வந்தேன். எனக்குக் கேன்சர் இருந்தால் நான் இன்னும் இரண்டு மாதத்தில் இறந்து விடுவேன். எனக்கு அந்த நோய் இருக்கும் என்பதில் நான்

மிகவும் நேர்மறையானக் கருத்தைக் கொண்டிருந்தேன். இது என்னிடம் எந்தச் சிறப்பான உணர்வையும் ஏற்படுத்தவில்லை.

மழை வருவது போல இருந்தாலும் நான் நடக்க ஆரம்பித்தேன். அப்போதுதான் நான் காலை உணவு வாங்க வேண்டுமென்று நினைத்துக் கொண்டேன். எனக்குப் பசியில்லை இருந்தாலும் வைட்டமின்கள் உள்ள ஏதாவது ஒன்றைக் கொஞ்சமாவது சாப்பிட வேண்டும் என்று தோன்றிற்று. எனவே நான் மலிவான ரெஸ்டா ரெண்டுகள் உள்ள பகுதியை நோக்கி நடக்க ஆரம் பித்தேன். நான் அதிகமாகப் பணம் செலவழிக்க விரும்பவில்லை.

நான் நடந்து சென்று கொண்டிருக்கும் போது இரண்டு பேர் ட்ரக்கிலிருந்து பெரிய கிறிஸ்துமஸ் மரங்களை இறக்கிக் கொண்டிருப்பதைப் பார்த்தேன். ஒருவன் இன்னொருவனிடம், “இந்த son of a bitch–ஐ கொஞ்சம் அப்படியே பிடித்துக் கொள்!” என்று சொன்னான் அதைக் கேட்டு எனக்குச் சிரிப்பு வந்தது. நான் இப்படிப் பண்ணியிருக்கக்கூடாது. ஏனென்றால் நான் சிரிக்க ஆரம்பித்தவுடன் வாந்தி எடுத்துவிடுவேனோ என்று நினைத்தேன். அது போலவே நடந்தது. நான் வாந்தி எடுக்க ஆரம்பித்த போது அது தானாகவே போய்விட்டது, ஏனென்ற காரணம் தெரியவில்லை. நான் சுகாதாரமற்ற பொருட்கள் எதையும் சாப்பிடவில்லை. வழக்கமாக எனது வயிறு இதையெல்லாம் தாங்கிக் கொள்ளும். ஏதாவது சாப்பிட்டால் நல்லாயிருக்கும் போல தோன்றிற்று. எனவே டோநட்ஸுயும் காஃபியும் மட்டும் உள்ள மிகவும் மலிவாகக் காட்சியளிக்கும் ரெஸ்டாரெண்டுக்குச் சென்றேன். ஆனால் நான் டோநட்ஸ் சாப்பிட மாட்டேன். ஏனென்றால் அதை என்னால் சரியாக விழுங்க முடியாது. உங்களுக்கு மனச்சோர்வு ஏற்பட்டிருக்கும் போது எதையும் விழுங்குவதற்கு கஷ்டமாக இருக்கும். வெயிட்டர் நன்றாகப் பணிவிடை செய்தார். நான் வேண்டாமென்று வைத்துவிட்டதற்கு பணம் எதுவும் வசூலிக்கவில்லை. நான் காஃபி மட்டும் குடித்துவிட்டு அங்கிருந்து நடந்து ஃபிஃப்த் அவென்யூ நோக்கி நடந்தேன்.

அன்று திங்கட்கிழமை என்பதாலும், கிறிஸ்துமஸுக்கு சில தினங்களே இருக்கின்றது என்பதாலும் கடைகள் எல்லாம் திறந்திருந்தன. எனவே ஃபிஃப்த் அவென்யூவில் நடந்து செல்வது நன்றாக இருந்தது. எங்கும் கிறிஸ்துமஸ் விழாக் கோலம். பார்ப்பதற்கு ஒழுங்கற்று இருந்த சாண்டா க்ளாஸ்கள்

அங்கங்கே தெருவின் முனைகளில் நின்று கொண்டு மணி அடித்துக் கொண்டிருந்தனர். சால்வேஷன் ஆர்மியைச் சேர்ந்த பெண்களும் – லிப்ஸ்டிக் அல்லது வேறெதுவும் போடாதவர்கள் – அங்கங்கே நின்று கொண்டு மணிகளை அடித்துக் கொண்டிருந்தனர். முந்தைய நாள் காலை உணவின் போது பார்த்த இரண்டு கன்னிகாஸ்திரீகள் இருக்கிறார்களா என்று தேடினேன். ஆனால் அவர்களைப் பார்க்க முடியவில்லை. அவர்களைப் பார்க்க முடியாது என்று எனக்குத் தெரியும். ஏனென்றால் அவர்கள் நியூயார்க்கிற்கு பள்ளிக்கூட ஆசிரியைகளாக வந்திருப்பதாகக் கூறினார்கள். ஆனாலும் நான் தொடர்ந்து தேடிக் கொண்டிருந்தேன். எப்படியோ, திடீரென்று எங்கும் கிறிஸ்துமஸ் விழாக் கோலம். குழந்தைகள் தங்கள் அம்மாக்களுடன் வெவ்வேறு இடங்களிலிருந்து பஸ்ஸில் வந்து கொண்டும், போய்க் கொண்டும் இருந்தார்கள். அதே போல் கடைக்குள் செல்வதும், வெளியே வருவதுமாக இருந்தனர். இங்கே ஃபீபியும் இருந்தால் நன்றாக இருக்கும் என நினைத்தேன். அவள் பொம்மைப் பிரிவுக்குச் சென்று பொம்மைகளை வெறித்துப் பார்த்துக் கொண்டிருக்கும் வயது இல்லையென்றாலும், இங்கு வந்திருந்தால் சும்மா சுற்றிக் கொண்டும், மக்களைப் பார்த்துக் கொண்டும் பொழுதைக் கழிக்கலாம். போனவருடத்திற்கு முந்திய வருட கிறிஸ்துமஸ் ஷாப்பிங்கிற்கு அவளைக் கூட்டிக் கொண்டு போயிருந்தேன். நல்ல குதூகலமாக நேரம் சென்றது. நாங்கள் புளூமிங்டேல் (Bloomingdale) போயிருந்தோம் என்று நினைக்கிறேன். லேஸ் கட்டுவதற்கு பல ஓட்டைகளைக் கொண்டிருக்கும், உயரமாக உள்ள ஸ்டார்ம் ஷூ ஒன்றை ஃபீபிக்கு வாங்கலாம் என்று நினைத்து நாங்கள் ஷூ கடைக்குச் சென்றோம். அங்கிருந்த சேல்ஸ்மேனுக்கு பைத்தியமே பிடித்திருக்கும். ஃபீபி கிட்டத்தட்ட 20 ஷூக்களை முயற்சி செய்து பார்த்தாள். ஒவ்வொரு ஷூவை அவள் முயற்சி பண்ணும் போதும் அவர் கடைசிவரைக்கும் லேஸ் கட்ட வேண்டியிருந்தது. கடைசியாக நாங்கள் ஒரு "மொக்காசினோ" ஷூ வாங்கிக் கொண்டு வெளியே வந்தோம். சேல்ஸ்மேனுக்கு அது சந்தோஷமாக இருந்தது. ஃபீபி அவ்வப்போது சிரித்ததிலிருந்து அவருக்கு நாங்கள் வெட்டியாக நேரத்தைப் போக்கிக் கொண்டிருக்கிறோம் என தெரிந்திருக்கக்கூடும்.

எப்படியோ, டை எதுவும் கட்டாமல் நான் நடந்து, நடந்து ஃபிஃப்த் அவென்யூ வந்து சேர்ந்தேன். திடீரென்று

பயமுறுத்தும்படி ஏதோவொன்று நடக்க ஆரம்பித்தது. ஒவ்வொரு முறையும் இந்த ப்ளாக்கின் முடிவுப் பகுதிக்கு நான் வரும் போதும் அங்கிருக்கும் தடையைத் தாண்டி விடுகிறேன். இந்தத் தெருவின் அந்தப் பக்கத்திற்கு இங்கிருந்து செல்ல முடியாது என்கிற மாதிரி உணர்வு எனக்கு எப்போதும் இருந்து வந்திருக்கிறது. நான் தொடர்ந்து செல்லச் செல்ல என்னை யாரும் மீண்டும் பார்க்க மாட்டார்கள் என்று நினைத்தேன். அது என்னை பயமுறுத்தியது. உங்களால் அதைக் கற்பனை கூட செய்து பார்க்க முடியாது. எனக்குப் பயங்கரமாக வியர்க்க ஆரம்பித்தது. எனது சட்டை, உள்ளாடை என அனைத்தும் வியர்வையால் நனைந்து விட்டது. அதற்குப் பிறகு நான் ஏதோ செய்ய ஆரம்பித்தேன். ஒவ்வொரு முறையும் இந்த ப்ளாக்கின் இறுதிப் பகுதிக்கு வரும் போது எனது சகோதரன் ஆலியிடம் பேசுகிறேன் என்று நம்பத் தோன்றும். நான் அவனிடம், "ஆலி, என்னைக் காணாமல் போகும்படி செய்துவிடாதே. ஆலி, என்னை அந்த மாதிரி செய்துவிடாதே. ஆலி, என்னைக் காணாமல் போகும்படி செய்துவிடாதே, தயவு செய்து, ஆலி". அதற்குப் பிறகு காணாமல் போகாமல் தெருவின் மறுபக்கத்திற்குச் சென்ற பின் அவனுக்கு நன்றி கூறினேன். அதன் பிறகு நான் அடுத்த மூலைக்கு போகும்போது இது மீண்டும் ஆரம்பமாகும். ஆனால் நான் தொடர்ந்து போய்க் கொண்டுதான் இருந்தேன். நான் போகாமல் அங்கேயே நின்று விடுவதற்குக் கூடப் பயந்தேன். உங்களுக்கு உண்மையைச் சொல்ல எனக்கு எதுவும் நினைவில்லை. நான் மிருகக்காட்சி சாலையைத் தாண்டி, சிக்ஸ்ட்டியை அடையும் வரை நிற்கமாட்டேன் என்று எனக்குத் தெரியும். அதற்குப் பிறகு அங்கிருந்த பெஞ்சில் உட்கார்ந்தேன். இன்னும் மேல் மூச்சு, கீழ் மூச்சு வாங்கியது, வியர்த்துக் கொட்டியது. அநேகமாக ஒரு மணி நேரமாவது அங்கே உட்கார்ந்திருந்திருப்பேன் என்பது என் ஊகம். இறுதியாக நான் என்ன செய்யலாமென்று முடிவுக்கு வந்தேன், நான் எங்காவது தூரமாகப் போய்விடலாம் என முடிவெடுத்தேன். ஒரு போதும் இனி வீட்டிற்கோ, வேறொரு பள்ளிக்கூடத்திற்கோ போகவேண்டாம் என முடிவெடுத்தேன். ஃபீபியை மட்டும் பார்த்து "குட் பை" சொல்லிவிட்டு, அவளிடம் வாங்கிய பணத்தைக் கொடுத்து விட்டு மேற்கு நோக்கிப் போய்விடலாம் எனவும் முடிவெடுத்தேன். நான் என்ன செய்யலாம் என்பதைத் தெரிந்து கொண்டேன். ஹாலண்ட் டனல் வரை சென்று அங்கிருந்து ஒவ்வொரு

இடமாகப் பயணித்து கடைசியில் மேற்கில் எங்காவது ஒரு பகுதிக்குச் சென்று விடலாம் என்று நினைத்தேன். அந்தப் பகுதி மிகவும் அழகாகவும், வெதுவெதுப்பாகவும் இருக்கும். என்னை அங்கு யாருக்கும் தெரியாது. எனக்கும் வேலை கிடைத்துவிடும். எனக்கு பெட்ரோல் பங்க்குகளில் வேலை கிடைக்கக்கூடும். எந்தவிதமான வேலை செய்கிறோம் என்பது பற்றி எனக்கு அக்கறை இல்லை. என்னை யாருக்கும் தெரியாமலும், எனக்கும் யாரையும் தெரியாமலும் இருக்க வேண்டும் அவ்வளவுதான். நான் என்னைச் செவிடு மற்றும் ஊமையாக வெளியில் காட்டிக் கொள்ளலாம் என்று நினைத்தேன். அப்படியிருந்தால் யாருடனும் எந்தவித முட்டாள்த்தனமான உரையாடலிலும் ஈடுபட வேண்டாம். அப்படி யாராவது என்னிடம் ஏதாவது சொல்ல வேண்டுமென்றால் ஒரு சிறிய காகிதத்தில் எழுதி என்னிடம் காண்பிக்கட்டும். அவர்களுக்கு ஒரு குறிப்பிட கால அளவிற்குப் பிறகு இது சலிப்பை ஏற்படுத்தி விடும். அதற்குப் பிறகு எல்லோரும் என்னைச் செவிடு – ஊமை என்று நினைத்து என்னைத் தனிமையில் விட்டு விடுவார்கள். அவர்கள் என்னை தங்களது வாகனங்களில் கேஸ், ஆயில் போட விடுவார்கள், அதற்கு எனக்குச் சம்பளம் கிடைக்கும். அந்த வருமானத்தின் மூலம் சிறிதாக ஒரு கேபினைக் கட்டிக் கொண்டு என் மீதி வாழ்நாளை அங்கேயேக் கழித்து விடுவேன். அந்தக் கேபினை அடர்ந்த மரங்கள் நிறைந்த பகுதிக்குள் கட்டாமல், அதற்குப் பக்கத்தில் கட்டுவேன். எனக்குச் சூரிய வெளிச்சம் இருக்க வேண்டும். எனக்குத் தேவையானதை நானே சமைத்துச் சாப்பிட்டுக் கொள்வேன். நான் திருமணம் செய்து கொள்ள நினைத்தால் அழகான பெண்ணாக, வாய் பேசாத, காது கேட்காத பெண்ணாகப் பார்த்து திருமணம் செய்து கொள்வேன். அவளும் என்னோடு வந்து இந்தக் கேபினில் வசிப்பாள். அவள் என்னிடம் ஏதாவது சொல்ல வேண்டுமென்றால் மற்றவர்களைப் போல் ஒரு சிறிய காகிதத்தில் எழுதிக் காண்பிக்க வேண்டும். எங்களுக்குக் குழந்தைகள் பிறந்தால் அவர்களை யாருக்கும் தெரியாமல் எங்கேயாவது மறைத்து வைத்து விடுவோம். அவர்களுக்கென்று நிறைய புத்தகங்கள் வாங்கி அவர்கள் எப்படி படிப்பது, எழுதுவது என்று நாங்களே அவர்களுக்குக் கற்றுக் கொடுப்போம்.

இதைப் பற்றி நினைத்து மிகவும் உற்சாகம் அடைந்தேன்.

நான் வேண்டுமென்றே செவிடு – ஊமையாக பாசாங்கு செய்து கொண்டேனென்று எனக்குத் தெரியும். ஆனால் அது பற்றி நினைத்துப் பார்ப்பது எனக்குப் பிடித்திருந்தது. ஆனால் உண்மையிலேயே நான் மேற்குப் பகுதிக்குச் செல்வது குறித்து முடிவு செய்துவிட்டேன். நான் முதன் முதலாக செய்ய வேண்டியது ஃபீபியிடம் "குட் பை" சொல்ல வேண்டும். எனவே திடீரென்று பைத்தியம் பிடித்தவன் போல ரோட்டிற்குக் குறுக்காக ஓடினேன் – அப்படிச் செய்ததில் சாகத் தெரிந்தேன் – ஒரு ஸ்டேஷனரி கடைக்குச் சென்று பேடும், பென்சிலும் வாங்கினேன். நான் அவளை எங்கே சந்திக்கலாம் என்பது குறித்து எழுதலாம் என்று நினைத்தேன். அப்படி அவள் என்னைச் சந்திக்க வரும்போது அவளிடம் வாங்கிய கிறிஸ்துமஸ் பணத்தைத் திருப்பிக் கொடுத்துவிட முடியும். எழுதியதை எடுத்துக் கொண்டு அவள் பள்ளிக்கூடத்திற்குப் போய் அங்கு தலைமையாசிரியர் அறையிலிருக்கும் அலுவலரிடம் கொடுத்து அவளிடம் கொடுக்கச் சொல்ல வேண்டும். ஆனால் நான் பேடையும், பென்சிலையும் பாக்கெட்டில் வைத்துக் கொண்டு அவளுடைய பள்ளிக்கூடத்தை நோக்கி வேகமாக நடந்தேன் – அந்த ஸ்டேஷனரி கடையில் வைத்தே எழுதியது எனக்கு உற்சாகமாக இருந்தது. நான் வேகமாக நடந்தேன். ஏனென்றால் அவள் மதிய உணவிற்கு வீட்டிற்குச் செல்வதற்கு முன்னால் அவளிடம் கொடுத்துவிட விரும்பினேன், நேரமும் அதிகமில்லை.

அவளுடைய பள்ளிக்கூடம் எங்கு இருக்கிறது என்று எனக்குத் தெரியும். ஏனென்றால் நான் சிறுவனாக இருந்த போது அந்தப் பள்ளிக்கூடத்திற்குத் தான் சென்றேன். நான் அங்கே போய் சேர்ந்த பிறகு மிகவும் வேடிக்கையான உணர்வு ஏற்பட்டது. உள்ளே எப்படியிருக்கும் என்று எனக்கு அவ்வளவாக நினைவில்லை. ஆனாலும் கொஞ்சம் நினைவிருந்தது. முன்பு எப்படியிருந்ததோ அப்படியேதான் இப்போதும் இருந்தது. பெரிய வராந்தா, அது அப்போது இருந்தது போல அரைகுறை இருட்டுடன் இருந்தது, வராந்தாவின் சீலிங்கில் பந்து எதுவும் பட்டு உடைந்து விடக் கூடாது என்பதற்காக விளக்குகளைச் சுற்றிக் கூண்டுகள் இருந்தன. விளையாட்டிற்கென்று வெள்ளை நிற பெயிண்ட்டால் வரையப்பட்ட வட்டங்கள் கொண்ட தரை அப்படியே இருந்தது. வலை இல்லாத கூடைப்பந்தாட்ட

ரிங்குகள் – அதாவது கூடைப்பந்தாட்ட பலகையும், ரிங் மட்டும் இருந்தன.

யாரும் இல்லை. அநேகமாக அது இடைவேளை நேரமோ அல்லது சாப்பாட்டு நேரமோ இல்லை. ஒரேயொரு கருப்புநிற குழந்தை பாத்ரூமை நோக்கிச் சென்று கொண்டிருந்ததை நான் பார்த்தேன். அந்தக் குழந்தையின் இடுப்பு பாக்கெட்டில் நாங்கள் வைத்திருந்தது போலவே ஒரு பாஸ் துருத்திக் கொண்டு நின்றது. அது பாத்ரூம் போவதற்காக அவனுக்குக் கொடுக்கப்பட்ட அனுமதி பாஸ் ஆகும்.

எனக்கு இன்னும் வியர்த்தது, ஆனால் முன்னால் இருந்த அளவு இல்லை. நான் படிக்கட்டுகளை நோக்கிச் சென்று முதல் படிக்கட்டில் உட்கார்ந்த பின் நான் வாங்கிக் கொண்டுவந்த பேடையும், பென்சிலையும் எடுத்தேன். நான் இந்தப் பள்ளிக்கூடத்தில் படித்த போது படிக்கட்டுகளில் இருந்து என்ன வாசனை வந்ததோ அது கூட இன்னும் மாறவில்லை. அதாவது யாரோ ஒருவர் அப்பொழுது தான் சிறுநீர் கழித்துவிட்டுச் சென்ற மாதிரியான நாற்றம். பள்ளிக்கூடப் படிக்கட்டுகள் எப்போதும் அப்படித்தான். எப்படியோ, நான் அங்கே உட்கார்ந்து எழுத ஆரம்பித்தேன்:

அன்புள்ள ஃபீபி,

நான் புதன்கிழமை வரை காத்திருக்க முடியாது. அநேகமாக இன்று மதியம் நான் மேற்கு நோக்கிச் செல்லக்கூடும். ஆகவே உன்னால் முடிந்தால் என்னை பனிரெண்டேகால் மணிக்கு “மியூஸியம் ஆஃப் ஆர்ட்” வாசலுக்குப் பக்கத்தில் சந்திக்க வரவும். நான் உனது கிறிஸ்துமஸ் பணத்தையும் திரும்பக் கொடுத்து விடுகிறேன். அதிலிருந்து நான் அதிகமாக செலவு செய்யவில்லை.

அன்புடன்,
ஹோல்டன்

அவளுடைய பள்ளிக்கூடம் மியூஸியத்திற்கு மிகவும் அருகில் தான் இருந்தது. அவள் வீட்டிற்கு மதிய உணவிற்குச் செல்லும் போது அதைத் தாண்டித்தான் போக வேண்டும். எனவே அவளால் என்னைச் சந்திக்க முடியும் என்று தெரியும்.

நான் தலைமையாசிரியர் அலுவலகம் நோக்கிச் செல்வதற்காக படிக்கட்டுகளில் ஏறிச் சென்றேன். அங்குள்ள யாரிடமாவது இக்கடிதத்தைத் கொடுத்து அதை வகுப்பறையில் உள்ள ஃபீபியிடம் சேர்ப்பிக்குமாறு செய்ய வேண்டும். நான் அதை மற்றவர்கள் யாரும் திறக்கக்கூடாது என்பதற்காக பத்து முறைகள் மடித்திருந்தேன். இந்தப் பள்ளிக்கூடத்தில் யாரையும் நம்பமுடியாது. ஆனால் நான் அவளுடைய சகோதரன் என்று தெரிந்தால் இதைக் கண்டிப்பாக அவளிடம் சேர்த்து விடுவார்கள் என்று எனக்குத் தெரியும்.

நான் படிக்கட்டுகளில் ஏறிக் கொண்டிருக்கும் போது திடீரென்று மீண்டும் நான் வாந்தி எடுத்துவிடுவேனோ என்று நினைத்தேன். ஆனால் எடுக்கவில்லை. நான் ஒரு வினாடி அப்படியே அங்கு உட்கார்ந்திருந்ததும் ஓரளவு நன்றாக இருப்பது போல உணர்ந்தேன். ஆனால் நான் அங்கு உட்கார்ந்திருக்கும் போது ஏதோவொன்று என்னை "கிரேஸி" ஆக்கியது. யாரோ அங்கிருந்த சுவரில் "Fuck you" என்று எழுதியிருந்தனர். அது என்னை மிகவும் கிரேஸி ஆக்கியது. ஃபீபி போன்ற சிறு குழந்தைகள் இதைப் பார்க்கும் போது என்ன நினைப்பார்கள், இதன் அர்த்தம் என்னவென்று அவர்களுக்கு எப்படித் தெரியும், அதன் பிறகு எந்தவொரு "முதிர்ந்த" குழந்தையாவது இதன் அர்த்தத்தை அவர்களுக்குச் சொல்லக்கூடும். அவர்கள் இதைப் பற்றியெல்லாம் என்ன நினைப்பார்கள், இது குறித்து அவர்கள் இரண்டு நாட்கள் கவலை கூடப் படக்கூடும். இதை எழுதியது யாரென்று கண்டுபிடித்து அவரைக் கொல்ல வேண்டும் போலிருந்தது. யாரோ ஒரு வக்கிர புத்தி கொண்டவன் சிறுநீர் கழிப்பதற்காகவோ அல்லது வேறு எதற்காகவோ பள்ளிக்கூடத்திற்குள் தெரியாமல் நுழைந்த பிறகு இதை எழுதியிருக்க வேண்டும் என நினைக்கத் தோன்றியது. நான் அவனைப் பிடிப்பது போலவும், அதற்குப் பிறகு ரத்தம் வந்து சாகும் வரை அவனது தலையை இந்தப் படிக்கட்டுகளில் முட்ட வைக்கவேண்டும் என்றும் எனக்குள் ஒரு கற்பனைச் சித்திரம் விரிந்தது. ஆனால் அதைச் செய்வதற்கான தைரியம் எனக்கில்லை என்றும் தெரியும். இது என்னை மேலும் சோர்வடையச் செய்தது. உங்களுக்கு உண்மை தெரியவேண்டுமென்றால், என்னுடைய கையை வைத்து அதை அழிக்கக்கூட எனக்குத் தைரியம் போதாது. அப்படி நான் அழித்துக் கொண்டிருக்கும் போது ஆசிரியர்

யாராவது பார்த்து விட்டால் நான் தான் அதை எழுதி அழிக்கிறேன் என்று நினைத்து விடுவார்களோ என்கிற பயமும் இருந்தது. ஆனால், கடைசியாக நான் அதை அழித்து விட்டேன். அதற்குப் பிறகு தலைமையாசிரியரின் அலுவலகத்தை அடைந்தேன்.

அங்கு தலைமையாசிரியர் இருப்பது போலத் தோன்ற வில்லை. ஆனால் வயதான ஒரு பெண்மணி டைப்ரைட்டருக்கு முன்னால் உட்கார்ந்திருந்தார். அவரிடம் நான் 4B-1 ல் படிக்கும் ஃபீபி கால்ஃபீல்டின் சகோதரன் என்றும், இந்தக் கடிதத்தைத் தயவுசெய்து அவளிடம் கொடுத்து விடுங்கள் என்றும் கூறினேன். இந்தக் கடிதம் முக்கியமானது என்று அவரிடம் கூறிவிட்டு, என்னுடைய அம்மாவிற்கு உடம்பு சரியில்லை, அதனால் அவர் இன்று மதிய உணவு செய்யவில்லை. எனவே ஃபீபி என்னை சந்திக்க வேண்டும் என்றும் மதிய உணவை மருந்துக் கடையில் சாப்பிட வேண்டும் என்றும் கூறினேன். அந்த வயதான பெண்மணி நன்றாகவே நடந்து கொண்டார். அவர் என் கையிலிருந்த கடிதத்தை வாங்கிக் கொண்டு அடுத்த அறையில் இருந்த பெண்மணியைக் கூப்பிட்டு அவர் மூலம் ஃபீபிக்கு அந்தக் கடிதத்தைக் கொடுத்தனுப்பினார். அதற்குப் பிறகு அந்தப் பெண்மணியிடம் சிறிது நேரம் அரட்டை அடித்துக் கொண்டிருந்தேன். எனது சகோதரர்களும் நானும் அந்தப் பள்ளியில் படித்ததைப் பற்றிச் சொல்லிக் கொண்டிருந்தேன். அவர், இப்போது நான் எந்தப் பள்ளிக்கூடத்திற்குப் போய்க் கொண்டிருக்கிறேன் என்று கேட்டார், நான் “பென்சி” என்று கூறினேன். அதற்கு அவர், “பென்சி மிகவும் நல்ல பள்ளிக்கூடம்” என்றார். அவரிடம் எனது பள்ளிக்கூடம் பற்றிச் சொல்லி புரியவைக்க முயற்சிக்கவில்லை. அவர் அது நல்ல பள்ளிக் கூடம் என்று நினைத்தால் நினைத்துக் கொள்ளட்டும் என்று விட்டு விட்டேன். வயதானவர்களிடம் புதிய விஷயங்களை சொல்வது வெறுப்பை ஏற்படுத்தக்கூடியது. அவர்களும் அதைக் கேட்க விரும்புவது இல்லை. அப்புறம் சிறிது நேரத்திற்குப் பிறகு நான் அங்கிருந்து புறப்பட்டேன். அவர் என்னைப் பார்த்து ‘குட் லக்’ என்று கத்தி சொன்னதைக் கேட்டபோது வேடிக்கையாக இருந்தது. இதே போல தான் நான் பென்சியை விட்டு வெளியேற்றப்பட்டுவிட்டேன் என்று தெரிந்தும் ‘குட் லக்’ என்று மிஸ்டர் ஸ்பென்சர் கூறினார். கடவுளே, நான் எங்காவது போய்க் கொண்டிருக்கும் போது

யாராவது ஒருவர் இப்படி கத்தி 'குட் லக்' என்று கூறினால் அதை எப்படி வெறுக்க முடியும். இது எனக்கு மனச் சோர்வைக் கொடுத்தது.

நான் இன்னொரு படிக்கட்டுகள் வழியே வெளியே சென்று கொண்டிருக்கையில் அங்கேயும் "Fuck you" என்று எழுதப்பட்டிருந்தது. நான் கையால் அதை அழிக்க முயற்சித்தேன், ஆனால் அது கத்தி முனையைக் கொண்டு கீறப்பட்டிருந்ததால் அழிக்க முடியவில்லை. முயற்சிப்பதும் வீண் என்று தோன்றியது. உங்களிடம் லட்சக்கணக்கான வருடங்கள் இருந்தாலும் இதில் பாதியைக் கூட உங்களால் அழிக்க முடியாது. முடியவே முடியாது!

நான் வராந்தாவில் உள்ள கடிகாரத்தைப் பார்த்தேன். அதில் மணி பனிரெண்டாவதற்கு இன்னும் 20 நிமிடங்கள் இருந்தது. எனவே ஃபீபியை நான் சந்திப்பதற்கு இன்னும் நேரம் இருந்தது. ஆனாலும் நான் மியூஸியம் நோக்கி நடக்க ஆரம்பித்தேன். போவதற்கு வேறு இடம் ஏதும் இல்லை. மேற்கு நோக்கி செல்வதற்கு முன்பாக ஜேன் காலகருக்கு ஃபோன் செய்யலாமா என யோசித்தேன். ஆனால் ஃபோன் செய்வதற்கான மனநிலையில் இப்போது நான் இல்லை. அவள் விடுமுறைக்கு வீட்டுக்கு வந்துவிட்டாளா என்று கூட உறுதியாக எனக்குத் தெரியாது. எனவே நான் மியூஸியத்தை நோக்கிச் சென்றேன்.

நான் மியூஸியத்தில் ஃபீபிக்காக உள்ளே காத்துக் கொண்டி ருக்கும் போது இரண்டு குழந்தைகள் என்னிடம் வந்து, "மம்மீஸ் எங்கே இருக்கிறது என்று தெரியுமா?" எனக் கேட்டார்கள். இரண்டு பேரில் சிறியவனாக இருந்தவன், என்னிடம் கேள்வி கேட்டவன், தனது பேன்ட் பட்டனை சரியாகப் போட்டிருக்கவில்லை. அதை அவனிடம் சொன்னதும் ஒழுங்காகப் பட்டனைப் போட்டுக் கொண்டான். அவன் பின்னால் உள்ள சுவரொட்டியைப் போய் பார்க்க அக்கறை எதுவும் காட்டவில்லை. இதை நினைத்து எனக்கு சிரிப்பு வந்தது ஆனால் சிரிக்கும் போது வாந்தி எடுத்து விடுவேனோ என்கிற பயம் வேறு இருந்ததால் நான் சிரிக்கவில்லை. "மம்மீஸ் எங்கே?" என்று மீண்டும் அவன் கேட்டான்.

நான் சிறிது நேரம் அவர்களுடன் அரட்டை அடித்துக் கொண்டிருந்தேன். "மம்மீஸ்..? அப்படியென்றால் என்ன?"

என்று ஒருவனிடம் கேட்டேன்.

"மம்மீஸ் – பதப்படுத்தப்பட்டு வைக்கப்பட்டிருக்கும் இறந்த உடல்கள்"

"எப்படி நீங்கள் இருவரும் பள்ளிக்கூடத்திற்குப் போகாமல் இங்கே இருக்கிறீர்கள்?" என்று கேட்டேன்.

"இன்றைக்குப் பள்ளிக்கூடம் இல்லை" என்னுடன் பேசிக்கொண்டிருந்தவன் கூறினான். நான் உயிரோடு இருப்பது எப்படி உண்மையோ அப்படித்தான் அவன் சொல்லும் பொய்யும். ஃபீபி வரும் வரை எனக்கு வேறு வேலை இல்லை என்பதால் அவர்களுக்கு மம்மீஸ் எங்கே இருக்கிறது என்பதைக் காண்பித்துக் கொடுக்க உதவலாம் என்று நினைத்தேன். எங்கேயிருந்தது என்று எனக்கு நன்றாகவே தெரியும் ஆனால் நான் இங்கு வந்து பல ஆண்டுகள் ஆகிவிட்டதால் ஒரு சிறிய தடுமாற்றம் ஏற்பட்டது.

"மம்மீஸ் பற்றி அறிந்து கொள்வதில் உங்களிருவருக்கும் சுவாரசியம் உண்டா?" என்று கேட்டேன்.

"ஆமாம்"

"உன்னுடைய நண்பன் பேசமாட்டானா?"

"அவன் என்னுடைய நண்பன் இல்லை. அவன் என் சகோதரன்" என்றான்.

"அவனால் பேச முடியாதா? என்று கேட்டுக் கொண்டே பேசாமலிருந்த சிறுவனைப் பார்த்து "உன்னால் பேச முடியாதா?" என்று கேட்டேன்.

"ஆமாம்... எனக்கு பேச வேண்டும் போல தோன்றவில்லை" என்றான்.

கடைசியாக மம்மீஸ் இருந்த இடத்தைக் கண்டுபிடித்து உள்ளே சென்றோம்.

"எப்படி எகிப்தியர்கள் இறந்தவர்களைப் புதைத்தார்கள் என்று உங்களுக்குத் தெரியுமா?" என்று அவர்களில் ஒருவனிடம் கேட்டேன்.

"தெரியாது"

"நீ அதைத் தெரிந்து கொள்ளவேண்டும். அது மிகவும் சுவாரசியமானது. அவர்கள் முகத்தை துணியால் நன்றாகக் கட்டி ஒரு ரகசிய வேதியியல் பொருளின் உதவியால் அதைப் பதப்படுத்தி வைப்பார்கள். கல்லறையில் அவர்களைப் புதைக்கும் விதத்தினால் இறந்தவர்களின் முகம் கெட்டுப் போகாமல் ஆயிரக்கணக்கான வருடங்களுக்கு நன்றாக இருக்கும். இது எப்படி செய்வது என்பது பற்றி எகிப்தியர்கள் தவிர வேறு யாருக்கும் தெரியாது. நவீன விஞ்ஞானத்தில் ஈடுபட்டுள்ளவர்களுக்குக் கூடத் தெரியாது."

மம்மீஸ் இருக்குமிடத்திற்குச் செல்வதற்கு நீங்கள் பக்கவாட்டில் கற்களால் கட்டப்பட்ட குறுகலான ஹால் மூலம் கீழே செல்ல வேண்டும். அவர்கள் இந்த பாரோவிலிருந்து அதை எடுத்துவிட்டார்கள். கொஞ்சம் பயமாகத்தான் இருந்தது. என்னுடன் இருந்த இரண்டு "பிரபலமானவர்களுக்கு" இது அவ்வளவாக உற்சாகம் ஊட்டவில்லை. அவர்கள் என்னுடன் ஒட்டிக் கொண்டார்கள். குறிப்பாக இதுவரை எதுவும் பேசாமல் இருந்த சிறுவன் எனது தோள்பட்டையைப் பிடித்துக் கொண்டிருந்தான். "வா, நாம் போகலாம்" என்று அவன் தனது சகோதரனிடம் கூறினான். "நான் ஏற்கனவே அதைப் பார்த்துவிட்டேன். கமான்" என்று சொல்லிக் கூப்பிட்டான்.

இப்போது நான் மட்டுந்தான் அங்கு நின்றிருந்தேன். எனக்கென்னவோ அது பிடித்திருந்தது. மிகவும் இனிமையாகவும், அமைதியாகவும் இருந்தது. திடீரென்று, நான் சுவற்றில் என்ன பார்த்தேன் என்பதை உங்களால் ஒரு போதும் ஊகிக்க முடியாது. இன்னுமொரு "Fuck you"! இது சிவப்புக் கலர் கிரேயானால் சுவரில் கண்ணாடி இருந்த பகுதியில் எழுதப்பட்டிருந்தது.

இதுதான் பிரச்சனை. இனிமையான, அமைதியான இடத்தை எங்கேயும் நீங்கள் பார்க்க முடியாது. ஏனெனில் அந்த மாதிரியான இடம் எதுவும் இல்லை. அப்படி ஒரு இடம் இருக்கிறது என்று நீங்கள் நினைத்து அங்கே போகும் போது, நீங்கள் பார்க்காத நேரத்தில், யாராவது ஒருவர் அங்கேயும் "Fuck you" என்று எழுதிவிட்டு போயிருப்பார். முயற்சி செய்து பாருங்கள். நான் இறந்தாலும் கூட என் கல்லறையின் மேல் "ஹோல்டன் கால்ஃபீல்ட்" என்று என் பெயர், நான் பிறந்த வருடம், இறந்த வருடம் எல்லாம் பொறிக்கப்பட்டிருந்தாலும்

அதற்குக் கீழே "Fuck you" என்று எழுதப்பட்டிருக்கும். இதைப் பொருத்தவரை நான் சொல்வது நேர்மறையானது.

நான் மம்மீஸ் இருந்த இடத்தை விட்டு வெளியே வந்தவுடன் பாத்ரூமிற்குப் போக வேண்டியதாக இருந்தது. எனக்கு டயரீயா. நான் டயரீயாவைப் பொருட்படுத்தவில்லை. ஆனால் வேறொன்று நடந்தது. நான் பாத்ரூமை விட்டு வெளியே வரும் போது, கதவுக்கு கொஞ்சம் முன்னால், கீழே விழுந்து விட்டேன். நான் பக்கவாட்டில் விழுந்ததால் உயிர் பிழைத்தேன். இது ஒரு வேடிக்கையான நிகழ்வு. ஆனால் நான் விழுந்து எழுந்த பிறகு நன்றாக இருப்பது போல உணர்ந்தேன். என்னுடைய கையில்தான் லேசாக அடிபட்டிருந்தது. ஆனால் தலைசுற்றல் போன்ற உணர்வு ஏதுமில்லை.

மணி பனிரெண்டு பத்து ஆகியிருந்தது. எனவே நான் மீண்டும் சென்று அந்தக் கதவுக்குப் பக்கத்தில் ஃபீபிக்காகக் காத்திருந்தேன். இதுதான் நான் அவளைச் சந்திக்கும் கடைசிச் சந்திப்பாக இருந்தால் எப்படி இருக்கும் என நினைத்துக் கொண்டேன். இவள் மட்டுமல்லாமல் என் உறவினர்களையும் தான். அநேகமாக நான் எல்லோரையும் பார்ப்பேன் ஆனால் அதற்குப் பல வருடங்கள் ஆகலாம். எனக்கு முப்பத்தைந்து வயது ஆகும் போது யாருக்காவது உடம்பு சரியில்லாமல் இருந்தாலோ, சாவதற்கு முன் என்னைப் பார்க்க வேண்டுமென்றாலோ தான் நான் எனது கேபினை விட்டு வரக்கூடும். நான் கேபினை விட்டு வருவதற்கு இது மட்டுந்தான் காரணமாக இருக்கும். நான் திரும்பி வந்த பின் எப்படியிருக்குமென்பதைக்கூட காட்சிப்படுத்திப் பார்க்க ஆரம்பித்தேன். என்னுடைய அம்மா பதட்டத்துடன் அழ ஆரம்பித்து, நான் திரும்பவும் கேபினுக்குச் செல்ல வேண்டாம் என்று கெஞ்சிக் கூத்தாடுவார். ஆனால் நான் எப்படியும் திரும்ப வந்துவிடுவேன். இது சாதாரணமான ஒரு விஷயம். நான் அவரை சமாதானம் செய்து விட்டு வரவேற்பறையின் இன்னொரு பக்கம் சென்று சிகரெட் பிடிக்க ஆரம்பித்துவிடுவேன். எல்லோரிடமும் அவர்கள் என்னைப் பார்க்க விரும்பினால் எப்போது வேண்டுமென்றாலும் வரலாம் என்று சொல்வேனே தவிர யாரையும் வற்புறுத்தமாட்டேன். ஃபீபி என்னை கோடைகாலத்திலும், கிறிஸ்துமஸ் விடுமுறையிலும், ஈஸ்டர் விடுமுறையிலும் வந்து பார்க்குமாறு சொல்வேன். அது போல டி.பி.க்கு கதை, புத்தகம் எழுத இனிமையான, அமைதியான இடம் தேவையென்றால் அவர்

எப்போது வேண்டுமானாலும் என் கேபினுக்கு வரலாம். ஆனால் சினிமாவிற்குக் கதை எழுத எனது கேபின் ஒத்து வராது. ·என்னைப் பார்க்க வருபவர்களுக்கு ஒரு விதி, என்னவெனில், யாராவது என்னைப் பார்க்க வரும்போது போலித்தனமாக எதுவும் செய்யக்கூடாது என்பதுதான் அது. அப்படி அவர்கள் ஏதாவது செய்ய நினைத்தால் அவர்கள் அங்கு தங்க முடியாது.

திடீரென்று நான் அங்கிருந்த கடிகாரத்தைப் பார்த்தேன். அதில் மணி 12.35 காட்டியது. பள்ளிக்கூடத்தில் அந்த வயதான பெண்மணி இன்னொரு பெண்ணிடம் எனது கடிதத்தைக் கொடுத்து, ஃபீபியிடம் கொடுக்க வேண்டாம் என்று சொல்லி விட்டாரோ என கொஞ்சம் பயமாக இருந்தது. ஒரு வேளை அதைத் தீயில் போட்டு எரித்துவிடு என்று சொல்லியிருப்பாரோ எனவும் நினைக்கத் தோன்றியது. நான் பயணத்தை ஆரம்பிப்பதற்கு முன்பாக ஃபீபியைக் கண்டிப்பாக பார்க்க விருப்பப்பட்டேன். என்னிடம் அவளுடைய கிறிஸ்துமஸ் பணம் வேறு இருக்கிறது.

கடைசியாக, நான் அவளைப் பார்த்தேன். கதவில் இருந்த கண்ணாடி வழியாகப் பார்த்தேன். எனது வேட்டைக்காரத் தொப்பியை அவள் அணிந்திருந்ததால் கண்டுபிடிக்க எளிதாக இருந்தது. அந்தத் தொப்பியை நீங்கள் பத்துமைல் தூரத்தில் இருந்து கூடப் பார்க்க முடியும்.

அவளைச் சந்திப்பதற்காக வெளியே வந்து படிக்கட்டுகளில் இறங்க ஆரம்பித்தேன். அவள் கையில் ஒரு பெரிய சூட்கேஸ் இருந்ததை என்னால் புரிந்து கொள்ள முடியவில்லை. அவள் ஃபிஃப்த் அவென்யூக்கு குறுக்காக பெரிய சூட்கேஸை இழுக்க முடியாமல் இழுத்துக் கொண்டு வந்து கொண்டிருந்தாள். அது என்னுடைய பழைய சூட்கேஸ் என்று அவள் பக்கத்தில் போன பிறகு தெரிய வந்தது. நான் ஹூட்டனில் இருக்கும் போது பயன்படுத்தியது. இதை வைத்துக் கொண்டு இவள் என்ன செய்து கொண்டிருக்கிறாள் என்று என்னால் கண்டுபிடிக்க முடியவில்லை. அவள் நெருக்கமாக வந்த பின், “ஹாய்” என்றாள். அவள் அந்த சூட்கேஸை இழுத்துக் கொண்டு வந்ததினால் மூச்சு வாங்கியது.

“நீ வரமாட்டாய் என்று நினைத்தேன். இந்த பெட்டியில் என்ன இருக்கிறது? எனக்கு எதுவும் தேவையில்லை. நான்

எப்படியிருக்கிறேனோ அப்படியே போகப் போகிறேன். ஸ்டேஷனில் இருக்கும் பெட்டிகளைக் கூட எடுத்துக் கொண்டு போகப் போவதில்லை. இதில் என்ன இருக்கிறது?"

அவள் சூட்கேஸை கீழே வைத்தாள். "என்னுடைய துணிகள் என்றவள் நானும் உன்னுடன் வருகிறேன். வரமுடியுமா? சரியா?" என்றாள்.

"என்ன? என்று கேட்டேன். அவள் அதைச் சொல்லும் போது நான் கீழே விழுகாத குறைதான். கடவுளின் மேல் சத்தியமாக எனக்குத் தலை சுற்றுவது போல இருந்தது. திரும்பவும் கீழே விழுந்து விடுவேனோ என்று நினைத்தேன்.

"சார்லீனுக்கு தெரியக்கூடாது என்பதற்காக நான் பின்னால் உள்ள லிஃப்டின் மூலம் கீழே கொண்டுவந்தேன். இது ஒன்றும் கனமாக இல்லை. இதில் என்னுடைய இரண்டு டிரெஸ்கள், மொகாசின், உள்ளாடைகள், சாக்ஸ் மற்றும் சில பொருட்கள் அவ்வளவுதான். தூக்கிப்பார், இது கனமாக இல்லை. தூக்கித்தான் பாரேன்... நான் உன்னுடன் வரமுடியுமா? ஹோல்டன்? வரமுடியுமா? தயவுசெய்து..."

"இல்லை. வாயை மூடு"

"நான் அவளிடம் இந்த மாதிரி சொல்ல வேண்டுமென்று நினைக்கவில்லை. திரும்பவும் கீழே விழுந்து விடுவேனோ என்று நினைத்தேன்.

"என்னால் ஏன் வரமுடியாது? தயவு செய்து ஹோல்டன்! நான் எதுவும் செய்யமாட்டேன் – உன்னோடு வந்து விடுகிறேன், அது போதும். உனக்கு விருப்பமில்லையென்றால் நான் எனது ட்ரஸ்களைக் கூட எடுத்து வரவில்லை – நான் எனது... மட்டும்..."

"நீ எதையும் எடுத்துக் கொண்டு வரமுடியாது. ஏனென்றால் நீ வரப் போவதில்லை. நான் மட்டும் தனியாகப் போகிறேன். எனவே, வாயை மூடு"

"தயவுசெய்து ஹோல்டன், தயவுசெய்து என்னை வர விடு. நான் மிகவும், மிகவும், மிகவும்... நீ எதுவும்..."

"நீ வரப் போவதில்லை. இப்போது, வாயை மூடு! அந்தப் பெட்டியைக் கொடு." அவளிடமிருந்து பெட்டியை நான்

வாங்கிக் கொண்டேன். நான் அவளை அடிக்கிற அளவிற்குப் போய்விட்டேன்.

அவள் அழ ஆரம்பித்தாள்.

"நீ பள்ளிக்கூடத்தில் நடக்கும் நாடகத்திற்கு இருக்க வேண்டுமென்று நான் நினைத்தேன். நீ அந்த நாடகத்தில் பெனடிக்ட் அர்னால்டு ஆக நடிக்கிறாய் என்றல்லவா நான் நினைத்துக் கொண்டிருந்தேன்." நான் இதை மிகவும் மோசமாக அவளிடம் சொன்னேன். "நீ என்ன செய்ய வேண்டுமென்று விரும்புகிறாய்? நாடகத்தில் நடிக்கவில்லையா? கடவுளே?" இதைக் கேட்டதும் அவள் இன்னும் அதிகமாக அழ ஆரம்பித்தாள். எனக்கு இது சந்தோஷமாக இருந்தது. அவள் "கண்கள்" வெளியே வரும் வரை அவள் அழ வேண்டும் என்று திடீரென்று நான் விரும்பினேன். நான் அவளை வெறுத்தேன். அவள் என்னோடு வந்து விட்டால் அந்த நாடகத்தில் அவள் நடிக்க முடியாது போய்விடும் என்பதுதான் அவள் மீதான என் வெறுப்பிற்குக் காரணம் ஆகும்.

"கமான்" என்று சொல்லிக் கொண்டே நான் மியூஸியத்தை நோக்கி அடியெடுத்து வைக்க ஆரம்பித்தேன். நான் என்ன செய்ய வேண்டுமென்பதை மனதிற்குள் தீர்மானித்துக் கொண்டேன். அதன் படி, அங்குள்ள சாமான்கள் வைக்கும் அறைக்குச் சென்று அவள் கொண்டுவந்துள்ள சூட்கேஸில் என்ன இருக்கிறது என்று பார்த்துவிட்டு, அங்கேயே வைத்துவிட்டால் அவள் மூன்று மணிக்கு பள்ளிக்கூடம் விட்டுச் செல்லும் போது எடுத்துக் கொண்டு போய்விடுவாள். இதை அவளால் இப்போது பள்ளிக்கூடத்துக்கு எடுத்துச் செல்ல முடியாது என்று எனக்குத் தெரியும். "வா, போகலாம்!" என்று அவளிடம் சொன்னேன்.

அவள் என்னோடு படி ஏறவும் இல்லை, வரவும் இல்லை. இருந்தாலும் நான் படியேறிச் சென்றேன். சாமான்கள் வைக்கும் அறைக்குச் சென்று அவள் பெட்டியில் உள்ள அனைத்தையும் செக் பண்ணிப் பார்த்த பிறகு மீண்டும் கீழே சென்றேன். அவள் இன்னும் அங்கிருந்த நடைபாதையில் நின்று கொண்டிருந்தாள். நான் வருவதைப் பார்த்தவுடன் திரும்பிக் கொண்டாள். அவள் அப்படிச் செய்யலாம். அவள் அந்த மாதிரி உணரும் போது உங்களுக்குத் தனது பின்பக்கத்தைக் காட்டிக் கொண்டு நிற்கலாம். "நான் எங்கேயும் போகவில்லை.

எனது மனதை மாற்றிக் கொண்டேன். எனவே அழுகையை நிறுத்து" என்று சொன்னேன். நான் சொல்லும் போது அவள் அழுது கொண்டிருக்கவில்லை என்பது இதில் வேடிக்கையான விஷயம். இருந்தாலும் நான் அப்படிச் சொல்லிவிட்டேன். "இப்போது வா. நான் உன்னைப் பள்ளிக்கூடத்தில் கொண்டு போய் விடுகிறேன். இப்போதே கால தாமதம் ஆகிவிட்டது"

அவள் என்னிடம் எதுவும் பேசவில்லை. நான் அவளது கையைப் பிடிக்க முயற்சித்தேன். ஆனால் அவள் தனது கைகளைத் தரவில்லை.

"நீ மதிய உணவு சாப்பிட்டு விட்டாயா? நீ சாப்பிட்டு விட்டாயா?" என்று அவளிடம் கேட்டேன்.

அவள் அதற்கும் பதில் சொல்லாமல் நான் அவளுக்குக் கொடுத்திருந்த வேட்டைக்காரத் தொப்பியை எடுத்து என் முகத்தைப் பார்த்து எறிந்தாள். அதற்குப் பிறகு அவள் திரும்பிக் கொண்டாள். இது எனக்கு ஆத்திரமூட்டியது. ஆனால் நான் எதுவும் சொல்லவில்லை. நான் அதை எடுத்து என் கோட் பாக்கெட்டில் வைத்துக் கொண்டேன்.

"வா, போகலாம், நான் உன்னைக் கொண்டு போய் பள்ளிக் கூடத்தில் விடுகிறேன்" என்றேன்.

"நான் திரும்பவும் பள்ளிக்கூடத்திற்குப் போகவில்லை"

அவள் இந்த மாதிரி சொன்ன பிறகு எனக்கு என்ன சொல்வ தென்று தெரியவில்லை. அங்கேயே இரண்டு நிமிடங்கள் நின்றேன்.

"நீ பள்ளிக்கூடத்திற்குத் திரும்பிப் போகத்தான் வேண்டும். நீ அந்த நாடகத்தில் நடிக்க வேண்டும், இல்லையா? நீ பெனடிக்ட் அர்னால்ட் ஆக நடிக்க வேண்டாமா?"

"வேண்டாம்"

"கண்டிப்பாக நீ நடிப்பாய், வா போகலாம்" என்றேன்.

நான் உன்னிடம் சொன்னது போல எங்கேயும் போகப் போவதில்லை. நான் வீட்டிற்குப் போகிறேன். நீ எவ்வளவு சீக்கிரம் பள்ளிக்கூடத்திற்குப் போகிறாயோ, அவ்வளவு சீக்கிரம் நான் வீட்டிற்குச் செல்வேன். முதலில் நான் ஸ்டேஷ

னுக்குச் சென்று எனது பெட்டிகளையெல்லாம் எடுக்க வேண்டும். அதற்குப் பிறகு நேராக நான்...”

“நான் பள்ளிக்கூடத்திற்குத் திரும்பப் போகவில்லை. நீ என்ன செய்ய வேண்டுமென்று நினைக்கிறாயோ அதையெல்லாம் நீ செய். ஆனால் நான் திரும்பவும் பள்ளிக் கூடத்திற்குப் போகமாட்டேன்”. எனவே “வாயை மூடு”. அவள் என்னைப் பார்த்து இப்படிச் சொன்னது இதுதான் முதல் முறை. கேட்பதற்கே அதிர்ச்சியாக இருந்தது. கடவுளே, இது அதிர்ச்சியாக இருக்கிறது. அவள் இன்னும் என்னைப் பார்க்கவில்லை. ஒவ்வொரு முறையும் நான் அவள் தோள் பட்டையில் கையைப் போடப் போகும் போதும் அவள் அதற்கு என்னை அனுமதிக்கவில்லை.

“நீ “வாக்” போக விரும்புகிறாயா? என்று அவளிடம் கேட்டேன். “மிருகக்காட்சி சாலையை நோக்கி “வாக்” போக விருப்பமா? நான் உன்னை பள்ளிக்கூடத்திற்கு அனுப்பாமல், வாக் போகச் சொன்னால் இந்த கிறுக்குத்தனமான பிடிவாதத்தை விட்டு விடுவாயா?

அவள் அதற்குப் பதில் சொல்லவில்லை. எனவே நான் மீண்டும் “நான் உன்னை பள்ளிக்கூடத்திற்கு அனுப்பாமல், வாக் போகச் சொன்னால் இந்த கிறுக்குத்தனமான பிடிவாதத்தை விட்டு விடுவாயா? நல்ல பெண்ணாக நாளைக்குப் பள்ளிக்கூடம் போவாயா?” என்று அவளிடம் கேட்டேன்.

“நான் போனாலும் உண்டு, இல்லையென்றாலும் இல்லை” என்றாள். அதற்குப் பிறகு அவள் கார்கள் எதுவும் வருகிறதா என்று பார்க்காமல் கூட தெருவின் குறுக்கே ஓடினாள். சில சமயங்களில் அவள் இப்படி பைத்தியம் போல நடந்து கொள்கிறாள்.

நான் அவளைப் பின் தொடர்ந்து செல்லவில்லை. நான் மிருகக்காட்சி சாலையை நோக்கி பார்க் இருக்கும் பக்கத்தில் நடக்க ஆரம்பித்தேன். அதைப் பார்த்ததும் அவள் என்னைப் பின் தொடர்வாள் என்று எனக்குத் தெரியும். அவள் அதற்கு எதிர்ப்பக்கத்தில் நடக்க ஆரம்பித்தாள். அவள் என்னைப் பார்க்கவில்லை. ஆனால் அநேகமாக அவள் ஒன்றரைக் கண்ணில் நான் எங்கே போய்க்கொண்டிருக்கிறேன் என்று பார்க்கக்கூடும். எப்படியோ, நாங்கள் இருவரும் எங்கள்

வழியில் மிருகக்காட்சி சாலையை நோக்கி நடந்து போய்க் கொண்டிருந்தோம். எப்போதாவது அடுக்குமாடி பஸ் வரும் போது எதிர்ப்பக்கத்தில் நடந்து கொண்டிருக்கும் அவளைப் பார்க்க முடியாமல் போய்விடுவது ஒன்றுதான் என்னைச் சங்கடப்படுத்தியது. நாங்கள் மிருகக்காட்சி சாலையை அடைந்தவுடன் நான் அவளைப் பார்த்து "ஃபீபி நான் "ஜூ"வுக்குள் போகிறேன், இப்போதாவது இங்கே வா!" என்று கத்தினேன். அவள் என்னைப் பார்க்கவில்லை. ஆனால் அவள் நான் கத்தியதைக் கேட்டிருப்பாள் என்று எனக்குத் தெரியும். நான் படிக்கட்டுகளில் இறங்கி ஜூவை நோக்கி செல்லும் போது பின்னால் திரும்பிப் பார்த்தேன் அவள் தெருவை குறுக்காகக் கடந்து என்னைப் பின் தொடர்ந்து வந்து கொண்டிருந்தாள்.

"ஜூ"வில் கூட்டம் அவ்வளவாக இல்லை. ஏனென்றால் அந்த நாள் அப்படி. ஆனால் சீல் போல தோற்றமளித்த கடல் சிங்கம் இருந்த குளத்தைச் சுற்றி சில பேர் நின்றிருந்தனர். நான் அங்கிருந்து நகர எத்தனித்த போது ஃபீபி அங்கேயே நின்று கொண்டு கடல் சிங்கங்களுக்கு சாப்பாடு கொடுப்பதைப் பார்த்துக் கொண்டிருந்தாள் – யாரோ ஒருவன் அதைப் பார்த்து மீன்களை எறிந்து கொண்டிருந்தான் – எனவே நானும் அந்த இடத்திற்குத் திரும்பிச் சென்றேன். அவளையும் பழைய நிலைக்குக் கொண்டுவருவதற்கு இது ஒரு நல்ல சந்தர்ப்பம் என நினைத்தேன். நான் அவளருகில் சென்று அவள் தோள்பட்டையில் கை வைத்தேன். ஆனால் அவள் குனிந்து கொண்டதன் மூலம் அதைத் தவிர்த்தாள். அவள் விரும்பினால் கண்டிப்பாக அவளால் மூர்க்கமாக நடந்து கொள்ள முடியுமென்று இதிலிருந்து தெரிந்தது. அவை சாப்பிடுவதைப் பார்த்துக் கொண்டு அவள் அங்கேயே நின்றிருந்தாள். நானும் அவள் பின்னால் நின்றிருந்தேன். நான் எனது கைகளை மீண்டும் அவள் மேல் போடவில்லை. குழந்தைகள் எப்போதுமே வேடிக்கையானவர்கள்தான். நீங்கள் என்ன செய்து கொண்டிருக்கிறீர்கள் என்பதை நீங்கள் கவனிக்க வேண்டும்.

அந்த இடத்தை விட்டு நகர்ந்த போது அவள் என்னோடு சேர்ந்து நடக்கவில்லையென்றாலும் ரொம்ப தூரமாக நடந்து செல்லவில்லை. அவள் நடைபாதையின் ஒரு பக்கம் நடந்தாள் நான் இன்னொரு பக்கம் நடந்தேன். இது பார்ப்பதற்கு நன்றாக இல்லையென்றாலும், ஒரு மைல் இடைவெளியில்

நடந்து செல்வதை விட சிறப்பாக இருந்தது. நாங்கள் மேலே சிறிய குன்றின் மீது ஏறிச் சென்று கரடிகளைப் பார்த்தோம். அது தவிர அங்கே பார்ப்பதற்கு வேறு எதுவும் இல்லை. துருவக் கரடி மட்டும் வெளியே திரிந்து கொண்டு இருந்தது. பிரௌன் நிறத்தில் இருந்த கரடி குகைக்குள்ளிலிருந்து வெளியே வரவில்லை. பார்க்கமுடிந்ததெல்லாம் அதனுடைய பின் பகுதியைத்தான். எனக்குப் பக்கத்தில் கௌபாய் தொப்பிப் போட்டிருந்த குழந்தை தன் அப்பாவிடம், "அதை வெளியே வரச் சொல்லுங்கள், டாடி! வெளியே வரச் சொல்லுங்கள் டாடி!" என்று சொல்லிக் கொண்டிருந்தது. நான் ஃபீபியைப் பார்த்தேன் ஆனால் அவள் சிரிக்கவில்லை. குழந்தைகள் கோபமாக இருக்கும் போது சிரிக்கவோ அல்லது வேறு எதுவும் செய்யவோ மாட்டார்கள் என்பது உங்களுக்குத் தெரியும்.

கரடிகளைப் பார்த்து முடித்தபின் நாங்கள் "ஜூ"வை விட்டு வெளியே வந்து பார்க்கில் சிறிதாக இருந்த தெருவைத் தாண்டி சிறிய சிறிய சுரங்கப்பாதைகள் வழியாகச் சென்றோம். அங்கு ஒரே சிறுநீர் நாற்றம். குடைராட்டினத்திற்கு செல்லும் வழியில் இது இருந்தது. ஃபீபி இன்னும் என்னிடம் எதுவும் பேசவில்லை. ஆனால் எனக்குப் பக்கத்தில் தான் நடந்து வந்து கொண்டிருந்தாள். நான் அவள் கோட்டின் பின்னால் இருந்த பெல்ட்டை பிடிக்க முயற்சித்தேன். ஆனால் அவள் பிடி கொடுக்கவில்லை. "உனக்கு ஆட்சேபனை இல்லையென்றால் உன் கைகளை உன்னோடு வைத்துக் கொள்" என்றாள் அவள். அவள் என் மீது இன்னும் காட்டமாக இருந்தாள். ஆனால் முன்னால் இருந்தது போல இல்லை. எப்படியோ நாங்கள் குடைராட்டினம் இருக்கும் இடத்தை நெருங்கிக் கொண்டிருந்தோம். அங்கு இசைக்கப்படும் இசை நன்றாகக் கேட்டது. அங்கு "ஓ மேரி!" பாடல் ஒலித்துக் கொண்டிருந்தது. நான் குழந்தையாக இருக்கும் போது இதே பாடலைத்தான் ஒலிபரப்பினார்கள். குடைராட்டினத்தைப் பொருத்தவரையில் ஒரு நல்ல விஷயம், அவர்கள் ஒலிபரப்பிய அதே பாடல்களைத்தான் திரும்பத் திரும்ப ஒலிபரப்பிக் கொண்டிருப்பார்கள்.

"குளிர்காலத்தில் குடைராட்டினம் இருக்காது என்று நான் நினைத்தேன்" என்றாள் ஃபீபி. முதல் தடவையாக அவள் பேச ஆரம்பித்தாள். என்னோடு காட்டமாக இருந்தது அவளுக்கு மறந்து போயிருக்கும் என நினைத்தேன்.

"கிறிஸ்துமஸ் வருவதால் அவர்கள் இதை வைத்திருக்கக்கூடும்" என்றேன் நான்.

அதற்கு அவள் பதில் எதுவும் சொல்லவில்லை. அவள் என்னோடு கோபமாக இருக்கிறாள் என்பது இப்போது திடீரென்று நினைவுக்கு வந்திருக்கக்கூடும்.

"நீ இதில் ஏறி சுற்றப் போகிறாயா?" என்று கேட்டேன். அநேகமாக அவள் போவாள் என்று நினைத்தேன். அவள் சிறு குழந்தையாக இருக்கும் போது ஆலி, டி.பி, நான் எல்லோரும் பார்க்குக்கு செல்லும் பழக்கம் இருந்தது. அப்போது இவளுக்கு குடைராட்டினத்தைப் பார்த்தாலே கிறுக்கு பிடித்துவிடும். அவளை அதிலிருந்து இறங்க வைக்கவே முடியாது.

"நான் பெரியவள்" என்றாள் அவள். அவள் இதற்குப் பதிலளிக்க மாட்டாள் என்று நினைத்தேன். ஆனால் பதில் சொன்னாள்.

"இல்லை. நீ போகலாம். நான் உனக்காகக் காத்திருக்கிறேன்" என்றேன். நாங்கள் அங்கே சென்றோம். ஐந்து குழந்தைகள் இருந்தார்கள். மிகவும் சிறியவர்கள். அதைச் சுற்றி வெளியே சில பெற்றோர்கள் நின்று கொண்டும், பெஞ்சில் உட்கார்ந்து கொண்டும் இருந்தார்கள். நான் மேலே டிக்கெட் விற்கும் இடத்திற்குச் சென்று ஃபீபிக்கென்று ஒரு டிக்கெட் வாங்கிக் கொண்டு வந்து ஃபீபியிடம் கொடுத்தேன். அவள் எனக்குப் பக்கத்தில் நின்று கொண்டிருந்தாள்.

"இந்தா" என்றேன். "ஒரு வினாடி பொறு – உன்னிடம் இருக்கும் மீதமுள்ள பணத்தையும் எடு!" அவள் என்னிடம் கொடுத்த பணத்தில் மீதியிருந்ததை எடுத்து அவளிடம் கொடுத்தேன்.

"நீ வைத்துக் கொள், எனக்காக நீ வைத்துக் கொள்" என்றாள். அதற்குப் பிறகு அவள் – தயவு செய்து என்று சொன்னாள்.

யாராவது உங்களிடம் தயவுசெய்து என்று சொல்லும் தருணம் மிகவும் சோர்வைத் தரக்கூடியது ஆகும். அது ஃபீபியாக இருந்தாலும் சரி அல்லது வேறு யாராக இருந்தாலும் சரி. இருந்தாலும் நான் மீதிப் பணத்தை எனது பாக்கெட்டில் வைத்துக் கொண்டேன்.

"நீ ராட்டினம் சுற்ற வரவில்லையா?" என்று கேட்டாள். அவள் என்னை ஏதோ விளையாட்டுப் பொருளை பார்ப்பது போல பார்த்தாள். அவள் என் மீது இன்னும் காட்டமாக இல்லை என்று நீங்கள் இப்போது சொல்ல முடியும்.

"அடுத்த முறை போகிறேன். இப்போது நான் உன்னைப் பார்க்கிறேன்" என்றேன். "டிக்கெட் உன்னிடம் தானே இருக்கிறது?"

"ஆமாம்"

"அப்படியென்றால் போ – நான் அங்கேயிருக்கிற பெஞ்சுக்குச் சென்று உன்னை பார்க்கிறேன்" நான் பெஞ்சை நோக்கிச் செல்ல அவள் குடை ராட்டினத்தை நோக்கிச் சென்றாள். அவள் அதைச் சுற்றி வந்தாள். அதற்குப் பிறகு பெரிய, பிரௌன் நிறத்தில் இருந்த குதிரை ஒன்றின் மேல் உட்கார்ந்தாள். குடை ராட்டினம் சுற்ற ஆரம்பித்தது. அந்த சமயத்தில் அதில் 5 அல்லது 6 குழந்தைகள்தான் இருந்தனர். அப்போது அங்கு "Smoke gets in your eyes" என்கிற பாடல் பாடியது. மிகவும் ஜாலியாகவும், வேடிக்கையாகவும் இருந்தது. எல்லாக் குழந்தைகளும் தங்க நிறத்திலான வளையத்தைப் பிடிக்க முயற்சித்தனர். ஃபீபியும் முயற்சித்தாள். இதனால் அவள் எங்கே கீழே விழுந்து விடுவாளோ என்று எனக்கு பயம். ஆனால் நான் எதுவும் சொல்லவோ அல்லது செய்யவோ இல்லை. குழந்தைகளிடம் உள்ளது என்னவெனில், அவர்கள் அந்த தங்க வளையத்தைப் பிடிக்க முயற்சித்தால் எதுவும் சொல்லாமல் விட்டு விட வேண்டும். அவர்கள் விழுந்தால் விழுகட்டும். ஆனால் நீங்கள் இது பற்றி அவர்களிடம் ஏதாவது சொல்வது அந்த நேரத்தில் நல்லதில்லை.

சவாரி முடிந்தபின் குடைராட்டினத்திலிருந்து இறங்கி என்னிடத்தில் வந்தாள். "நீயும் இந்த முறை ஒரு சுற்று சுற்றேன்" என்றாள்.

"இல்லை. நான் உன்னைப் பார்க்கிறேன்" என்றேன். அவளிடம் என்னிடமிருந்த அவள் பணத்தில் கொஞ்சத்தை எடுத்துக் கொடுத்தேன். "இந்தா, இன்னும் சில டிக்கெட்டுகள் வாங்கிக் கொள்" என்றேன்.

அவள் என்னிடமிருந்து பணத்தை வாங்கிக் கொண்டு, "நான் இனிமேல் உன்னிடம் இப்படி நடந்து கொள்ளமாட்டேன்"

என்றாள்.

"எனக்குத் தெரியும். வேகமாகப் போ அது சுற்ற ஆரம்பிக்கப் போகிறது" என்றேன்.

திடீரென்று அவள் எனக்கு ஒரு முத்தம் கொடுத்தாள். அதற்குப் பிறகு அவளது கையை நீட்டிக்கொண்டே, மழை வரப் போகிறது" என்றாள்.

"எனக்குத் தெரியும்"

அதற்குப் பிறகு அவள் என் கோட் பாக்கெட்டிலிருந்த வேட்டைக்கார தொப்பியை எடுத்து என் தலையில் வைத்தாள். நான் அசந்து போய்விட்டேன்.

"உனக்கு இது வேண்டாமா?" என்றேன்.

"நீ கொஞ்ச நேரம் போட்டுக்கொள்" என்றாள்.

"சரி. வேகமாகப் போ. இல்லையென்றால் உன்னுடைய சவாரியை நீ இழந்து விடுவாய். உனக்கு வேண்டிய குதிரை கிடைக்காது" என்றேன்.

அவள் இன்னும் அங்கேயே நின்று கொண்டிருந்தாள்.

"நீ சொன்னது உண்மைதானா? நீ உண்மையிலேயே எங்கேயும் போகப் போவதில்லையா?" இதற்குப் பிறகு நீ வீட்டிற்குத்தான் போகப் போகிறாயா? என்று அவள் என்னிடம் கேட்டாள்.

"ஆமாம்," என்றேன். நான் சொன்னதன் அர்த்தம் அதுதான். நான் அவளிடம் பொய் சொல்லவில்லை. நான் இதற்குப் பிறகு வீட்டிற்குத்தான் போகப் போகிறேன். "வேகமாகப் போ" என்றேன். "இதோ ஆரம்பிக்கப் போகிறது".

அவள் ஓடி, டிக்கெட்டுளை வாங்கிக் கொண்டு சரியான நேரத்தில் போய் குடை ராட்டினத்தைச் சென்றடைந்தாள். அதற்குப் பிறகு முற்றிலும் ஒரு சுற்று சுற்றி தனக்கு விருப்பமான ஒரு குதிரையின் மேல் உட்கார்ந்த பின் அங்கிருந்து என்னை நோக்கி கையசைத்தாள்.

மழை லேசாகப் பெய்ய ஆரம்பித்தது. அங்கிருந்த பெற்றோர்களும் மற்றவர்களும் குடை ராட்டினத்தை

நோக்கி ஓடிச் சென்று தங்கள் மேலே மழை படாதவாறு குடை ராட்டினத்தின் கூரைக்குக் கீழ் நின்று கொண்டனர். நான் எங்கும் போகாமல் அந்த பெஞ்சிலேயே கொஞ்ச நேரம் உட்கார்ந்திருந்தேன். என்னுடைய கழுத்து, பேண்ட் எல்லாம் நனைந்து விட்டது. எனது வேட்டைக்கார தொப்பி எனக்கு வேண்டிய பாதுகாப்பு கொடுத்தது. ஆனாலும் நான் நன்றாக நனைந்து விட்டேன். ஆனால் அதைப் பற்றி நான் அக்கறை கொள்ளவில்லை. ஃபீபி சுற்றி சுற்றி போவதைப் பார்த்து திடீரென்று நான் சந்தோஷமாக இருப்பது போல உணர்ந்தேன். உங்களுக்கு உண்மை தெரிய வேண்டுமென்றால் எனக்கு மகிழ்ச்சியில் கத்த வேண்டும் போல இருந்தது. ஆனால் ஏனென்று தெரியவில்லை. தனது நீல நிற கோட்டில் அவள் சுற்றி சுற்றிப் போய் கொண்டிருக்கையில் மிகவும் நன்றாக இருந்தாள். கடவுளே, நீயும் இங்கே இருக்க வேண்டுமென்று விரும்புகிறேன்.

26

என்னால் சொல்ல முடிந்தது இவ்வளவுதான். நான் வீட்டிற்குச் சென்ற பிறகு என்ன நடந்தது, எப்படி எனக்கு உடம்பு சரியில்லாமல் போனது, இலையுதிர் காலத்தில் நான் எந்தப் பள்ளிக் கூடத்திற்கு செல்வேன் போன்றவை பற்றியும் அநேகமாக என்னால் சொல்ல முடியும். ஆனால் அதையெல்லாம் சொல்ல வேண்டுமென்கிற உணர்வு ஏற்பட வில்லை. உண்மையிலேயே நான் சொல்லப் போவதில்லை. இப்போதைக்கு அந்த விஷயங்களில் எனக்கு அவ்வளவாக சுவாரசியம் இல்லை.

அதிகமான பேர்கள், குறிப்பாக இங்கே இருக்கிற மன உளவியலாளர் ஒருவர் என்னிடம் தொடர்ந்து, நான் செப்டம்பர் மாதம் பள்ளிக்கூடம் செல்ல விண்ணப்பிக்கப் போகிறேனா என்று கேட்டுக் கொண்டிருக்கிறார். என் கருத்துப்படி இது ஒரு முட்டாள்த்தனமான கேள்வியாகும். நீங்கள் ஒரு காரியத்தை செய்யும் வரை உங்களுக்கு எப்படி நீங்கள் என்ன செய்யப் போகிறீர்கள் என்று தெரியும்? இதற்கு "எதுவும் தெரியாது" என்பதுதான் பதிலாக இருக்கும். எனக்குத் தெரியும் என்று நான் நினைக்கிறேன், ஆனால் எப்படி எனக்குத் தெரியும்? எனவே இது ஒரு முட்டாள்த்தனமான கேள்வியாகும்.

மற்றவர்களைப் போல டி.பி. அவ்வளவு மோசமானவர்

இல்லை ஆனாலும் என்னிடம் தொடர்ந்து நிறையக் கேள்விகள் கேட்டுக் கொண்டிருந்தார். அவர் புதிய படத்திற்காக எழுதிக் கொண்டிருக்கிறக் கதையில் நடிக்கவிருக்கும் ஒரு ஆங்கிலப் பெண்ணுடன் கடந்த சனிக்கிழமையன்று வந்தார். அந்தப் பெண் மிகவும் உணர்ச்சிவசப்பட்ட மாதிரி இருந்தாலும் பார்ப்பதற்கு அழகாக இருந்தாள். அவள் பாத்ரூமிற்குச் சென்றிருந்த நேரத்தில் டி.பி. என்னிடம் உங்களிடம் இதுவரை நான் பகிர்ந்து கொண்ட விஷயங்கள் பற்றியெல்லாம் நான் என்ன நினைக்கிறேன் என்று கேட்டார். எனக்கு என்ன சொல்வதென்று தெரியவில்லை. உண்மை என்னவென்றால், இது பற்றியெல்லாம் நான் என்ன நினைக்கிறேன் என்று எனக்கே தெரியவில்லை என்பதுதான். நான் இதைத்தான் மற்றவர்களிடம் கூறினேன் அதற்காக என்னை மன்னித்துக் கொள்ளுங்கள். எனக்கு தெரிந்ததெல்லாம், நான் யாரைப்பற்றியெல்லாம் கூறினேனோ அவர்களையெல்லாம் “மிஸ்” செய்வது போல இருக்கிறது. ஸ்டராட்லேட்டர், அக்லே உட்பட. சொல்லப் போனால் நான் மௌரீஸைக் கூட “மிஸ்” செய்கிறேன் என நினைக்கிறேன். இது வேடிக்கைதான். எப் போதும் யாரிடமும் எதைப் பற்றியும் சொல்லாதீர்கள். அப்படிச் சொன்னால், நீங்கள் எல்லோரையும் இழக்க (miss) ஆரம்பித்து விடுவீர்கள்.

ooo